ഡോ. എച്ച് ഗണേശൻ

അതിജീവനത്തിന്റെ വിജയഗാഥ

ഡോ.എച്ച്. ഗണേശൻ

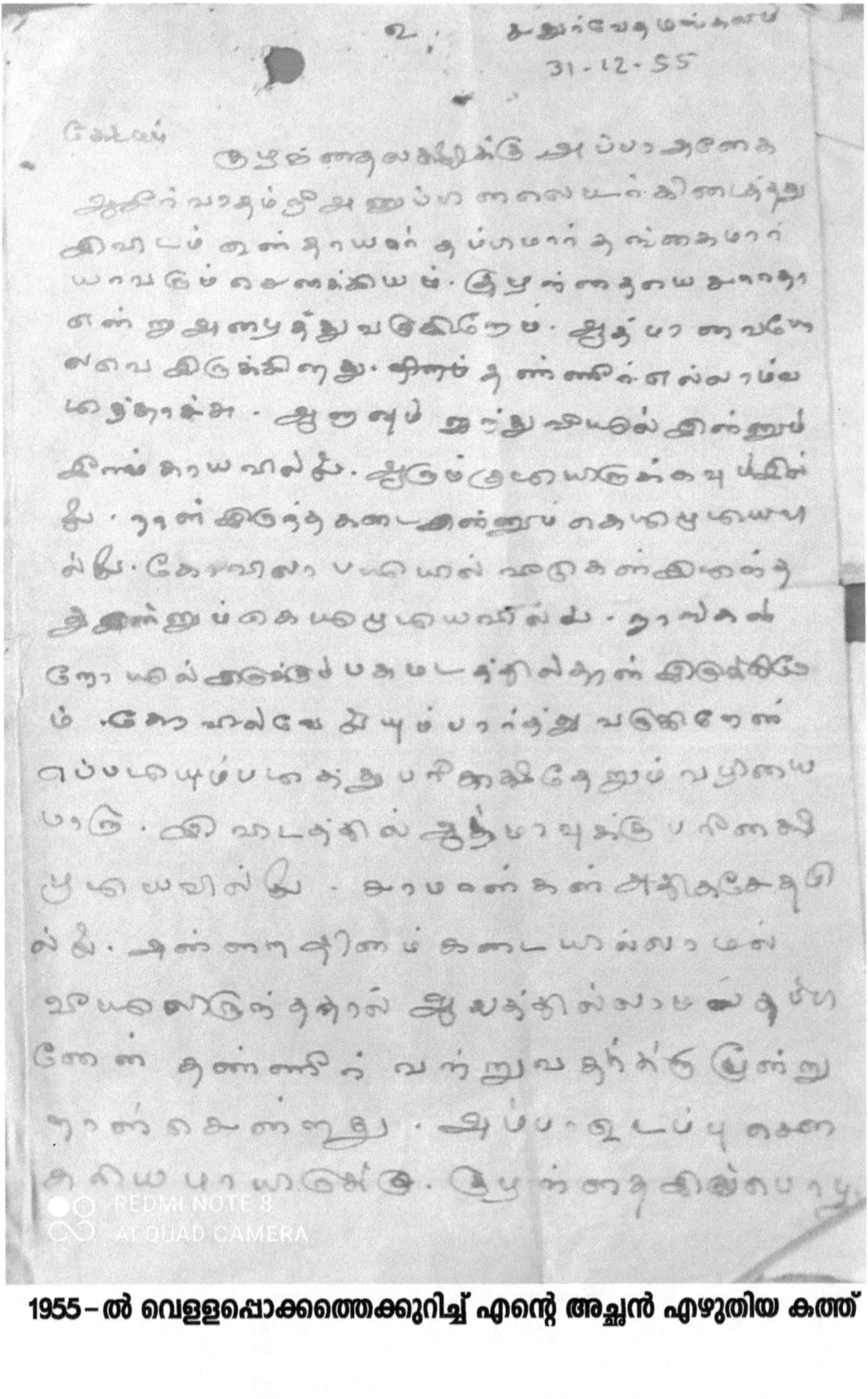

உ சதுர்வேதமங்கலம்
31-12-55

1955–ൽ വെള്ളപ്പൊക്കത്തെക്കുറിച്ച് എന്റെ അച്ഛൻ എഴുതിയ കത്ത്

ഡോ. എച്ച്. ഗണേശൻ –
അതിജീവനത്തിന്റെ വിജയഗാഥ

പാവനസ്മരണയ്ക്ക്

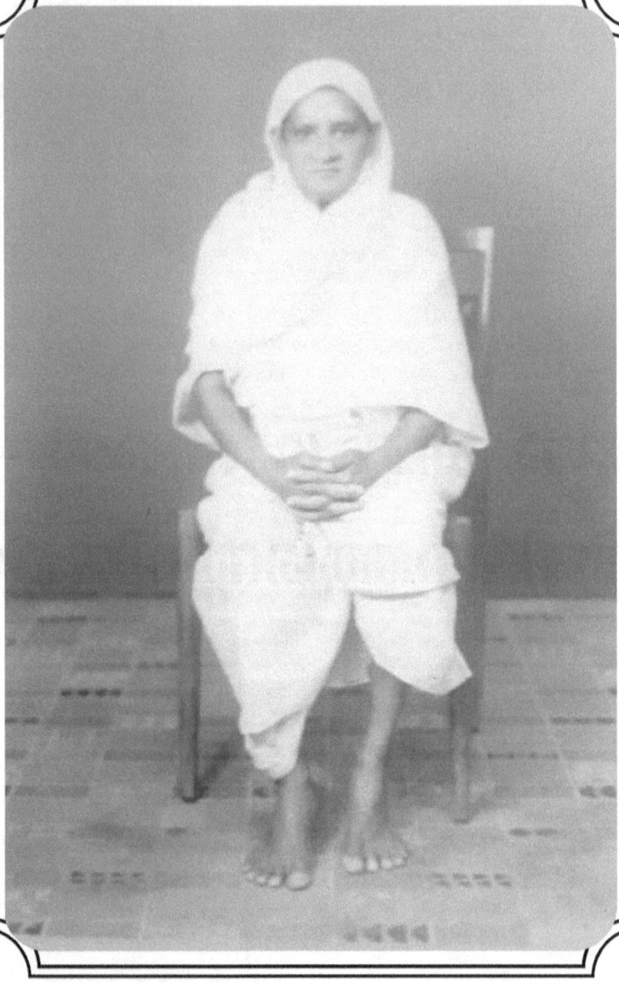

പിച്ചു അമ്മാൾ വല്യമ്മ

ഡോ. എച്ച്. ഗണേശൻ –
അതിജീവനത്തിന്റെ വിജയഗാഥ

Published by
Dr. H. Ganesan
Email : ganesanbook@gmail.com

ISBN : (paper back malayalam)

Lay Out and Printing
Smt.Manju Balu, Thiruvananthapuram
& Muthu Press, Thiruvananthapuram

Printworld Offset Printers, Ernakulam
Ph: 9895835390

ഡോ. എച്ച്. ഗണേശൻ – അതിജീവനത്തിന്റെ വിജയഗാഥ

മാനേജിംഗ് എഡിറ്റർ
ഡോ. വസന്തകുമാരൻ ഭരതന്നൂർ

ചീഫ് എഡിറ്റർ
പ്രൊഫ.കെ. രമാദേവി അമ്മ

എക്സിക്യൂട്ടീവ് എഡിറ്റേഴ്സ്
പ്രൊഫ.സി.ആർ ഉണ്ണികൃഷ്ണൻ നായർ (പാലാ)
ഡോ.ഹരികുമാർ ഗണേശൻ

അസ്സോസിയേറ്റ് എഡിറ്റേഴ്സ്
ഡോ. സരസ്വതി എൽ.
ഡോ. സുമിത്രാ ശങ്കർ

അഡ്വൈസറി ബോർഡ്
ശ്രീ. സലിം ഗംഗാധരൻ
ശ്രീ. കെ. പി. ജോൺകുട്ടി
ഡോ. രമേഷ് പരമേശ്വരയ്യർ
ഡോ. പാർവ്വതി ഗണേശൻ

First Published : 2024
Reprint : 2025
MRP : ₹ 280/-

ഉള്ളടക്കം

അദ്ധ്യായം 2 – വിദ്യാഭ്യാസം

അദ്ധ്യായം 4 – കുടുംബ ജീവിതം

അദ്ധ്യായം 5 – റിട്ടയർമെന്റ് ജീവിതം

5A- റിട്ടയർമെന്റ് ജീവിതം മാനവനന്മയ്ക്ക്

അവതാരിക

മാനവിക മൂല്യങ്ങൾക്ക് ജീവനുതുല്യം പ്രാധാന്യം നൽകി, ജീവിതയാഥാർത്ഥ്യങ്ങളെ സൗഹൃദമേമ്പൊടി വിതറി, ഏവർക്കും താങ്ങും തണലും നിർലോഭം വാരിച്ചൊരിയുവാൻ മന:സാന്നിദ്ധ്യമുള്ള, ഹൃദയവിശാലതയുള്ള മഹത്വ്യക്തിത്വങ്ങളിൽ മഹത് വ്യക്തിത്വമാണ് ഡോ. എച്ച് ഗണേശനെന്ന പച്ചയായ മനുഷ്യസ്നേഹി. എളിയവരിൽ എളിമയുടെ പരിവേഷം ചാർത്തുന്ന, സാധാരണക്കാരിൽ സാധാരണക്കാരന്റെ കൈത്താങ്ങാകുന്ന, മിടുക്കരിൽ മികവിന്റെ പൊൻതൂവൽ അണിയുന്ന, പ്രഗത്ഭരിൽ പ്രഭാപൂരം ചൊരിയുന്ന, സന്യാസിമാരിൽ ഋഷിവര്യന്റെ മേലങ്കി പുതക്കുന്ന പരിണിതപ്രജ്ഞനും പ്രതിഭാധനനുമായ ഡോ.എച്ച്. ഗണേശനെന്ന അപൂർവ്വങ്ങളിൽ അത്യപൂർവ്വമായ ജീവിതസുഗന്ധം തൂകുന്ന പനിനീർ പുഷ്പചാരുതയുള്ള മഹനീയ വ്യക്തിത്വം. അദ്ദേഹത്തിന്റെ വ്യക്തിജീവിതത്തിലും കുടുംബജീവിതത്തിലും ഔദ്യോഗികജീവിതത്തിലും സാമൂഹ്യജീവിതത്തിലും സാംസ്കാരികജീവിതത്തിലും നിലനിർത്തുന്ന നന്മയുടെ സുഗന്ധം മനുഷ്യകുലജാതരായ ഏതൊരു വ്യക്തിയും താനറിയാതെ ആകൃഷ്ടനായി, അവരുടെ ഹൃദയത്തിന്റെ ആഴങ്ങളിൽ ജീവിതാന്ത്യം വരെയും കാത്തുസൂക്ഷിക്കുവാൻ പര്യാപ്തമായ, പീയുഷസമാനമായി സ്വാംശീകരിക്കുവാൻ ഉതകുന്ന മാതൃകകളിൽ മാതൃകയായ മുൻ റിസർവ് ബാങ്ക് മാനേജരായിരുന്ന മഹാനുഭാവൻ.

നീതിബോധാധിഷ്ഠിതനും ധർമ്മിഷ്ഠനും പ്രതിഭാശാലിയും മാർഗ്ഗദർശിയും കർക്കശക്കാരനുമായ പിതാവ്, കൃപയുള്ള മാതാവ്, സ്നേഹനിധികളും വാത്സല്യനിധികളുമായ സഹോദരങ്ങൾ, മാതൃകാപരമായ കുടുംബ പശ്ചാത്തലം, ഇല്ലായ്മയുടേയും പട്ടിണിദിനങ്ങളുടേയും വേദനാത്മകമായ ബാല്യകാല ജീവിതാനുഭവങ്ങൾ എന്നിവയിൽ നിന്നും ഊറ്റംകൊണ്ട് ഉയർത്തെണീറ്റ ഒരു കുഞ്ഞു മനസ്സ്, മനുഷ്യരാശിക്ക് എക്കാലവും മാതൃകയായി, സഹജീവികൾക്ക് തണലായി, താങ്ങായി,

സഹചാരിയായി, സഹായിയായി, പരിചാരകനായി, വഴികാട്ടിയായി, മാർഗ്ഗദർശിയായി മാറി. കഠിനാദ്ധ്വാനത്തിലൂടെ ധ്യാനസമാനമായ സമർപ്പണത്തോടും നിശ്ചയദാർഢ്യത്തോടും ഉറച്ച ലക്ഷ്യബോധത്തോടും നിരന്തരം അവിശ്രമപരിശ്രമത്തോടും കൂടി മികവാർന്ന പടവുകൾ താണ്ടി, റിസർവ് ബാങ്ക് മാനേജർ എന്ന അനിതരസാധാരണമായ സൗഭാഗ്യസോപാനങ്ങളിൽ വിരാജിച്ച ഡോ. എച്ച്. ഗണേശനെന്ന ആ കൊച്ചു മനുഷ്യന്റെ വലുപ്പം വർണ്ണനാതീതമാണ്.

സമൂഹത്തിൽ ഉത്തുംഗശ്രേണികളിൽ, വൈവിധ്യമാർന്ന മികവുറ്റ മേഖലകളിൽ അദ്ദേഹത്തിന്റെ കുടുംബാംഗങ്ങളായ എല്ലാവർക്കും അവരവരുടേതായ വ്യക്തിമുദ്ര പതിപ്പിക്കുവാൻ അസുലഭ സൗഭാഗ്യം സിദ്ധിച്ചുവെന്നത് ദൈവകൃപയാൽ സമ്മോഹനമായിത്തീർന്ന ജീവിതയാഥാർത്ഥ്യങ്ങളാണ്. ഡോ. ഗണേശന്റെ നന്മയും ഇഷ്ടാനിഷ്ടങ്ങളും അതേപടി സ്വാംശീകരിക്കുന്ന സഹധർമ്മിണിയും പ്രഗത്ഭമതിയും ആതുരശുശ്രൂഷാവിദഗ്ധയും മനുഷ്യസ്നേഹിയും മാനവികമൂല്യങ്ങളുടെ വിളനിലവുമായ ഡോ. സരസ്വതി, മൂത്തമകനും ശാസ്ത്രജ്ഞനുമായ ഡോ. ഹരികുമാർ ഗണേശൻ, മരുമകൾ ഡോ. സുമിത്രാ ശങ്കർ എന്നിവരുടെ മക്കളായ അമൃതാത്മികാ ഹരി, ഭുവനാത്മികാ ഹരി, ഇളയ മകളായ ഡോ. പാർവ്വതി ഗണേശൻ, മരുമകൻ ഡോ. രമേശ് പരമേശ്വരയ്യർ എന്നിവരുടെ മക്കളായ പ്രണവ് രമേശ്, പ്രാർത്ഥനാ രമേശ് തുടങ്ങിയവർ ഉൾപ്പെട്ട മാതൃകാകുടുംബം സമാധാനത്തിന്റെയും സന്തോഷത്തിന്റെയും ഐശ്വര്യത്തിന്റെയും പരവതാനിയാൽ ആലംകൃതമാണ്. കാരണം, ഇപ്രകാരമുള്ള കുടുംബാംഗങ്ങളുടെ ഏകോപനത്തോടും ആശീർവാദത്തോടും അനുഗ്രഹാശ്ശിസ്സുകളോടും കൂട്ടായ്മയിലധിഷ്ഠിതവും ദീർഘവീക്ഷണപരവുമായ സീമകളില്ലാത്ത ദാനധർമ്മാദികർമ്മങ്ങളും ഡോ. ഗണേശന്റെ കുടുംബത്തിനും കുടുംബാംഗങ്ങൾക്കും എക്കാലവും അഭിവൃദ്ധിയും ആയുരാരോഗ്യസൗഖ്യവും ഉണ്ടാക്കുമെന്നതിൽ അതിശയോക്തിക്ക് വകയില്ല. അദ്ദേഹത്തിന്റെ ഈ ആത്മകഥ, വായിക്കുന്ന സമൂഹത്തിലെ സുമനസ്സുകളിൽ വേറിട്ട ജീവിതാനുഭവങ്ങളായി പ്രശോഭിക്കുമെന്ന് പൂർണ്ണമായി വിശ്വസിക്കുന്നു.

ഡോ. ഗണേശന്റെ ആത്മകഥയെന്നാൽ അദ്ദേഹത്തിന്റെ സന്തത സഹചാരികളുടെ - മനുഷ്യരാശിയുടെ - അനുഭവങ്ങളാകുന്ന ചേതന കളെ കോർത്തിണക്കികൊണ്ടുള്ള സംഭവബഹുലമായ നഗ്നമായ ജീവിത യാഥാർത്ഥ്യങ്ങളാണ്; ഗണേശൻ സാറിന്റെ ആത്മകഥ വായിക്കുന്ന ഏവർക്കും പ്രായഭേദമെന്യേ സ്വജീവിതത്തിൽ നിത്യേന പ്രശോഭിക്കാ വുന്ന നിരവധി മാനവികമൂല്യങ്ങൾ യാഥാർത്ഥ്യ ബോധത്തോടുകൂടി ലളി തമായി അനാവരണം ചെയ്തിരിക്കുന്ന മികവുറ്റ കൃതി കൂടിയാണിത്. അദ്ദേഹത്തിന്റെ ബാല്യകാലം മുതൽ സപ്തതി കാലഘട്ടംവരെയുള്ള ഒട്ട നവധി മധുരിക്കുന്ന ഓർമ്മകൾ ഹൃദയസ്പർശിയായി തികച്ചും ജീവിത യാഥാർത്ഥ്യങ്ങളുമായി ഇഴുകിച്ചേർന്നുകൊണ്ട് നീതിയുക്തമായി ഈ കൃതിയിലൂടെ പരാമർശിക്കപ്പെട്ടിരിക്കുന്നുവെന്നതും ശ്രദ്ധേയമാണ്. തികച്ചും യാഥാർത്ഥ്യബോധത്തോടുകൂടി, കാല്പനികത്വം ലവലേശം തൊട്ടു തീണ്ടാതെ വളരെ കരുതലോടും കാര്യക്ഷമതയോടും യാഥാർത്ഥ്യ ബോധത്തോടും സാമൂഹ്യപ്രതിബദ്ധതയോടും കൂടിയാണ് ഈ രചന നിർവ്വഹിച്ചിരിക്കുന്നത് എന്നത് വളരെയധികം ആനന്ദം പകരുന്നതാണ്. പൊതു സമൂഹത്തിനും പ്രത്യേകിച്ച് വിദ്യാർത്ഥികൾക്കും അദ്ധ്യാപ കർക്കും രക്ഷിതാക്കൾക്കും വളരെയധികം ജീവിതത്തോട് ചേർത്തു വയ്ക്കാവുന്ന ഒരു ഉത്തമഗ്രന്ഥമാണിത്.

ഈ മഹത്ഗ്രന്ഥത്തിന്റെ അവതാരിക എഴുതുന്നതിന് എനിക്ക് അവസരം നൽകിയ ഗണേശൻ സാറിനോടും കുടുംബാംഗങ്ങളോടും എന്റെ നന്ദിയും കടപ്പാടും അറിയിക്കുന്നതോടൊപ്പം എന്റെ ജീവിത ത്തിലെ അത്യപൂർവ്വ സൗഭാഗ്യങ്ങളിലൊന്നായി ഞാൻ ഇതിനെ വിലയിരു ത്തുന്നു. ഡോ. ഗണേശൻ അവർകൾക്കും അദ്ദേഹത്തിന്റെ കുടുംബാംഗ ങ്ങൾക്കും എല്ലാവിധ ആയുരാരോഗ്യ സൗഖ്യവും സർവ്വവിധ ഐശ്വര്യ ങ്ങളും നേരുന്നു.

ആശംസകളോടെ.

ഡോ. സി. വസന്തകുമാരൻ ഭരതന്നൂർ
M.Sc., M.A., M.A., M.Ed., M.Phil., Ph.D
PMDACE (UGC), PGDC (Counselling)
Counselling Psychologist, Educational Motivator & Trainer

കൃതജ്ഞത

എന്റെ ആത്മകഥയ്ക്ക് അവതാരിക എഴുതിയ ഡോ. വസന്ത കുമാരൻ ഭരതന്നൂരിന് വാക്കുകളാൽ നന്ദി അറിയിക്കുവാൻ സാധിക്കുകയില്ല. സാറിന്റെ ജോലി തിരക്കിനിടയിലും ഈ ഗ്രന്ഥത്തിന്റെ അവതാരികയെഴുതാൻ സമ്മതിച്ചു എന്നത് എന്റെ മഹാഭാഗ്യമായി കരുതുകയാണ്. അദ്ദേഹം ഒരുപാട് സമയം ഈ ഗ്രന്ഥം രൂപപ്പെടുത്തുന്നതിന് ചെലവഴിച്ചു. സാറുമായുള്ള ആത്മബന്ധമാണ് ഈ ഗ്രന്ഥമായി രൂപപ്പെട്ടിരിക്കുന്നത്. എസ്.എം.വി ഹയർ സെക്കന്ററി സ്ക്കൂളിൽ നിന്നും അദ്ധ്യാപകനായി വിരമിച്ചതിനുശേഷം അദ്ദേഹം ഇപ്പോൾ കേരള സംസ്ഥാന വിദ്യാഭ്യാസ ഗവേഷണ പരിശീലന സമിതി (SCERT)യിൽ ഗവേഷണ വിദഗ്ധനായും റിസർച്ച് ഗൈഡായും സേവനം അനുഷ്ഠിക്കുന്നതിനോടൊപ്പം കൗൺസിലിംഗ്, കുട്ടികളുടെ സാമൂഹിക പശ്ചാത്തലം കണ്ടറിഞ്ഞ് അവർക്ക് വേണ്ട ധാർമ്മിക പിൻബലവും, പ്രചോദനവും, സാമ്പത്തിക സഹായവും ചെയ്യുന്ന മഹത് വ്യക്തിത്വമാണ്. കൂടാതെ സാർ സമൂഹനന്മയ്ക്കായി ഒട്ടേറെ പ്രവർത്തനങ്ങൾ ചെയ്യുന്നുണ്ട്. അദ്ദേഹത്തിന് എന്റെ ഹൃദയംഗമമായ നന്ദി അറിയിക്കുന്നു.

ഈ പുസ്തകത്തിന് പ്രചോദനമായി ആശംസ എഴുതി തന്ന എസ്.എം.വി സ്കൂളിലെ പൂർവ്വ അധ്യാപക കൂട്ടായ്മയായ,'ഗുരു' എന്ന സംഘടനയുടെ പ്രസിഡന്റായ ശ്രീ എൻ. ശശിധരൻ സാറിന് പ്രത്യേക നന്ദി അറിയിക്കുന്നു.

എന്റെ ബാല്യകാലത്തിലെ അന്നദാതാക്കളായ പത്മനാഭസ്വാമി ക്ഷേത്രവും, എസ്.എം.വി ഹൈസ്കൂളും എനിക്ക് എത്രമാത്രം സഹായകമായിരുന്നെന്ന് വാക്കുകളാൽ വർണ്ണിക്കാൻ സാധിക്കുകയില്ല. ആ കാലഘട്ടത്തിലെ സ്ഥാപന അധികാരികളെ സ്മരിച്ചുകൊണ്ട് പ്രത്യേക നന്ദി അറിയിക്കുന്നു.

എന്റെ ബാല്യകാലം മുതൽ തന്നെ എന്നെ നല്ല ഉത്തരവാദിത്വ ബോധമുള്ള പൗരൻ ആക്കി മാറ്റുവാൻ എന്റെ അച്ഛൻ, അമ്മ, വല്യമ്മ, ചേച്ചിമാർ, ജ്യേഷ്ഠന്മാർ, ഗുരുക്കന്മാർ എല്ലാവർക്കും സുപ്രധാന പങ്കുണ്ട്. ഏവർക്കും ഹൃദയത്തിന്റെ ഭാഷയിൽ ഞാൻ നന്ദി അറിയിക്കുന്നു.

ഞാൻ ഔദ്യോഗിക ജീവിതത്തിലേക്ക് പിച്ച വച്ചു കയറുന്ന സമയത്ത് എനിക്ക് വലിയ അത്താണിയായിരുന്നു ഇൻകം ടാക്സ് ഡിപ്പാർട്ടുമെന്റിലെ ശ്രീ കാർത്തികേയൻ സാർ. ലോകവിവരം ഒന്നും അറിയാത്ത ഒരു കൊച്ചു ബാലനായ എന്നെ എത്ര സ്നേഹത്തോടുകൂടിയാണ് ഡിപ്പാർട്ടുമെന്റ് കാര്യങ്ങൾ പറഞ്ഞു തന്നതെന്ന് ഓർക്കുമ്പോൾ ദേഹമാസകലം പുളകം കൊള്ളുകയാണ്. ഞാൻ ഗവൺമെന്റ് ആഫീസിൽ ആദ്യമായി കയറുകയാണ്. എന്റെ മനസ്സു മുഴുവൻ പേടിസ്വപ്നമായിരുന്നു. എന്റെ പ്രിയപ്പെട്ട കാർത്തികേയൻ സാർ എനിക്ക് നല്ല മനോധൈര്യം നൽകുകയുംഡിപ്പാർട്ടുമെന്റ് കാര്യങ്ങൾ പഠിപ്പിക്കുകയും ചെയ്തിരുന്നു. ഈ പുസ്തകം എഴുതുന്ന വേളയിലും കാർത്തികേയൻ സാർ സമയോചിതമായി ധാരാളം നിർദ്ദേശങ്ങൾ തന്നിരുന്നു. സാറിന്റെ തിരക്കേറിയ ജീവിതത്തിൽ എനിക്കുവേണ്ടി വിലപ്പെട്ട സമയം ചിലവഴിച്ചതിൽ അദ്ദേഹത്തോട് അതിയായ സ്നേഹവും കടപ്പാടും നന്ദിയും അറിയിക്കുന്നു.

എന്റെ ഔദ്യോഗിക ജീവിതത്തിലെ ഏറിയപങ്കും റിസർവ്വ് ബാങ്ക് ഓഫ് ഇൻഡ്യയിലാണ് ചിലവഴിച്ചത്. എന്നെ ഞാനാക്കിയ അന്നക്ഷേത്രം. ഞാൻ റിസർവ് ബാങ്കിൽ ജോലി ചെയ്യുമ്പോൾ ധാരാളം മേലധികാരികളോട് ഇടപഴകേണ്ടി വന്നിട്ടുണ്ട്. അതിൽ ശ്രീ സലിം ഗംഗാധരൻ സാർ (മുൻകാല ആർ.ബി.ഐ. റീജിയണൽ ഡയറക്ടർ) പ്രത്യേകം ഓർമ്മിക്കപ്പെടേണ്ട വ്യക്തിത്വമാണ്. എത്രയോ ഉയരങ്ങളിൽ എത്തിയിട്ടും വളരെ വിനയത്തോടും എളിമയോടുമുള്ള സാറിന്റെ പെരുമാറ്റം എന്നെ അത്യധികം ആകർഷിച്ചിട്ടുണ്ട്. അതേപോലെ തന്നെ, ശ്രീ ജോൺകുട്ടി

സാറിന്റെയും അദ്ദേഹത്തിന്റെ സഹധർമ്മിണി സി. എ. റോസാ മാഡത്തിന്റെയും സ്നേഹത്തോടുള്ള പെരുമാറ്റം എന്നും ഓർമ്മിക്കുന്നതാണ്. എന്റെ പ്രിയ ജോൺകുട്ടി സാർ എന്റെ ഗ്രന്ഥരചനയിൽ നൽകിയ നിർദ്ദേശങ്ങളും ഉപദേശങ്ങളും വിലമതിക്കാൻ ആകാത്തതാണ്. ഇപ്പോഴത്തെ റിസർവ്വ് ബാങ്ക് തിരുവനന്തപുരം റീജിയണൽ ഡയറക്ടറായ ശ്രീ തോമസ് മാത്യു സാർ വളരെയധികം വിനയവും സ്നേഹവും പെരുമാറ്റ നൈർമല്യവും ഉള്ള മഹത് വ്യക്തിത്വമാണ്. അദ്ദേഹത്തിന്റെ ജോലിത്തിരക്കിനിടയിലും എന്റെ പുസ്തകം പ്രകാശനം ചെയ്യാൻ സമ്മതിച്ചതിൽ ഞാൻ വളരെയേറെ കൃതാർത്ഥൻ ആണ്. ഇത്തരുണത്തിൽ അദ്ദേഹത്തിന് നന്ദി അറിയിക്കുന്നു.

ആർ.ബി.ഐയിലെ തന്നെ ശ്രീ ജി. മോഹനദാസ്, (മുൻകാല ഇഷ്യൂ ഡിപ്പാർട്ടുമെന്റ് ഡി.ജി.എം) എന്റെ ഔദ്യോഗികവും വ്യക്തിപരവുമായ ജീവിതത്തിലെ ഒരു മാർഗ്ഗദർശിയാണ്. സാറും ഞങ്ങളുടെ കുടുംബവും തമ്മിലുള്ള ബന്ധം വർണ്ണനാതീതമാണ്. ഈ പുസ്തകത്തിന് വിലപ്പെട്ട ആശംസ എഴുതി നൽകിയ അദ്ദേഹത്തിന് പ്രത്യേകം നന്ദി അറിയിക്കുന്നു.

ഞാൻ റിസർവ് ബാങ്കിൽ നിന്നും റിട്ടയർ ചെയ്തതിനുശേഷം നമ്മുടെ ബഹുമാന്യനായ റിസർവ് ബാങ്ക് ഗവർണർ ശ്രീ ശക്തികാന്ത ദാസ് സാറിന് അയച്ച പത്ത് നിർദ്ദേശങ്ങൾക്ക് എനിക്ക് അദ്ദേഹം വളരെ ഹൃദ്യമായ മറുപടി തന്നു. അത് എനിക്ക് ജീവിതത്തിലെ ഏറ്റവും വലിയ മുതൽക്കൂട്ടാണ്. ഈ പുസ്തകം എഴുതുന്ന വേളയിൽ റിസർവ് ബാങ്ക് ഗവർണ്ണർക്കും, ബാങ്കിനും എന്റെ ഹൃദയംഗമമായ നന്ദി അറിയിക്കുന്നു.

എന്റെ സ്കൂൾ പഠനം കഴിഞ്ഞ് വളരെ വർഷങ്ങൾക്കുശേഷം 2007 -ൽ എന്റെ സരസ്വതി ക്ഷേത്രമായ എസ്.എം.വി സ്കൂൾ സന്ദർശിച്ചപ്പോൾ എന്നെ സ്നേഹത്തോടുകൂടി സ്വീകരിച്ച അന്നത്തെ ഹെഡ്മാസ്റ്ററായ ഹക്കിം സാറിനെ ജീവിതത്തിൽ ഒരിക്കലും മറക്കുവാൻ സാധിക്കുകയില്ല. ഈ പുസ്തകത്തിനായി വിലപ്പെട്ട ആശംസ എഴുതി നൽകിയ അദ്ദേഹത്തിന് നന്ദി അറിയിക്കുന്നു.

സുരേന്ദ്രൻ സാർ എന്റെ ജീവിതത്തിലെ മറ്റൊരു മായാത്ത വ്യക്തിത്വമാണ്. ഞാൻ പിഎച്ച്.ഡി. ചെയ്തിരുന്ന സമയത്ത് പേട്ടയിൽ സ്ഥിതി ചെയ്യുന്ന റിട്ടയേർഡ് അദ്ധ്യാപകരുടെ ഹെർമിറ്റേജുമായി ബന്ധപ്പെട്ട് ഒരു പ്രോജക്റ്റ് ചെയ്തിരുന്നു. അപ്പോൾ സാർ ഹെർമിറ്റേജിന്റെ മാനേജരായിരുന്നു. സാർ അക്കാലത്ത് ഹെർമിറ്റേജിനുവേണ്ടി ചെയ്ത കാര്യങ്ങൾ സ്വർണ്ണ ലിപികളാൽ എഴുതപ്പെടേണ്ടതാണ്.ഈ പുസ്തകത്തിനായി വിലപ്പെട്ട ആശംസ എഴുതി നൽകിയ അദ്ദേഹത്തിന് നന്ദി അറിയിക്കുന്നു.

എസ്.എം.വി സ്കൂളിലെ പൂർവ്വ അധ്യാപക കൂട്ടായ്മയായ 'ഗുരു'വിലെ അംഗങ്ങൾക്കും പൂർവ്വ വിദ്യാർത്ഥി കൂട്ടായ്മയായ 'സതീർത്ഥ്യർ' എന്ന സംഘടനയിലെ അംഗങ്ങൾക്കും പ്രത്യേകം നന്ദി അറിയിക്കുന്നു

റിട്ടയർമെന്റിനുശേഷമുള്ള എന്റെ സന്നദ്ധസേവനം എറണാകുളം അമൃത ആശുപത്രിയിൽ ചെയ്യാനുള്ള അവസരം തന്ന് അനുഗ്രഹിച്ച ഞങ്ങളുടെ സത്ഗുരുവായ മാതാ അമൃതാനന്ദമയി അമ്മയ്ക്ക് ശതകോടി പ്രണാമങ്ങളോടൊപ്പം ഹൃദയംഗമമായ നന്ദിയും കടപ്പാടും ഞാനും എന്റെ കുടുംബാംഗങ്ങളും സാദരം സമർപ്പിച്ചു കൊള്ളുന്നു.

ന്യൂറോളജി വിഭാഗത്തിൽ ലോകപ്രസിദ്ധനും അമ്മയുടെ ആത്മശിഷ്യനുമായ ഡോ. എ. ആനന്ദകുമാറിന്റെ വാക്കുകൾ എനിക്ക് എപ്പോഴും വളരെയേറെ ഊർജ്ജം നൽകുന്നു. എന്റെ വിനീത നമസ്കാരവും നന്ദിയും കടപ്പാടും അറിയിക്കുന്നു.

മധുരൈ കാമരാജ് യൂണിവേഴ്സിറ്റിയിൽ എം.ഫിൽ-ഉം, പിഎച്ച്.ഡി.യും ചെയ്യുന്നതിന് എന്നെ സഹായിച്ച എന്റെ പ്രിയ ഗൈഡും, മാർഗ്ഗദർശിയുമായിരുന്ന യശ:ശരീരനായ ഡോ. ജ്ഞാനപ്രകാശത്തിനും ഡോ. കല്യാണിക്കും എന്റെ അകമഴിഞ്ഞ നന്ദി അറിയിക്കുന്നു. കൂടാതെ ഡോ. ജ്ഞാനപ്രകാശത്തിന്റെ സഹധർമ്മിണിക്കും, മകൻ ജോർജ്ജിനും പ്രത്യേക നന്ദി അറിയിക്കുന്നു.

ഈ ഗ്രന്ഥത്തിന്റെ കരട് പകർപ്പ് പൂർണ്ണമായി പരിശോധിച്ച്

ആശയങ്ങൾ ഉചിതമായ രീതിയിൽ ക്രമപ്പെടുത്താനും, ഭാഷാപ്രയോഗങ്ങൾ മെച്ചപ്പെടുത്താനും നിർദ്ദേശങ്ങളും ഉപദേശങ്ങളും നൽകിയ പ്രൊഫ. സി. ആർ. ഉണ്ണികൃഷ്ണൻ നായർ (ശ്രീ രാമകൃഷ്ണ ആദർശ സംസ്കൃത കോളേജ് (പാലാ), അവർകൾക്കും ഡോ. കെ. രമാദേവി അമ്മ (പ്രൊഫസർ, സംസ്കൃത വേദാന്ത വിഭാഗം, ശ്രീ ശങ്കരാചാര്യ സംസ്കൃത സർവ്വകലാശാല, കാലടി) അവർകൾക്കും എന്റെ ഹൃദയംഗമമായ നന്ദി രേഖപ്പെടുത്തുന്നു.

ഈ ഗ്രന്ഥത്തിന്റെ ഡി.ടി.പി വർക്ക് ചെയ്ത ശ്രീമതി മഞ്ജു ബാലു (തിരുവനന്തപുരം), സിനി & ജോൺസൺ (എറണാകുളം) അവർകൾക്കും എന്റെ നന്ദി അറിയിക്കുന്നു. കവർപേജും ആർട്ടിസ്റ്റ് വർക്കും ചെയ്ത മുത്തു പ്രസ്സ് വഴുതക്കാടിനും എന്റെ നന്ദി അറിയിക്കുന്നു.

കുടുംബത്തിന്റെ നിരന്തരമായ പിന്തുണയും പ്രോത്സാഹനവും ഇല്ലായിരുന്നെങ്കിൽ ഈ പുസ്തകരചനാദൗത്യം സാധ്യമാകുമായിരുന്നില്ല. എന്റെ പ്രിയ സഹധർമ്മിണിക്കും, മകനും, മകൾക്കും, അവരുടെ കുടുംബാംഗങ്ങൾക്കും, മകളുടെ in-laws പരമേശ്വരയ്യർക്കും, (സ്വർഗ്ഗസ്ഥയായ) കാഞ്ചന മാമിക്കും, മകന്റെ in-laws ശങ്കറിനും, ഉഷ ശങ്കറിനും അകമഴിഞ്ഞ നന്ദി രേഖപ്പെടുത്തുന്നു.

****

ആശംസകൾ

എൻ.ശശിധരൻ നായർ
പ്രസിഡന്റ്,'ഗുരു'പൂർവ്വ അദ്ധ്യാപക കൂട്ടായ്മ,
എസ്.എം.വി. ഗവ. മോഡൽ എച്ച്എസ്എസ്.,
തിരുവനന്തപുരം

ഡോ.എച്ച്. ഗണേശന് അഭിനന്ദനങ്ങൾ. ആത്മകഥ എഴുതാനുള്ള താങ്കളുടെ പരിശ്രമത്തിന് എല്ലാ ഭാവുകങ്ങളും നേരുന്നു. മറ്റു ആത്മകഥകളിൽ നിന്നും തികച്ചും വ്യത്യസ്തമായി, മൂല്യാധിഷ്ഠിതവും ജീവിത യാഥാർത്ഥ്യങ്ങളും കോർത്തിണക്കികൊണ്ടുള്ള ഒരു മഹത് സംരംഭം ആയിരിക്കുമെന്നു എനിക്ക് ഉറപ്പ് ഉണ്ട്. അതിനാൽ താങ്കളുടെ ആത്മകഥ കാല്പനികത്വം തീരെ ഇല്ലാത്ത മികവുറ്റ കൃതി ആയിരിക്കുമെന്ന് ഞാൻ വിശ്വസിക്കുന്നു

എന്റെ ഓർമ്മ ശരിയാണെങ്കിൽ 2007-ലാണ് ഗണേശനെ പരിചയപ്പെടുന്നത്. എസ്.എം.വി സ്കൂളിലെ പൂർവ്വ വിദ്യാർത്ഥി സംഗമം നടത്താനുള്ള ആലോചനകൾ നടക്കുന്ന സമയം. കുറഞ്ഞ സമയം കൊണ്ട് നമ്മൾ ഇഷ്ടപ്പെട്ടു പോകുന്ന വ്യക്തിത്വം. താൻ പഠിച്ച സ്കൂളിനെ വളരെയധികം സ്നേഹിക്കുകയും ആരാധിക്കുകയും ചെയ്യുന്ന ഒരു വിദ്യാർത്ഥിയെയാണ് ഞാൻ ഗണേശനിൽ കണ്ടത്. ആ ആത്മാർത്ഥത എന്നെ ആകർഷിച്ചു. 2007 ലെ പൂർവ്വ വിദ്യാർത്ഥി സംഗമത്തിൽ വച്ച് ഗണേശനെ 'സതീർത്ഥ്യർ' (പൂർവ്വവിദ്യാർത്ഥി കൂട്ടായ്മ) എന്ന സംഘടനയുടെ പ്രസിഡന്റായി തെരഞ്ഞെടുത്തു. തുടർന്ന് കൂട്ടായ്മയുടെ പ്രവർത്തനങ്ങളുമായി മുന്നോട്ട് പോയി. സ്കൂളിലെ എല്ലാ കാര്യങ്ങളിലും ഗണേശൻ ഒരു നിറസാന്നിദ്ധ്യമായി. ഇപ്പോഴും അത് തുടരുന്നു.

ഗണേശന്റെ വിദ്യാലയത്തോടും അധ്യാപകരോടുമുള്ള ആദരവ് എടുത്തു പറയേണ്ടതാണ്. അത് ഏവർക്കും മാതൃകയുമാണ്. അതാണ് എസ്.എം.വി സ്കൂളിലെ പൂർവ്വ അധ്യാപക കൂട്ടായ്മ ആയ 'ഗുരു'വുമായി

അദ്ദേഹത്തെ ചേർത്തു നിർത്തുന്നത്. ഇന്ന് അദ്ദേഹം 'ഗുരു'വിന്റെ ഭാഗവുമാണ്. 'ഗുരു'വിന്റെ എല്ലാ പ്രവർത്തനങ്ങളിലും ഗണേശന്റെ സഹകരണവും സഹായവും ഉണ്ട്. ഞങ്ങൾക്കും അത് കൂടുതൽ ഊർജ്ജം പകരുന്നതാണ്.

ഒരു ജീവിതവിജയത്തിന് പിന്നിൽ ഒരു മാതൃകാ കുടുംബവും ഉണ്ടായിരിക്കും. ഗണേശനെ സംബന്ധിച്ചിടത്തോളം അത് ശരിയും അനുഗ്രഹവുമാണ്. അദ്ദേഹത്തിന്റെ എല്ലാ പ്രവർത്തനങ്ങൾക്കും കുടുംബാംഗങ്ങളുടെ സഹകരണം എല്ലായ്പ്പോഴും കാണാറുണ്ട്. പ്രത്യേകിച്ച് സഹധർമ്മിണി ഡോ. സരസ്വതിയുടെ പ്രവർത്തനശൈലി ഏതൊരു കുടുംബത്തിനും ഒരു മാതൃകയാണ്.

ഗണേശന്റെ സ്കൂളിനോടുള്ള സ്നേഹവും ആത്മാർത്ഥതയും അധ്യാപകരോടുള്ള ബഹുമാനവും ആദരവും അനുകരണീയമാണ്. എല്ലാ അർത്ഥത്തിലും ഗണേശൻ ഒരു മാതൃകാ മനുഷ്യനാണ്. അദ്ദേഹത്തിന്റെ ആത്മകഥയ്ക്ക് എല്ലാ ഭാവുകങ്ങളും നേരുന്നു. കുടുംബത്തിന് എല്ലാ ഐശ്വര്യങ്ങളും ഉണ്ടാകട്ടെ എന്ന് ആശംസിക്കുന്നു.

ആശംസകൾ

എം. ഹക്കിം
റിട്ട. ഹെഡ്മാസ്റ്റർ,
എസ്.എം.വി ഗവ. മോഡൽ എച്ച്.എസ്.എസ്.,
തിരുവനന്തപുരം

റിസർവ് ബാങ്കിലെ ഉന്നത ഉദ്യോഗസ്ഥനായി സേവനം അനുഷ്ഠിച്ചശേഷം വിരമിച്ച ശ്രീ ഗണേശൻ സാർ ആത്മകഥ പ്രസിദ്ധീകരിക്കുന്നു എന്നു അറിഞ്ഞതിൽ എനിക്ക് അതിയായ സന്തോഷമുണ്ട്. ഈ സംരംഭത്തിന് എല്ലാ ഭാവുകങ്ങളും ആശംസിക്കുന്നു.

തലസ്ഥാന നഗരിയിലെ പ്രശസ്തമായ എസ്.എം.വി സ്കൂളിൽ 2004 മുതൽ 2009 വരെ ഞാൻ പ്രഥമാദ്ധ്യാപകനായിരുന്നു. ഈ കാലഘട്ടത്തിലാണ് ശ്രീ ഗണേശൻ സാർ ആകസ്മികമായി താൻ പഠിച്ചിരുന്ന മഹാവിദ്യാലയത്തിലേക്ക് കടന്നുവന്ന് എന്നെ പരിചയപ്പെടുന്നത്.

1960കളിൽ അദ്ദേഹം ഈ സ്കൂളിലെ വിദ്യാർത്ഥി ആയിരുന്നുവെന്നും ഈ വിദ്യാലയത്തിൽ നിന്നും ലഭിച്ച പിന്തുണയും അന്നത്തെ ഗുരുക്കന്മാർ നൽകിയ സ്നേഹവും പ്രോത്സാഹനവും കരുത്തുമാണ് ഉയർച്ചയുടെ പടവുകൾ കയറാൻ തനിക്ക് ആവേശം നൽകിയതെന്നും അഭിമാനത്തോടെ അറിയിക്കുകയുണ്ടായി.

1927 മുതൽ എസ്.എം.വി സ്കൂളിൽ ഏർപ്പെടുത്തിയിരുന്ന രാജമ്മ ഭായി എൻഡോവ്മെന്റ് പദ്ധതിയനുസരിച്ച് ഹൈസ്കൂൾ വിഭാഗത്തിലെ നിർധനരായ കുട്ടികൾക്ക് സൗജന്യ ഉച്ചഭക്ഷണ വിതരണം നടത്തുന്നുണ്ടായിരുന്നു. പക്ഷേ, ഈ പദ്ധതിയുടെ പരിധിയിൽ ഉൾപ്പെടാത്ത ഹൈസ്കൂൾ, ഹയർസെക്കന്ററി സ്കൂൾവിഭാഗങ്ങളിലെ പാവപ്പെട്ട വിദ്യാർത്ഥികൾക്കും സൗജന്യ ഉച്ചഭക്ഷണം നൽകുന്നതിനായി ഒരു എൻഡോവ്മെന്റ് പുതിയതായി ആരംഭിക്കുന്നതിന് ശ്രീ ഗണേശൻ സാർ സന്നദ്ധത അറിയിക്കുകയുണ്ടായി. തുടർന്ന് 'ശ്രീ.എച്ച്. ഗണേശൻ &

ഫാമിലി' എന്ന എൻഡോവ്മെന്റ് നടപ്പാക്കുകയും ചെയ്തു. താൻ പഠിച്ച സ്കൂളിനോടുള്ള ആദരവായും ഗുരുക്കന്മാരോടുള്ള ദക്ഷിണയായും ഈ വിദ്യാലയത്തിലെ നിർദ്ധനരായ മിടുക്കരായ എതാനും വിദ്യാർത്ഥി കൾക്ക് എല്ലാ വർഷവും സാമ്പത്തിക സഹായം അദ്ദേഹം നൽകുന്നുണ്ട്. ഈ സരസ്വതിക്ഷേത്രത്തിന്റെ എല്ലാ നല്ല പ്രവർത്തനങ്ങളോടും സഹകരി ക്കുകയും നിലവിലുള്ള അദ്ധ്യാപകരോടും സ്റ്റാഫിനോടും വ്യക്തിപര മായ ബന്ധം സ്ഥാപിച്ചും ശ്രീ ഗണേശൻ സാർ എസ്.എം.വി കുടുംബ ത്തിലെ ഒരംഗമായി മാറിക്കഴിഞ്ഞു.

പൂർവ്വ അദ്ധ്യാപകരുടെ കൂട്ടായ്മയായ 'ഗുരു'വിന്റെ എല്ലാ പരിപാ ടികളിലും പ്രത്യേക ക്ഷണിതാവായി ഞങ്ങളോടൊപ്പം എപ്പോഴും ഉണ്ട്. അങ്ങനെ ഗുരു-ശിഷ്യബന്ധത്തിന്റെ ഉദാത്തമാതൃകയാണ് ശ്രീ.എച്ച്. ഗണേശൻ സാർ.

സമൂഹത്തിനു പ്രചോദനമാകുന്ന കൂടുതൽ സംരംഭങ്ങളും പ്രസി ദ്ധീകരണങ്ങളും ഞങ്ങളുടെ സുഹൃത്തിൽ നിന്നും വീണ്ടും ഉണ്ടാകട്ടെ!

ആശംസകൾ

എം. സുരേന്ദ്രൻ
റിട്ട. പ്രിൻസിപ്പാൾ,
ഗവ. എച്ച്.എസ്.എസ്, പുന്നമൂട്, തിരുവനന്തപുരം

കോട്ടയ്ക്കകത്തെ പഴയകാല തെരുവ് ലൈറ്റിന്റെ വെളിച്ചത്തിൽ പഠിച്ച റിസർവ് ബാങ്ക് മാനേജർ സ്ഥാനത്തു നിന്ന് വിരമിച്ച ഗണേശൻ സാറിന്റെ ഏറ്റവും വലിയ വിനോദം പാവങ്ങളെ കണ്ടുപിടിച്ച് സഹായിക്കുകയാണ്. ദരിദ്രരായിട്ടുള്ള പാവങ്ങളേയും മാറാരോഗം പിടിപ്പെട്ട രോഗികളേയും സാമ്പത്തികം ഇല്ലാത്ത കാരണത്താൽ താഴ്ന്ന ക്ലാസ്സിൽ പഠിത്തം നിർത്തുന്ന വിദ്യാർത്ഥികളെയും കണ്ടുപിടിച്ച് സാമ്പത്തികമായി സഹായിക്കുക അദ്ദേഹത്തിന്റെ ഏറ്റവും വലിയ വിനോദമാണ്. എസ്എം വി.എച്ച്.എസ്.എസ്-ലെ പാവപ്പെട്ട കുട്ടികൾക്ക് പുസ്തകത്തിനും മറ്റു ആവശ്യങ്ങൾക്കും വേണ്ടി വർഷം തോറും നല്ല ഒരു തുക ഹെഡ്മാസ്റ്റർ മുഖാന്തിരം നൽകുന്നുണ്ട്. ജാതിമതഭേദമില്ലാത്ത ഈ ബ്രാഹ്മണൻ ഗുരുതരാവസ്ഥയിൽ കിടക്കുന്ന മറ്റു സമുദായത്തിൽപ്പെട്ട രോഗികൾക്ക് തെറ്റില്ലാത്ത തുക ആവർത്തിച്ച് നൽകി സഹായിക്കുന്ന സ്വഭാവക്കാരനാണ്.

വിശ്രമജീവിതം ആനന്ദകരവും ആരോഗ്യകരവുമാക്കുന്ന ഗണേശൻ സാറിനെക്കുറിച്ച് ധാരാളം ജീവിതസ്പർശിയായ വിവരങ്ങൾ പറയാനുണ്ട്. അദ്ദേഹം പഠിച്ച എസ്.എം.വി.എച്ച്.എസ്.എസ്-ൽ റാവു ഫാമിലി ഏർപ്പെടുത്തിയ എൻഡോവ്മെന്റ് ഉച്ചയ്ക്ക് ചോറും, 3 തൊടുകറിയും 3 ഒഴിച്ചുകറിയും കഴിച്ച ഓർമ്മയ്ക്കായി, ഒരു നിശ്ചിത തുക എസ്.എം.വി.എച്ച്.എസ്.എസ്-ൽ അദ്ദേഹം എൻഡോവ്മെന്റ് ഏർപ്പെടുത്തി. അദ്ദേഹം അധ്യാപക സർവ്വീസിൽനിന്ന് വിരമിച്ച കേരളത്തിലെ അധ്യാപകർ താമസിക്കുന്ന പേട്ടയിലെ അധ്യാപകസദനം കണ്ടുപിടിച്ച് അവിടെ എത്തി വൃദ്ധരായ ഓരോ അധ്യാപകന്റേയും കാലു നമസ്കരിച്ചശേഷം അവർക്ക്

മധുരപലഹാരം നൽകി അവരിൽ നിന്നും അനുഗ്രഹം വാങ്ങുകയുണ്ടായി. അദ്ദേഹത്തിന്റെ ആഗ്രഹപ്രകാരം ഈ വൃദ്ധഅധ്യാപകർക്ക് വേണ്ടി സർക്കാരിൽ സ്വാധീനം ചെലുത്തി തിരുവനന്തപുരം ജനറൽ ആശുപത്രിയിൽ ചികിത്സാ സൗകര്യങ്ങൾ ഏർപ്പെടുത്തി. അത് ഇപ്പോഴും തുടരുന്നുണ്ട്. അതിലും അദ്ദേഹം സംതൃപ്തനാണ്.

എസ്.എം.വി.എച്ച്.എസ്.എസ്-ന്റെ ചരിത്രത്തിൽ ജ്വലിക്കുന്ന ഒരു പൂർവ്വ വിദ്യാർത്ഥി ഗണേശൻ സാർ മാത്രമേയുള്ളു എന്ന് ഞാൻ ഉറപ്പിച്ചു പറയുന്നു. ഈ സ്കൂളിൽ ഇരുപത്തിമൂന്ന് വർഷം സേവനം നടത്തിയിട്ടുള്ള എനിക്ക് അദ്ദേഹത്തെ ശരിയായും പൂർണ്ണമായും മനസ്സിലാക്കാൻ കഴിഞ്ഞിട്ടുണ്ട്.

ഒരു വലിയ മനസ്സിന്റെ ഉടമയായ ശ്രീ ഗണേശൻ സാറിനും അദ്ദേഹത്തിന്റെ എല്ലാ കുടുംബാംഗങ്ങൾക്കും ദൈവാനുഗ്രഹം ഉണ്ടായി ആയുർ, ആരോഗ്യ ഐശ്വര്യ സമ്പൽസമൃദ്ധിയുണ്ടാകട്ടെ എന്ന് പ്രാർത്ഥിക്കുന്നു.

ആശംസകൾ

സലിം ഗംഗാധരൻ
റിട്ട. റീജിയണൽ ഡയറക്ടർ, ആർ.ബി.ഐ.
തിരുവനന്തപുരം

ഡോ.എച്ച്. ഗണേശന്റെ പുസ്തകം വായിക്കുന്നത് തീർച്ചയായും നവോന്മേഷദായകമായ ഒരു അനുഭവമാണ്. കാതലായ ധാർമ്മിക മൂല്യ ങ്ങൾ ഉൾക്കൊണ്ട് പാർശ്വവൽക്കരിക്കപ്പെട്ടവരോട് ആഴമേറിയ അനുക മ്പയുള്ള ഒരു മനുഷ്യന്റെ പോരാട്ടങ്ങളിലൂടെയും വിജയഗാഥകളിലൂടെ യുമുള്ള അനിതരസാധാരണമായ സഞ്ചാരമാണ് ഈ പുസ്തകത്തിലൂടെ അനാവരണം ചെയ്തിട്ടുള്ളത്. വ്യക്തിപരവും തൊഴിൽപരവുമായ വൈവിധ്യമാർന്ന പ്രകൃതിദൃശ്യങ്ങളിലൂടെ അക്ഷരീയവും രൂപകപരവു മായ വഴികളിലൂടെ സഞ്ചരിച്ച ഒരു വ്യക്തിയുടെ ശ്രദ്ധേയമായ അനുഭവ ങ്ങൾ, പറയാത്ത കഥകൾ, ആഴത്തിലുള്ള ഉൾക്കാഴ്ചകൾ എന്നിവയി ലേക്ക് ആഴ്ന്നിറങ്ങുന്ന, ഗ്രന്ഥകർത്താവിന്റെ ജീവിതത്തിലൂടെ അസാധാ രണമായ ഒരു പര്യവേഷണം ആരംഭിക്കുവാൻ ഈ പുസ്തകം വായന ക്കാരനെ ക്ഷണിക്കുന്നു.

പരിമിതമായ വിഭവങ്ങൾക്കുള്ളിൽ ആയിരുന്നെങ്കിലും ചെറുപ്രാ യത്തിൽ തന്നെ ഡോ. ഗണേശന്റെ അടങ്ങാത്ത ജിജ്ഞാസയും അറിവി നോടുള്ള ദാഹവും അദ്ദേഹത്തെ കണ്ടെത്തലിന്റെയും വളർച്ചയുടേയും പാതയിലേക്ക് നയിച്ചു. എളിമയുള്ള ജീവിതചുറ്റുപാടിൽ ജനിച്ച അദ്ദേഹ ത്തിന്റെ അചഞ്ചലമായ നിശ്ചയദാർഢ്യവും മികവുള്ള അക്ഷീണമായ പരിശ്രമവും മഹത്വത്തിലേയ്ക്കുള്ള പ്രയാണത്തിന് പ്രേരകശക്തികളായി മാറി. അദ്ദേഹത്തിന്റെ ജീവിതകഥ വികസിക്കുമ്പോൾ, രചയിതാവ് ഒരു യുവ സ്വപ്നക്കാരനിൽ നിന്ന് തന്റെ വ്യക്തിഗത നാഴികക്കല്ലുകളുടെ പ്രാധാന്യത്തിലേയ്ക്ക് ഉയർന്ന നിപുണനായ ഒരു വ്യക്തിയായി മാറുന്ന തിന് നാം സാക്ഷ്യം വഹിക്കുന്നു.

ഡോ. ഗണേശൻ തന്റെ ജീവിതത്തിലെ സുപ്രധാന നിമിഷങ്ങൾ ആകർഷകമായ ആഖ്യാനത്തിലുടനീളം ഉദാരമായി പങ്കു വയ്ക്കുന്നു.

അദ്ദേഹത്തിന്റെ വിജയങ്ങളുടേയും പരാജയങ്ങളുടെയും പരീക്ഷണങ്ങളുടെയും കഷ്ടപ്പാടുകളുടെയും, ഇതുവരെ തന്റെ ജീവിതത്തെ രൂപപ്പെടുത്തിയ, അഭിമുഖീകരിച്ച വെല്ലുവിളികൾ മുതൽ അദ്ദേഹത്തിന്റെ കഥാപാത്രത്തെ മാതൃകയാക്കി സ്വാധീനിക്കുന്ന ഏറ്റുമുട്ടലുകൾ വരെ ഓരോ അദ്ധ്യായവും അദ്ദേഹത്തിന്റെ വ്യക്തിപരവും അക്കാദമികവും തൊഴിൽപരവുമായ നാഴികക്കല്ലുകളുടെ പ്രാധാന്യം പ്രകാശിപ്പിക്കുന്നു.

ഡോ. ഗണേശൻ തന്റെ മനസ്സിന്റെ ആന്തരികപ്രവർത്തനങ്ങളിലേക്കും അദ്ദേഹത്തിന്റെ അന്തർലീനമായ മൂല്യങ്ങളിലേക്കും തന്റെ തീരുമാനങ്ങളെ നങ്കൂരമിട്ട് മാർഗ്ഗദർശന തത്വങ്ങളിലേയ്ക്കും ഒരു നേർക്കാഴ്ച നൽകുന്നു. സമഗ്രത, അനുകമ്പ, പുതുമ എന്നിവയോടുള്ള അദ്ദേഹത്തിന്റെ അചഞ്ചലമായ പ്രതിബദ്ധത തന്റെ പൈതൃകത്തെ നിർവ്വചിച്ച നിമിഷങ്ങൾ വിവരിക്കുമ്പോൾ എല്ലാം തിളങ്ങുന്നു. അത് വെറുമൊരു ഓർമ്മക്കുറിപ്പല്ല, ഓർമ്മകൾ, അനുഭവങ്ങൾ, പഠനങ്ങൾ, ഉൾക്കാഴ്ചകൾ, എന്നിവയുടെ മൊസൈക്ക് പര്യവേഷണം ചെയ്യാനുള്ള ഒരു ക്ഷണം കൂടിയാണത്. ഒരു മൾട്ടി- ഡിക്കാഡൽ, മൾട്ടി- ജിയോഗ്രാഫിക് ക്യാൻവാസിൽ സ്നേഹപൂർവ്വം സംയോജിപ്പിച്ചിരിക്കുന്നു.

ഡോ. ഗണേശന്റെ ജീവിതാനുഭവകഥകൾ മറ്റുള്ളവർക്കു പ്രചോദനമായി വർത്തിക്കുന്നു. മനുഷ്യ സമൂഹത്തിന് നല്ല സ്വാധീനം ചെലുത്തുന്നതിൽ ദയയുടെയും നിസ്വാർത്ഥതയുടെയും ശക്തി പ്രകടമാകുന്നു. ഹൃദയസ്പർശിയായ ജീവിതകഥകളിലൂടെയും അഗാധമായ ഉൾക്കാഴ്ചകളിലൂടെയും അനുകമ്പയെ ഓരോരുത്തരുടേയും വ്യക്തിജീവിതത്തിലും കുടുംബജീവിതത്തിലും സാമൂഹിക ജീവിതത്തിലും ഒരു മാർഗ്ഗദർശന തത്വമായി ഉൾക്കൊള്ളാൻ ഡോ. ഗണേശൻ വായനക്കാരെ പ്രചോദിപ്പിക്കുന്നു. ഓരോ വരിയിലൂടെയും, ദയയും അനുകമ്പയും നിലനിൽക്കുന്ന ഒരു ലോകത്തെ പരിപോഷിപ്പിച്ചു കൊണ്ട് ഒരു മാറ്റമുണ്ടാക്കുവാൻ നിങ്ങൾ പ്രചോദനമാകും.

തന്റെ തൊഴിലിലും അതിനപ്പുറവും ശാശ്വതമായ സ്വാധീനം ചെലുത്തിയ, വരുംതലമുറകൾക്ക് പ്രതീക്ഷയുടെയും പ്രചോദനത്തിന്റെയും വെളിച്ചമായി വർത്തിക്കുന്ന ലളിതവും എന്നാൽ നിശ്ചയദാർഢ്യവുമുള്ള ഒരു വ്യക്തിയുടെ പ്രചോദനാത്മക വിവരണമാണ് ഈ പുസ്തകം.

റിസർവ് ബാങ്കിലെ സഹപ്രവർത്തകൻ എന്ന നിലയിലും അടുത്ത സുഹൃത്ത് എന്ന നിലയിലും കഴിഞ്ഞ 35 വർഷമായി എനിക്ക് ഡോ. ഗണേശനെ അറിയാം. ചുറ്റും പോസിറ്റീവ് എനർജി പകരുന്നതിലുള്ള അദ്ദേഹത്തിന്റെ ലാളിത്യവും സ്ഥിരോത്സാഹവും എന്നെ പലപ്പോഴും അത്ഭുതപ്പെടുത്തിയിട്ടുണ്ട്. അദ്ദേഹം ജീവിതമൂല്യങ്ങൾ ഉയർത്തിപ്പിടിക്കുന്നതിനോടൊപ്പം സഹായം ആവശ്യമുള്ളവരെ എപ്പോഴും സഹായിക്കുവാൻ സന്നദ്ധനുമാണ്.

പാർശ്വവൽക്കരിക്കപ്പെട്ട ആളുകളുടെ കഷ്ടപ്പാടുകളിലേയ്ക്കും ജീവിതസാഹചര്യങ്ങളിലേക്കും അദ്ദേഹം അതിസൂക്ഷ്മമായ നിരീക്ഷണം നടത്തുന്നു. റിസർവ് ബാങ്ക് ഓഫ് ഇന്ത്യക്കുള്ളിൽ, കാന്റീനിലെ ജീവനക്കാർ (ആർ.ബി.ഐ.യുടെ സ്റ്റാഫ് പട്ടികയിൽ ഉൾപ്പെട്ടിട്ടില്ലാത്തവർ), പാവപ്പെട്ട കുട്ടികൾ, മുനിസിപ്പൽ മാലിന്യ നിർമ്മാർജ്ജന തൊഴിലാളികൾ, ആശുപത്രിയിലെ നിരാലംബരായ രോഗികൾ എന്നിവരുടെ ജീവിത സാഹചര്യങ്ങളും സഹാനുഭുതിയുള്ള സ്വഭാവവും അദ്ദേഹത്തെ അസ്വസ്ഥനാക്കുകയും സമയോചിതമായി അവർക്ക് വേണ്ട സഹായം നൽകി ഏവരുടെയും ചുണ്ടുകളിൽ പുഞ്ചിരി വിരിയിച്ചു.

ഡോ. ഗണേശന്റെ ആഖ്യാനശൈലി സംഭാഷണപരമാണ്. അദ്ദേഹത്തിന്റെ ഹൃദയത്തിൽ നിന്ന് നേരിട്ട് വരുന്നതാണ്. യാതൊരു ഭാവഭേദങ്ങളും കൂടാതെ തന്റെ ദർശനങ്ങളും പ്രതിബദ്ധതകളും പങ്കുവയ്ക്കുന്ന, ശിരസ്സാൽ വഹിക്കുന്ന കുടുംബാംഗങ്ങളുള്ള അദ്ദേഹം ഭാഗ്യവാനാണ്. ഡോ. ഗണേശന്റെ ഈ ആത്മകഥ തലച്ചോറിനെ മാത്രമല്ല, ഒരു പക്ഷെ കൂടുതൽ ഹൃദയത്തെയും ഉത്തേജിപ്പിക്കുമെന്ന് എനിക്ക് ഉത്തമബോദ്ധ്യമുണ്ട്. രചയിതാവിന്റെ ശ്രദ്ധേയമായ ഒഡീസി, ജീവിതത്തിന്റെ എല്ലാ തുറകളിൽ നിന്നുമുള്ള വായനക്കാരെയും പ്രചോദിപ്പിക്കുകയും പ്രതിധ്വനിപ്പിക്കുകയും ചെയ്യുന്നതാണ്.

"നിങ്ങൾക്ക് എന്തും തെരഞ്ഞെടുക്കാൻ കഴിയുന്ന ഒരു ലോകത്ത് ദയയുള്ളവരായിരിക്കാൻ തെരഞ്ഞെടുക്കുക" എന്ന ആപ്തവാക്യം പോലെ ഡോ. ഗണേശന്റെ ജീവിതവും പ്രവർത്തനങ്ങളും ഈ വാക്കുകളുടെ മൂർത്തീഭാവമാണ്. ഡോ. ഗണേശന് ഈ പുസ്തകം വലിയ വിജയമാകട്ടെ എന്ന് ആശംസിക്കുന്നു.

ആശംസകൾ

എൻ.ടി. കാർത്തികേയൻ
റിട്ട. അഡീഷണൽ കമ്മീഷണർ,
ഇൻകം ടാക്സ് ഓഫീസ്, എറണാകുളം

ഭാവയാമി ഗണേശം

മൂവാറ്റുപുഴയിലെ ഒരു കുലീന ക്രിസ്ത്യൻ കുടുംബത്തിന്റെ കുടുംബ പേരായ "മാടപ്പറമ്പിൽ" എന്ന സിമന്റ് നിറത്തിലുള്ള ഇരുനില കെട്ടിടം, മധ്യ കേരളത്തിൽ പ്രത്യേകിച്ച് എറണാകുളത്തെ സാമ്പത്തിക കേന്ദ്രം പരിചയമുള്ളവർക്ക്, റോഡിന്റെ സമീപത്തായി സ്ഥിതിചെയ്യുന്നുവെന്ന് അറിവുള്ളതാണല്ലോ. നിങ്ങൾ ഇപ്പോൾ എറണാകുളം സൗത്ത് റെയിൽവേ സ്റ്റേഷനിൽ ഇറങ്ങുമ്പോൾ അത്തരമൊരു കെട്ടിടം മെട്രോയ്ക്കായി ഉപയോഗിക്കേണ്ട ആവശ്യമില്ലായെന്നത് യാഥാർത്ഥ്യമാണ്. എന്നാൽ ആ പഴയ കെട്ടിടം കാൽ നൂറ്റാണ്ടിനു മുമ്പ് വളരെ ശക്തമായ ഒരു കേന്ദ്ര- ഗവൺമെന്റ് ഡിപ്പാർട്ടുമെന്റിന്റെ (ഇൻകംടാക്സ്) ആസ്ഥാന മന്ദിരമായിരുന്നു. ആ ഓഫീസിൽ ഔദ്യോഗിക ജീവിതം ആരംഭിക്കുന്നതിന് എനിക്ക് സുവർണ്ണാവസരം ലഭിച്ചിരുന്നു.

ആ കാലഘട്ടത്തിൽ ആദായനികുതി വകുപ്പിൽ മുതിർന്നവരോടൊപ്പം ഞാൻ പുതുമുഖങ്ങളെ നയിക്കുകയും സങ്കീർണ്ണമായ നികുതി നിയമങ്ങൾ ലളിതമായും കാര്യക്ഷമമായും ഫലപ്രദമായും കൈകാര്യം ചെയ്യാൻ പരിശീലനം നൽകുകയും അവരെ അനുയോജ്യരാക്കുകയും ചെയ്യുമായിരുന്നു. ഏതാനും ചില മുതിർന്ന മേലധികാരികളൊഴികെ ഓഫീസിലെ മറ്റെല്ലാവർക്കും പരസ്പരം നന്നായി അറിയാമായിരുന്നു. ഓരോ അംഗങ്ങളുടേയും കുടുംബകാര്യങ്ങൾ പോലും പരസ്പരം കൈമാറുന്ന നല്ല കാലമായിരുന്നു. അതിനോടൊപ്പം എല്ലാവരുടേയും സങ്കടങ്ങളും സന്തോഷങ്ങളും പരസ്പരം പങ്കിടുന്നതിൽ ഓരോരുത്തരും ഉത്സു

കരായിരുന്നു. എല്ലാവരുടേയും ഏത് സങ്കീർണ്ണമായ പ്രശ്നങ്ങൾക്കും സമയബന്ധിതമായി ഉചിതമായ പരിഹാരം കണ്ടെത്തി പരിഹരിക്കുവാനും സാധിച്ചിരുന്നു. ഇപ്രകാരമുള്ള ഓഫീസിലേയ്ക്കാണ് 1972-ൽ സ്ഥാപിതമായ ഒരു ഹിന്ദി ബ്രാഞ്ചിന്റെ തലവനെന്നനിലയിൽ, കേവലം 19 വയസ്സ് പ്രായമുള്ള ശ്രീ ഗണേശനെ ആദായനികുതി വകുപ്പിലേക്ക് സ്വാഗതം ചെയ്യുവാൻ അവസരം കിട്ടിയതിൽ എനിക്ക് അതിയായ സന്തോഷമുണ്ടായിരുന്നു. പുതുതായി സൃഷ്ടിക്കപ്പെട്ട ഒരു വിഭാഗം എന്ന നിലയിൽ, അത് നിലനിർത്തുവാനും, ബാംഗ്ലൂരിലേയ്ക്കും മദ്രാസ്സിലേക്കും വ്യക്തിഗത കൈമാറ്റം ചെയ്യാതിരിക്കാനും ആ ബ്രാഞ്ചിനെ കാര്യക്ഷമവും ശക്തവുമായ രീതിയിൽ മുന്നോട്ട് നയിക്കുവാനുമുള്ള ഉത്തരവാദിത്വം എനിക്ക് അന്ന് ഉണ്ടായിരുന്നു. ആ സമയത്ത് ശ്രീ ഗണേശൻ നൽകിയ സഹായം അവിസ്മരണീയമാണ്.

ആദായ നികുതി വകുപ്പിന്റെ എക്സിക്യൂട്ടിവ് എന്ന നിലയിൽ ഹിന്ദി ജോലി ഞങ്ങൾക്ക് വളരെ നാമമാത്രമായതിനാൽ, കേരളാടിസ്ഥാനത്തിൽ നികുതി പിരിക്കലും വീണ്ടെടുക്കലും സംബന്ധിച്ച ശരിയായ ആദായ നികുതി സംബന്ധമായ ജോലികൾ ചെയ്യുവാൻ ഞങ്ങളെ പലപ്പോഴും നിയോഗിച്ചിട്ടുണ്ട്. അതിനായി തിരുവനന്തപുരത്ത് നിന്ന് കണ്ണൂരിലേക്ക് വിപുലമായ ഗ്രൂപ്പ് യാത്ര ആവശ്യമായിരുന്നു. അത്തരം യാത്രകൾ ഞങ്ങളുടെ വ്യക്തി ബന്ധത്തെ എല്ലാ അർത്ഥത്തിലും സുദൃഢമാക്കി.

ശ്രീ ഗണേശന്റെ ജോലിയുടെ നിലവാര മികവിന്റെ അടിസ്ഥാനത്തിൽ, മിക്കപ്പോഴും മറ്റ് പ്രാദേശിക ഉദ്യോഗസ്ഥരുടെ ഡ്യൂട്ടിക്കു പകരം അദ്ദേഹത്തിനെ സേവനങ്ങൾക്കായി വിളിക്കുവാൻ എന്നെ പ്രേരിപ്പിച്ചിരുന്നു. മാത്രവുമല്ല, അദ്ദേഹം എല്ലാ മേഖലകളിലും തിളങ്ങണമെന്ന് ഞാൻ പ്രത്യേകം ആഗ്രഹിച്ചതിനാൽ ഞാൻ ചെലവ് സ്വമേധയാ നൽകിപോലും അദ്ദേഹത്തിന്റെ സേവനങ്ങൾ ലഭ്യമാക്കുന്നതിൽ ഞാൻ സന്തുഷ്ടനായിരുന്നു. അത് ഹിന്ദി ബ്രാഞ്ചിന്റെ പ്രവർത്തനങ്ങളിൽ മാത്രം ഒതുങ്ങി നിന്നി

രുന്നില്ല എന്നതാണ് യാഥാർത്ഥ്യം. ആദായ നികുതി വകുപ്പ് ഓഫീസുകളിൽ കൃത്യനിഷ്ഠ പാലിക്കുന്ന പാരമ്പര്യമുണ്ട്. ഞങ്ങളുടെ മേലധികാരികളിൽ ഭൂരിഭാഗവും രാവിലെ 10 മണിയ്ക്ക് 5 മിനിറ്റ് മുമ്പ് മുതൽ ഓഫീസിൽ ഹാജരാകാറുണ്ടായിരുന്നു. മറ്റു സ്റ്റാഫംഗങ്ങൾ എല്ലാം ഇത് പിന്തുടരേണ്ടിയിരുന്നു. എന്നാൽ ശ്രീ ഗണേശൻ അദ്ദേഹത്തിന്റെ ജോലികൾക്കു പുറമെ അധിക ജോലികൾ ചെയ്ത് പൂർത്തിയാക്കാൻ എല്ലാ ദിവസവും വളരെ നേരത്തെ ഓഫീസിൽ വന്നിരുന്നത് ഞാൻ പ്രത്യേകം ഓർക്കുന്നു.

ശ്രീ ഗണേശനുമായുള്ള എന്റെ പരിചയം കേവലം മൂന്നു വർഷം മാത്രമേ ഉണ്ടായിരുന്നുള്ളു. എങ്കിലും അദ്ദേഹത്തിന്റെ മനോഭാവവും വേറിട്ട പ്രവർത്തനശൈലിയും എന്നിൽ വളരെ വലിയ മതിപ്പ് സൃഷ്ടിച്ചു. ഈ പുസ്തകത്തിലെ അദ്ദേഹത്തിന്റെ ബാല്യകാല വിവരണങ്ങൾ വായിക്കുമ്പോൾ, സാമ്പത്തികമായി പിന്നാക്കം നിൽക്കുന്നവനും കുടുംബപരമായി സ്വതന്ത്രനല്ലാത്തവനും ആയ ഒരു വ്യക്തിക്ക് എങ്ങനെ ഇപ്രകാരം ജീവിതം വിജയിപ്പിക്കാൻ കഴിഞ്ഞു എന്ന് വെളിപ്പെടുത്തുന്നു.

മാതാപിതാക്കളിൽ നിന്നും പാരമ്പര്യമായി ലഭിച്ച ഉയർന്ന ഗുണങ്ങളും ധാർമ്മിക നിലവാരവും നിലനിർത്തി, ജീവിതത്തിൽ പൂർണ്ണമായും സംതൃപ്തനായി കുടുംബാംഗങ്ങളുമായി സന്തോഷത്തോടെ ശ്രീ ഗണേശൻ കഴിഞ്ഞു കൂടുന്നു. എന്നാൽ ഇന്നത്തെ പൊതു സമൂഹത്തിൽ ജീവിതമൂല്യങ്ങളും ധാർമ്മിക മൂല്യങ്ങളും ശോഷണത്തിന്റെ പാതയിലാണ്. അവർക്ക് ഭൗതികമായി എല്ലാം ശരിയാണെന്ന് തോന്നാം. പക്ഷേ അവർ ഒരേ സമയത്ത് സംതൃപ്തരും അസന്തുഷ്ടരുമാണ്. ഇത്തരത്തിലുള്ള മാനസികാവസ്ഥയിലുള്ളവർ സാമൂഹ്യ വിരുദ്ധരായി മാറുവാൻ വളരെയേറെ സാധ്യതയുള്ളവരാണ്. അതിനാൽ ശ്രീ ഗണേശന്റെ മാതൃകാ കുടുംബജീവിതത്തിൽ നിന്നും മാർഗ്ഗനിർദ്ദേശങ്ങൾ ഉൾക്കൊള്ളുന്നവർക്ക് വരും തലമുറയെ ഈ മാനവലോകത്തിന് യോഗ്യമായ രീതിയിൽ പരിവർത്തനം ചെയ്യാൻ സാധിക്കുന്നതാണ്.

ആദായ നികുതി വകുപ്പിൽ നിന്നും അദ്ദേഹം മറ്റൊരു സാമ്പത്തിക ഭീമനായ റിസർവ് ബാങ്ക് ഓഫ് ഇന്ത്യയിലേക്ക് ഔദ്യോഗിക ജീവിതം ആരംഭിച്ചതിനുശേഷവും ബാംഗ്ലൂർ, നാഗ്പൂർ തുടങ്ങിയ സ്ഥലങ്ങളിലെ പരിശീലനവേളകളിലും ഇന്റർ ആക്ടീവ് സെഷനുകളിലും മറ്റ് ഇൻകം ടാക്സ് ഉദ്യോഗസ്ഥരോട് ശ്രീ ഗണേശന്റെ സവിശേഷ ഗുണഗണങ്ങൾ ഞാൻ പരാമർശിക്കുമായിരുന്നു. നാഗപ്പൂരിലെ ട്രെയിനിംഗ് അക്കാദമിയിൽ ഞാൻ ഫാക്കൽറ്റി ആയി കുറച്ചുകാലം സേവനമനുഷ്ഠിച്ചിരുന്ന കാലഘട്ടത്തിൽ പ്രത്യേകിച്ചും അതിനുള്ള കൂടുതൽ അവസരങ്ങൾ എനിക്ക് ലഭിച്ചിരുന്നു.

ഡോ. ഗണേശന് ജീവിതപങ്കാളിയായി ഏറ്റവും യോഗ്യയായ ഒരു ഡോക്ടറും നല്ല മിടുമിടുക്കരായ രണ്ട് കുട്ടികളും ഉണ്ട്. അവർ തീർച്ചയായും അദ്ദേഹത്തിന്റെ ജീവിത സന്ദേശം അടുത്ത തലമുറയിലേക്ക് കൈമാറുമെന്നതിൽ സംശയമില്ല. അദ്ദേഹത്തിനും കുടുംബാംഗങ്ങൾക്കും വരും നാളുകളിൽ എല്ലാ ഭാവുകങ്ങളും സമ്പൂർണ്ണ ആയുരാരോഗ്യ സൗഖ്യവും നേരുന്നു.

ആശംസകൾ

ഡോ. എ. ആനന്ദകുമാർ
എച്ച്.ഒ.ഡി., ന്യൂറോളജി,
അമൃതാ ഇൻസ്റ്റിറ്റ്യൂട്ട് ഓഫ് മെഡിക്കൽ
സയൻസസ് ആന്റ് റിസർച്ച് സെന്റർ, കൊച്ചി.

ആത്മകഥ ഇന്ന രീതിയിലായിരിക്കണം എന്ന് നിഷ്കർഷയുള്ള വർക്ക് ഡോ. ഗണേശന്റെ ഈ രചന ദഹിച്ചെന്നു വരില്ല, കാരണം ഇത് കഷ്ടപ്പാടും ദുരിതവും നന്മയും സഹാനുഭൂതിയും കുടുംബ സ്നേഹവും നന്ദിയും എല്ലാം കോർത്തിണക്കി ഒരാൾ എല്ലാ ആത്മാർത്ഥതയോടും കൂടി എഴുതിയ ജീവിത കഥയാണ്.

കൊച്ചിയിൽ ജീവിതം കരുപിടിപ്പിക്കുവാൻ പോകുന്ന ട്രെയിൻ യാത്രയിൽ കണ്ടുമുട്ടുന്ന ശ്രീ പരമേശ്വര അയ്യർ, ഇൻകംടാക്സ് ഓഫീസിലും റിസർവ് ബാങ്കിലുമുള്ള സഹപ്രവർത്തകർ ഇവർ എല്ലാവരും ഡോ. ഗണേശനെ അകമഴിഞ്ഞു സഹായിച്ചത് തികച്ചും ആകസ്മികമായി തോന്നിയേക്കാം. എന്നാൽ അന്യരിൽ നന്മ കാണാൻ കഴിയുന്ന ഡോ. ഗണേശന്റെ സ്വഭാവ വിശേഷമാണിത് കാണിക്കുന്നത്. കൂടാതെ ദൈവകൃപയും അച്ഛനമ്മമാരുടെ അനുഗ്രഹവും.

പപ്പടം വിറ്റും, വിളക്കുകാലിൻ ചോട്ടിൽ ഇരുന്ന് പഠിച്ചും, ക്ഷേത്രത്തിൽ നിന്ന് കിട്ടുന്ന പടച്ചോർ തലയിൽ ഏന്തിയും ബാല്യം ഉത്തരവാദിത്വത്തോടെ ജീവിച്ച ബാലനെ ഞാൻ മനസ്സിൽ കാണുന്നു. ആ അവസ്ഥയിൽ നിന്നും പിഎച്ച്.ഡി. എടുത്ത് ഡോക്ടർ ഗണേശൻ ആയത് ഒരത്ഭുതം തന്നെയാണ്.

അദ്ദേഹത്തിന്റെ സഹധർമ്മിണി ഡോക്ടർ സരസ്വതിയെയും മകൾ പാർവ്വതിയെയും പഠിപ്പിക്കാനുള്ള ഭാഗ്യം എനിക്ക് കിട്ടിയിട്ടുണ്ട്. തന്റെ ജീവിതം എല്ലാവർക്കും ഒരു മാതൃകയാക്കിയ ഗണേശൻ എന്ന നന്മയ്ക്കും സ്നേഹത്തിനും എന്റെ പ്രണാമം.

ആശംസകൾ

ജി. മോഹനദാസ്

റിട്ട.ഡി.ജി.എം, റിസർവ് ബാങ്ക്

അനുകരിക്കാൻ പറ്റിയ ഒരു വലിയ കുടുംബം

ഗണേശന്റെ ആത്മകഥ തന്റെ ബാല്യകാലം മുതൽ ശരീരത്തെയും ആത്മാവിനെയും ഒരുമിച്ചു നിർത്താനുള്ള തന്റെ പോരാട്ടങ്ങളും വെല്ലുവിളികളും ഇന്നത്തെ സന്തോഷകരമായ നിമിഷങ്ങളിലേക്ക് എത്തിച്ചേരുവാൻ എത്രമാത്രം സഹായിച്ചുവെന്ന് വ്യക്തമായി വെളിപ്പെടുത്തുന്നു. വിശാലഹൃദയയായ അദ്ദേഹത്തിന്റെ സഹധർമ്മിണി ഡോ. എൽ. സരസ്വതി, മികച്ച അക്കാദമിക് വിദഗ്ധനും ബഹിരാകാശ ശാസ്ത്രജ്ഞനുമായ മകൻ ഡോ. ഹരികുമാർ ഗണേശൻ, അനുകമ്പയും പരിഗണനയുമുള്ള ഗൈനക്കോളജിസ്റ്റ് ഡോ. പാർവ്വതി, വന്ധ്യതാ ചികിത്സാരംഗത്ത് പേരെടുത്ത ഡോ. പി. രമേശും, ബയോടെക്നോളജിയിൽ പിഎച്ച്.ഡി. നേടിയ മരുമകളായ ഡോ. സുമിത്രയും അടങ്ങുന്ന ഒരു നല്ല കുടുംബത്തിന്റെ അഭിമാനിയായ ഒരു കുടുംബനാഥനെ ഞാൻ അദ്ദേഹത്തിൽ കാണുന്നു. നിർദ്ധനരായ വിദ്യാർത്ഥികൾ, രോഗികളും വികലാംഗരുമായ പാർശ്വവൽക്കരിക്കപ്പെട്ടവർ, ആരോഗ്യ/ശുചിത്വ തൊഴിലാളികൾ തുടങ്ങി സമൂഹത്തോടുള്ള ഈ കുടുംബത്തിന്റെ പ്രതിബദ്ധത ഈ കുടുംബവുമായി അടുത്ത ബന്ധം പുലർത്തുന്ന ഒരു വ്യക്തി എന്ന നിലയിൽ ഞാൻ സാക്ഷിയാണ്. ശ്രീ ഗണേശൻ ആർ.ബി.ഐ.യിൽ നിന്ന് വിരമിച്ചതിന് ശേഷം ഇടപ്പള്ളിയിലെ അമൃത ആശുപത്രിയിൽ സൗജന്യ സേവനം നൽകുന്നുണ്ട്. ആശുപത്രിയിൽ പോകുന്ന ഏതൊരു വ്യക്തിക്കും ശ്രീ ഗണേശന്റെ മഹത്തായ സേവനം ഉറപ്പു നൽകുന്നു. ഗണേശനോട് ഉപദേശമോ സഹായമോ തേടിയവരെയെല്ലാം ഒരു ദുർ

മുഖവും കാട്ടാതെ ഗണേശൻ സഹായിച്ചിട്ടുണ്ട്. ഒരു പുഷ്പം മാത്രം ആഗ്രഹിച്ച് പോകുന്നവർക്ക് ഒരു പൂന്തോട്ടം കിട്ടിയ പ്രതീതിയാണ് ഗണേശനെ സമീപിച്ചാൽ ലഭിക്കുന്നത്. ജാതിമത ഭേദമെന്യേ മനുഷ്യരാശിയെ സേവിക്കാനുള്ള ഗണേശന്റെ ആഗ്രഹം എടുത്തു പറയേണ്ട വസ്തുതയാണ്. മാതാ അമൃതാനന്ദമയിയുടെ പരിശുദ്ധ കരങ്ങളാൽ ഗണേശന് തങ്ങളുടെ വീട് പാലുകാച്ചാനുള്ള അപൂർവ്വ ഭാഗ്യം ലഭിച്ചു. ദൈവീക സ്ഥാപനവുമായി സഹവസിക്കുന്നത് ഒരു അനുഗ്രഹമായി അവർ കരുതുന്നു. മനസ്സിൽ ഭക്തിയോടെയും അധരങ്ങളിൽ പ്രാർത്ഥനയോടെയും മനഷ്യരാശിയെ സേവിക്കുന്നതിൽ അവർ അവരുടെ സംതൃപ്തി കണ്ടെത്തുന്നു. ഈ കുലീന കുടുംബത്തിൽ നിന്ന് ഒരു ഇതളെടുത്ത് പകർത്തി എന്റെ ജീവിതം കൂടുതൽ അർത്ഥപൂർണ്ണമാക്കാൻ ഞാൻ ആഗ്രഹിക്കുന്നു, പ്രാർത്ഥിക്കുന്നു.

ആമുഖം

ഭൂമുഖത്ത് ജന്മമെടുത്ത ഓരോ മനുഷ്യനും ജന്മനാ തന്നെ നന്മയുടെ പ്രതീകമാണ്. നിഷ്കളങ്കതയുടെ അക്ഷയ കുംഭം പേറിയാണ് ഓരോ മനുഷ്യക്കുഞ്ഞും ഈ വലിയ ലോകത്ത് ഭൂജാതനാകുന്നത്. പ്രകൃതി കനിഞ്ഞ് കുഞ്ഞിന് നൽകിയ നന്മകൾ യഥാവിധി നിലനിർത്തുവാനും, പ്രായോഗികതലത്തിൽ വരുംതലമുറയ്ക്ക് യഥേഷ്ടം കനിവോടുകൂടി പ്രദാനം ചെയ്യുവാനുള്ള ഹൃദയ വിശാലതയും ഉണ്ടാകേണ്ടത് കാലഘട്ടത്തിന്റെ അനിവാര്യതയാണ്. അതിനായി സ്നേഹനിധികളായ പിഞ്ചോമന മക്കളെ കൈപിടിച്ചുയർത്തി, അവരുടെ സമ്മോഹനമായ ഭാവിഭാഗധേയം അരക്കിട്ടുറപ്പിക്കുവാൻ മാതാപിതാക്കളാകുന്ന നാം ഓരോരുത്തരും ബദ്ധശ്രദ്ധരാകേണ്ടതാണ്. ഓർമ്മവച്ച കാലം മുതൽ ജീവിതത്തിൽ മാതാപിതാക്കളിൽ നിന്നും ഗുരുക്കന്മാരിൽ നിന്നും മറ്റും നിർലോഭം ലഭ്യമായ നന്മകളാണ് ഞാൻ എന്ന ഡോ. എച്ച്. ഗണേശനെ ഞാനാക്കിയത് എന്ന് ഇപ്പോഴും ഉറച്ചു വിശ്വസിക്കുകയാണ്.

കുഞ്ഞുങ്ങൾ വരുംതലമുറയുടെ അമൂല്യ സ്വത്തായതിനാൽ അവരെ നല്ല വഴിയിൽ നയിക്കേണ്ടത് കാലഘട്ടത്തിന്റെ അനിവാര്യതയാണ്. ഈ പുസ്തകം എഴുതുവാൻ പ്രത്യേക കാരണം ഉണ്ട്. എന്റെ ഗുരുക്കന്മാരുടെ അനുഗ്രഹമാണ് ഈ പുസ്തകമായി തീർന്നിരിക്കുന്നത്. എല്ലാ ഗുരുക്കന്മാരുടെയും അനുഗ്രഹം കൊണ്ട് ഞാനും കുടുംബവും വളരെ സന്തോഷവും സമാധാനവും അനുഭവിക്കുന്നു. ഇതുപോലെ ലോകത്തുള്ള എല്ലാ ജനങ്ങളും സന്തോഷവും സുഖവും അനുഭവിക്കണം. അതിന് ഞാൻ എന്തു ചെയ്യുന്നുവോ അതെല്ലാം ഈ പുസ്തകത്തിന്റെ ഓരോ അധ്യായത്തിലും ഉൾപ്പെടുത്തിയിട്ടുണ്ട്. ഈ പുസ്തകം വിദ്യാർത്ഥികൾക്കും മാതാപിതാക്കൾക്കും ഒരു മുതൽക്കൂട്ടായിതീരട്ടെ.

സാധാരണ കുടുംബത്തിൽ ജനിച്ച എന്നെ ഈ നിലയിൽ എത്തിച്ചതിന് നമ്മുടെ ജനാധിപത്യ മതേതരസമൂഹത്തിന് വലിയ പങ്കുണ്ട്. അതിന് ഞാൻ എപ്പോഴും എന്നും കൃതാർത്ഥനാണ്. എന്റെ മനസ്സിൽ എപ്പോഴും വേദനിക്കുന്നവർക്കുവേണ്ടി എന്തെങ്കിലും ചെയ്യണമെന്നുണ്ടായിരുന്നു. പാർശ്വവൽക്കരിക്കപ്പെട്ട കുടുംബങ്ങളിലുള്ള പല സഹോദരന്മാരും

സാമ്പത്തിക ഞെരുക്കം കാരണം നല്ല വിദ്യാഭ്യാസം കിട്ടാതെ വലയുന്നുണ്ട്.അവർക്ക് നമ്മളെകൊണ്ട് എന്തെങ്കിലും ചെയ്യാൻ പറ്റേണ്ടതാണ്. ഈ ചിന്ത എന്നെ വല്ലാതെ അലട്ടുന്നുണ്ടായിരുന്നു. ഈ ഗ്രന്ഥം എന്റെ ജീവിതത്തിന്റെ മുതൽക്കൂട്ടാണ്. വളരെ വിലപ്പെട്ടതാണ്. ഇതിൽ ഒരുപാട് ജീവിതരഹസ്യങ്ങൾ ഉൾക്കൊണ്ടിട്ടുണ്ട്. ഇത് ജീവിതത്തിൽ കഷ്ടപ്പെടുന്നവർക്കും എല്ലാ സാധാരണ ജനങ്ങൾക്കും ഒരു പ്രചോദനമാകട്ടെ എന്ന് ഞാൻ പ്രാർത്ഥിക്കുന്നു.

ഞാൻ ഒരു ദിവസം 'വാട്സ് ആപ്' നോക്കിക്കൊണ്ടിരുന്നപ്പോൾ മജീഷ്യൻ മുതുകാടിന്റെ "നമ്മുടെ കുടുംബത്തിനും സമുദായത്തിനും ഏറ്റവും വേണ്ട ഒരു പ്രകൃതം" എന്നൊരു വാട്സ് ആപ് മെസ്സേജ് കാണുവാനിടയായി. അതിൽ എന്നെ വല്ലാതെ ആകർഷിച്ച ഒരു ആശയം ഇവിടെ പങ്കുവെക്കുന്നു. 'വള്ളിച്ചെടികൾ മനോഹരമായി പടർന്നു പന്തലിച്ചു കയറുന്നതിന്റെ പിന്നിൽ നേർത്ത ഇരുമ്പുകമ്പികൊണ്ടുള്ള ഒരു നെറ്റുണ്ട്. ആ നെറ്റിലൂടെയാണ് ആ ചെടികൾ മുകളിലേക്ക് പടർന്നു കയറുന്നത്; കാരണം പരസഹായമില്ലാതെ പടർന്നു കയറുക സാധ്യമല്ല. അതുപോലെ ഒരു അച്ഛൻ പൂമുഖത്ത് പത്രം വായിച്ചിരിക്കുകയായിരുന്നു. അദ്ദേഹത്തിന്റെ കുട്ടി പൂന്തോട്ടത്തിൽ വന്ന് ഒരു വലിയ കല്ല് ഉയർത്താൻ ശ്രമിക്കുകയായിരുന്നു. എത്ര ശ്രമിച്ചിട്ടും കല്ല് ഉയർത്താൻ സാധിച്ചില്ല. കുട്ടി ഉയർത്താൻ സാധിക്കാതെ പിൻതിരിഞ്ഞു പോയപ്പോൾ അച്ഛൻ ചോദിച്ചു "നീ എന്തേ നിന്റെ മുഴുവൻ ശേഷിയും ഉപയോഗിക്കാത്തത്?" അപ്പോൾ കുട്ടി പറഞ്ഞു "അച്ഛൻ കണ്ടില്ലേ, ഞാൻ എന്റെ മുഴുവൻ ശേഷിയും കൊണ്ട് കല്ല് പൊക്കാൻ ശ്രമിച്ചത് ", "അതല്ല, നിനക്ക് അത് ഒറ്റയ്ക്ക് ഉയർത്താൻ പറ്റില്ല, പക്ഷെ നിന്റെ അച്ഛൻ ഇവിടെ ഇരിക്കുകയല്ലേ, നിനക്ക് എന്നെ വിളിക്കാമായിരുന്നു. പക്ഷെ നീ ഒറ്റക്കു തന്നെ ചെയ്യാം എന്നു വിചാരിച്ചു. സഹായമില്ലാതെ എല്ലാം ഒറ്റയ്ക്ക് നേടിയെടുക്കാം എന്നു വിചാരിക്കുന്നത് തെറ്റാണ്. മറ്റുള്ളവരുടെ സഹായമുണ്ടെങ്കിലെ ലോകത്തിലെ മികവുറ്റ തലങ്ങളിലേക്ക് ഏതൊരു വ്യക്തിക്കും ഉയരാൻ സാധിക്കുകയുള്ളു." അതുകൊണ്ട് സൗഹൃദാധിഷ്ഠിത കൂട്ടായ്മയിലൂടെ മാത്രമേ ഏത് സംരംഭത്തേയും വിജയിപ്പിക്കുവാൻ സാധിക്കൂ' എന്ന മഹത്തായ ആശയം പൊതുസമൂഹം ഉൾക്കൊള്ളേണ്ടതാണ്.

അദ്ധ്യായം ഒന്ന്

ബാല്യകാലം

ജന്മനിയോഗം

നന്മയുള്ള, ജീവിത യാഥാർത്ഥ്യബോധമുള്ള, അനുഭവസമ്പത്തിന്റെ അക്ഷയഖനി ആവോളം നുകർന്നിട്ടുള്ള മാതാപിതാക്കളുടെ മക്കളായി ജന്മം എടുക്കുവാൻ സുവർണ്ണാവസരം ലഭിക്കുക എന്നത് മുൻജന്മ സുകൃതം തന്നെയാണ്. അപ്രകാരമുള്ള അഭിവന്ദ്യ മാതാപിതാക്കളായ ശ്രീ ഹരിഹര അയ്യരുടെയും ശ്രീമതി പാർവ്വതി അമ്മാളിന്റെയും ഏഴ് മക്കളിൽ ആറാമനായി ഒരു ആൺകുഞ്ഞ് 1952 ഫെബ്രുവരി മാസം പത്താം തീയതി തമിഴ്നാട്ടിലെ രാമനാഥപുരം ജില്ലയിലെ നഗരപ്പട്ടി എന്ന കുഗ്രാമത്തിൽ ജനിച്ചു. ആ കുഞ്ഞിന് മാതാപിതാക്കൾ യഥാകാലം ഗണേശൻ എന്ന് നാമകരണം ചെയ്തു. ആ ഗണേശനാണ് ഇപ്പോൾ ദൈവാനുഗ്രഹത്താൽ സപ്തതി ആഘോഷം കഴിഞ്ഞ് എടുത്തു പറയത്തക്ക ആരോഗ്യപ്രശ്നങ്ങൾ ഒന്നുമില്ലാതെ, അരോഗദൃഢഗാത്രനായി കുടുംബസമേതം എറണാകുളം നഗരത്തിൽ സമാധാനത്തോടും, സന്തോഷത്തോടും, ഐശ്വര്യത്തോടും കൂടി താമസിച്ചുവരുന്നത്.

2.അഭിവന്ദ്യ മാതാപിതാക്കൾ

എന്റെ പിതാവ് കെ. ഹരിഹരയ്യർ സമാനതകളില്ലാത്ത പാണ്ഡിത്യമുള്ള ബഹുമുഖ പ്രതിഭയായിരുന്നു. അദ്ദേഹം രാഷ്ട്രീയ കാര്യങ്ങളിലും സാമൂഹിക സാംസ്കാരിക മേഖലകളിലും മതപരവും ആത്മീയവുമായ കാര്യങ്ങളിലും അവഗാഹമായ പ്രാവീണ്യമുള്ള മഹത് വ്യക്തിത്വത്തിന്റെ ഉടമയായിരുന്നു. അസാധാരണയിൽ അസാധാരണമായ വ്യക്തിത്വത്തിന്റെ മികവിൽ, താൻ ആർജ്ജിച്ച അറിവുകൾ സമൂഹ നന്മയ്ക്കായി നിർലോഭം പകർന്നു നൽകുവാൻ പ്രത്യേകം താല്പര്യം പ്രകടിപ്പിച്ചിരുന്ന എന്റെ പിതാവ്, എല്ലാ ദിവസങ്ങളിലും സായംസന്ധ്യകളിൽ ഞങ്ങളുടെ കുഗ്രാമമായ നഗരപ്പട്ടിയിൽ വൈവിധ്യമാർന്ന വിഷയങ്ങളിൽ ആകർഷകമായി വിജ്ഞാനപ്രദവും നീതിശാസ്ത്രപരവും പുരാണേതിഹാസാധിഷ്ഠിതവും

നീതിബോധാധിഷ്ഠിതവുമായ പ്രഭാഷണ പരമ്പരകളും സംവാദങ്ങളും നടത്തുമായിരുന്നു. ചുരുക്കത്തിൽ, രാമനാഥപുരത്ത് ഞങ്ങൾക്ക് അന്ന് ഉണ്ടായിരുന്ന മണ്ണ് കൊണ്ടുണ്ടാക്കിയ ചുറ്റുമതിലിനുള്ളിൽ ഓലമേഞ്ഞ കുടിൽ സമാനമായ കൊച്ചുവീട്ടിൽ താമസിച്ചിരുന്ന പ്രിയങ്കരരായ എന്റെ മാതാപിതാക്കളെ അവിടത്തെ ഗ്രാമവാസികൾ സ്നേഹവാത്സല്യത്തോടു കൂടി അവരുടെ സ്വന്തം നാടിന്റെ "പാർവതി പരമേശ്വരന്മാരെന്ന് " വായ്ത്താരികളിലൂടെ വിശേഷിപ്പിച്ചിരുന്നത് എക്കാലവും നിത്യഹരിത ശോഭയോടുകൂടി എന്റെ കർണ്ണപുടങ്ങളിൽ തേരോട്ടം നടത്തുന്ന മധുര സ്മരണകളാണ്. എന്റെ അമ്മ പാർവ്വതി അമ്മാൾ അച്ഛന്റെ ഇച്ഛയ്ക്കനുസ രിച്ച് ജീവിച്ച ഒരു സ്ത്രീരത്നമാണ്. എല്ലാ സുഖ-ദു:ഖങ്ങളും ഒരുപോലെ ജീവിച്ചു കാണിച്ച മഹത് വ്യക്തിത്വമാണ്. എന്റെ ബാല്യത്തിൽ തന്നെ അമ്മ അനുഭവിച്ച യാതനകൾ എനിക്ക് മറക്കാൻ സാധിക്കുകയില്ല. മാതാ പിതാക്കളുടെ സ്ഥാനത്ത് എന്റെ കൺകണ്ട ദൈവമായ ഞങ്ങളുടെ വല്യമ്മ പിച്ചു അമ്മാളിന് പ്രത്യേക സ്ഥാനമാണ്. അക്കാലത്ത് എന്നും അവരെ വന്ദിച്ചിട്ടേ ഞാൻ വീടു വിട്ടിറങ്ങുകയുണ്ടായിരുന്നുള്ളു.

3.ആനന്ദം തുളുമ്പുന്ന സാഹോദര്യം

എനിക്ക് രണ്ട് സഹോദരന്മാരും നാല് സഹോദരിമാരും ഉണ്ട്.

മൂത്ത സഹോദരിയായ ചെല്ലമ്മാൾ ചേച്ചി 86-ാം വയസ്സിൽ അടുത്തിടെ ഇഹലോകവാസം വെടിഞ്ഞു. അവർക്ക് കുഞ്ഞുങ്ങളില്ല. ഭർത്താവ് സുന്ദരം അയ്യർ വാർദ്ധക്യസഹജമായ അസുഖത്താൽ നേരത്തേ മരണപ്പെട്ടു. അദ്ദേഹം തിരുവനന്തപുരത്തു ഒരു സ്വീറ്റ് സ്റ്റാൾ നട ത്തിയിരുന്നു. അതിനാൽ അദ്ദേഹം അക്കാലത്തു 'മിച്ചർ മാമ' എന്നാണ് അറിയപ്പെട്ടിരുന്നത്. ദൈവത്തിന്റെ സത്സൃഷ്ടിയായ ചെല്ലമ്മാൾ ചേച്ചി അവരുടെ ഭർത്താവിന്റെ ഇളയ സഹോദരിയും മാനസിക രോഗിയുമായ മീനമ്മാളിനെ 'സ്വന്തം സഹോദരി' എന്ന നിലയിൽ മാതൃസഹജമായ വാത്സല്യവും അതിലേറെ സ്നേഹവും കരുതലും നിതാന്ത ജാഗ്രതയും പകർന്നു നൽകി 'എന്റേത്, എന്റേത് മാത്രമാണ് മീനമ്മാൾ' എന്ന രീതി യിൽ ഹൃദയതാളമായി ദൈവ കൃപയോടുകൂടി, സാന്ത്വനത്തിന്റെയും സഹനത്തിന്റെയും യഥാർത്ഥ കൈത്തിരിനാളമായി, മെഴുകുതിരി കത്തി ഉരുകി പ്രകാശം ചുറ്റുപാടും പരത്തുന്നതുപോലെ ഏവർക്കും ഹിതകര

മായ രീതിയിൽ അവരുടെ (മീനമ്മാൾ) ആയുഷ്കാലം മുഴുവൻ ദൈവദൂതയായി പരിചരിച്ചു, പരിപാലിച്ചു എന്നത് അവരുടെ ദൈവനിയോഗമായിരുന്നു. മാത്രവുമല്ല, എന്നെക്കാൾ 14 വയസ്സ് മൂപ്പുള്ള എന്റെ പൊന്നു പെങ്ങളായ ചെല്ലമ്മാൾ ചേച്ചി, എന്റെ ചെറുപ്രായത്തിൽ ദേഹമാസകലം ചൊറിയും ചിരങ്ങും കൊണ്ട് ഞാൻ നരകയാതന അനുഭവിച്ചുകൊണ്ടിരുന്ന കാലത്ത്, മാതൃസഹജമായ വാത്സല്യത്തോടും അതിയായ സ്നേഹവായ്പോടും കൂടി സമയാസമയങ്ങളിൽ എന്നെ കുളിപ്പിച്ച് ദേഹം വൃത്തിയാക്കി യഥാവിധി മരുന്നുപുരട്ടി പരിചരിച്ച് എന്നെ ഞാനാക്കി മാറ്റിയതിൽ അവരുടെ ഹൃദയ വിശാലതയും ഭിഷഗ്വര സമാനമായ ആതുരശുശ്രൂഷാ രീതിയും അവർണ്ണനീയമാണ്. ഇപ്രകാരമുള്ള ചേച്ചിയുടെ നന്മ നിറഞ്ഞ പ്രവർത്തികൾ ജീവിതാന്ത്യം വരെ എന്റെ ഹൃദയതാളമായി നില നിൽക്കും. യശഃശ്ശരീരയായ ചേച്ചിയോടുള്ള എന്റെ കടപ്പാടും ആദരവും ആത്മബന്ധവും സമാനതകളില്ലാത്തതും അതുല്യവുമാണ്.

രണ്ടാമത്തെ ചേച്ചിയായ ലക്ഷ്മി അമ്മാൾ ആണ് ഞങ്ങളുടെ കുടുംബത്തിൽ ആദ്യമായി സർക്കാർ ജോലിയിൽ പ്രവേശിച്ചത്. അക്കാലത്ത് ഞങ്ങളുടെ കുടുംബത്തെ സാമ്പത്തികമായി വളരെയധികം സഹായിച്ച സ്ത്രീ രത്നമാണ് ലക്ഷ്മി അമ്മാൾ. എന്റെ കുട്ടിക്കാലത്ത് എനിക്ക് ലക്ഷ്മി ചേച്ചി വാങ്ങിത്തന്ന ട്രങ്ക് പെട്ടി ആണ് എന്റെ സപ്തതി കാലഘട്ടത്തിലും എനിക്കുള്ള പ്രധാന ജീവിതരേഖകൾ സൂക്ഷിക്കുന്ന പെട്ടി. ചേച്ചി അക്കാലത്ത് വാങ്ങി തന്ന സൈക്കിൾ എക്കാലവും എന്റെ സ്മൃതിപഥത്തിൽ നിറഞ്ഞും തെളിഞ്ഞും കാണും എന്നത് അസുലഭ സൗഭാഗ്യമാണ്. തല മൂത്ത ജ്യേഷ്ഠനാണ് എച്ച്. മഹാദേവൻ.

4.മഹാദേവൻ ജ്യേഷ്ഠന്റെ നോവൽ വായന

ഞങ്ങൾ സഹോദരങ്ങൾ തമ്മിൽ വളരെ സ്നേഹമാണ്. ഇന്നത്തെ പോലെ തമ്മിൽ കലഹിക്കുന്ന പ്രകൃതം അക്കാലത്ത് പൊതുവെ വളരെ കുറവായിരുന്നു. എനിക്ക് കഥയോ, നോവലോ വായിക്കുന്നതിൽ പൊതുവെ വലിയ കമ്പമില്ലായിരുന്നു. എന്റെ ജ്യേഷ്ഠൻ മഹാദേവനാണെങ്കിൽ സദാസമയവും നോവൽ, കഥാപുസ്തകങ്ങൾ, മാഗസീനുകൾ എന്നിവ വായിക്കുന്നതിൽ ഒരു പ്രത്യേക വാസനയായിരുന്നു. എനിക്കാണെങ്കിൽ നോവൽ വായിക്കുന്നതും മറ്റുള്ളവർ അതു വായിക്കുന്നതും

വെറുപ്പായിരുന്നു. ഞാൻ ഒരു ദിവസം വിചാരിച്ചു എന്റെ ജ്യേഷ്ഠനെ എങ്ങനെയെങ്കിലും ഒരു പാഠം പഠിപ്പിക്കണം. ജ്യേഷ്ഠൻ വായിക്കുന്നത് വലിയ വോളിയമുള്ള നോവലാണ്. ജ്യേഷ്ഠൻ വായിച്ചു ബുക്കു മാർക്ക് വെയ്ക്കും. എന്നാൽ രാത്രിയാകുമ്പോൾ ഞാൻ ബുക്കു മാർക്ക് മാറ്റി വേറൊരു പേജിൽ വയ്ക്കും. അങ്ങനെ ഒരു മാസത്തോളം ജ്യേഷ്ഠനെ കളിപ്പിച്ചു കൊണ്ടിരുന്നു. ഒരു ദിവസം ഞാൻ ബുക്ക് മാർക്ക് മാറ്റിവ യ്ക്കുന്ന അവസരത്തിൽ ജ്യേഷ്ഠൻ എന്റെ ചെവിക്കു പിടിച്ചു. അതോടു കൂടി ആ സാഹസം നിർത്തി. ഇതെല്ലാം മധുരസ്മരണകളിൽ സന്തോഷം പകരുകയാണ്. എന്താ കുട്ടിക്കാലത്തെ കുസൃതി! രണ്ടാമത്തെ ജ്യേഷ്ഠൻ എച്ച്. കൃഷ്ണയ്യർ.

5.കൃഷ്ണയ്യർ ജ്യേഷ്ഠന്റെ റേഡിയോയിലുള്ള കരവിരുത്

എന്റെ കൃഷ്ണയ്യർ ജ്യേഷ്ഠൻ എല്ലാ ജോലികളും വളരെ കൃത്യത യോടും സൂക്ഷ്മതയോടും കൂടി ചെയ്യുന്ന പ്രകൃതമാണ്. ഏതു ജോലിയും വളരെ ഉത്സാഹത്തോടുകൂടി ചെയ്യും. ഞാനും ജ്യേഷ്ഠനും പല പല പദ്ധ തികളും തയ്യാറാക്കും. അവ പൂർത്തീകരിക്കുകയും ചെയ്യും. ജ്യേഷ്ഠന് ഇലക്ട്രിക്, ഇലക്ട്രോണിക്സ് ഉപകരണങ്ങളോട് അതിയായ കമ്പമാണ്. ഞങ്ങളുടെ അഗ്രഹാരത്തിൽ അക്കാലത്തു പല വീടുകളിലും റേഡിയോ ഉണ്ടായിരുന്നു. എന്നാൽ ഞങ്ങൾക്ക് അതിനുള്ള സാമ്പത്തികം ഇല്ലായിരു ന്നു. ഞങ്ങൾക്കു റേഡിയോ ഒരു സ്വപ്നം മാത്രമായിരുന്നു. ജ്യേഷ്ഠൻ പറ ഞ്ഞു, “നമുക്ക് സ്വന്തമായി ഒരു റേഡിയോ ഉണ്ടാക്കണം.” അതിനുള്ള സാമ്പത്തികം കണ്ടെത്തണം. എല്ലാ ഇലക്ട്രോണിക് പഴയ സാധനങ്ങളും വില്ക്കുന്ന പഴവങ്ങാടിയിലെ മാർക്കറ്റിൽ ഒരു ദിവസം പോയി, ഒരു ചെറിയ ട്രാൻസിസ്റ്ററും അനുബന്ധ ബാറ്ററി, വയറുകൾ, മൈക്ക് സെറ്റു കൾ എന്നിവ ഞങ്ങൾ രണ്ടുപേരും കൂടി ചേർന്ന് വാങ്ങിക്കൊണ്ടുവന്നു. എന്നിട്ട് ജ്യേഷ്ഠൻ ട്രാൻസിസ്റ്ററിൽ കണക്ഷൻ കൊടുത്ത്, ചെറിയ സ്പീക്കർ ഘടിപ്പിച്ച് രണ്ടുപേരും ചെവിയിൽ ഒരറ്റം ഫിറ്റ് ചെയ്തു കേൾക്കും. രാത്രി ഏകദേശം 12 മണിയോടുകൂടി ചെറിയ വോളിയത്തോ ടുകൂടി പഴയ പാട്ടുകൾ കേട്ടു തുടങ്ങും. “മേരേ സപ്നോം കീ റാണി, കബ് ആയേഗീ തൂ”, രാത്രി മുഴുവൻ ഈ പാട്ടുകൾ കേട്ടു കൊണ്ട് ഞങ്ങൾ രണ്ടു പേരും മച്ചിലിൽ രണ്ടു പായ്കളിൽ കിടക്കും. രാത്രിയിലെ ഈപാട്ടു

കേൾക്കൽ ഒരു അവിസ്മരണീയ സംഭവം തന്നെയാണ്.

6.കണ്ണടച്ചാൽ എത്ര ദീർഘദൂരവും അടുത്താകും - ഒരോർമ്മ

ഞാനും എന്റെ ജ്യേഷ്ഠൻ കൃഷ്ണനും പ്രത്യേക കൂട്ടാണ്. പല പല കാര്യങ്ങൾക്കും ഒന്നിച്ചുകൂടും. ഞങ്ങൾ തമ്മിൽ ചെറിയ പ്രായ വ്യത്യാസമേയുള്ളു. എന്തിനും കിച്ചൻ (കൃഷ്ണൻ) വേണം. ഒരു കടയിൽ പോകണോ, ഒരു വീട്ടിൽ പോകണോ, ജ്യേഷ്ഠൻ വേണം. എന്താന്നറിയാമോ? ഞങ്ങൾ എവിടെയെത്താനും ഒരു കുറുക്കുവിദ്യ കണ്ടുപിടിച്ചിട്ടുണ്ട്. കാലത്ത് പത്മനാഭസ്വാമി ക്ഷേത്രത്തിലേക്ക് പായസ പ്രസാദം കഴിക്കാൻ ഞങ്ങൾ രണ്ടുപേരും കൈയ്യും കോർത്തു പിടിച്ചു പോകും. ഒരാൾ നിശ്ചിത സ്ഥലം വരെ കണ്ണടക്കും. പിന്നെ അടുത്തയാൾ കണ്ണടയ്ക്കും. അങ്ങനെ വളരെ എളുപ്പത്തിൽ ലക്ഷ്യസ്ഥാനത്ത് എത്തി ച്ചേരും. അന്നത്തെ കുഞ്ഞു കുഞ്ഞു കളികളും, അനുഭവവും വളരെ മധു രിക്കുന്നതാണ്. നാലാമത്തെ സഹോദരിയും അനുജത്തിയുമാണ് ശാരദ. ശാരദയെക്കുറിച്ചോർക്കുമ്പോൾ രസകരമായ ഒരു കാര്യം പറയാതെ വയ്യ.

7.പത്മനാഭസ്വാമി ക്ഷേത്രത്തിലെ പ്രഭാത പായസപ്രസാദം

ഞങ്ങൾ വീട്ടിലെ കുട്ടികൾ, പ്രഭാതഭക്ഷണം ഞങ്ങൾ തന്നെ കണ്ടെത്തണം. എന്താ വഴി? നേരെ പത്മനാഭസ്വാമി ക്ഷേത്രത്തിലേക്കു പോകുക. അത്ര തന്നെ.ഞാനും, എന്റെ ജ്യേഷ്ഠൻ കൃഷ്ണയ്യരും, അനു ജത്തി ശാരദയും ഒന്നിച്ചാണ് പോകുക. എന്റെ പൊന്നോമന അനുജ ത്തിയെ കൊണ്ടു പോകുക അത്ര എളുപ്പമല്ല. കാരണം അവൾക്ക് പല പല കഥകളും മറ്റും കേൾക്കണം. അങ്ങനെ ഞങ്ങൾ പായസ പ്രസാദം കഴി ച്ചിട്ട് തിരിച്ചുവരുമ്പോൾ എന്റെ അനുജത്തിയെ സന്തോഷിപ്പിക്കാനായി പല പല തമാശകൾ ഒപ്പിച്ചിട്ടുണ്ട്. അതിൽ ചിലതിപ്പോൾ അയവിറക്കുക യാണ്.

പായസമെല്ലാം കഴിച്ച് വളരെ സന്തോഷത്തോടു കൂടി ഞാനും, ജ്യേഷ്ഠൻ കൃഷ്ണയ്യരും, അനുജത്തി ശാരദയും കൂടി നടന്നു വരികയാ യിരുന്നു. പൊടുന്നനെ ഞങ്ങൾ ഒരു മുറുക്കാൻ കടയുടെ മുൻവശത്തു വന്നു നിന്നു,ആ കടയുടെ ഓരം ചേർന്നു പോകുന്ന ഒരു കൂട്ടം ഉറുമ്പു കൾ കപ്പലണ്ടി മിഠായി കഷണങ്ങൾ കൊണ്ടുപോകുന്നതു ഞാൻ എന്റെ

പ്രിയ അനുജത്തിക്ക് കാണിച്ചു കൊടുത്തു. എന്നിട്ട് എന്റെ അനുജത്തിയോട് പറഞ്ഞു, "ഈ ഉറുമ്പുകൾക്ക് ശ്രീരാമ ഭക്തഹനുമാനാണ് മിഠായി കൊടുത്തതെന്നും, അതുകൊണ്ട് നമ്മളും ദിവസവും പായസപ്രസാദം വാങ്ങിക്കാൻ വന്നാൽ നമുക്കും കപ്പലണ്ടി മിഠായി കഷണങ്ങൾ കിട്ടും" എന്നു പറഞ്ഞ്, ഞാൻ എന്റെ കൈയ്യിൽ ഒളിപ്പിച്ചു വച്ചിരിക്കുന്ന കപ്പലണ്ടി മിഠായി എന്റെ അനുജത്തിക്ക് കൊടുക്കും. ഈ മധുരിക്കുന്ന ഓർമ്മകൾ ആർക്കുണ്ടാവും, ജീവിതം സന്തോഷിക്കാനുള്ളതാണ്.

8.മധുരിക്കുന്ന ബാല്യകാല സ്മരണകൾ

എന്റെ കുട്ടിക്കാലത്ത് ദാരിദ്ര്യം കൊണ്ട് പൊറുതി മുട്ടുന്ന കുടുംബാന്തരീക്ഷമായിരുന്നു ഞങ്ങളുടേത്. എന്റെ അച്ഛൻ എല്ലാ അർത്ഥത്തിലും മനുഷ്യകുലത്തിന് ആകെ മാതൃകയാകുന്ന മഹനീയ വ്യക്തിത്വത്തിന്റെ ആൾരൂപമായിരുന്നു. അദ്ദേഹത്തിന് പൂജാദികർമ്മങ്ങളുമായി ബന്ധപ്പെട്ട് കിട്ടുന്ന നിവേദ്യ ചോറുപോലും അദ്ദേഹത്തിന്റെ കുഞ്ഞുങ്ങളും കുടുംബാംഗങ്ങളും പട്ടിണിയുടെ വക്കിലായിരുന്നിട്ടും അന്യർക്ക്, തികച്ചും അർഹരായവർക്ക്, ദാനം ചെയ്യുന്ന, ഹൃദയ വിശാലത കാത്തുസൂക്ഷിച്ചിരുന്ന ഒരു അത്യപൂർവ്വ വ്യക്തിത്വമായിരുന്നു.

സ്വന്തം വീട്ടിൽ ദാരിദ്ര്യദേവത താണ്ഡവനൃത്തം ചവിട്ടുന്ന സമയത്തും, മക്കളായ ഞങ്ങൾ ഓരോരുത്തരുടെയും സൗഹൃദ കൂട്ടായ്മയിൽ അധിഷ്ഠിതമായ കുടുംബ ജീവിതശൈലി മാതൃകാപരമായിരുന്നു. ദാരിദ്ര്യം കാർന്നു തിന്നുന്ന അവസ്ഥയിലും, അദ്ദേഹത്തിന്റെ കഠിനാധ്വാനത്തിന്റെയും അർപ്പണ മനോഭാവത്തിന്റെയും സ്വാർജ്ജിത പ്രവർത്തനശൈലിയുടെയും, നിത്യജീവിതവുമായി ബന്ധപ്പെട്ട കൂട്ടായ പ്രവർത്തനങ്ങളുടെയും, മറ്റു പഠന-പഠനേതര പ്രവർത്തനങ്ങളുടെയും വേറിട്ട മാതൃകാശൈലി, കുഞ്ഞുങ്ങളായ ഞങ്ങൾക്ക് ഓരോരുത്തർക്കും അവരവരുടേതായ ജീവിത വിജയത്തിന് പിൽക്കാലത്ത് വഴിതെളിച്ചു. ആത്മവിശ്വാസം, ആത്മധൈര്യം, നിശ്ചയദാർഢ്യം, കർമ്മനിരത, കഠിനാദ്ധ്വാനതത്പരത, സഹനം, സഹകരണം, കൂട്ടായ്മ, ഐക്യബോധം, സമർപ്പണ മനോഭാവം, ആശയവിനിമയ ചാതുര്യം, ദയ, കരുണ, അനുകമ്പ, പരസ്പര സഹായം, വിട്ടുവീഴ്ചാ മനോഭാവം, പൊരുത്തപ്പെടീൽ, ലക്ഷ്യബോധം, വിവേചനബുദ്ധി, ഇച്ഛാശക്തി തുടങ്ങിയ മാനവികമൂല്യങ്ങൾ സ്വാംശീകരിച്ച് ഹിതം

-അഹിതം, നന്മ- തിന്മ, ശരി-തെറ്റ് എന്നിവ നിഷ്പ്രയാസം തിരിച്ചറിയുവാനുള്ള സവിശേഷ ഗുണങ്ങൾ പ്രായോഗികതലത്തിൽ സ്വന്തം വീട്ടിലെ ഗൃഹപാഠങ്ങളിലൂടെ ഞങ്ങൾക്ക് നിർലോഭം ലഭിച്ചിരുന്നു എന്നത് അത്യപൂർവ്വ സൗഭാഗ്യമായിരുന്നെന്ന് ഞാനിപ്പോൾ തിരിച്ചറിയുന്നു. വർത്തമാന കാലഘട്ടത്തിൽ കുട്ടികൾക്ക് ചെറുപ്രായത്തിൽ ഇപ്രകാരമുള്ള ജീവിതാനുഭവങ്ങൾ ലഭ്യമാക്കുന്നതിലുള്ള പരിമിതിയാണ് പുതിയ തലമുറ (ന്യൂജെൻ) നിത്യേന അനുഭവിച്ചുകൊണ്ടിരിക്കുന്ന മാനസിക പിരിമുറുക്കത്തിന്റെയും മൂല്യച്യുതികളുടെയും അടിസ്ഥാന കാരണമെന്ന് നാം തിരിച്ചറിയേണ്ടതാണ്.

9.നീതിമാനായ പിതാവ്

പിൽക്കാലത്ത് എന്റെ പിതാവിന് ഗവൺമെന്റ് ജോലി ലഭിച്ചു. ആ സമയത്ത് അദ്ദേഹത്തിന്റെ ഓഫീസിൽ ജോലി ചെയ്തിരുന്ന ജൂനിയർ ആയ ഒരു സഹപ്രവർത്തകൻ സത്യത്തിനും നീതിക്കും യോജിക്കാത്ത തരത്തിൽ കൈക്കൂലി വാങ്ങുന്നത് നേരിട്ട് അനുഭവവേദ്യമായതിനാൽ, ഇപ്രകാരം നീതിബോധമോ സത്യസന്ധതയോ ഇല്ലാതെ പരസ്യമായി അഴിമതി നടത്തുന്ന സഹപ്രവർത്തകരോടൊപ്പം ഗവൺമെന്റ് ഓഫീസിൽ ജോലി തുടരുവാൻ എന്റെ പിതാവിന്റെ ആത്മാഭിമാനത്തിന് കഴിയില്ലായെന്ന അടിയുറച്ച വിശ്വാസത്തിന്റെ പേരിൽ നിശ്ചയദാർഢ്യത്തോടുകൂടി സർക്കാരിന്റെ സ്ഥിരജോലി നിർദാക്ഷിണ്യം രാജിവച്ച്, തന്റെ ഓഫീസിലെ മേലുദ്യോഗസ്ഥരുടെ യാതൊരുവിധ നിർദ്ദേശമോ താക്കീതോ പരിഗണിക്കാതെ വെറും കൈയ്യോടെ ഇറങ്ങിവന്ന ഒരു പിതാവിന്റെ മകനായി ജനിക്കുവാൻ സൗഭാഗ്യം സിദ്ധിച്ചതിൽ എന്റെ പിതാവിനോട് എനിക്കുള്ള അങ്ങേയറ്റത്തെ ആദരവും കടപ്പാടും ഈ അവസരത്തിൽ രേഖപ്പെടുത്തികൊള്ളട്ടെ.

10.ദാരിദ്ര്യത്തിന്റെ നീരാളിപ്പിടിത്തം

ആ കാലഘട്ടത്തിൽ കുടുംബത്തിലെ സാമ്പത്തിക സ്ഥിതിയുടെ അതീവ ദയനീയാവസ്ഥ കണ്ട് മനംനൊന്ത് രാമനാഥപുരത്തിലെ ഒരു സ്കൂൾ ടീച്ചർ “ഗണേശനെ ഞങ്ങൾക്ക് ദത്ത് എടുക്കാൻ തരുമോ” എന്നുവരെ ചോദിച്ച അനുഭവം ഹൃദയഭേദകമാണ്. എന്നാൽ എന്റെ സ്നേഹനിധികളായ മാതാപിതാക്കളും ചെല്ലമ്മാൾ ചേച്ചിയും ഉൾപ്പെട്ട

എല്ലാവരും ആ അപേക്ഷയെ പാടെ തള്ളിക്കളഞ്ഞുകൊണ്ട്, "നാങ്കൾ പിച്ചയെടുത്താലും കുഴന്തൈയെ ദത്തുകൊടുക്കമാട്ടോം" എന്ന് തമിഴ് ഭാഷയിൽ ഹൃദയം പിളർന്നുപോകുന്ന വേദനയോടുകൂടി പറഞ്ഞു. എന്റെ ചേച്ചിയുടെ ആ ഹൃദയസ്പർശിയായ വാക്കുകളും പെരുമാറ്റ ശൈലിയും സ്നേഹവായ്പും സ്മൃതിപഥത്തിൽ ആഴത്തിൽ ഇപ്പോഴും പതിഞ്ഞുകിടക്കുന്നു എന്നതാണ് സത്യം. എന്റെ ജന്മനാട് കുഗ്രാമം ആയിരുന്നുവെങ്കിലും അവിടെ വളരെയധികം ശാന്തതയുള്ള, സ്നേഹ വാത്സല്യമുള്ള, ആത്മാർത്ഥതയുള്ള, പാവങ്ങളായ നിഷ്കളങ്കരുടെ ഒരു നാടായിരുന്നു എന്ന് ഇപ്പോഴും ഞാൻ ഓർമ്മയിൽ മന്ത്രിക്കുന്നു.

11. കരുണാനിധിയായ പിച്ചു അമ്മാൾ വല്യമ്മ

എന്റെ വല്യമ്മയായ പിച്ചു അമ്മാൾ, ഭർത്താവ് മരിച്ചതിനുശേഷം ഒറ്റയ്ക്ക് തിരുവനന്തപുരത്ത് താമസിക്കുകയായിരുന്നു. വല്യമ്മയുടെ കരുണ ഒന്നുകൊണ്ട് മാത്രമാണ് ചെറുപ്രായത്തിലുള്ള ഏഴു കുട്ടികളും അച്ഛനും അമ്മയും അടങ്ങുന്ന ഞങ്ങളുടെ വലിയ കുടുംബത്തിന് മൂന്നാം പുത്തൻ തെരുവിലുള്ള അഗ്രഹാരത്തിൽ അവരുടെ കൂടെ താമസിക്കാൻ ക്ഷണം കിട്ടിയത്. ഇപ്രകാരം ഞങ്ങളെ തിരുവനന്തപുരത്തേക്ക് ക്ഷണി ച്ചത് ദൈവനിശ്ചയം എന്നല്ലാതെ എന്ത് പറയാൻ. എല്ലാം ഒരു സ്വപ്നമായി മാത്രം ഇപ്പോഴും സ്മൃതിപഥത്തിൽ ഒളിഞ്ഞും തെളിഞ്ഞും നിൽക്കുന്നു.

തമിഴ്നാട്ടിലെ ഒരു വെള്ളപ്പൊക്ക കെടുതി, ജന്മനാടായ നഗരപ്പട്ടി യിൽ നിന്നും ഞങ്ങളുടെ കുടുംബത്തെ പരിപൂർണ്ണമായി പറിച്ചുമാറ്റി. അങ്ങനെ തിരുവനന്തപുരം നഗരത്തിലെ പുത്തൻ തെരുവിൽ സ്ഥിരതാമ സമുറപ്പിച്ചു. അതിനായി എന്റെ അഭിവന്ദ്യപിതാവിനും സ്നേഹനിധിയായ മാതാവിനും ഒരു ദൈവപുത്രിയെപ്പോലെ പ്രേരണയും ഉൾക്കരുത്തും നിർലോഭമായ സഹായ സഹകരണങ്ങളും വച്ചു നീട്ടിയ മഹതിയാണ് എന്റെ മാതാവിന്റെ മൂത്ത സഹോദരി ശ്രീമതി പിച്ചു അമ്മാൾ എന്ന ഞങ്ങ ളുടെ കൺകണ്ട ദൈവം. അത്യപൂർവ്വ സൗഭാഗ്യത്തിലൂടെ ഉണ്ടായ ദൈവ നിയോഗംപോലെ എന്റെ വല്യമ്മ ഞങ്ങളുടെ കുടുംബത്തെ തിരുവനന്ത പുരത്തേക്ക് നിർബന്ധിച്ച് കൊണ്ടുവന്നില്ലായിരുന്നെങ്കിൽ, ഇപ്പോൾ യഥേഷ്ടം ഞാനും എന്റെ എല്ലാകുടുംബാംഗങ്ങളും അനുഭവിച്ചു കൊണ്ടിരിക്കുന്ന സമാധാനവും സന്തോഷവും ഐശ്വര്യവും ഒരിക്കലും

ലഭിക്കുകയില്ലായിരുന്നെന്ന് ഞാൻ പൂർണ്ണമായും വിശ്വസിക്കുന്നു.

12.ഹൃദയഭേദകമായ ജീവിതാനുഭവം

അക്കാലത്ത് പ്രത്യേകിച്ച് യാതൊരു വരുമാനവുമില്ലാതിരുന്ന ഞങ്ങളുടെ കുടുംബത്തിന്റെ സാമ്പത്തികസ്ഥിതി തികച്ചും പരിതാപകരമായിരുന്നു. കാരണം 10 പേർ അടങ്ങുന്ന കുടുംബത്തിന്റെ നിത്യവൃത്തി കഴിഞ്ഞു പോകുക എന്നത് വാക്കുകളാൽ വിവരിക്കുവാൻ സാധ്യമല്ല എന്നതാണ് യാഥാർത്ഥ്യം. അതിനാൽ പ്രഭാത ഭക്ഷണം മുതൽ അത്താഴം വരെയുള്ള 10 പേരുടെ ഭക്ഷണം ഓരോ ദിവസവും കണ്ടെത്തുക എന്നത് ചിന്തിക്കുവാൻ പോലും കഴിയാത്ത ഭീതിതാവസ്ഥയായിരുന്നു.

13.എന്റെ ബാല്യം ചിന്തനാതീതം

എന്റെ കുട്ടിക്കാലത്തെക്കുറിച്ച് ഓർമ്മയിൽ നിലനിൽക്കുന്ന ഒരു അനുഭവം പരാമർശിച്ചുകൊള്ളട്ടെ. എല്ലാ ദിവസവും അതിരാവിലെ കാപ്പിക്കു വേണ്ടി അപ്പുക്കുട്ടൻ എന്ന ആൾ തിരുവല്ലത്ത് നിന്നും സൈക്കിളിൽ ഒരു ലോട്ട (ചെറിയ ഗ്ലാസ്സ്) പാൽ കൊണ്ട് തരുമായിരുന്നു. ആ പാൽ ഉപയോഗിച്ച് 10 പേർക്കുള്ള കാപ്പി അമ്മ ഉണ്ടാക്കും. ആ കാപ്പിക്ക് കാപ്പിയുടെ നിറം മാത്രമേ ഉണ്ടാവുകയുള്ളു. എങ്കിലും അന്ന് അത് ഞങ്ങൾക്ക് ഓരോരുത്തർക്കും അമൃത് ആയിരുന്നു. 'ദാരിദ്ര്യം' എന്ന പദത്തിന് അക്ഷരാർത്ഥത്തിൽ അതിന്റെ അർത്ഥവ്യാപ്തി മുഴുവനായി ഉൾക്കൊള്ളാൻ പര്യാപ്തമായിരുന്നുവോ എന്ന് ചിലപ്പോഴൊക്കെ ചെറുപ്രായത്തിൽ സംശയം തോന്നിയിട്ടുണ്ട്. അക്കാലത്തെ അത്തരത്തിലുള്ള തിക്തമായ ജീവിതാനുഭവങ്ങൾ പിൽക്കാലത്ത് എന്നെ ഞാനാക്കുവാൻ തീർത്തും പര്യാപ്തമായിരുന്നു.

കുട്ടിക്കാലത്തെ എന്റെ അറിവിലുള്ള ബാല്യകാലം തിരുവനന്തപുരം പത്മനാഭസ്വാമി ക്ഷേത്രത്തിന് സമീപമുള്ള അഗ്രഹാര തെരുവുകൾ, കടകൾ, വാണിജ്യസ്ഥാപനങ്ങൾ എന്നിവ ഉൾപ്പെട്ട ജീവിതസാഹചര്യങ്ങളാണ്. എനിക്ക് കേവലം 10 വയസ്സ് മാത്രം പ്രായമുള്ളപ്പോൾ തന്നെ

ഞാൻ എന്റെ വീട്ടിനകത്ത് എനിക്കുള്ള ഉത്തരവാദിത്വങ്ങൾ തിരിച്ചറിഞ്ഞ് പ്രവർത്തിക്കുവാൻ തുടങ്ങിയിരുന്നു. ശ്രീപത്മനാഭസ്വാമി ക്ഷേത്രത്തിലെ ചോറൂട്ട്, വീട്ടിലെ പപ്പട നിർമ്മാണം, ലക്ഷ്മി ചേച്ചി വാങ്ങിത്തന്ന സൈക്കിൾ ഉപയോഗിച്ചുള്ള പപ്പട വിൽപ്പന, തെരുവോര വിളക്കുകളുടെ പ്രകാശത്തിലുള്ള പഠനം തുടങ്ങി എത്രയെത്ര ജീവിതാനുഭവങ്ങൾ. ഇത്തരം വർണ്ണാനാതീതമായ ജീവിത യാഥാർത്ഥ്യങ്ങളെ വെല്ലുവിളിയെന്നോണം ഏറ്റെടുത്തു. അവയെ ലഘൂകരിക്കുവാനും അതിജീവിക്കുവാനും വേണ്ടി ഞങ്ങൾ പിച്ചു അമ്മാൾ വല്യമ്മയുടെ നേതൃത്വത്തിൽ "ഉഴുന്ന് പപ്പടവും മരച്ചീനി പപ്പടവും" ഉണ്ടാക്കുവാനും വിൽപ്പന നടത്തുവാനും തുടങ്ങി. പപ്പട നിർമ്മാണത്തിന് ഒട്ടനവധി കാലേക്കൂട്ടിയുള്ള ആസൂത്രണങ്ങൾ അനിവാര്യമായിരുന്നു.

14. ഉഴുന്ന് പപ്പട നിർമ്മാണം

പിച്ചു അമ്മാൾ വല്യമ്മയുടെ നേതൃത്വത്തിൽ ഉഴുന്ന് പപ്പടം ഉണ്ടാക്കുവാനായി ഞാനും എന്റെ സഹോദരങ്ങളും സൈക്കിളിൽ ആദ്യമായി ഉഴുന്ന് വാങ്ങി മില്ലിൽ കൊണ്ടുപോയി പൊടിച്ചു കൊണ്ടുവരും. അടുത്തദിവസം ആ മാവിന് ആവശ്യമായ വെള്ളം, കായം, ഉപ്പ്, എണ്ണ എന്നിവ ചേർത്ത് നല്ലവണ്ണം വൃത്തിയാക്കിയ പരന്ന കരിങ്കൽ തറയിൽ ഇടിച്ച് ഇടിച്ച്, നല്ലതുപോലെ, ചപ്പാത്തി മാവ് കുഴക്കുന്നതു

പോലെ, കുഴച്ചെടുത്ത് ചെറിയ ചെറിയ ഗോലികളുടെ രൂപത്തിലാക്കി, നൂറു നൂറെണ്ണം വീതം അടുത്തുള്ള അഗ്രഹാര ഭവനങ്ങളിൽ കൊണ്ടു കൊടുക്കും. ഇത് പപ്പട രൂപത്തിലാക്കി കിട്ടുവാൻ നൂറെണ്ണത്തിന് 15 പൈസയാണ് അവർക്ക് അന്ന് കൂലി നൽകുന്നത്. ഇപ്രകാരം ഗോലി രൂപത്തിലുള്ള ഉഴുന്ന് പപ്പട മാവ് ഓരോ വീടുകളിലും കൊണ്ടുകൊടുക്കുന്നത് എന്റേയും ജ്യേഷ്ഠന്മാരുടെയും ജോലിയായിരുന്നു. മിക്കവാറും വീടു

Schooldays

NCC

Amma, Appa, Pichu Periamma

Atma Chechi

Appa Amma

Hariharan

Uma

Ponnammal, Hariharan

Kumari Mami

Krishna Iyer

Mani Anna

R.S Iyer & Family

Trunk petti gifted by Lakshmi chechi

Chellam Akka & Athimber with our son Hari

Lakshmi chechi & Family

കൾ ഗോലി രൂപത്തിലുള്ള 1000 പപ്പട ഉണ്ടകൾ വാങ്ങും. അവർക്ക് അതിന് ഒരു രൂപ അമ്പത് പൈസ (1.50) പ്രതിഫലവും കിട്ടും. ചുരുക്കത്തിൽ അക്കാലത്ത് അഗ്രഹാരത്തിലെ ഒരു കുടിൽ വ്യവസായമായിരുന്നു പപ്പടനിർമ്മാണം. അഗ്രഹാരത്തിലെ പാവപ്പെട്ട ബ്രാഹ്മണ വീടുകളിൽ അവരുടെ സ്ഥിരം തൊഴിലാണ് ഈ പപ്പടം പരത്തികൊടുക്കൽ. ഇപ്ര കാരം പരത്തിയെടുക്കുന്ന പപ്പടത്തിന്റെ ആദ്യരൂപം ഞങ്ങളുടെ വീടിന്റെ മുന്നിൽ (മൂന്നാം പുത്തൻ തെരുവ്) ഉണക്കാൻ വയ്ക്കുന്നത് ഒരു വലിയ പണി തന്നെയായിരുന്നു. മാത്രമല്ല ഞങ്ങളുടെ അടുത്ത വീട്ടിലും അക്കാ ലത്ത് പപ്പട നിർമ്മാണം തുടങ്ങിയിരുന്നു. അതുകൊണ്ട് തന്നെ കുട്ടികളാ യിരുന്നിട്ടും വളരെ കരുതലോടും അതിലേറെ സൂക്ഷ്മതയോടും കൂടി ഞങ്ങളുടെ വീടിന്റെ മുൻവശത്ത് പൊതുനിരത്തിൽ ചണച്ചാക്കുകൾ നിരത്തി വിരിച്ച് പരത്തിയെടുത്ത പപ്പടം ഒന്നൊന്നായി അതിൽ നിരത്തി വളരെ ക്ഷമയോടുകൂടി ഉണക്കി എടുക്കണമായിരുന്നു. റോഡിലെ സ്ഥല പരിമിതി കാരണം അയൽ വീട്ടുകാർ തമ്മിൽ അക്കാലത്ത് ഒരു തരം ഈർഷ്യയോടുകൂടിയ മത്സരബുദ്ധി ഉണ്ടായിരുന്നതിന്റെ ഓർമ്മകൾ ഇപ്പോഴും സ്മൃതിപഥത്തിൽ മന്ദസ്മിതത്തിന്റെ മാറ്റൊലി ചാർത്തി ഈ പ്രായത്തിലും നിലനിൽക്കുന്നുവെന്നത് ഓർത്ത് പോകുന്നു.

അക്കാലത്ത് ഇന്നത്തെ പോലെ റോഡിൽ ട്രാഫിക് പ്രശ്നങ്ങളൊ ന്നുമില്ലായിരുന്നു. വല്ലപ്പോഴും ഒരു സൈക്കിൾ പോയാലായി. എന്നാൽ അക്കാലത്തെ കുസൃതികളായ സ്കൂൾ കുട്ടികൾ ഇപ്രകാരം നിരത്തിയിട്ടി രിക്കുന്ന പപ്പടം പെറുക്കിയെടുത്ത് മോഷ്ടിച്ചു ഓടി പോകുന്ന കാഴ്ച കൾ നിത്യ സംഭവമായിരുന്നു. അതിനാൽ പപ്പടം ഉണക്കാൻ നിരത്തിയിട്ടി രിക്കുന്നിടത്ത് അവ നഷ്ടപ്പെടാതിരിക്കുവാൻ വേണ്ടി ഞാനും ജ്യേഷ്ഠ ന്മാരും അതീവജാഗ്രതയോടുകൂടി കാവലിരിക്കുമായിരുന്നു. മാത്രവുമല്ല, മഴക്കാലങ്ങളിൽ മഴ എപ്പോൾ ഉണ്ടാകുമെന്ന് അറിയാൻ കഴിയാത്തതി നാൽ വളരെ ശ്രദ്ധയോടും ഗൗരവത്തോടും കൂടി പ്രസ്തുത ജോലികൾ ഞങ്ങൾ എല്ലാവരും സ്വമേധയാ ഏറ്റെടുത്ത് നിർവഹിച്ചിരുന്നുവെന്നത് ഇപ്പോഴും വളരെ ചാരിതാർത്ഥ്യമുളവാക്കുന്നതാണ്.

പപ്പടം നന്നായി ഉണങ്ങിയതിനുശേഷം 100 വീതമുള്ള കെട്ടുക ളാക്കി അടുക്കി വെച്ചതിനുശേഷം ഞങ്ങൾ സഹോദരന്മാരും സഹോദരി

മാരും അമ്മയും വല്യമ്മയും ചേർന്ന് സിറ്റിയിൽ വിവിധ മേഖലകളിലുള്ള ഹോട്ടലുകളിലും വീടുകളിലും കൊണ്ട് കൊടുത്ത് പണമാക്കി തിരിച്ച് വീട്ടിൽ വരുമായിരുന്നു. എന്നാൽ എന്റെ സ്മൃതിപഥത്തിൽ എപ്പോഴും ചന്ദ്രബിംബംപോലെ തെളിഞ്ഞു വരുന്ന ഒരു രൂപം ഞങ്ങളുടെ എല്ലാവരുടെയും ഹൃദയമിടിപ്പായ, ദൈവത്തിന്റെ സ്വന്തം സൃഷ്ടിയായ, ദേവീകടാക്ഷത്തിൽ സംപ്രീതയായ, മഹാനുഭാവയായ പിച്ചു അമ്മാൾ എന്ന വല്യമ്മ ഒരു സഞ്ചിയിൽ വേണ്ടത്ര പപ്പടക്കെട്ടുകൾ പൊതിഞ്ഞു ഒക്കത്ത് ചുമന്ന്, വളരെയധികം യാതനയോടുകൂടി അട്ടക്കുളങ്ങര നിന്നും കെ.എസ്.ആർ. ടി.സി. ബസ്സിൽ കയറി, വഴുതക്കാട്, മ്യൂസിയം, പാപ്പനംകോട് തുടങ്ങിയ ദൂര സ്ഥലങ്ങളിൽ ഇറങ്ങി പപ്പടം വിൽപ്പനയ്ക്കായി സ്ഥിരമായി പോകുന്ന വീടുകളിൽ നിത്യേന പോയി, പപ്പടം പൂർണമായി വിറ്റു പണവുമായി വരുന്ന ആ കാഴ്ചയായിരുന്നു.

ഞങ്ങൾ സഹോദരങ്ങൾക്ക് നിത്യേന വീട്ടിൽനിന്നും വിൽക്കാൻ വീതിച്ചു തരുന്ന പപ്പടക്കെട്ടുകൾ, സ്കൂൾ സമയം കഴിഞ്ഞുള്ള നേരത്ത് തിരുവനന്തപുരം നഗരത്തിലെ വിവിധ സ്ഥലങ്ങളിലുള്ള ഹോട്ടലുകളിലും വീടുകളിലും കൊണ്ടുകൊടുത്തു വിറ്റു വരേണ്ട ചുമതലയിൽ നിന്നും ഒരാളിനും ഒഴിവാകാൻ സാധിക്കില്ലായിരുന്നു. വളരെ നിർബന്ധമായും കർക്കശമായും ചെയ്യേണ്ട, ഒഴിച്ചുകൂടാൻ പറ്റാത്ത ദൈനംദിന ജോലിയായിരുന്നു അത്. ഇപ്രകാരമുള്ള ജോലി കഴിഞ്ഞ് തിരിച്ചു വീട്ടിൽ എത്തുമ്പോൾ രാത്രി 8 മണി മുതൽ 9 മണിവരെയാകും. എന്നാൽ ബാല്യകാല ജീവിതത്തിൽ ദിനംപ്രതി ഇപ്രകാരം ശീലിച്ച കുടുംബത്തോടും കുടുംബാംഗങ്ങളോടും സമൂഹത്തോടും ജീവിതത്തോടുമുള്ള അകമഴിഞ്ഞ സ്നേഹവായ്പിലൂടെയുള്ള കൂട്ടുത്തരവാദിത്വവും നിത്യ പട്ടിണി മാറ്റുവാനുള്ള, അതിലുമുപരി 'തൊഴിലിന്റെ മാഹാത്മ്യം' തിരിച്ചറിയുവാനുള്ള സുവർണ്ണാവസരവും കുടുംബത്തിൽ നിന്ന് ലഭിച്ചത് ഞങ്ങളിലാരിലും യാതൊരുവിധ ഇച്ഛാഭംഗമോ അപകർഷതാബോധമോ അങ്കുരിക്കുവാൻ ഇടയാക്കിയിട്ടില്ലായെന്ന യാഥാർത്ഥ്യം ഓർത്തു പോവുകയാണ്. മാത്രവുമല്ല, അക്കാലത്ത് എന്നോടൊപ്പം സ്കൂളിൽ പഠിച്ചിരുന്ന കുട്ടികൾ ഫീസ് നൽകി ട്യൂഷന് പോയപ്പോൾ എന്റെ സഹപാഠിയായ നീലകണ്ഠന്റെ വീട്ടിൽ ട്യൂഷൻ പഠിപ്പിക്കാൻ വന്നിരുന്ന ആദരണീയനായ സാറിന് ഫീസ് പണമായി രൊക്കം

നൽകാനില്ല എന്നതിനാൽ 'നിവർത്തികേടിന്റെ അടയാളമായി' 25 പപ്പടം ഫീസിനത്തിൽ നൽകിക്കൊണ്ട് ഞാനും ട്യൂഷന് പോയിരുന്നു. അന്നത്തെ ആ കൂട്ടുകാരൻ പിൽക്കാലത്ത് തിരുവനന്തപുരം യൂണിവേഴ്സിറ്റി കോളേജിൽ ഫിസിക്സ് പ്രൊഫസറായി ഔദ്യോഗിക ജീവിതത്തിൽ നിന്നും വിരമിച്ചു.

ഇപ്രകാരമുള്ള ഹൃദയസ്പർശിയായ ജീവിതയാഥാർത്ഥ്യങ്ങൾ ഇവിടെ പരാമർശിക്കുന്നതിന് സുപ്രധാനമായ കാരണം ബാല്യകാലത്ത് പോലും പ്രായത്തിൽ കവിഞ്ഞ ഉത്തരവാദിത്വമുള്ള ചുമതലകൾ ഞാൻ ഏറ്റെടുത്തിരുന്നു എന്നത് ബോധ്യപ്പെടുത്തുന്നതിനാണ്. അതിലൂടെ ഇന്നത്തെയും നാളത്തെയും മികവുറ്റ തലമുറ സ്വന്തം ഉത്തരവാദിത്വങ്ങളുടെ പ്രാധാന്യം ഉൾക്കൊണ്ട് സ്വജീവിതത്തിൽ നന്മകളുടെ പ്രതീകങ്ങളായി ഉത്തമ പൗരന്മാരായി സ്വന്തം കുടുംബത്തോടും കുടുംബാംഗങ്ങളോടും സമൂഹത്തോടും നാടിനോടും കടപ്പെട്ടവരായി, അവിശ്രമ പരിശ്രമത്തോടുകൂടി മാനവികതയുടെ യഥാർത്ഥ അവകാശികളായി പരിവർത്തനം ചെയ്യപ്പെടുന്നതിനും വേണ്ടിയാണ്.

15. മരച്ചീനി പപ്പട നിർമ്മാണം

ഉഴുന്നു പപ്പട നിർമ്മാണത്തോടൊപ്പം തന്നെ മരച്ചീനി പപ്പട നിർമ്മാണവും വിപണനവും ഞങ്ങളുടെ വീട്ടിലെ മറ്റൊരു സുപ്രധാന പ്രവർത്തനമായിരുന്നു. എന്റെ മാതാപിതാക്കളാണ് ഇതിന്റെ മേൽനോട്ട ചുമതല ഏറ്റെടുത്തിരുന്നത്. പപ്പട നിർമ്മാണത്തിനായി മണക്കാട് ചന്തയിൽ പോയി മരച്ചീനി വാങ്ങിക്കൊണ്ടു വരേണ്ടത് എന്റേയും ജ്യേഷ്ഠന്മാരുടെയും കൂട്ടുത്തരവാദിത്വമായിരുന്നു. ചന്തയിൽനിന്നും വാങ്ങിക്കൊണ്ടു വരുന്ന മരച്ചീനി ചെറിയ ചെറിയ കഷ്ണങ്ങളാക്കി മുറിച്ചിട്ടു കൊടുക്കേണ്ടതും ആൺകുട്ടികളായ ഞങ്ങളുടെ കർത്തവ്യമാണ്. ഇപ്രകാരം കഷണങ്ങളാക്കിയിട്ട മരച്ചീനി കഷണങ്ങളുടെ പുറംതോട് ഇളക്കികളഞ്ഞ് കഴുകി വൃത്തിയാക്കി വലിയ ആട്ടുകല്ലിലിട്ട് പപ്പട പരുവത്തിൽ ആട്ടിയെടുത്ത് കിട്ടുന്ന മരച്ചീനിമാവിൽ ആവശ്യാനുസരണം മുളകുപൊടി, കായപ്പൊടി, ഉപ്പ് എന്നിവ ചേർത്ത് വേവിച്ച് വെക്കുന്ന ജോലി എന്റെ എല്ലാമെല്ലാമായിരുന്ന പ്രിയ മാതാവിന്റെ ചുമതലയായിരുന്നു. മരച്ചീനി പപ്പട നിർമ്മാണത്തിന്റെ ആദ്യഘട്ടം വളരെയധികം കഠിനാദ്ധ്വാ

നവും അതിലുപരി സൂക്ഷ്മതയും ആവശ്യമായ അതീവ ശ്രമകരമായ ഒരു ജോലിയാണ് എന്നത് കാലം കഴിഞ്ഞപ്പോഴാണ് എനിക്ക് ബോധ്യപ്പെട്ടത്. വളരെ കഠിനമായ ജോലിയായിരുന്നുവെങ്കിലും എന്റെ പ്രിയ മാതാവിന്റെയും സഹോദരിമാരുടെയും കൂട്ടായ ശ്രമം കൂടുതൽ ആനന്ദകരമായിരുന്നുവെന്നതാണ് സത്യം. എന്റെ സഹോദരിമാരുടെ ജീവിതത്തിൽ പ്രായോഗികമായ ഒട്ടനവധി ജീവിത യാഥാർത്ഥ്യങ്ങൾ തരണം ചെയ്ത് മനസ്സിലാക്കാനും അവരുടെ ഭാവി ജീവിതത്തിന് മാതൃകാപരമായ നിരവധി പ്രവർത്തനങ്ങൾ കാഴ്ചവയ്ക്കുവാനും അനുഗുണമായ ഇപ്രകാരമുള്ള സാഹചര്യം ബാല്യത്തിൽ തന്നെ ലഭ്യമായതിനാൽ അവർക്ക് പിൽക്കാലത്ത് തങ്ങളുടെ കുടുംബജീവിതത്തിൽ ആത്മവിശ്വാസവും ആത്മധൈര്യവും ആർജ്ജിക്കുവാൻ സാധിച്ചു എന്നത് സമാനതകളില്ലാത്ത വസ്തുതയാണ്.

ഇപ്രകാരം വേവിച്ചെടുത്ത് കുഴമ്പ് രൂപത്തിലുള്ള മരച്ചീനി മാവ് റോഡരികത്ത് ഓലപ്പായിൽ പപ്പട രൂപത്തിൽ പരത്തി വെയിലത്ത് വച്ച് ഉണക്കിയെടുക്കുന്ന ജോലി നിർവഹിച്ചിരുന്നത് സ്നേഹനിധിയായ അന്ന് 64 വയസ്സുള്ള എന്റെ പിതാവായിരുന്നു. യാതൊരു വിഷമവും പ്രകടിപ്പിക്കാതെ, ഞങ്ങൾക്ക് ഓരോരുത്തർക്കും കുടുംബാംഗങ്ങൾക്കും വേണ്ടി സമാധാനത്തോടും അതിലേറെ ക്ഷമയോടും അതീവ ജാഗ്രതയോടും സൂക്ഷ്മതയോടും കൂടി അദ്ദേഹം ആ ജോലി എന്നും ചെയ്തിരുന്നു എന്നത് ഇപ്പോഴും മാറാത്ത ഹൃദയവേദനയായി നിലനിൽക്കുന്നു. ഏകദേശം 12 -ഓളം ഓലപ്പായ്കളിൽ ഈ പപ്പടം പരത്തി ഞങ്ങളുടെ വീടിന്റെ പുറകുവശത്തുള്ള ഒരു ശിവക്ഷേത്ര മൈതാനത്തിൽ നിരത്തി നന്നായി ഉണക്കിയെടുത്ത് കൊണ്ടുവന്ന് വീണ്ടും വീടിന്റെ മച്ചിലിൽ വച്ച് ഈ പായകൾ രണ്ടു ദിവസം കൂടി ഉണക്കിയാലെ ഇപ്രകാരം ഉണങ്ങിയ പപ്പടക്കൂട്ട് അതിൽ നിന്നും ഇളക്കിയെടുക്കുവാൻ സാധിക്കുമായിരുന്നുള്ളൂ. അപ്രകാരം ഉണങ്ങിയതിനുശേഷം ഇളക്കിയെടുക്കുന്ന പപ്പടത്തിന്റെ “കരകര” ശബ്ദം 72 വയസ്സുള്ള എന്റെ കർണ്ണപുടങ്ങളിൽ ഇപ്പോഴും നിത്യഹരിത ശോഭയാൽ നൃത്തം ചവിട്ടുന്ന അത്യപൂർവ്വ അനുഭവങ്ങളിൽ ഒന്നായി നിലനിൽക്കുന്നു.

16. ജീവിത വിജയ രഹസ്യം

എന്റെ ദൈവതുല്യരായ മാതാപിതാക്കൾ രാപ്പകൽ വ്യത്യാസമില്ലാതെ ഈ ഉണങ്ങിയ പപ്പടം ഇളക്കിയെടുക്കുന്നതിലായിരുന്നു കൂടുതൽ ശ്രദ്ധ പതിപ്പിച്ചിരുന്നത്. എന്റെ പിതാവ് എന്നും രാത്രി ഏറെ വൈകും വരെയും അതിരാവിലെ ഉണർന്നും മണ്ണെണ്ണ ചിമ്മിനിയുടെ വെളിച്ചത്തിൽ പായയിൽനിന്നും മരച്ചീനി പപ്പടം ഇളക്കിയെടുത്തിരുന്നു. ഈ പപ്പടം ഇളക്കിയെടുക്കുന്ന ശബ്ദം കേട്ടാണ് ചെറുപ്രായത്തിൽ ഞാൻ രാവിലെ പഠിക്കുവാൻ എഴുന്നേൽക്കുന്നത്. എന്റെ ജീവിത വിജയത്തിന്റെ ഏറ്റവും സുപ്രധാന കാലഘട്ടമായി ഞാൻ ഇന്ന് ആ മധുരസ്മൃതികളെ തലോടുന്നു.

ഇന്നത്തെ കുട്ടികളെ പഠിപ്പിക്കുവാൻ രക്ഷകർത്താക്കൾ എന്തു മാത്രം ശ്രദ്ധ കേന്ദ്രീകരിക്കുന്നുവെന്ന് പറയേണ്ടതില്ലല്ലോ! അക്കാലത്ത് കുട്ടികളാണെങ്കിൽ പോലും പാവപ്പെട്ട വീടുകളിൽ അവരവരുടെ ഉത്തരവാദിത്വമാണ് തങ്ങളുടെ പഠനം. അക്കാലത്ത് ഞാൻ വെളുപ്പിന് രണ്ടു മണിക്ക് എഴുന്നേറ്റ് മൂന്നാം പുത്തൻ തെരുവിൽ എന്റെ വീട്ടിനു മുൻ വശത്തുള്ള തെരുവ് വിളക്കിന്റെ പ്രകാശത്തിൽ നിത്യേന പഠിക്കാനിരിക്കുമായിരുന്നു. എല്ലാ ദിവസവും രാവിലെ ആറു മണിവരെ പഠനം തുടരുമായിരുന്നു. ആ സമയത്ത് എന്റെ പ്രിയങ്കരിയായ മാതാവ് കട്ടൻ കാപ്പി ഉണ്ടാക്കി തരുമായിരുന്നു. ഇപ്രകാരമുള്ള ജീവിതാനുഭവങ്ങൾ ജീവിതാന്ത്യം വരെ എന്റെ മനോമുകുരത്തിൽ നക്ഷത്ര ശോഭയായി വിരാജിക്കും എന്നതിൽ സംശയമില്ല. ഈ സന്ദർഭത്തിൽ എന്റെ കൺകണ്ട ദൈവങ്ങളായ യശഃശ്ശരീരരായ മാതാപിതാക്കളുടെ പാദാരവിന്ദങ്ങളിൽ അശ്രൂബിന്ദുക്കൾ അർപ്പിക്കുന്നു.

ഞാൻ രണ്ടാം പുത്തൻ തെരുവിലുള്ള പി.ആർ.ആർ. ട്യൂഷൻ

ഹോമിലും പഠിച്ചിരുന്നു. അവിടെ ഫീസായി നൽകിയിരുന്നത് 50 ഉഴുന്ന് പപ്പടവും 50 മരച്ചീനി പപ്പടവുമായിരുന്നു. അക്കാലത്ത് ഞാനും എന്റെ രണ്ടു ജ്യേഷ്ഠന്മാരും മണ്ണെണ്ണ ചിമ്മിനി വിളക്കിന്റെ ഇത്തിരി പ്രകാശത്തിൽ പഠിക്കുവാൻ മത്സരിക്കുമായിരുന്നുവെന്നതും സ്മൃതിമണ്ഡലത്തിൽ ഇപ്പോഴും മായാതെ മറയാതെ നക്ഷത്രപ്രഭപ്പോലെ മിന്നി തിളങ്ങുന്നു.

17. ആദ്യകാല കുടുംബ പശ്ചാത്തലവും വിദ്യാഭ്യാസവും

അക്കാലത്ത് തിരുവനന്തപുരം നഗരത്തിലെ സുപ്രധാന ഗവൺമെന്റ് സ്കൂളുകളിൽ ഒന്നായിരുന്ന അട്ടക്കുളങ്ങര ഗവ. ഹൈസ്കൂളിലാണ് എന്റെ മൂത്ത ജ്യേഷ്ഠൻ പഠിച്ചിരുന്നത്. രണ്ടാമത്തെ ജ്യേഷ്ഠൻ ഫോർട്ട് ഹൈസ്കൂളിലാണ് പഠിച്ചിരുന്നത്. യശ:ശരീരയായ എന്റെ മൂത്ത ചെല്ലമ്മാൾ ചേച്ചി അവരുടെ വിദ്യാഭ്യാസം ത്യജിച്ച് - തികച്ചും ത്യാഗ മനോഭാവത്തോടും നിശ്ചയദാർഢ്യത്തോടും ഇച്ഛാശക്തിയോടും അർപ്പണമനോഭാവത്തോടും കൂടി സ്വജീവിതക്ലേശങ്ങളെ കുടുംബത്തിന്റെ - കുടുംബാംഗങ്ങളുടെ യശസ്സിനും നന്മയ്ക്കും സന്തോഷത്തിനും ഐശ്വര്യത്തിനും വേണ്ടി വിദ്യാഭ്യാസം - സർവ്വവും ഉപേക്ഷിച്ച് ഏവരെയും 'എന്റേത് എന്റേത് മാത്ര'മെന്ന അതിവിശാല ഹൃദയബന്ധത്തിന്റെ ഊഷ്മളതയെ കാത്തുസൂക്ഷിച്ച് കരുതലായി, കരുത്തായി ഉൾക്കൊണ്ട് എല്ലാവരെയും മാറോടണച്ച് പരിചരിച്ച് ജീവിതസൗഭാഗ്യം കണ്ടെത്തിയ ദൈവത്തിന്റെ സ്വന്തം കൈയ്യൊപ്പുള്ള സ്ത്രീ രത്നമായിരുന്നു. അവർക്ക് ഒരു കുഞ്ഞിക്കാല് കാണാനുള്ള സൗഭാഗ്യം ലഭിച്ചില്ലായെന്ന ദു:ഖസത്യവും ആദ്യഭാഗത്ത് സൂചിപ്പിച്ചിരുന്നു. എങ്കിലും ഞങ്ങൾ എല്ലാവരും സ്വന്തം അമ്മയെപോലെ അവരെ ശുശ്രൂഷിച്ചിരുന്നു. കാരണം ഞങ്ങൾക്ക് ഓരോരുത്തർക്കും വേണ്ടി അവർ സഹിച്ച ജീവിത ത്യാഗം അവർണ്ണനീയമാണ്. രണ്ടാമത്തെ ലക്ഷ്മി ചേച്ചി (84 വയസ്സ്) മണക്കാട് ഗേൾസ് ഹൈസ്കൂളിലാണ് ആദ്യകാലത്ത് പഠിച്ചിരുന്നത്. ഞങ്ങളുടെ ദരിദ്ര കുടുംബത്തിന്റെ നെടുംതൂണും കുടുംബത്തിന്റെ സാമ്പത്തിക ഭാരം ഒട്ടുമുക്കാലും തനിയെ

ചുമന്ന ദൈവത്തിന്റെ സദ്സൃഷ്ടിയുമാണ് ഏജീസ് ഓഫീസിലെ യു.ഡി ക്ലാർക്കായിരുന്ന ആ ചേച്ചി. അക്കാലത്ത് മാസം 150 രൂപയാണ് ഏജീസ് ഓഫീസിലെ യു. ഡി. ക്ലാർക്കിന് ശമ്പളമായി ലഭിച്ചിരുന്നത്. കുടുംബ ത്തിന്റെ സാമ്പത്തിക ബാധ്യത സ്വയം ഏറ്റെടുത്തിരുന്നതിനാൽ ലക്ഷ്മി ചേച്ചിയുടെ വിവാഹം പോലും വളരെ വൈകിയാണ് നടന്നത്. ചുരുക്ക ത്തിൽ ഞങ്ങളുടെ എല്ലാവരുടെയും അന്നദാതാവും കൂടിയായിരുന്നു എന്റെ പ്രിയ ലക്ഷ്മി ചേച്ചി.

18. വൈദ്യുതി വെളിച്ചത്തിന്റെ പുതുപുത്തനുണർവ്വ്

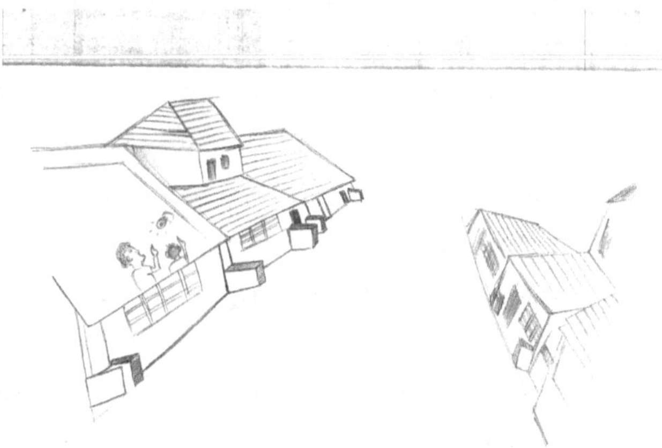

ഞങ്ങൾ താമസി ച്ചിരുന്ന മൂന്നാം പുത്തൻ തെരുവിൽ ആ കാലത്ത് മിക്ക വീടുകളിലും വൈദ്യുതി കണക്ഷൻ ഇല്ലായിരുന്നു. രാത്രി കാലങ്ങളിൽ കുടുംബ ത്തിലെ എല്ലാ കാര്യ ങ്ങൾക്കും പ്രത്യേകിച്ച് കുട്ടികളുടെ പഠനാവശ്യ ങ്ങൾക്കും മറ്റും മണ്ണെണ്ണ വിളക്കിലൂടെയുള്ള ഇത്തിരി പ്രകാശം മാത്രമാണ് കിട്ടിയിരുന്ന ത്. എന്നാൽ അപ്പോൾ ഞങ്ങളുടെ വീടിന്റെ മുൻവശത്തുള്ള ഇലക്ട്രിക് പോസ്റ്റിൽ സ്ട്രീറ്റ് ലൈറ്റ് ഉണ്ടായിരുന്നത് തെരുവ് യാത്രക്കാർക്ക് വളരെ ഉപയോഗപ്രദമായിരുന്നു. ഞങ്ങളുടെ ജീവിക്കുന്ന ദൈവമായ പിച്ചു അമ്മാളിന്റെ (വല്യമ്മയുടെ) ശക്തമായ ഇടപെടലിന്റെയും അതിനുള്ള സാമ്പത്തിക ചെലവ് അവർ ഏറ്റെടുത്തതിന്റെയും ഫലമായി ഞങ്ങളുടെ വീട്ടിലും അവസാനം വൈദ്യുതി കണക്ഷൻ ലഭ്യമായി. അന്ന് കേവലം രണ്ട് ബൾബുകൾ മാത്രമാണ് ഞങ്ങളുടെ വീട്ടിലെ ആവശ്യത്തിനുണ്ടായി രുന്നത്. അക്കാലത്ത് ഓപ്പൺ വയറിങ് മാത്രമാണ് നടത്തിയിരുന്നത്. ഞങ്ങളുടെ വീട്ടിൽ വൈദ്യുതി പ്രകാശം ലഭിച്ച ആദ്യ ദിവസം ജീവിത

ത്തിൽ ഒരിക്കലും മറക്കുവാൻ സാധിക്കുകയില്ല. വൈദ്യുതി കണക്ഷനിലൂടെ ലഭിച്ച പ്രകാശത്തിനും അതിലൂടെ ഞങ്ങൾ കുട്ടികൾക്ക് ലഭിച്ച ആനന്ദാതിരേകത്തിനും സീമകളില്ലായിരുന്നു. ചുരുക്കത്തിൽ എക്കാലവും സ്പന്ദിക്കുന്ന ഒരു മധുരസ്മരണയായിരുന്നു ആ പുതു പുത്തനനുഭവം.

19. ദൈന്യതയാർന്ന ദൈനംദിന ജീവിതം

എന്റെ കുട്ടിക്കാലത്ത് ദാരിദ്ര്യ പിശാച് ആവുംവിധം വിളയാടിയ മാതാപിതാക്കൾ ഉൾപ്പെടെ 10 അംഗങ്ങളുള്ള, ഒരു വലിയ സാധു ബ്രാഹ്മണ കുടുംബമായിരുന്നു ഞങ്ങളുടേത്. അക്കാലത്ത് ഞങ്ങളുടെ പ്രഭാത ഭക്ഷണം ശ്രീ പത്മനാഭസ്വാമി ക്ഷേത്രത്തിൽ നിന്നും രാവിലെ ലഭിക്കുന്ന പായസ പ്രസാദമാണ്. മിക്കവാറും എല്ലാ അംഗങ്ങളും അവിടെ പോയി കഴിക്കുകയാണ് പതിവ്. ഇപ്രകാരമുള്ള അനുഭവങ്ങൾ ജീവിതത്തിൽ ഒരിക്കലും ഞങ്ങൾക്ക് മറക്കുവാൻ സാധിക്കുകയില്ല. അക്കാലത്തെ തിക്തമായ ജീവിതാനുഭവത്തിന്റെ പ്രത്യുപകാരമെന്നോണം എന്റെ മൂത്ത ജ്യേഷ്ഠനായ എച്ച്. മഹാദേവൻ ഇപ്പോൾ സാമ്പത്തികമായി യാതന അനുഭവിക്കുന്ന കുറച്ചുപേർക്ക് വേണ്ടി എല്ലാ ദിവസവും രാവിലത്തെ പ്രഭാത ഭക്ഷണം പത്മനാഭസ്വാമി ക്ഷേത്രത്തിനു മുൻവശമുള്ള ഹോട്ടലിൽ കുറച്ചുകാലത്തേക്ക് ക്രമീകരിച്ചിട്ടുണ്ടായിരുന്നു എന്ന വിവരം കൂടി സസന്തോഷം ഇവിടെ കുറിക്കട്ടെ.

20. ജീവാമൃതമാം അന്നസ്രോതസ്സ്

പത്മനാഭസ്വാമി ക്ഷേത്രത്തിന്റെ പടിഞ്ഞാറ് ഭാഗത്തുള്ള വലിയ ഊട്ടുപുരയിൽ അക്കാലത്ത് പൊതുജനങ്ങൾക്കായി ഉച്ചയ്ക്കുള്ള ചോറ് കൊടുക്കുന്ന സമ്പ്രദായം ഉണ്ടായിരുന്നു. അവിടെ നിന്നും 10 കട്ടിച്ചോറ് മഹാദേവ മാമന്റെ കൈയ്യിൽ നിന്നും രണ്ടു രൂപ വില നൽകി വാങ്ങുമായിരുന്നു. അതിനായി മിക്കവാറും എല്ലാ ദിവസവും എന്റെ വാത്സല്യനിധിയായ അമ്മ തന്നെയാണ് പോയിരുന്നത്. എന്നാൽ ചില ദിവസങ്ങളിൽ ഞാനും മറ്റു

ജ്യേഷ്ഠന്മാരും പോയി ചോറു വാങ്ങി വരാറുണ്ടായിരുന്നു. അപ്രകാരം വാങ്ങുന്ന പത്ത് കട്ടിച്ചോറ് ഒരു പോണിയിൽ (ചോറുപാത്രം) ഇട്ടു തരുമായിരുന്നു. 10 കട്ടി ചോറും തലയിൽ വച്ച് ചുമന്നു കൊണ്ടുവരുന്ന ആ രംഗം ഇപ്പോഴും എന്റെ മനസ്സിൽ തെളിനീർപോലെ തെളിഞ്ഞു കാണുന്നുണ്ട്. അക്കാലത്ത് പൊതുവേ എല്ലാവരും ചപ്പലുകൾ ഉപയോഗിക്കാത്ത കാലമാണ്. നട്ടുച്ചയ്ക്ക് പൊള്ളുന്ന ചൂടിൽ ഈ ചോറും ചുമന്ന് നഗ്നപാദനായി റോഡിലൂടെ നടന്നുവരുന്നത് വളരെയധികം അസഹനീയമായ സംഭവമാണ്. ഉച്ചവെയിലിന്റെ കാഠിന്യം അധികരിക്കുകയാണെങ്കിൽ എന്റെ അന്നത്തെ സ്ഥിതി പറഞ്ഞറിയിക്കുവാൻ അത്ര എളുപ്പമല്ല. ഇപ്രകാരം ലഭ്യമായ കട്ടിച്ചോറ് കഴിക്കുവാൻ മറ്റു കറികളൊന്നും ക്ഷേത്രത്തിൽ നിന്നും ലഭ്യമല്ലാത്തതിനാൽ അടുത്തുള്ള ചെറിയ കടയിൽനിന്നും സാമ്പാറും ചമ്മന്തിയും കൂടി വാങ്ങി കൊണ്ടുവന്നു ഓരോ ദിവസത്തെയും ഉച്ചയൂണ് കുടുംബസമേതം കഴിക്കുക പതിവായിരുന്നു. ശ്രീ പത്മനാഭസ്വാമി ക്ഷേത്രത്തിലെ കട്ടിച്ചോറിന്റെ ലഭ്യത ഞങ്ങളെ എത്ര മാത്രം സഹായിച്ചുവെന്ന് പറയുവാൻ വാക്കുകളില്ല. രാത്രികാലങ്ങളിൽ അത്താഴം കഴിക്കുന്നതിന് ഉച്ചയ്ക്ക് വാങ്ങിയ കട്ടിച്ചോറിന്റെ ബാക്കിയിരിക്കുന്നത് എല്ലാവർക്കുമായി അമ്മ വീതിച്ചു തരുമായിരുന്നു. അപ്രകാരമുള്ള ഓർമ്മ ഇന്നും എന്നും എക്കാലവും സ്മൃതിമണ്ഡലത്തിൽ ഹരിതശോഭയായി നിലനിൽക്കുമെന്നതാണ് സത്യം.

21.നാമമാത്ര വിലയ്ക്ക് പാഠ പുസ്തക സമാഹരണം-ആസ്വാദ്യ പഠനാനുഭവം

വൈകുന്നേരങ്ങളിൽ ഞാൻ കടകളിൽ പപ്പടം കൊണ്ട് കൊടുക്കുകയും അതിനോടൊപ്പം പുത്തരിക്കണ്ടം മൈതാനത്തിലുള്ള ആക്രി കച്ചവടക്കാരിൽനിന്നും പഴയ പാഠപുസ്തകങ്ങൾ വളരെ നിസ്സാരമായ വിലയ്ക്ക് വാങ്ങുകയും ചെയ്യുമായിരുന്നു. കാരണം ഞാൻ എട്ടാം ക്ലാസ്സ് മുതൽ ഇംഗ്ലീഷ് മീഡിയത്തിൽ എസ്.എം.വി .സ്കൂളിൽ പഠിച്ചു തുടങ്ങിയതിനാൽ മലയാളം മീഡിയത്തിലുള്ള സാമൂഹ്യശാസ്ത്രം, സയൻസ് എന്നീ വിഷയങ്ങളിലെ മലയാള പുസ്തകങ്ങൾ കൂടി അധികമായി വാങ്ങിക്കുകയും അവയിലെ മലയാള തർജ്ജമ കൂടി വായിച്ച്, വളരെ ലളിതമായി ആസ്വദിച്ച്പഠിക്കാൻ ശ്രദ്ധ നൽകിയതിനാൽ അനായാസം മറ്റുള്ളവരുടെ

സഹായമില്ലാതെ പഠനത്തിൽ മുൻനിര കുട്ടികളിലൊരാളായി മാറുവാൻ എനിക്ക് സാധിച്ചു.

22. മാതൃത്വത്തിന്റെ അക്ഷയഖനി

ഞങ്ങളുടെ കൺകണ്ട ദൈവമായിരുന്ന പിച്ചു അമ്മാൾ എന്ന വല്യമ്മയ്ക്ക് ഞങ്ങളുടെ എല്ലാവരുടെയും പഠനകാര്യങ്ങളിലും അച്ചടക്കത്തിലും ഒരു തരത്തിലുമുള്ള വിട്ടുവീഴ്ചയുമില്ലായിരുന്നു. സ്വന്തം മക്കളായി ഞങ്ങളെ സ്നേഹിച്ച വല്യമ്മ ഞങ്ങളുടെ ഒരു വിധത്തിലുള്ള അനാവശ്യങ്ങൾക്കും വഴങ്ങിയിരുന്നില്ല. കുടുംബത്തിലെ ഓരോ അംഗങ്ങളുടെയും ഭാവി കൂടുതൽ മികവുറ്റതാവാൻ ഇപ്രകാരമുള്ള വല്യമ്മയുടെ കർശന ഇടപെടീൽ വളരെയധികം സഹായിച്ചിട്ടുണ്ട്. എന്റെ സ്നേഹനിധിയായ മാതാവ് വൈകുന്നേരങ്ങളിൽ അടുത്തുള്ള ഏതാനും വീടുകളിൽ അടുക്കളപ്പണിക്കായി പോകാറുണ്ടായിരുന്നു. ആ സമയത്ത് ഞാനും വളരെ സന്തോഷത്തോടു കൂടി അമ്മയോടൊപ്പം പോകുമായിരുന്നു. അപ്രകാരം പോകുന്നതിന് എന്നെ അന്ന് നയിച്ച ചേതോവികാരം മറ്റൊന്നുമായിരുന്നില്ല, മറിച്ച്, ആ വീടുകളിൽനിന്നും ഒരു നേരത്തെ കാപ്പിയും പലഹാരങ്ങളും കിട്ടുമെന്ന അത്യാർത്തി തന്നെയായിരുന്നുവെന്ന് ഞാൻ നിസങ്കോചം പ്രസ്താവിച്ചുകൊള്ളട്ടെ.

23. സ്വാദൂറും മാമ്പഴകിച്ചടി

ഞങ്ങളുടെ വീടിന്റെ അടുത്തുള്ള വിജനമായ പുരയിടങ്ങളിൽ നിൽക്കുന്ന മാവുകളിൽ നിന്നും മാമ്പഴക്കാലത്ത് പഴുത്തു വീഴുന്ന മാമ്പഴങ്ങൾ ഞാനും ജ്യേഷ്ഠന്മാരും പെറുക്കിയെടുത്ത് കൊണ്ടുവന്ന് മാമ്പഴകിച്ചടി ഉണ്ടാക്കി ഉപയോഗിച്ചിരുന്നത് സ്വാദൂറുന്ന ഓർമ്മകളായി ഇപ്പോഴും നിലനിൽക്കുന്നു.

24. മനുഷ്യ സമൂഹത്തോടുള്ള അളവറ്റ കടപ്പാട്

വേനലവധി കഴിഞ്ഞ് സ്കൂൾ തുറക്കുന്നതിനു മുൻപ് എന്റെ വല്യമ്മയും അമ്മയും ജോലിക്ക് പോകുന്ന വീടുകളിൽ നിന്നും അവിടത്തെ കുട്ടികൾ ഉപയോഗിച്ച നിക്കർ, ഷർട്ട് എന്നിവ രാത്രി കൊണ്ടുവരുന്ന സമയത്ത്, മണ്ണെണ്ണ വിളക്കിന്റെ വെളിച്ചത്തിൽ, അതിയായ ആനന്ദത്തോടെയും സന്തോഷത്തോടെയും അവ പരിശോധിച്ചു അവരവർക്ക് പാകമാ

കുന്നത് എടുക്കുമ്പോൾ മനസ്സ് നിറയെ ആഹ്ലാദം കൊണ്ട് വീർപ്പുമുട്ടും. ആ അനുഭവം വർണ്ണനാതീതമാണ്. അതിന്റെ മധുരിക്കുന്ന ഓർമ്മ നില നിർത്തുവാനാണ് എല്ലാ വർഷവും സ്കൂൾ തുറക്കുന്നതിന് മുമ്പ് എസ്. എം.വി. സ്കൂളിലെ പാവപ്പെട്ട കുട്ടികൾക്ക് യൂണിഫോം, യാത്ര ചെലവ്, നോട്ടുബുക്കുകൾ എന്നീ ചെലവുകൾക്കായി ഒരു നിശ്ചിത തുക സ്കൂൾ ഹെഡ്മാസ്റ്ററെ ഞാൻ നേരിട്ട് കണ്ട് ഇപ്പോഴും ഏൽപ്പിച്ചുകൊണ്ടിരിക്കുന്നത്. ഞാൻ സർവീസിലായിരുന്ന കാലത്ത് ഈ തുക ശമ്പളത്തിൽ നിന്നും, വിരമിച്ചതിനുശേഷം പെൻഷൻ തുകയിൽ നിന്നും കൃത്യമായും കൊടുത്തു വരികയാണ്. ഈ രീതി ജീവിതാന്ത്യം വരെ തുടരുവാനാണ് ഞാൻ ഇപ്പോഴും ആഗ്രഹിക്കുന്നത്. നാം എത്രത്തോളം ഉയർന്ന പടവുകളും പദവികളും ആർജ്ജിച്ചാലും സാമ്പത്തികമായി എത്ര ഉയർന്നാലും പഴമയെ ഓർക്കുകയും സഹജീവി സൗഹാർദത്തോടുകൂടിയുള്ള സഹായവും താങ്ങും തണലും കരുതലും മനുഷ്യ സമൂഹത്തിന് നിർലോഭം നൽകുകയും ചെയ്യുന്നതാണ് മനുഷ്യന്റെ യഥാർത്ഥ ധാർമ്മിക ഉത്തരവാദിത്വമെന്ന് ഞാൻ വിശ്വസിക്കുന്നു.

25. ആത്മനിർവൃതിയുടെ സാന്ത്വനസ്പർശം

ഞങ്ങളുടെ തിരുവനന്തപുരം, പുത്തൻ തെരുവ് ഗ്രാമത്തിൽ താമസിക്കുന്ന സാമ്പത്തികമായി വളരെയധികം പിന്നോക്കം നിൽക്കുന്ന രണ്ട് സാധു കുടുംബങ്ങളിലെ തലമൂത്ത ഓരോ പെൺകുട്ടികളെ തിരഞ്ഞെടുത്ത് അവരുടെ തുടർന്നുണ്ടാകുന്ന വിദ്യാഭ്യാസ ചെലവ് മുഴുവനും നൽകി സഹായിക്കുവാൻ എന്റെ കുടുംബം തീരുമാനിച്ചു. തെരഞ്ഞെടുത്ത ആ രണ്ടു കുട്ടികളും നല്ല നിലയിൽ എഞ്ചിനീയറിംഗ് വിദ്യാഭ്യാസം പൂർത്തീകരിക്കുകയും അവർക്ക് ക്യാമ്പസ് സെലക്ഷനോട് കൂടി ഉയർന്ന നിലവാരത്തിൽ ഉപജീവനത്തിനായി തൊഴിൽ ലഭിക്കുകയും ചെയ്തു. തുടർന്ന് ഇരുവരുടെയും വിവാഹം മെച്ചപ്പെട്ട നിലയിൽ നടത്തുകയും ചെയ്തുവെന്നത് മനസ്സിന് വളരെയധികം ആനന്ദം നൽകുന്ന അനുഭൂതിയാണ്. “സമൂഹസേവ മാധവ സേവ” എന്ന ആശയം അന്വർത്ഥമാക്കാൻ കഴിഞ്ഞുവെന്നത് ദൈവനിശ്ചയമായിരുന്നു എന്ന് ഞങ്ങൾ ഏവരും വിശ്വസിക്കുന്നു. ഇപ്രകാരമുള്ള സത്പ്രവർത്തികളിൽ നിന്നും നമുക്ക് ലഭിക്കുന്ന സായൂജ്യം പീയൂഷ സമാനമാണെന്ന യാഥാർത്ഥ്യം കൂടി ഇവിടെ

പരാമർശിച്ചുകൊള്ളുന്നു. ആയതിനാൽ ഭൂമുഖത്ത് അത്യപൂർവ്വമായി ലഭിക്കുന്ന മനുഷ്യജന്മം സാർത്ഥകമാകണമെങ്കിൽ സഹജീവികളായ മനുഷ്യസമൂഹത്തെ യാതൊരുവിധ സ്വാർത്ഥ താൽപര്യങ്ങളുമില്ലാതെ പരമാവധി സഹായിക്കുവാനുള്ള സന്മനസ്സ് ഉണ്ടാകണമെന്ന് സൂചിപ്പിച്ചു കൊള്ളട്ടെ.

ഞാൻ വളരെക്കാലം താമസിച്ചിരുന്ന പുത്തൻ തെരുവ് ഗ്രാമം എന്റെ മനസ്സിനെ എപ്പോഴും അലട്ടിക്കൊണ്ടിരിക്കുമായിരുന്നു. പണ്ടൊക്കെ ശ്രീ പത്മനാഭസ്വാമി ക്ഷേത്രത്തിൽനിന്നും പാവപ്പെട്ട ഗ്രാമവാസികൾക്ക് പ്രഭാത ഭക്ഷണവും ഉച്ചഭക്ഷണവും മുടങ്ങാതെ കിട്ടിക്കൊണ്ടിരുന്നു. പിന്നെ കാലം കഴിയുന്തോറും പല മാറ്റങ്ങളും വന്നു. പത്മനാഭസ്വാമി ക്ഷേത്ര ദർശനത്തിന് വരുന്ന ഭക്തർക്ക് ഇപ്പോഴും ഉച്ചഭക്ഷണം സൗജന്യമായി ഒരുക്കിയിട്ടുണ്ട്. എന്നാൽ അന്നത്തെ പട്ടിണി പാവങ്ങൾക്ക് ഇപ്പോഴും ഒരു കുറവും ഇല്ല. ഇത് എന്നിൽ വളരെ വേദന ഉളവാക്കി. അങ്ങനെ പുത്തൻ തെരുവ് അഗ്നീശ്വര മഹാദേവൻ അമ്പലത്തിൽ പത്തമ്പതു പേർക്ക് ദിവസവും സൗജന്യ ഭോജനം കൊടുക്കുന്നതായി അറിഞ്ഞു. അങ്ങനെ ആ മഹത് സംരംഭത്തിൽ ഭാഗഭാക്കാകാൻസാധിച്ചു. കെ. ഹരിഹരയ്യർ, പി. പാർവ്വതി അമ്മാൾ, പിച്ചു അമ്മാൾ എന്നിവരുടെ പേർക്ക് ഒരു നിശ്ചിത തുക നിക്ഷേപിച്ചു. മേൽപടി തുകയുടെ പലിശ ഉപയോഗിച്ച് ഇവിടെ മുടങ്ങാതെ ഗ്രാമഭോജനം നടത്തിവരുന്നു.

ദാരിദ്ര്യം ജീവിത വിജയത്തിന് ഒരിക്കലും പ്രതിബന്ധമാകുകയില്ലായെന്നതാണ് എന്റെ പച്ചയായ ജീവിതാനുഭവങ്ങൾ എന്നെ പഠിപ്പിച്ചത്. അതിന് ദൃഷ്ടാന്തമായ ഒരു അനുഭവം ഞാൻ നിങ്ങളുമായി പങ്കുവെക്കുവാൻ ആഗ്രഹിക്കുന്നു. ഞങ്ങളുടെ കുടുംബത്തിൽ സഹോദരങ്ങളായി മൂന്ന് ആണും നാല് പെണ്ണും ഉൾപ്പെടെ 10 അംഗങ്ങളുണ്ടെന്ന് ആദ്യഭാഗത്ത് പരാമർശിച്ചിട്ടുണ്ടല്ലോ. എന്നാൽ അക്കാലത്ത് ഞങ്ങളുടെ തൊട്ടടുത്ത് 12 അംഗങ്ങളുള്ള സാമ്പത്തികമായി മുൻനിരയിലുള്ള ഒരു കുടുംബം ഉണ്ടായിരുന്നു. വൈകുന്നേരങ്ങളിൽ ഞങ്ങൾ കുട്ടികളെല്ലാം ഒത്തുകൂടി വീടിന്റെ മുൻവശത്തുള്ള പ്രധാന റോഡിൽ കിളിത്തട്ട്, പാണ്ടികളി, ഏറ് കളി, ഓട്ടപ്പന്തയം എന്നിവ വളരെ സന്തോഷമായി കളിക്കുമായിരുന്നു. റോഡ് ടാർ ചെയ്യാത്ത നല്ല മണ്ണുള്ള സ്ഥലമായതിനാൽ കുട്ടികളായ

ഞങ്ങൾക്കാർക്കും യാതൊരുവിധ ടെൻഷനും ഇല്ലായിരുന്നു. എന്റെ അയൽവാസികളായ കുട്ടികൾ അവരുടെ വീട്ടിൽ ഉണ്ടാക്കുന്ന പലഹാരങ്ങൾ ഞങ്ങൾക്ക് കൊണ്ടുവന്ന് തരുമായിരുന്നു. വളരെ നല്ല സൗഹൃദം ഇരുകൂട്ടരും നിലനിർത്തിയിരുന്നു. എന്നാൽ രണ്ടു കുടുംബത്തിലെയും കുഞ്ഞുങ്ങളെ അവരവരുടെ മാതാപിതാക്കൾ കൈകാര്യം ചെയ്തിരുന്നത് വ്യത്യസ്ത രീതിയിലായിരുന്നു.

ഞങ്ങളുടെ വീട്ടിൽ കുട്ടികളെല്ലാവരും നിർബന്ധമായും നിശ്ചിത സമയത്ത് ഉറക്കമെഴുന്നേൽക്കണം, പഠിക്കണം, കൃത്യസമയത്ത് പ്രാർത്ഥിക്കണം, കൂടാതെ ദൈനംദിന പ്രവർത്തനങ്ങൾ മുടക്കമില്ലാതെ കൃത്യസമയത്ത് ചെയ്യണം എന്നിങ്ങനെയായിരുന്നു ചിട്ട. മാത്രവുമല്ല, ഇക്കാര്യങ്ങളിൽ യാതൊരുവിധ വിട്ടുവീഴ്ചയും രക്ഷിതാക്കളിൽനിന്ന് പ്രതീക്ഷിക്കുവാൻ സാധ്യത ഇല്ലായിരുന്നു. ആ സമയത്ത് ഞങ്ങൾക്ക് ഒരു ഉദ്ദേശ്യമേ ഉണ്ടായിരുന്നുള്ളു- "നന്നായി പഠിച്ച് നന്നാകുന്നതിനോടൊപ്പം അച്ചടക്കത്തോടെ ജീവിക്കുക"- എന്നതായിരുന്നു. എന്നാൽ ഞങ്ങളുടെ അയൽവാസികളായ കൂട്ടുകാരുടെ കുടുംബം സാമ്പത്തികമായി വളരെയധികം മുൻപന്തിയിൽ ആയിരുന്നുവെങ്കിലും എല്ലാ കുട്ടികളും അച്ചടക്കം ഇല്ലാത്തവരായി, അനുസരണ ഇല്ലാത്തവരായി, ലക്ഷ്യബോധമില്ലാത്തവരായി, ജീവിതമൂല്യങ്ങളില്ലാത്തവരായി കാലക്രമേണ മാറുകയാണ് ചെയ്തത്. തത്ഫലമായി അവരുടെ സാമ്പത്തിക ഭദ്രത ഇല്ലാതാവുകയും അവർ താമസിച്ചിരുന്ന സുന്ദരമായ ഭവനം വിറ്റ് അവർക്ക് നാട് ഉപേക്ഷിച്ചു പോകേണ്ടതായും വന്നു. അതിനാൽ നാം എല്ലാവരും സ്വജീവിതത്തിൽ ചെറുപ്രായത്തിൽ തന്നെ കഠിനാദ്ധ്വാനം, അർപ്പണ മനോഭാവം, ലക്ഷ്യബോധം, നിശ്ചയദാർഢ്യം, കരുത്ത്, അച്ചടക്കം, വിനയം, സാമൂഹ്യപ്രതിബദ്ധത, ഇച്ഛാശക്തി എന്നീ ആശയങ്ങൾക്ക് മുൻതൂക്കം നൽകി ദൈനംദിന ജീവിതക്രമം സമയോചിതമായി, ശാസ്ത്രീയമായി ചിട്ടപ്പെടുത്തേണ്ടതാണ്. മാത്രമല്ല, വരും തലമുറയ്ക്ക് അന്യം നിന്നു പോകാതെ ഈ ആശയങ്ങൾ പ്രായോഗികമായി ബോധ്യപ്പെടുത്തി കൊടുക്കേണ്ടത് നമ്മുടെ ഓരോരുത്തരുടെയും ധാർമ്മിക ഉത്തരവാദിത്തമാണ്. ജീവിതത്തിൽ ഞാൻ അനുഭവിച്ചറിഞ്ഞതും തിരിച്ചറിഞ്ഞതുമായ യഥാർത്ഥ ജീവിതമൂല്യങ്ങൾ ജീവിതവിജയത്തിന്റെ സുശക്തവും സുവ്യക്തവുമായ

ചവിട്ടുപടികളായെന്ന് കാലം എന്നെ ബോധ്യപ്പെടുത്തിയത് ജീവിതസൗഭാഗ്യമായി ഞാൻ കരുതുന്നു.

എന്റെ ബാല്യകാലം മുതൽക്കെ തന്നെ ഞാൻ വിചാരിച്ചത് നടത്തുകയെന്നതായിരുന്നു ശീലം. യാതൊരു വിട്ടുവീഴ്ചയുമില്ല. ഞാൻ അച്ഛനോട് എന്തെങ്കിലും ആവശ്യപ്പെട്ടിട്ട് തന്നില്ലെങ്കിൽ അച്ഛന്റെ രണ്ടു കാലിലും വളരെ ബലമായി പിടിച്ച് അച്ഛനെ അനങ്ങാൻ സമ്മതിക്കുകയില്ല. ഒരു വിധത്തിലും നീങ്ങാൻ സാധിക്കുകയില്ല. അപ്പോൾ ഞങ്ങളുടെ അടുത്ത വീട്ടിൽ താമസിക്കുന്ന കുമരി മാമി ഓടി വന്ന് എന്നെ പിടിച്ചു വളരെ ബലമായി എന്റെ കൈകൾ വിടുവിച്ച് നിസ്സഹായനായ അച്ഛനെ ബന്ധനത്തിൽ നിന്നും മോചിപ്പിക്കും. ഇതിപ്പോൾ ഞാൻ പറയുന്നതെന്തിനെന്നാൽ ഞങ്ങളുടെ കുടുംബവും മാമിയുടെ കുടുംബവും അത്ര അടുപ്പത്തിലായിരുന്നു. മാമൻ (അമ്മയുടെ ചേട്ടൻ) വാർദ്ധക്യ സഹജമായ അസുഖങ്ങളാൽ വളരെ നേരത്തെ തന്നെ മരണപ്പെട്ടു. മാമിയുടെ മക്കളായ മണിയണ്ണ, കണ്ണൻ, കൃഷ്ണൻ, പൊന്നമ്മാൾ എന്നിവർ കുടുംബാംഗങ്ങളെ പോലെ കഴിഞ്ഞിരുന്നു. പൊന്നമ്മാളുടെ ഭർത്താവായ ഹരിഹരൻ വിദേശത്തായിരുന്നിട്ടുപോലും ഞങ്ങളുടെ എല്ലാ കല്യാണങ്ങൾക്കും വിശേഷങ്ങൾക്കും ക്യാമറയുമായി വരികയും ഞങ്ങളുടെ കല്യാണത്തിന് കളർഫോട്ടോ എടുക്കുകയും ചെയ്യുമായിരുന്നു. കുമരി മാമി ഞങ്ങളുടെ കുടുംബത്തിന് ഒരു താങ്ങായിരുന്നു. ഈ മാമിയെ കൂടാതെ അമ്മയുടെ സഹോദരനായ ചിദംബരയ്യർ മാമനും കുടുംബവും ഉണ്ടായിരുന്നു. ഇപ്പോൾ രണ്ടു മക്കൾ മാത്രമാണ് ജീവിച്ചിരിക്കുന്നത്.

അദ്ധ്യായം രണ്ട്
വിദ്യാഭ്യാസം

പ്രാഥമിക വിദ്യാഭ്യാസം - അച്ചടക്കത്തിന്റെ മാഹാത്മ്യം

എന്റെ പ്രാഥമിക വിദ്യാഭ്യാസം ആരംഭിക്കുന്നത് രണ്ടാം പുത്തൻതെരുവിലുള്ള ഫോർട്ട് യു.പി.എസിൽ (സത്രം സ്കൂൾ) ആയിരുന്നു. ഈ സ്കൂളിലാണ് അക്കാലത്ത് ഒന്നാം പുത്തൻ തെരുവിലെയും രണ്ടാംപുത്തൻ തെരുവിലെയും മൂന്നാം പുത്തൻ തെരുവിലെയും കുട്ടികൾ പ്രാഥമിക വിദ്യാഭ്യാസം നടത്തിയിരുന്നത്. യു.പി. സ്കൂൾ ആയിരുന്നെങ്കിലും ആയിരത്തിലധികം കുട്ടികൾ അവിടെ പഠനം നടത്തിയിരുന്നു. സ്കൂളിലെ രാവിലെയുള്ള പ്രാർത്ഥന സമയത്ത് സ്കൂൾ ഗ്രൗണ്ട് കുട്ടികളെ കൊണ്ട് നിറഞ്ഞു കവിഞ്ഞിരുന്നു. അന്നത്തെ സ്കൂളിലെ ഒരു പ്രാർത്ഥനയുടെ തുടക്ക ഭാഗം ചുവടെ കൊടുത്തിരിക്കുന്നു.

'അഖിലാണ്ഡമണ്ഡലം അണിയിച്ചൊരുക്കി
അതിനുള്ളിൽ ആനന്ദ ദീപം കൊളുത്തി'

ഓരോ ദിവസവും ഇപ്രകാരമുള്ള അതിമനോഹരമായ പ്രാർത്ഥനാഗീതങ്ങൾ ആയിരുന്നു ചൊല്ലിയിരുന്നത്. പ്രാർത്ഥന കഴിയുന്നതോടൊപ്പം ക്ലാസ്സുകൾ ആരംഭിക്കുമായിരുന്നു. അക്കാലത്ത് കുട്ടികൾ കർക്കശമായ അച്ചടക്കം പാലിക്കേണ്ടവരായിരുന്നു. അതുകൊണ്ട് പ്രാർത്ഥനയ്ക്ക് മുമ്പ് തന്നെ എല്ലാ കുട്ടികളും സ്കൂളിൽ എത്തിച്ചേരുമായിരുന്നു. അക്കാലത്ത് സ്കൂളിൽ നിന്നും ലഭിച്ച അച്ചടക്കബോധമാണ് എന്റെ ജീവിതത്തിലുടനീളം അല്പവും ചോർന്നു പോകാതെ ഞാൻ കാത്തുസൂക്ഷിച്ചത്. ഈ അച്ചടക്കമാണ് എന്റെ ജീവിതവിജയത്തിന് മുതൽക്കൂട്ടായത് എന്ന കാര്യം അതിയായ അഭിമാനത്തോടുകൂടി ഇപ്പോഴും സ്മരിക്കുന്നു.

എന്റെ സ്മൃതിമണ്ഡപത്തിൽ ഇന്നും ദീപ്തസ്തംഭങ്ങളായി നിലനിൽക്കുന്നത് അക്കാലത്തെ ഗുരുവര്യന്മാരാണ്. ഹെഡ്മാസ്റ്റർ കുട്ടൻപിള്ള സാർ, കൂടാതെ രാമചന്ദ്രൻ സാർ, അബ്ദുൽ ഖാദർ സാർ, ലളിതാംബിക ടീച്ചർ, റാവു സാർ, ഗോമതിയമ്മ ടീച്ചർ (സംഗീതം), വസു

മതി ടീച്ചർ (ഹിന്ദി) തുടങ്ങി എന്റെ ഗുരു ശ്രേഷ്ഠന്മാരായിരുന്ന ഓരോരു ത്തരേയും ഞാൻ സാഷ്ടാംഗം നമസ്കരിക്കുന്നു.

2. നൈപുണ്യ വികസന മികവ്

യു.പി. സ്കൂളിൽ അക്കാലത്ത് സ്പെഷ്യൽ വിഷയങ്ങളായി സംഗീതം, തയ്യൽ, കായിക പരിശീലനം എന്നിവ ഉണ്ടായിരുന്നു. ഗോമതി യമ്മ ടീച്ചർ പഠിപ്പിച്ച "ഉണ്ട് എനിക്കെടോ ഒരു ചെറിയ പന്തെടോ, അവ ധിക്കാലത്ത് തട്ടിക്കളിക്കുവാൻ " എന്ന പാട്ട് എന്റെ കുഞ്ഞുമോനെയും കുഞ്ഞുമോളെയും ഉറക്കാനായി താരാട്ട് പാട്ടായി ഇപ്പോഴും ഞാൻ പാടുന്ന പാട്ടാണ്. അതുപോലെ, സരസ്വതി അമ്മ ടീച്ചർ (തയ്യൽ) അന്ന് സ്കൂളിൽ പഠിപ്പിച്ചിരുന്ന കോരി തയ്യൽ, നീള തയ്യൽ എന്നിവ എന്റെ ജീവിതത്തിൽ വളരെയധികം പ്രയോജനപ്പെട്ടിരുന്നു എന്ന വസ്തുത വാക്കുകളാൽ വിവരിക്കുവാൻ സാധ്യമല്ല. പിൽക്കാലത്ത് റിസർവ് ബാങ്കിൽ സേവനമനുഷ്ഠിച്ചിരുന്ന കാലഘട്ടങ്ങളിൽ ഔദ്യോഗിക യാത്ര പോകുന്ന സന്ദർഭങ്ങളിൽ, അവിചാരിതമായി, ധരിച്ചിരിക്കുന്ന വസ്ത്രങ്ങ ളിൽ ഏതെങ്കിലും ഒന്ന് കീറി പോവുകയാണെങ്കിൽ ആ സമയത്ത് തന്നെ വളരെ ഭദ്രമായി ബാഗിൽ സൂക്ഷിച്ചിട്ടുള്ള സൂചിയും നൂലും ഉപയോ ഗിച്ച് കീറിയ ഭാഗം സ്വയം തുന്നിച്ചേർക്കുവാനുള്ള എന്റെ ചാതുര്യം അന്നത്തെ തയ്യൽ ടീച്ചർ പകർന്നു തന്ന തയ്യൽ പരിശീലനത്തിന്റെ മികവ് ഒന്നുകൊണ്ടുമാത്രമാണ്. അതിനാൽ ഏതു കാലത്തും നമ്മുടെ കുട്ടിക ളുടെ തനതായ കഴിവുകളെയും ശേഷികളെയും പരിപോഷിപ്പിക്കുവാൻ ഇപ്രകാരമുള്ള വിദഗ്ദ്ധരായ അധ്യാപകരുടെ സേവനാവസരങ്ങൾ ലാഭേച്ഛ കൂടാതെ പകർന്നു നൽകേണ്ടത് വരുംതലമുറയുടെ ശരിയായ ദിശാബോധത്തിന് അനിവാര്യമാണ് എന്നത് ഇത്തരുണത്തിൽ പരാ മർശിച്ചുകൊള്ളട്ടെ. ടീച്ചർ ഞങ്ങളെ തയ്യൽ പരിശീലിപ്പിച്ച രീതി ഇങ്ങനെ യായിരുന്നു - എന്റെ അടുത്തിരിക്കുന്ന കൂട്ടുകാരന്റെ ഷർട്ടിലെ ബട്ടൻസ് പൊട്ടിച്ചെടുക്കുക. എന്നിട്ട് എന്നെക്കൊണ്ട് അതു തിരികെ അയാളുടെ ഷർട്ടിൽ തുന്നി ചേർക്കുക. അത്ര മികവുറ്റതായിരുന്നു അന്നത്തെ പരിശീ ലനം. അവർക്ക് എന്റെ നമസ്കാരം.

3. സ്കൂൾ ലീഡർഷിപ്പ് പരിശീലനത്തിന്റെ മഹത്വം

സത്രം യു.പി. സ്കൂളിൽ പഠിക്കുന്ന സമയത്ത് ഞാൻ സോഷ്യൽ

സർവീസ് ലീഡറായിരുന്നു. എന്റെ മേൽനോട്ടത്തിൽ 10 കുട്ടികളുണ്ടായിരുന്നു. അക്കാലത്ത് സ്കൂൾ കോമ്പൗണ്ടിൽ പച്ചക്കറി കൃഷി ചെയ്യുന്നതിന്റെ മേൽനോട്ടവും കൃഷി സംബന്ധമായ പ്രവർത്തനങ്ങളും ഞങ്ങളാണ് ചെയ്തിരുന്നത്. സ്കൂൾ പരിസരത്ത് വെണ്ട, കത്തിരിക്ക, മരച്ചീനി എന്നിവയാണ് കൃഷി ചെയ്തിരുന്നത്. എല്ലാ പ്രവൃത്തി ദിനങ്ങളിലും സ്കൂൾ സമയം കഴിഞ്ഞ് എന്റെ മേൽനോട്ടത്തിലുള്ള എല്ലാ കുട്ടികളും സ്കൂളിൽ കാത്തുനിൽക്കുമായിരുന്നു. എല്ലാ കുട്ടികളെയും സ്കൂൾ സമയത്തിനുശേഷം സ്കൂളിൽ നിർത്തുക എന്നത് ഒരു ശ്രമകരമായ ജോലിയാണ്. എങ്കിലും എന്റെ കീഴിലുള്ള എല്ലാവരും കൃത്യമായി നിൽക്കുകയും ജോലികൾ ചെയ്യുകയും ചെയ്യുമായിരുന്നു. പ്രധാനമായും ഞങ്ങളുടെ ജോലി ചെടികൾ നനയ്ക്കുക, ചെടികളുടെ ചുവട് വൃത്തിയാക്കുക, ചെടികൾക്ക് വളം ഇടുക, കമ്പോസ്റ്റ് വളം നിർമ്മിക്കുക എന്നിവയായിരുന്നു. മാത്രമല്ല ഞങ്ങൾക്ക് ഒരു പ്രത്യേക മുറിയും സ്കൂളിൽ നിന്ന് നൽകിയിരുന്നു. അതിനകത്ത് ഒരു വലിയ പാത്രത്തിൽ പച്ചില വേസ്റ്റുകളോടൊപ്പം ഗോമൂത്രവും ചേർത്ത് ഒരാഴ്ച കഴിഞ്ഞ് അതിളക്കി നല്ല വളമാക്കി ഓരോ ചെടിയുടെ ചുവട്ടിലും ഇടുമായിരുന്നു. ഇപ്രകാരമുള്ള ജോലി എല്ലാ കുട്ടികളെയും കൊണ്ട് ചെയ്യിപ്പിക്കേണ്ടത് ലീഡറുടെ ജോലിയായിരുന്നു. ആ പരിശീലനം, എന്നെ ഒരു ഗുണനിലവാരം ഉള്ള ലീഡറായി വളർത്തിയെടുക്കുന്നതിൽ വളരെ സ്വാധീനം ചെലുത്തിയിരുന്നു. മിക്ക കുട്ടികൾക്കും പൊതുവേ അറപ്പും വെറുപ്പും ഉണ്ടായിരുന്ന ഈ സത്പ്രവർത്തികൾ എല്ലാ കുട്ടികളും ശിരസാ വഹിച്ചുവെന്നതും ജീവിതത്തിൽ ആനന്ദം പകരുന്ന ഒരു അനുഭവമാണ്. അന്ന് ആ കൃഷി പൂർണ്ണ വിജയമായതിനാൽ എനിക്ക് സ്കൂളിൽ നിന്നും ഒരു ലീഡർഷിപ്പ് സർട്ടിഫിക്കറ്റും കിട്ടിയിരുന്നു. സത്രം സ്കൂളിലെ ആ നല്ല അനുഭവം ഒരിക്കലും മറക്കുവാൻ സാധ്യമല്ല. അന്ന് എനിക്ക് സ്കൂളിൽ നിന്നും നിർലോഭം ലഭ്യമായ നേതൃത്വ പാടവം എന്റെ ജീവിത വിജയത്തിന് വളരെയധികം സ്വാധീനം ചെലുത്തിയിട്ടുണ്ട് എന്ന കാര്യം സന്തോഷത്തോടുകൂടി പരാമർശിക്കുകയാണ്.

4. പരീക്ഷാ സമ്പ്രദായം

അക്കാലത്ത് എൽ.പി.സ്കൂളിലെ പഠനരീതി കുട്ടികളുടെ മനസ്സിനെ തലോടിക്കൊണ്ടായിരുന്നു. പഠനപ്രക്രിയയും കുട്ടികൾക്ക് വളരെ

ഇഷ്ടമുള്ള ലളിതവും മധുരവുമായ രീതിയിലായിരുന്നു. കുട്ടികൾ പരീക്ഷയെഴുതിയിരുന്നത് ഇന്നത്തെപ്പോലെ കടലാസിൽ അല്ലായിരുന്നു. മറിച്ച് തടികൊണ്ടുള്ള ഫ്രെയിമോടു കൂടിയ, ഇരുവശങ്ങളിലും കറുത്ത പ്രതലമുള്ള, സ്ലേറ്റിലാണ് പരീക്ഷയെഴുതിയിരുന്നത്. പരീക്ഷ എഴുതുന്നതും അതിന്റെ സ്കോർ (മാർക്ക്) രേഖപ്പെടുത്തുന്നതും സ്ലേറ്റുകളിൽ തന്നെ ആയിരുന്നു. കുട്ടികൾ സ്ലേറ്റ് പെൻസിലുകൾ ഉപയോഗിച്ച് അവരുടെ കൈവശമുള്ള സ്ലേറ്റുകളിൽ ഉത്തരങ്ങൾ എഴുതുന്നു. അധ്യാപകർ അതേ സ്ലേറ്റിൽ തന്നെ വെള്ളച്ചോക്ക് ഉപയോഗിച്ച് മാർക്കിട്ട്, അവസാനം ആകെ മൊത്തം മാർക്ക് കൂട്ടി സ്ലേറ്റിൽതന്നെ എഴുതി കുട്ടികൾക്ക് തിരികെ നൽകും. ഇപ്രകാരം ലഭിച്ച സ്ലേറ്റിലെ പരീക്ഷ മാർക്ക് സ്കൂളിന്റെ വെളിയിലും പുത്തൻ തെരുവുകളിലും നിൽക്കുന്ന ചേട്ടന്മാരും മറ്റു മുതിർന്നവരും നേരിട്ട് പരിശോധിച്ചതിനുശേഷം മാത്രമേ കുട്ടികൾക്ക് അവരവരുടെ വീടുകളിൽ അവർ കരസ്ഥമാക്കിയ മാർക്ക് മാതാപിതാക്കളെ കൊണ്ടുപോയി കാണിച്ച് ബോധ്യപ്പെടുത്തുവാൻ സാധിക്കുമായിരുന്നുള്ളൂ. അതിനുള്ള കാരണം അക്കാലത്തെ കുട്ടികൾ പൊതുസമൂഹത്തിന്റെ പൊതുസ്വത്തായിരുന്നു. എല്ലാവരും കുട്ടികളുടെ പഠനകാര്യങ്ങളിലും മറ്റും അതീവ ജാഗ്രത പുലർത്തുന്ന ഒരു സാംസ്കാരിക പൈതൃകവും സാമൂഹ്യബോധവും അക്കാലത്ത് നിലനിന്നിരുന്നു. കുട്ടികളുടെ മാതാപിതാക്കൾ തമ്മിലും സമാനതകളില്ലാത്ത സൗഹൃദം നിലനിർത്തിയിരുന്നു. അതുകൊണ്ട് അക്കാലത്ത് പൊതുവേ എല്ലാ കുട്ടികൾക്കും പ്രത്യേകിച്ച് എനിക്കും ഒരിക്കലും മറക്കാനാകാത്ത ജീവിതാനുഭവമാണ് യു.പി. സ്കൂൾ ജീവിതം സമ്മാനിച്ചത്.

5. മികവിന്റെ വേറിട്ട അനുഭവം

അക്കാലത്ത് കുട്ടികൾ പൊതുവേ നന്നായി പഠിക്കുമായിരുന്നു. ഫോർട്ട് യു.പി.എസിൽ (സത്രം സ്കൂൾ) നാലാം ക്ലാസ്സിൽ പഠിക്കുമ്പോൾ ഉണ്ടായ ഒരു അനുഭവം പങ്കുവയ്ക്കുവാൻ ഞാൻ ആഗ്രഹിക്കുന്നു. അന്ന് ഞാൻ സംഗീതം നല്ലതുപോലെ അഭ്യസിച്ചിരുന്നു. മാത്രവുമല്ല, നല്ല രീതിയിലുള്ള

പ്രോത്സാഹനവും എനിക്ക് ലഭിച്ചിരുന്നു. അതുകൊണ്ട് ഞാൻ പങ്കെടുത്തിരുന്ന മിക്ക മത്സരങ്ങളിലും എനിക്ക് സമ്മാനം കിട്ടുമായിരുന്നു. അതിന്റെ ഫലമായി അക്കാലത്ത് ശാസ്തമംഗലത്തുള്ള സ്കൂളിൽവച്ച് നടന്ന ബാലകലോത്സവത്തിന് എന്നെ സ്കൂളിൽനിന്നും തിരഞ്ഞെടുക്കുകയുണ്ടായി. ദേശഭക്തി ഗാനത്തിൽ (ഭാരതമെന്നാൽ പാരിൻ നടുവിൽ ....) ഒന്നാമനായി ഞാൻ വിജയിച്ചു. എന്നാൽ മത്സര വിജയിയായ എന്നെ ശാസ്തമംഗലത്തുനിന്നും വീട്ടിലെത്തിക്കാൻ ആരും ഉണ്ടായിരുന്നില്ല. അതിനാൽ ഞാൻ അർദ്ധരാത്രി 12 മണിക്ക് ഒറ്റയ്ക്ക് വളരെ കുഞ്ഞായിരുന്നിട്ടും ശാസ്തമംഗലം മുതൽ മ്യൂസിയം വഴി രാജവീഥിയിലൂടെ നടന്നു വീട്ടിലെത്തി. ആ ജീവിതാനുഭവം അസാധാരണയിൽ അസാധാരണമാണെന്നതാണ് സത്യം. ഈ അനുഭവം ജീവിതാന്ത്യം വരെ മറക്കാനാകാത്ത നിത്യമധുരാനുഭവമായി നിലനിൽക്കുമെന്നത് ജീവിത സായംസന്ധ്യയിൽ വേറിട്ട അനുഭവമാണ്.

6. മനോധൈര്യത്തിന്റെ നേർക്കാഴ്ച

കുട്ടിക്കാലം മുതലേ തന്നെ ആഗ്രഹിച്ച് തീരുമാനിച്ചുറച്ച കാര്യങ്ങൾ എന്തെല്ലാം പ്രതിസന്ധികൾ നേരിടേണ്ടി വന്നാലും, സാമ്പത്തിക പിരിമുറുക്കം ഉണ്ടായാലും, അൽപവും കൂസലില്ലാതെ തികഞ്ഞ മനോധൈര്യത്തോടുകൂടി നേടിയെടുക്കുക എന്ന സവിശേഷ ശീലത്തിന്റെ ഉടമയായിരുന്നു ഞാൻ. ചുവടെ ഞാൻ കൂട്ടിച്ചേർക്കുന്ന എന്റെ വേറിട്ട ജീവിതാനുഭവങ്ങൾ നിങ്ങൾ ഓരോരുത്തരേയും അറിയിക്കുന്ന ഓർമ്മക്കുറിപ്പായി പരിഗണിച്ചാൽ മതി. അല്ലാതെ ആരും തന്നെ ഇതനുകരിക്കുവാൻ തയ്യാറാകരുത്. കാരണം ഞാൻ എട്ടാം ക്ലാസ്സിൽ ചെയ്ത സാഹസം കഴിഞ്ഞ 60 വർഷങ്ങൾക്കു മുമ്പ് ഇന്ന് നാം കാണുന്ന അത്യാധുനിക ശാസ്ത്ര സാങ്കേതിക മികവുകൾ ഒന്നും തൊട്ടു തീണ്ടിയിട്ടില്ലാത്ത കാലത്തെ സംഭവമാണെന്ന് പ്രത്യേകം ഓർക്കേണ്ടതാണ്.

എട്ടാം ക്ലാസ്സിൽ എനിക്ക് തീവണ്ടിയിൽ കുറേ ദൂരമെങ്കിലും യാത്ര ചെയ്യണമെന്ന് കലശലായ ആഗ്രഹമുണ്ടായി. എന്നാൽ അക്കാലത്തെ ജീവിതസാഹചര്യങ്ങൾ ഇപ്രകാരം ആഗ്രഹിക്കുവാൻ അല്പവും സാധ്യതയില്ലാത്തതാണ് എന്ന് എനിക്കറിയാമായിരുന്നു. എങ്കിലും ഞാനും ഉറ്റ ചങ്ങാതിയായ ശ്രീ സഹസ്രനാമനും ചേർന്ന് അതിനുള്ള പദ്ധതികൾ തീരുമാനിച്ചു. അങ്ങനെ "വീട്ടുകാരോട് ആരോടും പറയാതെ വർക്കല ബീച്ച്

വരെ ട്രെയിനിൽ യാത്ര ചെയ്ത് അന്നു തന്നെ തിരിച്ചു മടങ്ങി വരിക"- ഇതായിരുന്നു ഞങ്ങളുടെ പരിപാടി. കൃത്യമായ ദിവസവും തീരുമാനിച്ചു. തുടർന്ന് ഞങ്ങൾ തമ്പാനൂരിലുള്ള റെയിൽവേ സ്റ്റേഷനിൽ നിന്ന് രണ്ട് ടിക്കറ്റ് എടുക്കുകയും വർക്കല വരെ പോയി മറ്റൊരു ട്രെയിനിൽ ടിക്കറ്റെടുത്ത് തിരിച്ചുവരികയും ചെയ്തു. യഥാർത്ഥത്തിൽ അത് ഒരു അപകടം പിടിച്ച യാത്രയായിരുന്നുവെന്ന് പിൽക്കാലത്ത് പലപ്പോഴും ചിന്തിക്കാറുണ്ട്. എങ്കിലും ആ സാഹസികതയിൽ നിന്ന് ഞങ്ങൾക്ക് കിട്ടിയ ആത്മവിശ്വാസവും ആത്മധൈര്യവും ലക്ഷ്യസാക്ഷാത്കാരവും വർണ്ണനാതീതമാണ്.

7. കഠിനാദ്ധ്വാനം ലക്ഷ്യപ്രാപ്തിക്ക്

എന്റെ ജീവിതത്തിൽ എല്ലാ കാര്യങ്ങളിലും സർപ്രൈസ് ഉണ്ടാക്കണമെന്നുള്ളത് എന്റെ ഒരു വാശിയാണ്. അതും എന്റെ സ്വഭാവത്തിന്റെ മറ്റൊരു പ്രത്യേകതയാണ്. എന്റെ പത്താം വയസ്സിൽ സൈക്കിൾ സവാരി പഠിക്കണമെന്ന് അതിയായ ആഗ്രഹമുണ്ടായിരുന്നു. എന്നാൽ അക്കാലത്ത് ഈ ചെറിയ പ്രായത്തിൽ അച്ഛനും അമ്മയും ഒരു കാരണവശാലും അതിനു അനുവദിക്കുമായിരുന്നില്ല. എന്റെ ജ്യേഷ്ഠനായ കൃഷ്ണൻ എന്റെ എല്ലാ കാര്യങ്ങളിലും സജീവമായി ഇടപെടുമായിരുന്നു. ഞാൻ എന്റെ ആഗ്രഹം അദ്ദേഹത്തെ അറിയിച്ചു. അപ്പോൾ തന്നെ അദ്ദേഹം കാര്യങ്ങൾ ദ്രുതഗതിയിൽ കൈകാര്യം ചെയ്തു. അങ്ങനെ ദിവസവും വൈകുന്നേരങ്ങളിൽ ഫോർട്ട് ഹൈസ്കൂളിന് അടുത്തുള്ള "പേയടിച്ചാൻമുക്ക്" എന്ന് അറിയപ്പെട്ടിരുന്ന ഒരു വിജനമായ സ്ഥലത്ത് ഞാനും ജ്യേഷ്ഠനും രഹസ്യമായി സൈക്കിൾ സവാരി പഠനം ആരംഭിച്ചു. കേവലം ഒരു മാസത്തിനകം ഞാൻ ഒട്ടും പരസഹായം കൂടാതെ നല്ല വണ്ണം സൈക്കിൾ ഓടിക്കുവാൻ പ്രാവീണ്യം നേടി. അതിനുശേഷം ഒരു ദിവസം മൂന്നാം തെരുവിലുള്ള എന്റെ വീടിന്റെ മുൻവശത്ത് അച്ഛൻ, അമ്മ, വല്യമ്മ എല്ലാവരും ഒരുമിച്ചിരിക്കുമ്പോൾ ഞാൻ ഒരു സൈക്കിളിൽ അവരുടെ മുന്നിൽ കൂടി നിസങ്കോചം നാലഞ്ച് തവണ റോഡിലൂടെ വളരെ മന:സാന്നിധ്യത്തോടുകൂടി അങ്ങോട്ടും ഇങ്ങോട്ടും ഓടിച്ചു കാണിച്ചു. എല്ലാവർക്കും അതൊരു ഇടിവെട്ട് പോലെ തോന്നി. 'ഏതു പഠിച്ചാലും, എന്ത് പഠിച്ചാലും അതിൽ ഒന്നാമൻ ആകുക' എന്നത് എന്റെ ശീലമായിരുന്നു. പിൽക്കാലത്ത് റിസർവ് ബാങ്കിൽ സേവനം അനുഷ്ഠി

ക്കുന്ന കാലത്ത് എല്ലാ വർഷവും "സൈക്കിൾ സ്ലോ റേസിൽ" ഞാൻ തന്നെ ഒന്നാം സ്ഥാനക്കാരൻ ആകുമായിരുന്നു. ഒരു പ്രാവശ്യം BEFI (Bank Employees Federation of India) നടത്തിയ സൈക്കിൾ മത്സരത്തിൽ ഞാൻ കേരള ചാമ്പ്യനായി എന്നത് ചരിത്രസംഭവമാണ്. ബാങ്കിൽനിന്നും വിരമിച്ച വർഷമായ 2012 വരെയും ഞാൻ തന്നെയാണ് എല്ലാ വർഷവും സൈക്കിൾ സ്ലോ റേസിൽ ഒന്നാം സ്ഥാനക്കാരൻ. ഇതിനെല്ലാം തുടക്കം കുറിക്കുന്നതിന് കാരണഭൂതനായ എന്റെ പ്രിയ ജ്യേഷ്ഠൻ കൃഷ്ണനെ ആദരവോടെ നമിക്കുന്നു.

8. ഹൈസ്കൂൾ വിദ്യാഭ്യാസം

എന്റെ ഹൈസ്കൂൾ ജീവിതം ആരംഭിക്കുന്നത് ഇന്നത്തെ 'എസ്. എം.വി ഗവൺമെന്റ് മോഡൽ ഹയർ സെക്കൻഡറി സ്കൂളിൽ' ആണ്. അന്ന് ആ സ്കൂൾ 'ശ്രീമൂല വിലാസം ഹൈസ്കൂൾ' ആയിരുന്നു. അക്കാലത്ത് ഇന്നത്തെതു പോലെ വാഹനസൗകര്യം ഇല്ലായിരുന്നു. അതിനാൽ എല്ലാ ദിവസവും മൂന്നാം പുത്തൻ തെരുവിൽ നിന്നും സ്കൂളിൽ ഞാൻ കാൽനടയായി എത്തിച്ചേരുമായിരുന്നു. എനിക്ക് ചെറുപ്രായമായിരുന്നിട്ടും ഏകദേശം അഞ്ചു കിലോമീറ്റർ ദൂരം എല്ലാ ദിവസവും അങ്ങോട്ടും ഇങ്ങോട്ടും നടക്കേണ്ടതുണ്ടായിരുന്നു. ലയിൻ ബസ് ഉണ്ടെങ്കിലും അതിൽ കയറി സ്കൂളിൽ വന്നു പോകുവാൻ വീട്ടിലെ സാമ്പത്തികസ്ഥിതി അനുവദിച്ചിരുന്നില്ല. ഈ സ്കൂളിൽ അക്കാലത്ത് സാമ്പത്തികമായി പിന്നോക്കം നിൽക്കുന്ന 100 കുട്ടികൾക്ക് "രാജമ്മഭായി മെമ്മോറിയൽ എൻഡോവ്മെന്റ് സ്കീം" അനുസരിച്ച് സൗജന്യമായി ഉച്ചയൂണ് ലഭ്യമാകുമെന്ന മുന്നറിവ് കിട്ടിയത് കൊണ്ടുമാത്രമാണ് ദൂരം അധികമായിരുന്നിട്ടും എസ് എം വി യിൽ ഞാൻ പ്രവേശനം നേടിയത് എന്ന രഹസ്യം ഈ സന്ദർഭത്തിൽ സൂചിപ്പിച്ചു കൊള്ളട്ടെ.

9. ഒരു നുള്ള് അന്നത്തിനുവേണ്ടിയുള്ള പ്രാർത്ഥന

അക്കാലത്ത് അധ്യാപകർ പൊതുവേ നന്മയുടെ പ്രതീകമായ കുട്ടികളോട് വളരെ സ്നേഹവും ദയയും വാത്സല്യവും ഉള്ളവരും തങ്ങളുടെ കുട്ടികളുടെ വളർച്ചയ്ക്കും ഉയർച്ചയ്ക്കും വേണ്ടി അവരുടെ കഴിവുകളും ശേഷികളും പരിപോഷിപ്പിക്കുവാനും കുട്ടികൾക്ക് പ്രത്യേകം പ്രാവീണ്യം നേടാനുമുള്ള വൈവിധ്യമാർന്ന പരിശീലനങ്ങൾ നൽകുമായിരുന്നു.

എട്ടാം ക്ലാസ്സിലെ ഞങ്ങളുടെ ക്ലാസ്സ് ടീച്ചർ ശ്രീ രാമയ്യ പിള്ള സാറായിരുന്നു. അദ്ദേഹം ക്ലാസ്സിലെ കുട്ടികളുടെ കുടുംബാംഗങ്ങളുടെ സാമ്പത്തിക സ്ഥിതി, പഠിക്കുവാനുള്ള കുട്ടികളുടെ മികവ്, അഭിരുചി, താല്പര്യം തുടങ്ങിയവ വിലയിരുത്തിയാണ് സ്കൂളിലെ സൗജന്യ ഉച്ചയൂണിന് അർഹരായവരെ കണ്ടെത്തിയിരുന്നത്. എനിക്കും സൗജന്യ ഉച്ചയൂണ് ലഭിക്കുമോ എന്നറിയാതെ, അതിനുവേണ്ടി പ്രാർത്ഥിക്കുവാൻ പോന്ന രീതിയിൽ കുടുംബത്തിലെ ദാരിദ്ര്യം എന്നെ പ്രേരിപ്പിച്ചിരുന്നു. ഏതായാലും എന്നെയും ക്ലാസ്സ് ടീച്ചർ തിരഞ്ഞെടുത്ത് പട്ടികയിൽ ഉൾപ്പെടുത്തി എന്നറിഞ്ഞപ്പോൾ ബാലനായ എനിക്കുണ്ടായ സന്തോഷത്തിന് അതിരില്ലായിരുന്നു. ചുരുക്കത്തിൽ എന്റെ ജീവിതത്തിലെ ഒരു പ്രധാന വഴിത്തിരിവായിരുന്നു ആ തെരഞ്ഞെടുപ്പ്. എല്ലാ ദിവസവും നാല് മണിക്ക് സ്കൂൾ വിട്ടാൽ ക്ലാസ്സിൽ നിന്നും സ്കൂൾ ഗേറ്റിൽ ആദ്യം ഓടിയെത്തുന്നത് ഞാനായിരുന്നു. ആ ഓട്ടം 72-ാം വയസ്സിലും ഞാൻ തുടരുന്നു. അതുകൊണ്ട് മാതൃകാപരമായ രീതിയിൽ ജീവിതവിജയം കരസ്ഥമാക്കുവാൻ എനിക്ക് സാധിച്ചിട്ടുണ്ട് എന്ന് എനിക്ക് ഉത്തമബോധ്യമുണ്ട്. അതിനാൽ നിങ്ങൾ ഓരോരുത്തരും നന്മയുടെ പ്രതീകങ്ങളായി, കഠിനാധ്വാനത്തോടും അർപ്പണമനോഭാവത്തോടും ലക്ഷ്യബോധത്തോടും ആത്മവിശ്വാസത്തോടും അച്ചടക്കബോധത്തോടും ഇച്ഛാശക്തിയോടും കൂടി ജീവിതത്തിൽ ലഭ്യമാകുന്ന ഓരോ അവസരങ്ങളെയും ക്രിയാത്മകമായി വിനിയോഗിച്ച്, വിജയം നിങ്ങളുടേതാക്കി മാറ്റണമെന്ന് എന്റെ ജീവിതയാത്രയുടെ ബാലപാഠങ്ങളിൽ നിന്നും അനുഭവങ്ങളിൽനിന്നും ഉദ്ബോധിപ്പിക്കുകയാണ്.

10. എന്റെ ക്ലാസ് ടീച്ചറായിരുന്ന ഒ. ഗോപിനാഥൻ സാർ

എട്ടാം ക്ലാസ്സിൽ നിന്നും വിജയിച്ച് ഒമ്പതാം ക്ലാസ്സിലേക്ക് ഞാൻ ചെന്നപ്പോൾ എന്റെ ക്ലാസ്സ് ടീച്ചർ ശ്രീ. ഗോപിനാഥൻ സാറായിരുന്നു. അദ്ദേഹം ഈ അടുത്ത കാലം വരെ എ.കെ.ജി സെന്ററിൽ സേവനം അനുഷ്ഠിച്ചുകൊണ്ടിരുന്നു. ഗോപി സാർ പൊതുവേ വളരെ കർക്കശക്കാരനായിരുന്നു. അദ്ദേഹം ക്ലാസ്സിൽ പഠിപ്പിക്കുന്ന പാഠഭാഗങ്ങൾ നിർബന്ധമായും കുട്ടികൾ അന്നന്ന് പഠിച്ചിരിക്കണം. അല്ലെങ്കിൽ യാതൊരു ദയാദാക്ഷിണ്യവും ഇല്ലാതെ കുട്ടികളുടെ രക്ഷകർത്താവിനെ വിളിച്ചുകൊണ്ട് സ്കൂളിൽ വരുവാൻ പറയും. അച്ഛനെ സ്കൂളിൽ വരുത്താതിരിക്കാൻ പരമാവധി ഞാൻ ശ്രമിച്ചിരുന്നുവെങ്കിലും ഒരിക്കൽ എന്റെ അച്ഛന് സാറിനെ

കാണാൻ വരേണ്ടി വന്നു. ആ കാലഘട്ടത്തിൽ എന്റെ പിതാവ് ഒരു ഹോട്ട ലിൽ ജോലിക്ക് പോകുമായിരുന്നു. ഒരു ദിവസം ജോലിക്ക് പോകാതിരു ന്നാൽ കുടുംബത്തിലെ എല്ലാ സംഗതികളും താളം തെറ്റുക മാത്രമല്ല പട്ടിണി പിശാച് വീട്ടിൽ താണ്ഡവനൃത്തം ചവിട്ടുമെന്നതും ഉറപ്പാണ്. അപ്രകാരം വീട്ടിലുണ്ടാകുന്ന താളപ്പിഴ നികത്താൻ ദിവസങ്ങളോളം ഒരു പാട് പണിപ്പെടേണ്ടതായി വരും എന്ന ദു:ഖസത്യം കൂടി ഓർമ്മിപ്പിച്ചുകൊ ള്ളട്ടെ.

11. അത്യപൂർവ്വ ജീവിതാനുഭവം

ഈ കഴിഞ്ഞ നാളുകളിൽ ഞാൻ ഗുരുനാഥനായ ഗോപിനാഥൻ സാറിനെ ഫോണിൽ വിളിച്ച് സംസാരിച്ച സന്ദർഭത്തിൽ, അക്കാലത്ത് എന്റെ പ്രിയ പിതാവ് ഒരു തോർത്തുമുണ്ടും തോളിലിട്ട് ഒരിക്കൽ സ്കൂളിൽ സാറിനെ കാണാൻ വന്ന കാര്യം അദ്ദേഹം ഓർമ്മിച്ചത് അത്യ പൂർവ്വ ജീവിതാനുഭവമാണ്. വർഷങ്ങൾ ഏറെയായിട്ടും ഗുരുനാഥൻ എന്റെ പിതാവിനെ ഓർക്കുന്നുവെന്നത് സമാനതകളില്ലാത്ത ദീപ്തസ്മര ണയാണ്. പ്രിയപ്പെട്ട എന്റെ ഗുരുനാഥനോടുള്ള നന്ദിയും കടപ്പാടും ഇത്ത രുണത്തിൽ അറിയിച്ചുകൊള്ളട്ടെ. സാറിന്റെ നവതി ആഘോഷത്തിൽ എനിക്കും കുടുംബത്തിനും പങ്കെടുക്കാൻ പറ്റിയെന്നത് എന്റെ ജീവിത സായൂജ്യമായി കരുതുകയാണ്. ഈയിടെ അദ്ദേഹം 92-ാം വയസ്സിൽ നമ്മളോട് വിടപറഞ്ഞു. ശവസംസ്ക്കാരചടങ്ങിൽ കുടുംബസമേതം പങ്കെടുത്തു. അദ്ദേഹത്തിന്റെ ആത്മാവിന് നിത്യശാന്തി നേരുന്നു.

12. ദേശഭക്തി സാന്ദ്രമായ എൻ.സി.സി. ക്യാമ്പ്

എസ് എം വി സ്കൂളിൽ പഠിക്കുന്ന കാലത്ത് ഞാൻ എൻ.സി.സി .യിൽ അംഗമായി ചേർന്നിരുന്നു. അക്കാലത്ത് വളരെ കൃത്യമായി എല്ലാ എൻ.സി.സി. പരേഡിലും ഞാൻ പങ്കാളിയായിരുന്നു. പരേഡ് കഴിഞ്ഞതി നുശേഷം കുട്ടികൾക്ക് അന്ന് നൽകിയിരുന്ന ആഹാരം വളരെയധികം പ്രാധാന്യവും സന്തോഷവും പ്രദാനം ചെയ്യുന്നതുമായിരുന്നു. കാരണം വൈകുന്നേരങ്ങളിൽ ഇപ്രകാരം ആഹാരം ലഭിക്കുന്ന ദിവസങ്ങളിൽ അത്താഴം ആവശ്യമില്ലായിരുന്നു. എല്ലാ വർഷവും എൻ.സി.സി വാർഷിക ക്യാമ്പ് തിരുവനന്തപുരം റൂറൽ ഏര്യയിലുള്ള ഏതെങ്കിലും സ്കൂളിൽ വച്ച് നടത്തുമായിരുന്നു. ആ ക്യാമ്പിൽ നിന്നും കിട്ടുന്ന വേറിട്ട ജീവിതാനു ഭവങ്ങൾ പിൽക്കാലത്ത് എന്റെ ജീവിതത്തെ വളരെയധികം സ്വാധീനി

ച്ചിട്ടുണ്ട്. ഈ സന്ദർഭത്തിൽ ക്യാമ്പുമായി ബന്ധപ്പെട്ട ഒരു അനുഭവം പങ്കുവയ്ക്കുകയാണ്. വെങ്ങാനൂരിലുള്ള ഹൈസ്കൂളിൽ വച്ച് എൻ.സി. സി. ക്യാമ്പ് സംഘടിപ്പിച്ചപ്പോൾ ഞാനും അതിൽ ഒരു അംഗമായിരുന്നു. അക്കാലത്ത് വെങ്ങാനൂരിൽ നിന്നും കോവളം വഴി റൂട്ട് മാർച്ച് നടത്താൻ എൻ.സി.സി കേഡറ്റുകളെ കൊണ്ടുപോകുന്ന ചിത്രം ഇപ്പോഴും ഒട്ടും മങ്ങാതെ മനസ്സിന്റെ സ്മൃതി മണ്ഡലത്തിൽ ആനന്ദം പകരുന്ന നിത്യഹരിതശോഭയായി നിലകൊള്ളുന്നു. ഇനി എന്റെ ജീവിതത്തിൽ ഒരിക്കലും ഇപ്രകാരമുള്ള അനുഭവമുണ്ടാകാൻ സാദ്ധ്യതയില്ല. എൻ.സി.സി.യുടെ റോൾ കാൾ പരേഡ് നടക്കുമ്പോഴൊക്കെ ഒരു മിലിറ്ററി ക്യാമ്പിൽ താമസിക്കുന്ന പ്രതീതി ഉളവാകുക മാത്രമല്ല നാം ദേശഭക്തിയുടെ പാരമ്യത്തിൽ എത്തുന്ന അസുലഭനിമിഷങ്ങൾ കൂടിയാണ്. ക്യാമ്പിന്റെ അവസാനദിവസം തയ്യാറാക്കുന്ന 'ബഡാഖാനാ', മറക്കുവാൻ സാധിക്കുകയില്ല എന്ന യാഥാർത്ഥ്യവും ഇത്തരുണത്തിൽ ഓർത്തുപോകുകയാണ്. എൻ. സി.സി. ക്യാമ്പിലെ മധുരസ്മരണകൾ ഏതൊരു കുട്ടിക്കും എക്കാലവും സ്മൃതി മണ്ഡലത്തിൽ നിറഞ്ഞു നിൽക്കുന്നതാണ്. അതുകൊണ്ട് കുട്ടികളുടെ സ്വഭാവ രൂപീകരണ പ്രക്രിയയിൽ, പ്രത്യേകിച്ച് അച്ചടക്കബോധം, ഉത്തരവാദിത്വബോധം, പൗരബോധം, ദേശഭക്തി എന്നിവ വളർത്തിയെടുക്കുവാൻ, എൻ.സി.സി. പ്രവർത്തനം വളരെ അനിവാര്യമാണ്.

13. സർഗ്ഗവാസന പരിപോഷണത്തോടൊപ്പം സമഗ്ര വികസനം

ഞാൻ ഹൈസ്കൂളിൽ പഠിച്ചിരുന്ന കാലഘട്ടത്തിലും കുട്ടികളുടെ സർഗ്ഗവാസനകളെ പരമാവധി പരിപോഷിപ്പിക്കുന്നതിനായി തിരുവനന്തപുരം നഗരസഭയുടെ മേൽനോട്ടത്തിൽ എല്ലാ വർഷവും പുത്തരിക്കണ്ടം മൈതാനിയിൽ വിവിധ പ്രദർശന മേളകൾ സംഘടിപ്പിക്കുന്നതിനോടൊപ്പം സ്കൂൾ കുട്ടികൾക്കായി മലയാളം, ഇംഗ്ലീഷ്, ഹിന്ദി എന്നീ ഭാഷകളിൽ പ്രസംഗം, ഉപന്യാസം, കഥാപ്രസംഗം എന്നീ വൈവിധ്യമാർന്ന മത്സരങ്ങൾ നടത്തുമായിരുന്നു. ആ മത്സരങ്ങളിലെല്ലാം എനിക്ക് സമ്മാനങ്ങൾ ലഭിക്കുമായിരുന്നു. ഇപ്രകാരമുള്ള പൊതുവായ മത്സരങ്ങളിൽ പങ്കെടുത്ത് വിജയിക്കുവാൻ കഴിഞ്ഞത് മൂലം പിൽക്കാലത്ത് ജീവിതത്തിൽ ഉണ്ടായ എല്ലാ പ്രതിബന്ധങ്ങളെയും നിഷ്പ്രയാസം തരണം ചെയ്യുവാനുള്ള മനോധൈര്യവും ആത്മവിശ്വാസവും ആർജ്ജിക്കുവാൻ സാധിച്ചുവെന്നത് കർമ്മനിയോഗമായി കരുതുന്നു. അതുകൊണ്ട് വരും

തലമുറയിലെ നന്മയുടെ പ്രതീകങ്ങളായ നമ്മുടെ കുഞ്ഞോമനകളെ പ്രോത്സാഹിപ്പിക്കുന്നതിനായി, ഒട്ടനവധി ഇത്തരം സംരംഭങ്ങൾ ഗവൺമെന്റും പൊതുവിദ്യാഭ്യാസ വകുപ്പും തദ്ദേശ സ്വയംഭരണ സ്ഥാപനങ്ങളും ഇക്കാലത്തും നടപ്പിലാക്കി വരുന്നുണ്ടെങ്കിലും, അവയിൽ സമഭാവനയോടും സൗഹാർദ്ദത്തോടും നിസ്വാർത്ഥമായും, കൂട്ടായ്മയോടും കൂടി കുട്ടികളെ പങ്കെടുപ്പിക്കുവാനും അവരിൽ ഇപ്രകാരമുള്ള താല്പര്യം അന്യം നിന്നു പോകാതെ വളർത്തിയെടുക്കുവാനും നാം ബോധപൂർവ്വം യത്നിക്കേണ്ടതാണ്.

എന്റെ ഒമ്പതാം ക്ലാസിലെ വിജയത്തെ തുടർന്ന് 10 എ ക്ലാസ്സിലേക്ക് എനിക്ക് പ്രവേശനം ലഭിച്ചു. പത്താംക്ലാസ്സിലേക്ക് പ്രവേശനം ലഭിച്ചതോടുകൂടി പഠനത്തിന്റെ ഭാവവും രൂപവും മാറി. പത്താം ക്ലാസിലെ പഠനം എന്റെ സ്വന്തം കാര്യമായി മാറുകയും വളരെ ഗൗരവമേറിയ രീതിയിൽ പഠനപ്രക്രിയകൾ ചിട്ടപ്പെടുത്തി അന്നന്നുള്ള പാഠഭാഗങ്ങൾ അന്നന്ന് തന്നെ പഠിച്ച് തീർക്കുവാൻ വേണ്ട ശ്രമങ്ങൾ സ്വന്തം നിലയിൽ ആരംഭിക്കുകയും ചെയ്തു. പഠനം കൂടുതൽ ശക്തവും മികവുറ്റതുമാക്കി തീർക്കുന്നതിന് വേണ്ടി എന്നോടൊപ്പം പഠിച്ചിരുന്ന ശ്രീ സഹസ്രനാമനും ചേർന്ന് കൂട്ടായി പഠിക്കുവാൻ ഒരു നൂതനമാർഗ്ഗം കണ്ടെത്തി. അതിനായി എല്ലാ ഞായറാഴ്ചകളിലും കാലത്തും വൈകിട്ടും രണ്ടു മണിക്കൂർ വീതം എല്ലാ വിഷയങ്ങളിലും പരീക്ഷ നടത്തുവാൻ ഞങ്ങൾ തീരുമാനിച്ചുറക്കുകയും എനിക്കുള്ള ചോദ്യപേപ്പർ ശ്രീ സഹസ്രനാമനും അദ്ദേഹത്തിനുള്ള ചോദ്യപേപ്പർ ഞാനും തയ്യാറാക്കുവാനും തീരുമാനിച്ചു. എന്നിട്ട് ഇരുവരും പരീക്ഷയുടെ ഗൗരവം ഒട്ടും നഷ്ടപ്പെടാതെ സത്യസന്ധമായി പരീക്ഷകൾ എഴുതി മൂല്യനിർണയം നടത്തി പോരായ്മകൾ കൃത്യസമയത്ത് പരിഹരിച്ച് പഠനമികവിന്റെ മൂല്യം നിലനിർത്തി. മാത്രവുമല്ല, ഇത്തരത്തിലുള്ള പരീക്ഷാരീതികൾ ഉൾപ്പെടെയുള്ള പഠനപ്രക്രിയ ഞങ്ങളുടെ പഠിത്തത്തിൽ അനുഗുണമായ മാറ്റം ഉണ്ടാക്കുകയും ജീവിതവിജയത്തിന് ഒരു പൊൻതൂവൽ തുന്നിച്ചേർക്കുവാൻ ഞങ്ങൾക്ക് നിഷ്പ്രയാസം സാധിക്കുകയും ചെയ്തിരുന്നു.

ഞാൻ പത്താം ക്ലാസ്സിൽ പഠിച്ചിരുന്ന കാലത്ത് എന്നോടൊപ്പം ഉണ്ടായിരുന്നവരാണ് സർവ്വശ്രീ വെങ്കട്ടരാമൻ, ശങ്കരരാമൻ, ശ്രീനിവാസയ്യർ, ശ്രീകുമാരൻ നായർ, വിജയകുമാർ, അനന്തരാമൻ, എൽ.എം. സുന്ദ

രം, ശ്രീനിവാസ മല്ലെയ്യ, ചന്ദ്രശേഖർ, റോഷൻ മോസസ്, ഇ.കെ. ശശികുമാർ, രാമകൃഷ്ണ ശർമ്മ, ഉദയകുമാർ, വെങ്കിടേഷ്, മഹാദേവൻ എന്നിവർ. ഇവരെല്ലാവരേയും സ്നേഹപൂർവ്വം സ്മരിക്കുന്നു. കുട്ടിക്കാലത്തിലെ മറ്റു ഉറ്റ സുഹൃത്തുക്കളായിരുന്നു ഗോപാലനും മണിയും. ഗോപാലൻ പിൽക്കാലത്തു ഐ.എസ്.ആർ.ഒ-യിൽ നിന്നും വിരമിച്ചു. മണി മെഡിക്കൽ സ്റ്റോർ നടത്തി വരുന്നു.

സ്കൂളിലെ ഉച്ചസമയത്തുള്ള ഇടവേളകളിൽ ഞാനും എന്റെ ഉറ്റ ചങ്ങാതിമാരായ സർവ്വശ്രീ വെങ്കട്ടരാമൻ, വെങ്കിടേഷ്, ശശികുമാർ എന്നിവരും ചേർന്ന് സ്കൂളിലെ കുന്നിൻചെരുവിലെ കുറ്റിക്കാട്ടിൽ കളിക്കുന്നത് വളരെയധികം സന്തോഷം അന്നും ഇന്നും നൽകുന്നതാണ്. എസ്. എം. വി. സ്കൂളിലെ പൂർവ്വ വിദ്യാർത്ഥികളായ മഹാനടൻ ശ്രീ. മധു, കൂടാതെ ശ്രീ വിജേന്ദ്രകുമാർ ഐ.എ.എസ്, ഇന്ത്യൻ അറ്റോമിക് എനർജി ഡയറക്ടർ ഡോക്ടർ പി.കെ. അയ്യങ്കാർ, തിരുവനന്തപുരം മെഡിക്കൽ കോളേജിലെ ഒന്നാമത്തെ സിവിൽ സർജനും ഒന്നാമത്തെ സൂപ്രണ്ടുമായ ഡോക്ടർ കേശവൻ നായർ, എന്നോടൊപ്പം ഒരേ ക്ലാസ്സിൽ പഠിച്ച സർവ്വശ്രീ രാമകൃഷ്ണ ശർമ (തൂത്തുക്കുടി അറ്റോമിക് എനർജി ശാസ്ത്രജ്ഞൻ), എൽ.എം. സുന്ദരം (ഇന്ത്യൻ ബാങ്ക് ഇൻസ്പെക്ടർ) വെങ്കട്ടരാമൻ (അമേരിക്കയിലെ ഒരു ഉന്നത വ്യവസായ സ്ഥാപനത്തിലെ ഇൻഡസ്ട്രിയലിസ്റ്റ്) എന്നിവരുടെ പേരുകൾ പ്രത്യേകം പരാമർശം ലഭിക്കേണ്ട പ്രതിഭാശാലികളാണ്.

അക്കാലത്തെ പ്രധാനാധ്യാപകൻ രാമയ്യർ സാറായിരുന്നു. ഒന്നുമില്ലായ്മയിൽ നിന്നും എന്നെ ഞാനാക്കി ഇന്നത്തെ നിലയിൽ എത്തിച്ച മഹാരഥന്മാരായ ഗുരുവര്യന്മാരുടെ നാമധേയങ്ങൾ സവിശേഷ പ്രാധാന്യമർഹിക്കുന്നതാണ്. എസ്.എം.വി. സ്കൂളിൽ എന്നെ പഠിപ്പിച്ച അധ്യാപകരാണ് സർവ്വശ്രീ ഗോപിനാഥൻ (ഇംഗ്ലീഷ്), പുഞ്ചിരി എന്നറിയപ്പെടുന്ന കൃഷ്ണയ്യർ (ഗണിതം), കൃഷ്ണൻ നായർ (ഹിന്ദി),പി.ഐ ജോൺ, ജോൺസൺ (സയൻസ്), വേലായുധൻ (സാമൂഹ്യശാസ്ത്രം), മാർത്താണ്ഡവർമ്മ (മലയാളം), ഗൗരീശപട്ടം ശങ്കരൻ നായർ തുടങ്ങിയവരെ ആദരപൂർവ്വം സ്മരിക്കുന്നു.

പ്രഗത്ഭമതികളായ പ്രസ്തുത അധ്യാപകരുടെ സമയോചിതമായ

നിർദ്ദേശങ്ങളും താക്കീതുകളും ശിക്ഷണരീതികളും സ്നേഹമസൃണ മായ പെരുമാറ്റ രീതികളും എന്നെപ്പോലെയുള്ള കുട്ടികൾക്ക് മാത്രമല്ല ഏവർക്കും ആത്മവിശ്വാസവും അച്ചടക്കബോധവും ഗുരുത്വവും മാതൃകാ ജീവിതശൈലിയും നിർലോഭം നേടിയെടുക്കുവാൻ സുവർണ്ണാവസരം ലഭിച്ചുവെന്നത് അസുലഭ സൗഭാഗ്യമാണെന്ന് എപ്പോഴും ഓർത്തുപോകാ റുണ്ട്. ഇപ്രകാരമുള്ള അധ്യാപകരും വിദ്യാർത്ഥികളും ഉണ്ടായിരുന്ന എസ്.എം.വി. സ്കൂളിൽ എനിക്ക് പഠിക്കുവാൻ സാധിച്ചത് മഹാഭാഗ്യമാ യി, ജന്മനിയോഗമായി ഞാൻ കാണുന്നു.

14. ബാലഗണപതിക്ഷേത്രം

ഞാൻ പഠിക്കുന്ന കാലത്ത് ഇന്നത്തെ എസ്.എം.വി ഗവൺമെന്റ് മോഡൽ ഹയർ സെക്കൻഡറി സ്കൂൾ വെറും എസ്.എം.വി ഹൈസ്കൂൾ ആയിരുന്നു.ആ സരസ്വതി ക്ഷേത്രത്തിൽ അസാധാരണയിലും അസാധാ രണമായ ഒരു ബാലഗണപതി ക്ഷേത്രം ഉണ്ടായിരുന്നു. അത് ഇന്നും നില നിൽക്കുന്നു. കേരളത്തിലെ മറ്റൊരു പൊതുവിദ്യാലയത്തിലും ദർശി ക്കാൻ സാധിക്കാത്ത തരത്തിലുള്ള ബാലഗണപതി ക്ഷേത്രം, കുട്ടികൾക്ക് ഏതെങ്കിലും തരത്തിലുള്ള വിഷമങ്ങൾ ഉണ്ടാകുമ്പോൾ സ്കൂളിന് പുറ ത്തുപോകാതെ അവരുടെ സ്കൂൾ കോമ്പൗണ്ടിലുള്ള ക്ഷേത്ര സന്നിധി യിൽ തന്നെ പ്രാർത്ഥിച്ച് സായൂജ്യം അടയുവാൻ സുവർണാവസരം ലഭിക്കുന്നത് അത്യപൂർവ്വ സൗഭാഗ്യമാണ്. അക്കാലത്ത് ഓലമേഞ്ഞ വളരെ ചെറിയ ഒരു മേൽക്കൂരയിലായിരുന്നു പ്രതിഷ്ഠ. എന്നാൽ എക്കാ ലവും പ്രസ്തുത ക്ഷേത്രം നിലനിർത്തുന്നതിന് വേണ്ടി അത്യാധുനിക നിലയിലുള്ള കോൺക്രീറ്റ് കെട്ടിടമാക്കി പരിപൂർണ്ണ സുരക്ഷിതത്വത്തോ ടുകൂടി പുനർ നിർമ്മിതി നടത്തിയത് 1999 മുതൽ 2002 വരെ സ്കൂളിലെ പ്രിൻസിപ്പാളായിരുന്ന ശ്രീ ഹമീദ് സാർ അവർകളുടെ കാലഘട്ടത്തിലായി രുന്നു എന്നത് സ്കൂൾ ചരിത്രത്തിന്റെ ഈടുറ്റ ചരിത്ര ഏടുകളിൽ നിറം മങ്ങാതെ ഒരു പൊൻതൂവലായി നിലനിൽക്കുന്നതാണ്. ഈ ക്ഷേത്രം സ്കൂൾ അന്തരീക്ഷത്തിലെ മതസൗഹാർദ്ദത്തിന്റെ ഒരു സുവർണ്ണ മുദ്ര യായി എക്കാലവും പ്രശോഭിക്കുമെന്ന് കരുതാവുന്നതാണ്. മാത്രവുമല്ല, അതിനുശേഷം ഹൈസ്കൂളിലെ പ്രധാന അദ്ധ്യാപകനായി സേവനമനു ഷ്ഠിച്ചിരുന്ന എം.ഹക്കിം സാറും ക്ഷേത്രത്തിന്റെ പരിശുദ്ധിയിലും പ്രവർത്തനങ്ങളിലും പ്രത്യേകം ശ്രദ്ധിച്ചിരുന്നു. അദ്ദേഹവും നന്മയുടെ

പ്രതീകമായി, യഥാർത്ഥ മനുഷ്യനായി, ഏകോദര സോദരരായി ഏവരേയും കൈകോർത്തുകൊണ്ട് എല്ലാ മതവിഭാഗത്തിലുള്ള ജീവനക്കാരെയും പൊന്നോമന സ്കൂൾ കുട്ടികളെയും രക്ഷിതാക്കളേയും സമാധാനത്തോടു കൂടി നിലനിർത്തിയെന്നത് വളരെ പ്രാധാന്യമുള്ളതാണ്. അദ്ദേഹത്തിന്റെ പ്രസ്തുത സ്കൂൾ സേവനകാലഘട്ടത്തിൽ, കാലാകാലങ്ങളിൽ ക്ഷേത്രത്തിലുണ്ടാകുന്ന അറ്റകുറ്റപ്പണികൾ കാലവിളംബം കൂടാതെ ചെയ്യുവാൻ നിർദ്ദേശം നൽകിയിരുന്നു എന്നതും അത്യധികം പ്രാധാന്യമുള്ളതാണ്. ചുരുക്കത്തിൽ സ്കൂൾ പ്രവർത്തനത്തിന്റെ മികവുറ്റ മുഖമുദ്ര കൂടിയാണ് പ്രസ്തുത ക്ഷേത്രം എന്നതാണ് സത്യം.

15. തൊഴിൽ കണ്ടെത്തലിന്റെ അനിവാര്യത

എന്റെ പതിനേഴാം വയസ്സിൽ (1968-69) ആദ്യ എസ്.എസ്.എൽ.സി പരീക്ഷക്ക് തന്നെ രണ്ടാം ക്ലാസ് കരസ്ഥമാക്കി ഞാൻ പാസായി. എന്റെ കൂട്ടുകാരിൽ പലരും വിവിധ കോളേജുകളിലായി ഉന്നതപഠനത്തിനായി പ്രവേശനം നേടി. അക്കാലത്ത് എസ്.എസ്.എൽ.സി. പാസായാൽ പ്രീഡിഗ്രിക്ക് കോളേജിൽ മാത്രമേ തുടർപഠനം ഉണ്ടായിരുന്നുള്ളു. അല്ലെങ്കിൽ പാരലൽ കോളേജിൽ പോയി പ്രൈവറ്റായി പഠനം നടത്തണമായിരുന്നു. കേരളത്തിൽ 1990കളിലാണ് +2 തലത്തിൽ സ്കൂളിൽ തന്നെ തുടർന്ന് നേരിട്ട് പഠിക്കുവാൻ എസ്.എസ്.എൽ.സി പാസായവർക്ക് അവസരം ലഭിച്ചു തുടങ്ങിയത്. എന്നാൽ അക്കാലത്ത് മറ്റുള്ളവരെ പോലെ കോളേജിൽ ചേർന്ന് ഉന്നത വിദ്യാഭ്യാസം ആർജിക്കുവാൻ അതിയായ ആർത്തി ഉണ്ടായിരുന്നിട്ടും കുടുംബത്തിലെ സാമ്പത്തികസ്ഥിതി യാതൊരു കാരണവശാലും അതിന് അനുവദിക്കില്ലായെന്ന് ഉത്തമബോധ്യമുണ്ടായിരുന്ന എനിക്ക് ഉന്നത പഠനം സാധിക്കില്ല എന്നതു കൊണ്ട് മാത്രം എത്രയും വേഗം ഒരു ജോലി തരപ്പെടുത്തി എടുക്കണമെന്ന് തീരുമാനിച്ചു. അങ്ങനെ ഇംഗ്ലീഷിലും ഹിന്ദിയിലും ടൈപ്പ് റൈറ്റിംഗ് പഠിക്കാൻ തുടങ്ങുകയും ഇംഗ്ലീഷിൽ ഹയർ ഗ്രേഡും ഹിന്ദിയിൽ ഹൈസ്പീഡ് വരെയും പഠിച്ച് നിശ്ചിതസമയത്ത് പാസായി. തുടർന്ന് എംപ്ലോയ്മെന്റ് എക്സ്ചേഞ്ചിൽ പേര് രജിസ്റ്റർ ചെയ്യുകയും പ്രസ്തുത സ്ഥാപനത്തിന്റെ സഹായത്താൽ ഒരു താൽക്കാലിക ജോലി ഗവ. ഭാഷാ ഇൻസ്റ്റിറ്റ്യൂട്ടിൽ ലഭിക്കുകയും ചെയ്തു.

16. അതിജീവനത്തിന്റെ ആവശ്യകത

ഒരു സ്ഥിരം ജോലിക്കായി ഞാൻ വീണ്ടും ശ്രമിച്ചുകൊണ്ടിരുന്നു. അതിനോടൊപ്പം സ്കൂൾ കുട്ടികൾക്ക് വീടുകളിൽ പോയി ട്യൂഷൻ പഠിപ്പിക്കുകയും ചെയ്യുമായിരുന്നു. അക്കാലത്ത് ട്യൂഷൻ ഫീസ് വളരെ പരിമിതമായിരുന്നു. ഒരു കുട്ടിക്ക് ഒരു വീട്ടിൽ നിന്ന് കേവലം അഞ്ചു രൂപയാണ് ഒരു മാസത്തേക്ക് ഫീസ് ലഭിച്ചിരുന്നത്. അക്കാലത്ത് എനിക്ക് മൂന്നോ നാലോ ട്യൂഷൻ കുട്ടികൾ മാത്രമേ ഉണ്ടായിരുന്നുള്ളു. അതുകൊണ്ട് ജീവിതക്ലേശത്തിന്റെ പാരമ്യത്തിൽ അതിജീവനത്തിന്റെ ആവശ്യകത വളരെ വലുതായിരുന്നു. അതിനാൽ ട്യൂഷനോടൊപ്പം നിരവധി സ്ഥാപനങ്ങളിൽ നേരിട്ട് പോയി സ്വമേധയാ ജോലിക്കായി അപേക്ഷയും നൽകുമായിരുന്നു. അതിൻ പ്രകാരം ഒരു ദിവസം തിരുവനന്തപുരം ജനറൽ പോസ്റ്റ് ഓഫീസിന് സമീപമുള്ള സെൻ & കമ്പനിയിലേക്ക് (പ്ലംബിംഗ് ഫേം) ഞാൻ അപേക്ഷിച്ചു. ആ സ്ഥാപനം പിറ്റേദിവസം തന്നെ എന്നോട് ജോലിക്ക് ചെല്ലുവാൻ അറിയിച്ചു. അക്കാലത്ത് അച്ഛനും ജ്യേഷ്ഠന്മാരും ഞാനും വീടിന്റെ മച്ചിലാണ് രാത്രികാലങ്ങളിൽ ഉറങ്ങുന്നത്. അങ്ങനെ ഉറങ്ങാൻ കിടന്ന സമയത്ത് അല്പവും പ്രാധാന്യമില്ലാത്ത രീതിയിൽ ഞാൻ എന്റെ ജ്യേഷ്ഠനോട് സെൻ & കമ്പനിയിൽ എന്നെ ജോലിക്ക് ക്ഷണിച്ചിട്ടുണ്ടെന്ന് പറഞ്ഞ മാത്രയിൽ ജ്യേഷ്ഠൻ എന്നോട് ഇപ്രകാരം പറഞ്ഞു. "നീ അവിടെ ജോലിക്ക് പോകണ്ട", കാരണം ജ്യേഷ്ഠൻ നേരത്തെ അവിടെ ജോലിക്കായി അപേക്ഷ നൽകിയിരുന്നുവെന്നും ആ സ്ഥാപനത്തിന് ജ്യേഷ്ഠനെ നേരത്തെ തന്നെ അറിയാമെന്നും അപ്രകാരമുള്ളിടത്തേക്ക് പോകരുത് എന്ന് താക്കീത് ചെയ്യുകയും ചെയ്തു. അങ്ങനെ ജോലി കിട്ടുന്നതിനുള്ള സാധ്യത നഷ്ടപ്പെട്ടതിൽ അന്നത്തെ എന്റെ കുഞ്ഞു മനസ്സിൽ വളരെ ദു:ഖം തോന്നി. പിന്നെ എനിക്കു പകരം എന്റെ ജ്യേഷ്ഠൻ അല്ലേ ജോലിക്ക് പോകുന്നത് എന്ന് സമാധാനിച്ചു. അപ്പോഴത്തെ കുടുംബത്തിന്റെ സാമ്പത്തികസ്ഥിതി അത്രമാത്രം മോശമായിരുന്നു എന്നതും ഇത്തരുണത്തിൽ ബോധ്യപ്പെടുത്തുകയാണ്.

17. മുഖ്യമന്ത്രിയെ സന്ദർശിക്കുവാൻ ലഭിച്ച അസുലഭ സൗഭാഗ്യം

എന്റെ പതിനെട്ടാം വയസ്സിൽ എന്ത് ത്യാഗം സഹിച്ചും എവിടെയെങ്കിലും "സ്ഥിരമായി ഒരു ഗവൺമെന്റ് ജോലി തരപ്പെടുത്തുക" എന്ന

തീവ്രമായ ആഗ്രഹം മനസ്സിൽ കൊണ്ടുനടക്കുന്ന കാലമായിരുന്നു. ഹിന്ദി ടൈപ്പ് റൈറ്റിംഗ് പഠിച്ചാൽ കേന്ദ്ര ഗവൺമെന്റിൽ ജോലി കിട്ടാൻ കൂടുതൽ സാധ്യതകൾ ഉണ്ടായിരുന്ന കാലഘട്ടമായിരുന്നുവെന്ന് എനിക്ക് അറിയാമായിരുന്നു, അതിനാലാണ് ഹിന്ദി ടൈപ്പ് റൈറ്റിംഗ് തെരഞ്ഞെടുത്ത് അതിൽ ഹൈസ്പീഡ് ഞാൻ പാസായതും. ആ സമയത്ത് കേന്ദ്രീയ ഹിന്ദി പരിഷത് സംസ്ഥാന തലത്തിൽ നടത്തിയ ഒരു മത്സരപരീക്ഷയിൽ ഹിന്ദി ടൈപ്പ് റൈറ്റിങ്ങിന് ഒന്നാം സ്ഥാനം എനിക്ക് ലഭിച്ചു. അക്കാരണത്താൽ ബഹുമാനപ്പെട്ട ഇന്ത്യൻ ഉപരാഷ്ട്രപതി ജി.എസ്. പഥക് ഡൽഹിയിലേക്ക് എന്നെ അനുമോദിക്കുന്നതിനായി ക്ഷണിച്ചു. എന്ത് വിലകൊടുത്തും ഡൽഹിയിൽ പോകണമെന്ന് ഞാൻ ആഗ്രഹിച്ചു. എന്നാൽ ഡൽഹിയിൽ പോകാനായി പുതിയ വസ്ത്രങ്ങൾ, യാത്രാ ചെലവ് എന്നിവയ്ക്ക് പണം കണ്ടെത്തേണ്ടതുണ്ട്. കൂടുതലൊന്നും ഞാൻ ചിന്തിച്ചില്ല. എസ്.എം വി. സ്കൂളിലെ നല്ലവരായ അധ്യാപകർ പകർന്നുതന്ന മനോധൈര്യം ഉൾക്കൊണ്ട് ഞാൻ നേരെ അന്നത്തെ ബഹുമാനപ്പെട്ട കേരള മുഖ്യമന്ത്രി ശ്രീ.സി. അച്യുതമേനോൻ അവർകളെ നേരിട്ട് കണ്ട് കാര്യങ്ങൾ ബോധിപ്പിച്ചു. ഉടൻ തന്നെ അദ്ദേഹം ചീഫ് സെക്രട്ടറിയുടെ മുറിയിലേക്ക് എന്നെ ആനയിച്ചുകൊണ്ട് പോയി. ബഹുമാനപ്പെട്ട ചീഫ് സെക്രട്ടറി എന്റെ അപ്പോഴത്തെ അവസ്ഥ വളരെ ശ്രദ്ധയോടും ക്ഷമയോടും കൂടി കേട്ട് മനസ്സിലാക്കി. തുടർന്ന് എന്റെ വീടിന്റെ നിജസ്ഥിതി അന്വേഷിച്ച് റിപ്പോർട്ട് നൽകാനായി ഫോർട്ട് മേഖലയിലുള്ള തഹസിൽദാരെ ചുമതലപ്പെടുത്തി. അങ്ങനെ അദ്ദേഹത്തിന്റെ ഓഫീസിൽ നിന്നും ഞങ്ങളുടെ കുടുംബത്തിന്റെ അപ്പോഴത്തെ സാമ്പത്തികസ്ഥിതി നേരിട്ട് അന്വേഷിക്കുവാൻ ചുമതലപ്പെട്ടവരെ വീട്ടിലേക്ക് അയയ്ക്കുകയും ധൃതഗതിയിലുള്ള ആ അന്വേഷണ റിപ്പോർട്ടിന്റെ അടിസ്ഥാനത്തിൽ അതേ ദിവസം തന്നെ അതിവേഗം എന്റെ ഡൽഹി യാത്രയ്ക്ക് ആവശ്യമായ 200/-രൂപ (ഇരുന്നൂറ് രൂപ) അനുവദിക്കുകയും അന്ന് വൈകുന്നേരം തന്നെ എന്നെയും അച്ഛനെയും അമ്മയെയും ബഹുമാനപ്പെട്ട തഹസിൽദാർ അദ്ദേഹത്തിന്റെ ഓഫീസിലേക്ക് ക്ഷണിക്കുകയും ഒരു ചെറിയ ചായ സൽക്കാരത്തോടുകൂടി എനിക്ക് 200 രൂപ (ഇരുന്നൂറ് രൂപ മാത്രം) നൽകുകയും ചെയ്തു. അന്ന് ആ രൂപ ലഭിക്കാതിരുന്നെങ്കിൽ എനിക്ക് ഡൽഹിയിൽ പോകുവാനോ അവിടത്തെ പരിപാടിയിൽ പങ്കെടുക്കുവാനോ സാധിക്കില്ലായിരു

ന്നു. ഇപ്രകാരം എക്കാലവും ദീപ്തസ്മരണയായി നിലനിൽക്കുന്ന എന്റെ തിളക്കമാർന്ന ജീവിതാനുഭവം കഠിനാധ്വാനത്തിന്റെയും കർമ്മയോഗത്തിന്റെയും ജന്മസാഫല്യത്തിന്റെയും ദൈവനിശ്ചയം കൂടിയാണ്. എന്റെ മാതാപിതാക്കളോടും ഗുരുക്കന്മാരോടും ദൈവത്തോടും എത്രമാത്രം നന്ദി പറഞ്ഞാലും മതിയാകുകയില്ല എന്ന തിരിച്ചറിവ് എന്നിൽ എക്കാലവും നിലനിൽക്കുന്നതാണ്.

എനിക്ക് ഡൽഹിയിൽ സമ്മാനം ലഭിച്ച ആ സുദിനത്തിൽ തന്നെ സ്മൃതി മണ്ഡലത്തിൽ ഹൃദയതാളമായി നിറഞ്ഞു നിൽക്കുന്ന മറ്റൊരു മധുരാനുഭവം കൂടി ഉണ്ടായി. തിരുവനന്തപുരത്ത് വച്ച് എന്റെ ഇംഗ്ലീഷ് ഹയർ ഗ്രേഡ് ടൈപ്പ് റൈറ്റിങ്ങിന്റെ പ്രാക്ടിക്കൽ പരീക്ഷ അന്നേ ദിവസമായിരുന്നു. കാരണം അക്കാലത്ത് ടൈപ്പ് റൈറ്റിംഗിന്റെ തിയറി പരീക്ഷയും പ്രായോഗിക പരീക്ഷയും ഒരേ ദിവസം തന്നെ നിർബന്ധമായും നടത്തുന്ന രീതിയാണ് നിലവിൽ ഉണ്ടായിരുന്നത്. എന്നാൽ എന്റെ ദൈവതുല്യരായ ഗുരുഭൂതരുടെ പ്രായോഗികമായ നിർദ്ദേശങ്ങൾ ശിരസാവഹിച്ചുകൊണ്ട് ഞാൻ അന്നത്തെ ടെക്നിക്കൽ എഡ്യൂക്കേഷൻ ഡയറക്ടർക്ക് നേരിട്ട് ഒരു നിവേദനം നൽകി. അതിന്റെ അടിസ്ഥാനത്തിൽ 'തിയറി പേപ്പറും പ്രാക്ടിക്കൽ പേപ്പറും ഒരുമിച്ച് എഴുതണമെന്ന' നിബന്ധനയിൽനിന്ന് എന്നെ നിരുപാധികം ഒഴിവാക്കി അടുത്ത പരീക്ഷയിൽ പ്രാക്ടിക്കൽ മാത്രം അറ്റൻഡ് ചെയ്യാൻ എന്നെ അനുവദിച്ചുകൊണ്ടുള്ള പ്രത്യേക ഓർഡർ ലഭിച്ചുവെന്നത് വളരെയധികം സന്തോഷദായകമായിരുന്നു. ഇപ്രകാരമുള്ള ജീവിതാനുഭവങ്ങൾ എന്റെ ജീവിതത്തിൽ അനുഭവിച്ചറിയുവാനുള്ള മഹാഭാഗ്യം ലഭിച്ചത് എന്നിലുള്ള ഗുരുത്വവും അച്ചടക്കബോധവും അതിലുപരി പ്രായോഗിക ബുദ്ധിയോടുകൂടി അറിവുള്ളവർ പറയുന്ന നല്ല കാര്യങ്ങൾ യാതൊരു വിട്ടുവീഴ്ചയും കൂടാതെ ചെയ്യുവാനുള്ള എന്റെ മന:സാന്നിദ്ധ്യത്തിന്റേയും പെരുമാറ്റ രീതിയുടേയും ഇച്ഛാശക്തിയുടേയും ആകെ തുകയാണെന്ന് ഞാൻ വിശ്വസിക്കുന്നു.

18. യുദ്ധകാലാടിസ്ഥാനത്തിലുള്ള പോരാട്ട മികവ്

എന്റെ ജീവിതത്തിലെ ഏറ്റവും ദുരിതം പിടിച്ച ഒരു കാലഘട്ടം 1970 മുതൽ 1972 വരെയുള്ളത് ആയിരുന്നു. ഞങ്ങളുടെ കുടുംബത്തിലെ സാമ്പത്തികസ്ഥിതി ആ സമയത്ത് വാക്കുകളാൽ വിവരിക്കാൻ കഴിയാത്തത്ര സങ്കീർണ്ണമായിരുന്നു. എപ്രകാരമാണ് ഞങ്ങൾ ആ ദുരവസ്ഥ തരണം

ചെയ്തതെന്ന് ചിന്തിക്കാൻ ഇപ്പോഴും കഴിയുന്നില്ല. എല്ലാം ഒരു സ്വപ്നം പോലെ തോന്നുകയാണ്. അക്കാലത്തും എന്റെ വല്യമ്മയും അച്ഛനും അമ്മയും തുടങ്ങിവച്ച പപ്പട നിർമ്മാണവും വിപണനവും ഞങ്ങൾക്ക് ഒരു അത്താണിയായി തുടർന്നു. എന്നാലും സാമ്പത്തികമായ പിന്നോക്കാവസ്ഥ കാരണം ഞങ്ങളുടെ കുടുംബത്തെ നിത്യേന കാർന്നു തിന്നിരുന്ന ദാരിദ്ര്യത്തിന്റെ കാഠിന്യം പറഞ്ഞറിയിക്കാനാവില്ല. ഈ ദു:സ്ഥിതിക്ക് ഏതു വിധേനയും ശാശ്വതപരിഹാരം ഉടനെ കണ്ടെത്തണമെന്ന എന്റെ അതിരുകടന്ന ആഗ്രഹം സഫലീകരിക്കുവാൻ ഊണിലും ഉറക്കത്തിലും വൈവിധ്യമാർന്ന ചിന്താസരണികളിലൂടെ എന്റെ വിലപ്പെട്ട ദിനരാത്രങ്ങൾ കടന്നുപോയി. "എങ്ങനെയെങ്കിലും ഒരു സർക്കാർ ജോലി തരപ്പെടുത്തണം, അതിന് എന്ത് ചെയ്യണം" എന്നതായിരുന്നു ഓരോ നിമിഷവും ഞാൻ ചിന്തിച്ചിരുന്നത്. അതിനുവേണ്ടി ഞാൻ എസ്.എസ്.എൽ.സി, ഇംഗ്ലീഷ് ടൈപ്പ് റൈറ്റിംഗ്, ഇംഗ്ലീഷ് ഹയർ ഗ്രേഡ്, ഹിന്ദി ഹൈസ്പീഡ്, ഹിന്ദി പ്രവേശിക എന്നിവ പാസായിട്ടുമുണ്ട്. അവസാനം ഒരു ഗവൺമെന്റ് ജോലിക്ക് വേണ്ടി ബീഹാറിലെ മുഖ്യമന്ത്രിക്ക് ഞാൻ അപേക്ഷ അയച്ചു. എനിക്ക് അതിനു മറുപടി കിട്ടുകയും ചെയ്തു. എനിക്ക് ലഭിച്ച മറുപടി കത്തിൽ ഇപ്രകാരം രേഖപ്പെടുത്തിയിരുന്നു. "ബീഹാറിലെ എംപ്ലോയ്മെന്റ് എക്സ്ചേഞ്ചിൽ പേര് രജിസ്റ്റർ ചെയ്താൽ അവിടെ ജോലി ചെയ്യാൻ സാധിക്കുമെന്ന്."

പിന്നീട് ഞാൻ സെൻട്രൽ ഓഫീസ്, റിസർവ് ബാങ്ക് ഓഫ് ഇന്ത്യ, മുംബൈ, ഹിന്ദി സെക്ഷനിലേക്ക് ഓപ്പൺ ആയി ജോലിക്കുള്ള ഒരു അപേക്ഷ അയച്ചു, അവിടെനിന്നും താമസിയാതെ മറുപടി എനിക്ക് ലഭിച്ചു. അത് ഇപ്രകാരമാണ്. "അവിടുത്തെ ലോക്കൽ എംപ്ലോയ്മെന്റ് എക്സ്ചേഞ്ചിൽ പേര് രജിസ്റ്റർ ചെയ്തു വേക്കൻസി വരുന്നുണ്ടോ എന്ന് നിരന്തരമായി ശ്രദ്ധിച്ചുകൊണ്ടിരിക്കണം". എന്നാൽ എനിക്ക് അക്കാലത്ത് ഇതൊന്നും അറിയില്ല. ആർക്ക് അപേക്ഷ നൽകണം, എവിടെയാണ് അപേക്ഷ നൽകേണ്ടത്, ആരുമായിട്ടാണ് ബന്ധപ്പെടേണ്ടത് തുടങ്ങിയ നിരവധി കാര്യങ്ങളെക്കുറിച്ച് യാതൊരു ധാരണയുമില്ലാത്ത കാലം. ചുരുക്കത്തിൽ ജീവിത യാഥാർത്ഥ്യവുമായി പൊരുത്തപ്പെടാൻ കഴിയാത്ത, മനസ്സ് നിറയെ തികച്ചും അസ്വസ്ഥതകൾ കുടിയിരിക്കുന്ന കാലം. ഇപ്രകാരമുള്ള ഗതികെട്ട, യാതൊരു പ്രതീക്ഷയ്ക്കും വകയില്ലാത്ത, പരിശ്രമങ്ങളെല്ലാം

Sathram School

My Class Teacher O.Gopinathan Sir

S M V S chool

Babu Senan R B I

G Hariharan R B I

Ramakrishna Sarma

Sankararaman

Krishnan & family

Ganesan Graduation

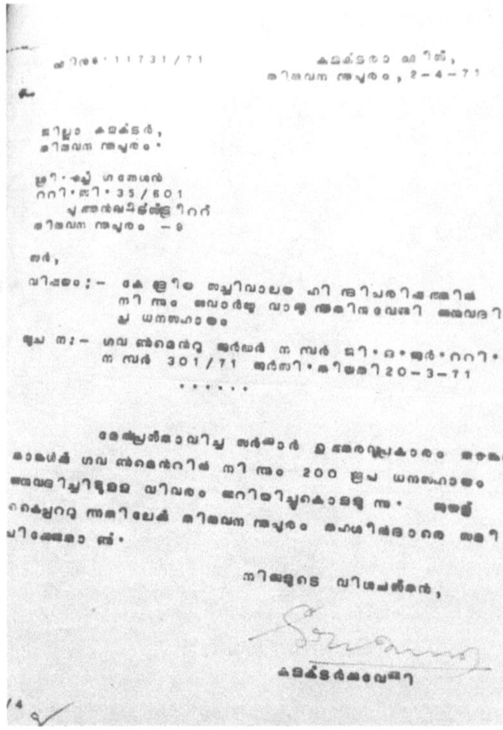

[illegible] 11731/71

കളക്ടറാഫീസ്,
തിരുവനന്തപുരം, 2-4-71

ജില്ലാ കളക്ടർ,
തിരുവനന്തപുരം.

ശ്രീ. കെ. ഗണേശൻ
റ്റി.സി. 35/601
[illegible]
തിരുവനന്തപുരം - 9

സർ,

വിഷയം:- കേന്ദ്രീയ സചിവാലയ ഹിന്ദിപരിഷത്തിൽ നിന്നും അവാർഡ് വാങ്ങുന്നതിനുവേണ്ടി അനുവദിച്ച ധനസഹായം

സൂചന:- ഗവൺമെന്റ് ഓർഡർ നമ്പർ ജി.ഒ.ആർ.റ്റി. നമ്പർ 301/71 ആർസി. തീയതി 20-3-71

......

മേൽപ്രസ്താവിച്ച സർക്കാർ ഉത്തരവുപ്രകാരം താങ്കൾക്ക് ഗവൺമെന്റിൽ നിന്നും 200 രൂപ ധനസഹായം അനുവദിച്ചിട്ടുള്ള വിവരം അറിയിച്ചുകൊള്ളുന്നു. തുക കൈപ്പറ്റുന്നതിലേക്ക് തിരുവനന്തപുരം തഹസീൽദാരെ സമീപിക്കേണ്ടതാണ്.

നിങ്ങളുടെ വിശ്വസ്തൻ,

കളക്ടർക്കുവേണ്ടി

ഡൽഹിയിൽ പോകാൻ 200 രൂപ
മുഖ്യമന്ത്രി അനുവദിച്ച കത്ത്

Rashtrapathi Award For Hindi Type Writing

Snehaspandanam2012 with Dr Gnanaprakasam

Snehaspandanam2012 with RBI RD Suma Varma

Classmates

1. L.M Sundaram & Family
2. Sreekumaran Nair & Family
3. Sudha & Venkitaraman

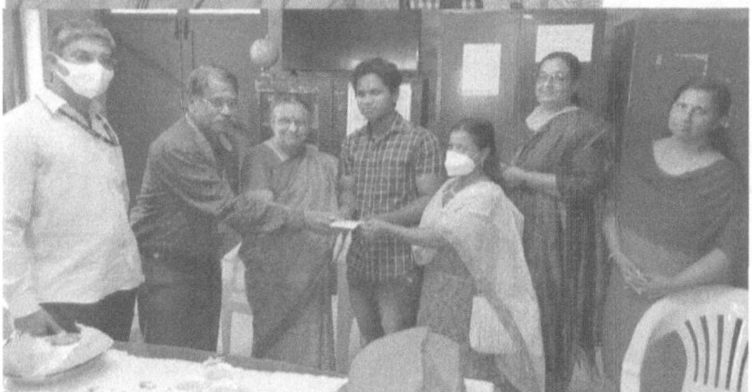

SMVHSS Memorable moments 2

പേരക്കുട്ടികളിൽ ആരോഗ്യകരമായ ശീലങ്ങൾ വളർത്തിയെടുക്കൽ
– ചെടികളോടുള്ള സ്നേഹം, വ്യായാമം, ശുചിത്വം

അർത്ഥശൂന്യമാകുന്ന നിമിഷങ്ങളാൽ നിറഞ്ഞുനിൽക്കുന്ന ദിനരാത്രങ്ങൾ, പലപ്പോഴും ഇത്തരത്തിലുള്ള ജീവിതക്ലേശങ്ങൾ മറ്റൊരാൾക്കും ഉണ്ടാകരുതേ എന്ന് അറിയാതെ ദൈവത്തോട് പ്രാർത്ഥിച്ചു പോയകാലം. ഒരിക്കലും വിസ്മരിക്കാവുന്നതല്ല.

ഒരു ദിവസം എന്റെ എല്ലാ സർട്ടിഫിക്കറ്റുകളുടെയും കോപ്പികൾ ഒപ്പം ചേർത്ത് ഒരു ജോലിക്കുള്ള അപേക്ഷ അന്നത്തെ ബഹുമാനപ്പെട്ട ഇന്ത്യൻ പ്രധാനമന്ത്രിക്ക് അയച്ചുകൊടുത്തു. പി.എമ്മിന്റെ ഓഫീസിൽനിന്നും മറുപടി എനിക്ക് ഉടനെ ലഭിച്ചു. "ജോലിക്കായി ലോക്കൽ എംപ്ലോയ്മെന്റ് എക്സ്ചേഞ്ചിൽ പേര് രജിസ്റ്റർ ചെയ്യാൻ". ആ സമയത്ത് 18 വയസ്സ് തികഞ്ഞ എന്റെ മനസ്സിൽ തീ പാറുകയാണ് ഉണ്ടായത്.അവസാനം എന്റെ ഹിന്ദിയിലുള്ള യോഗ്യതാ സർട്ടിഫിക്കറ്റുകൾ ഉൾപ്പെടെ എംപ്ലോയ്മെന്റ് എക്സ്ചേഞ്ചിൽ രജിസ്റ്റർ ചെയ്യുകയും ഇടയ്ക്കിടയ്ക്ക് എംപ്ലോയ്മെന്റ് ഓഫീസറെ കണ്ട് ഒരു ജോലിയുടെ അത്യാവശ്യത്തെക്കുറിച്ച് അറിയിച്ചുകൊണ്ടിരിക്കുമായിരുന്നു. എന്നിട്ടും യാതൊരു പ്രതീക്ഷയ്ക്കും അക്കാലത്ത് വകയുണ്ടായില്ല എന്നത് ദു:ഖസത്യമാണ്.

19. മധുരസ്മരണകൾ

തുടർന്ന് വിവിധ മത്സര പരീക്ഷകൾക്കും ദക്ഷിണ ഭാരത് ഹിന്ദി പ്രചാരസഭയുടെ പരീക്ഷകൾ (രാഷ്ട്ര ഭാഷാ പ്രവേശിക)ക്കും തയ്യാറെടുപ്പിനായി പഠനം തുടങ്ങി. തെക്കേ തെരുവിലുള്ള മൈതാനത്തിലെ വൃക്ഷ ചുവടുകൾ, ഫോർട്ട് ഹോസ്പിറ്റലിന്റെ എതിരെയുള്ള മൈതാനത്തിലെ വൃക്ഷ ചുവടുകൾ എന്നിവ ഇതിന് സാക്ഷ്യം വഹിച്ചിട്ടുണ്ട്. ലക്ഷ്മി ചേച്ചി വാങ്ങി തന്ന സൈക്കിളിൽ രാവിലെ 10 മണിക്ക് വീട്ടിൽനിന്നും പഠിക്കാനായി അവിടേക്ക് പോകുകയും ഉച്ചയ്ക്ക് ഒരു മണിയോടുകൂടി ഊണ് കഴിക്കാൻ വരികയും പിന്നെ വീണ്ടും 2 മണിക്ക് തിരിച്ചുപോവുകയും 5 മണിയോടുകൂടി തിരിച്ചുവരികയും ചെയ്യുമായിരുന്നു. പ്രസ്തുത മൈതാനങ്ങളെ ഇപ്പോൾ കാണുമ്പോൾ, ചിരകാലസ്മരണകൾ മുത്തുമണികളായി സ്മൃതി മണ്ഡലത്തിലേക്ക് ഊളിയിട്ടിറങ്ങുന്ന വേറിട്ട അനുഭവം മാധുര്യം നുകരുന്നതാണ്.

20. മാതൃകാപരമായ ആതുരശുശ്രൂഷാകേന്ദ്രം

ഞങ്ങളുടെ മൂന്ന് തെരുവുകളിലെയും അന്തേവാസികൾ തങ്ങ

ളുടെ ആരോഗ്യസംബന്ധമായ കാര്യങ്ങൾക്ക് ആശ്രയിച്ചിരുന്നത് ഫോർട്ട് ഹൈസ്കൂളിനടുത്തുള്ള ഫോർട്ട് ഗവൺമെന്റ് ആശുപത്രിയെയായിരുന്നു. ആശുപത്രിയുടെ പ്രവർത്തന സമയത്ത് രോഗികൾ എപ്പോൾ പോയാലും ഡോക്ടർമാരുടെയും സ്റ്റാഫ് നഴ്സുമാരുടെയും ആത്മാർത്ഥമായ സേവനം ലഭ്യമായിരുന്നു. അക്കാലത്ത് അവിടെയുണ്ടായിരുന്ന ഒരു ഡോക്ടറാണ് ഡോക്ടർ എസ്.എസ്.മണി. എന്റെ മാതാപിതാക്കൾക്ക് അസുഖം വരുമ്പോൾ അദ്ദേഹത്തെയാണ് എപ്പോഴും ആശ്രയിച്ചിരുന്നത്. എല്ലാ രോഗികളെയും സ്നേഹത്തോടുകൂടി പരിചരിക്കുന്ന സുമനസ്സിന് നന്ദി അർപ്പിക്കുന്നു.

സർക്കാർ ആശുപത്രികളിൽ അക്കാലത്ത് ട്രാൻസ്പരന്റായ വലിയ കുപ്പികളിൽ (ഭരണി) വെള്ള, പച്ച, നീല, ചുവപ്പ് എന്നീ വ്യത്യസ്ത നിറങ്ങളിലുള്ള ഏതാനും മരുന്നുകൾ കലക്കി വച്ചിരിക്കുമായിരുന്നു. ആ മരുന്നുകൾ നമ്മുടെ എല്ലാത്തരം രോഗങ്ങൾക്കും അതിവേഗം ശമനം ഉണ്ടാക്കുന്ന തരത്തിലുള്ളവയുമായിരുന്നു. ഫാർമസിസ്റ്റുകൾ, കമ്പോണ്ടർമാർ, നഴ്സുമാർ തുടങ്ങി എല്ലാവരും അക്കാലത്ത് മാനവികതയ്ക്ക് പ്രാധാന്യം നൽകുന്ന, മനുഷ്യപ്പറ്റുള്ളവരും സ്നേഹനിധികളുമായ ആശുപത്രി ജീവനക്കാരായിരുന്നു. രോഗികളോട് പൊതുവേ നല്ല പെരുമാറ്റമുള്ള ജീവനക്കാരായിരുന്നു. ഇന്നത്തെപ്പോലെ പ്രൈവറ്റ് ആശുപത്രികൾ പൊതുവേ കുറവായിരുന്നു. ആധുനിക ലോകത്തെ ജീവിതശൈലി രോഗങ്ങളുടെ അതിപ്രസരവും അക്കാലത്തില്ലായിരുന്നു. രോഗികൾക്ക് ഏക ആശ്രയം ഗവൺമെന്റ് ഹോസ്പിറ്റലുകളായിരുന്നു (ധർമ്മാശുപത്രികൾ). അക്കാലത്ത് തിരുവനന്തപുരം ഗവൺമെന്റ് മെഡിക്കൽ കോളേജ് ആശുപത്രിയിലാണ് ഏറ്റവും ഉയർന്ന നിലവാരത്തിലുള്ള ചികിത്സാ സമ്പ്രദായം നിലനിന്നിരുന്നത്. ഒരു തരത്തിലുമുള്ള ചൂഷണവും അക്കാലത്ത് ചികിത്സാമേഖലയിലില്ലായിരുന്നു. വളരെ നല്ല ചികിത്സാ സമ്പ്രദായമാണ് നിലനിന്നിരുന്നത്. ആ നല്ല ദിനങ്ങളുടെ നല്ല ഓർമ്മയ്ക്കും നല്ല മെഡിക്കൽ സേവനങ്ങളുടെ നന്ദിപ്രകടനത്തിനുമായി ഞാൻ എന്റെ റിട്ടയർമെന്റ് ദിനത്തിൽ 'സ്നേഹസ്പന്ദനം' എന്ന ഒരു പരിപാടി നടത്തി (Item 5 A, Gesture of appreciation to Society, Page-2, Hindu Daily dated March 15, 2012)(വിശദമായി "റിട്ടയർമെന്റ് ജീവിതം" ഭാഗത്ത് വിവരിച്ചിട്ടുണ്ട്.

അദ്ധ്യായം മൂന്ന്
ഔദ്യോഗികജീവിതം

3A-ഇൻകം ടാക്സ് ഡിപ്പാർട്ട്മെന്റ്

അശ്രാന്തപരിശ്രമത്തിന്റെ പരിസമാപ്തി

തിരുവനന്തപുരം എംപ്ലോയ്മെന്റ് എക്സ്ചേഞ്ചിൽനിന്നും ഒരു ദിവസം എറണാകുളം ഇൻകം ടാക്സ് വകുപ്പിൽ ഒരു ഹിന്ദി ടൈപ്പിസ്റ്റ് വേക്കൻസി ഉണ്ടെന്ന് അറിയിച്ചുകൊണ്ട്, അതിന്റെ സെലക്ഷന് വേണ്ടി ഒരു കോൾ മെമ്മോ എനിക്ക് അയച്ചു തന്നു. ഈ സമയത്ത് ഞാൻ ഒന്നാം തരം മുതൽ അഞ്ചാം തരം വരെയുള്ള കുട്ടികൾക്ക് ട്യൂഷൻ എടുത്തു വരികയായിരുന്നു. എങ്കിലും എറണാകുളത്തേക്ക് ടെസ്റ്റിനും ഇന്റർവ്യൂവിനും പോകുവാനുള്ള പണമില്ല. അത് കണ്ടെത്തിയേ മതിയാകൂ. എങ്ങനെയെങ്കിലും എറണാകുളത്തുപോയി ടെസ്റ്റ് എഴുതാനും ഇന്റർവ്യൂ അറ്റൻഡ് ചെയ്യാനും ഞാൻ തീരുമാനിച്ചു. പോകാനുള്ള പണം കണ്ടെത്തുവാൻ എന്താണ് മാർഗം എന്ന് പലവട്ടം ചിന്തിച്ചതിനുശേഷം, അവസാനം, ഞാൻ ട്യൂഷൻ എടുക്കുന്ന സ്ഥലത്ത് നിന്ന് രണ്ട് മാസത്തെ ട്യൂഷൻ ഫീസ് മുൻകൂർ വാങ്ങി എഴുത്ത് പരീക്ഷയ്ക്ക് എറണാകുളത്ത് പോയി അറ്റൻഡ് ചെയ്തു. എഴുത്ത് പരീക്ഷ പാസാകുകയും എന്നെ സെലക്ട് ചെയ്യുകയും ചെയ്തു. അതിനുശേഷം അവിടെ നിന്നും ഹിന്ദി പ്രായോഗിക പരീക്ഷയ്ക്കും അഭിമുഖത്തിനും കോൾ മെമ്മോ വന്നു. എന്നാൽ അതിനോടൊപ്പം പ്രാക്ടിക്കൽ പരീക്ഷയ്ക്കുള്ള ടൈപ്പ് റൈറ്റർ അവരവർ തന്നെ എറണാകുളത്ത് പരീക്ഷയ്ക്ക് കൊണ്ട് ചെല്ലണമെന്ന് നിർദ്ദേശവും നൽകിയിരുന്നു. അന്നത്തെ തിരുവനന്തപുരം ദക്ഷിണ ഭാരത ഹിന്ദി പ്രചാരസഭ സെക്രട്ടറി ശ്രീ രാമദാസ് സാർ അവിടെയുള്ള മെഷീൻ എടുത്തു കൊണ്ടുപോകുവാൻ എനിക്കു അനുവാദം തന്നു, അതിനുള്ള നന്ദി എത്ര പറഞ്ഞാലും തീരുകയില്ല. അദ്ദേഹത്തെ ആദരവോടെ സ്മരിക്കുന്നു.

ഞാൻ പ്രായോഗിക പരീക്ഷയ്ക്കായി ഹിന്ദി ടൈപ്പ് റൈറ്ററുമായി എറണാകുളത്തേക്ക് പോയ ട്രെയിൻ യാത്ര ഒരിക്കലും മറക്കാൻ സാധി

ക്കുകയില്ല. ഇൻകം ടാക്സ് ഇൻസ്പെക്ടറേറ്റ് അസിസ്റ്റന്റ് കമ്മീഷണർ ഓഫീസ് സ്ഥിതി ചെയ്യുന്ന വാരിയം റോഡിൽ വച്ചായിരുന്നു പ്രാക്ടിക്കൽ ടെസ്റ്റും ഇന്റർവ്യൂവും നടന്നത്. ഞാനും കരമന മേലാറന്നൂർകാരനായ ശ്രീ മധുസൂദനനും ആയിരുന്നു മത്സരാർത്ഥികൾ. അവസാനം എനിക്ക് തന്നെ അന്തിമവിജയം ലഭിച്ചു. സ്ഥിര ജോലിയും തരപ്പെട്ടു. എന്റെ അശ്രാന്ത പരിശ്രമത്തിനുള്ള പരിസമാപ്തി. എന്റെ സന്തോഷത്തിന് യാതൊരുവിധ പരിധിയുമില്ലായിരുന്നുവെന്നതാണ് യാഥാർത്ഥ്യം. എന്റെ കാണപ്പെട്ട ദൈവങ്ങളായ വല്യമ്മ, അച്ഛൻ, അമ്മ എന്നിവരെയും ഗുരുവര്യന്മാരെയും മനസ്സുകൊണ്ട് പാദം സ്പർശിച്ച് നമ്രശിരസ്കനായി വന്ദിച്ചു കൊണ്ടാണ് ഞാൻ ജോലിയിൽ പ്രവേശിക്കാൻ തീരുമാനിച്ചത്. എനിക്ക് ലഭിക്കുവാൻ പോകുന്ന ഗവൺമെന്റ് ജോലിയിലൂടെ എന്റെ കുടുംബത്തിലെ സൂര്യകിരണമായി മാറുകയായിരുന്നു ഞാനെന്ന കൊച്ചു ഗണേശൻ. പിൽക്കാലത്ത് എന്റെ കൂടെ അന്ന് മത്സരിച്ച മധുസൂദനൻ ഡൽഹി ഇന്ത്യൻ ഇന്റലിജൻസ് ബ്യൂറോയുടെ ഒരു ഉയർന്ന തസ്തികയിൽനിന്നും വിരമിക്കുകയാണ് ചെയ്തത്.

2. ഇൻകം ടാക്സ് കമ്മീഷണർ ഓഫീസ്, കൊച്ചി

താമസിയാതെ തന്നെ എറണാകുളം സൗത്തിലെ കമ്മീഷണർ ഓഫ് ഇൻകം ടാക്സ് ഓഫീസിൽ സ്ഥിരമായി ജോലിയിൽ പ്രവേശിക്കുന്നതിന് വേണ്ടി എനിക്ക് രജിസ്റ്റേർഡ് കത്ത് കിട്ടി. അങ്ങനെ കേന്ദ്ര ഗവൺമെന്റ് ഓഫീസിൽ ഹിന്ദി ടൈപ്പിസ്റ്റ് ജോലി ഉറപ്പായി. ഹാ എന്തൊരു മഹാഭാഗ്യം ! വളരെ നാളത്തെ നിതാന്ത ജാഗ്രതയോടുകൂടിയ അവിശ്രമ പരിശ്രമങ്ങൾക്ക് ദൈവം കനിഞ്ഞനുഗ്രഹിച്ചു നൽകിയ ജീവിത സൗഭാഗ്യം. കാത്തു കാത്തിരുന്ന സർക്കാർ ജോലി അവസാനം ലഭിച്ചുവെങ്കിലും ആ സമയത്ത് എന്റെ മനസ്സ് മുഴുവൻ ആശങ്കകൾ കൊണ്ട് നിറഞ്ഞിരുന്നു. കാരണം 19 വയസ്സ് മാത്രം പ്രായമുള്ള, ഒരു ചെറിയ മനുഷ്യരൂപമുള്ള ഞാൻ എറണാകുളത്ത് ഒറ്റയ്ക്ക് എവിടെ താമസിക്കും? ലോഡ്ജ് എടുക്കേണ്ടി വരുമോ? എപ്രകാരം ഇതൊക്കെ കൈകാര്യം ചെയ്യും? യാതൊരു മുൻപരിചയവുമില്ലാത്ത ഒരു നഗരത്തിലേക്ക് പോകുന്നതിന്റെ പരിഭ്രമം പറഞ്ഞറിയിക്കുവാൻ കഴിയില്ല.

സ്നേഹനിധികളായ അച്ഛനും അമ്മയും വല്യമ്മയും സഹോദരന്മാരും സഹോദരിമാരും വളരെയധികം സന്തോഷത്തോടുകൂടി എന്നെ

എറണാകുളത്തേക്ക് യാത്ര അയക്കുവാൻ തിരുവനന്തപുരം റെയിൽവേ സ്റ്റേഷനിൽ വന്നിരുന്നു. ഞാൻ ട്രെയിനിൽ ബുക്ക് ചെയ്ത സീറ്റിൽ മൂകനായി ഇരുന്നു. എന്റെ മനസ്സ് നിറയെ എന്തെന്നില്ലാത്ത ഒരു വെപ്രാളമായിരുന്നു. മറ്റൊന്നുമല്ല, ഞാൻ എങ്ങനെ ഇപ്രകാരമൊരു സാഹചര്യത്തെ കൈകാര്യം ചെയ്യുമെന്നതുമായി ബന്ധപ്പെട്ട ഒട്ടനവധി ഭീതിതമായ ചിന്തകൾ ഒരേ സമയത്ത് എന്നെ വേട്ടയാടിക്കൊണ്ടിരുന്നു.

3. ദൈവാനുഗ്രഹം- ദിവ്യാനുഭവം

വർണ്ണാനാതീതമായ തീവ്രചിന്തകളെ കടിഞ്ഞാണിടുവാൻ ഞാൻ സ്വയം ശ്രമിച്ചു കൊണ്ടിരിക്കുമ്പോൾ പ്രപഞ്ചനാഥന്റെ കടാക്ഷം പോലെ, ദൈവം നേരിട്ട് ഇറങ്ങി വന്ന് സാന്ത്വനപ്പെടുത്തുന്നതുപോലെ, ഒരു തുണയും കൈത്താങ്ങും ഇല്ലാത്തവരെ ദൈവം അദൃശ്യമായി അനുഗ്രഹം ചൊരിഞ്ഞ് സമാശ്വസിപ്പിക്കുന്ന തികച്ചും അപ്രതീക്ഷിതമായ ഒരു ദിവ്യാനുഭവം ട്രെയിൻ യാത്രയിൽ എനിക്കുണ്ടായി. എന്റെ തൊട്ടടുത്ത കമ്പാർട്ട്മെന്റിൽ ഒന്നാം പുത്തൻ തെരുവിൽ താമസിച്ചിരുന്ന ഡോക്ടർ പരമേശ്വരയ്യർ ഇരിക്കുന്നത് കണ്ടു. അദ്ദേഹം എന്നെ തിരിച്ചറിഞ്ഞിട്ട് എന്റെ യാത്രയുടെ ഉദ്ദേശ്യം എന്താണെന്ന് ചോദിച്ചു. "ഇൻകം ടാക്സ് കമ്മീഷണർ ഓഫീസിൽ ജോലി ആയി, ജോയിൻ ചെയ്യാൻ പോകുന്നു" എന്ന് പറഞ്ഞ മാത്രയിൽ അദ്ദേഹം എറണാകുളത്ത് എനിക്ക് എല്ലാ സഹായ വാഗ്ദാനങ്ങളും നിർലോഭം നൽകി. കൂടാതെ ഇൻകം ടാക്സ് ഓഫീസിന്റെ സകല കാര്യങ്ങളും പറഞ്ഞു തന്നു. അതിനോടൊപ്പം തന്നെ അദ്ദേഹം എറണാകുളം മഹാരാജാസ് കോളേജിലെ ഹിന്ദി വിഭാഗം മേധാവിയാണെന്നും ഒരു വീട് വാടകയ്ക്ക് എടുത്ത് ഒറ്റയ്ക്ക് കഴിയുകയാണെന്നും എനിക്കും കൂടി അദ്ദേഹത്തോടൊപ്പം താമസിക്കാം എന്നും അറിയിച്ചു. അങ്ങനെ എന്റെ മനസ്സിനെ അലട്ടിക്കൊണ്ടിരുന്ന എല്ലാ ആശങ്കകളും നിമിഷങ്ങൾക്കകം മാറി. തുടർന്ന് എറണാകുളം വളഞ്ഞമ്പലത്തിലുള്ള അദ്ദേഹത്തിന്റെ താമസസ്ഥലത്ത് ഞാനും കൂടി താമസിക്കുവാൻ തുടങ്ങി. ഇൻകം ടാക്സ് ഓഫീസിൽ നിന്നും അഞ്ച് മിനിറ്റ് കാൽനടയായി പോയാൽ എത്തുന്ന ദൂരം മാത്രമേ അവിടേക്ക് ഉണ്ടായിരുന്നുള്ളു. അദ്ദേഹം സ്വന്തമായി ഭക്ഷണം പാകം ചെയ്യുമായിരുന്നു. അദ്ദേഹത്തോടൊപ്പം ആഹാരം പാകം ചെയ്യുവാൻ ക്രമേണ ഞാനും പഠിച്ചു. ചുരുക്കത്തിൽ അദ്ദേഹത്തോടൊപ്പം എന്റെ ചെറുപ്രായത്തിൽ കഴിയു

വാനും ഇപ്രകാരമൊരു സുവർണാവസരം കിട്ടിയതിനും ദൈവത്തിനോടും മാതാപിതാക്കളോടും ഗുരുവര്യന്മാരോടും കുടുംബാംഗങ്ങളോടും ഹൃദയത്തിന്റെ ഭാഷയിൽ നന്ദി രേഖപ്പെടുത്തിക്കൊള്ളുന്നു.

4. ഇൻകം ടാക്സ് കമ്മിഷണർ ഓഫീസിലെ വേറിട്ട അനുഭവം

ഓഫീസിലെ ഏറ്റവും പ്രായം കുറഞ്ഞ, ചെറിയ രൂപമുള്ള, കുട്ടിയായ ഞാൻ 17.01.1972-ൽ ഇൻകം ടാക്സ് ഓഫീസിൽ ജോലിക്ക് പ്രവേശിക്കുന്നതിനായി റിപ്പോർട്ട് ചെയ്തു. അന്ന് ഓഫീസ് 'മാടപ്പറമ്പിൽ ബിൽഡിംഗ്സ്' എന്ന ഭീമാകാരമായ ഒരു കെട്ടിടത്തിലായിരുന്നു. ഈ ബിൽഡിംഗ് അന്ന് സൗത്ത് റെയിൽവേ സ്റ്റേഷന്റെ മുൻവശത്തെ കോമ്പൗണ്ടിലായിരുന്നു. അതുകൊണ്ട് ട്രെയിൻ യാത്ര വളരെ സൗകര്യമായിരുന്നു. ഇപ്പോൾ ആ കെട്ടിടം പൊളിച്ചുമാറ്റി, ആ സ്ഥലത്ത് മെട്രോ റെയിൽ ആഫീസും അനുബന്ധ കെട്ടിടങ്ങളുമാണ് സ്ഥിതി ചെയ്യുന്നത്.

ഞാൻ ഓഫീസിൽ റിപ്പോർട്ട് ചെയ്തപ്പോൾ ഓഫീസിലെ മറ്റ് സ്റ്റാഫ് അംഗങ്ങൾ എന്നെ അത്ഭുതത്തോടെയാണ് നോക്കിയത്. അന്ന് എനിക്ക് ഓഫീസ് അന്തരീക്ഷം തികച്ചും അപരിചിതവും എന്നാൽ വളരെയധികം പുതുമയുള്ളതുമായിരുന്നു. ഞാൻ അങ്ങേയറ്റം ആദരവോടും ഭവ്യതയോടുംകൂടി എന്റെ അപ്പോയ്മെന്റ് ഓർഡർ സ്റ്റാഫ് സെക്ഷനിലെ സൂപ്പർവൈസറായ രാഘവമേനോൻ സാറിന്റെ കയ്യിൽ കൊടുത്തു. അതിൽ അദ്ദേഹം "17.01.1972" എന്ന തീയതിയോടു കൂടി ഒപ്പുവച്ച് തുടർന്നുള്ള നടപടികൾക്കായി ഓഫീസ് സെക്ഷനിൽ പോകാൻ പറഞ്ഞു. വളരെ സ്നേഹത്തോടും അതിലേറെ അനുകമ്പയോടും കൂടിയുള്ള ബഹുമാന്യനായ സൂപ്പർവൈസറുടെ പെരുമാറ്റം എന്നെ വളരെയധികം ആകർഷിച്ചു.

5. എന്നെ ഞാനാക്കിയ ആദ്യകാല സഹപ്രവർത്തകർ

ആദ്യനാളുകളിൽ എന്റെ ഓഫീസിൽ ഉണ്ടായിരുന്ന എനിക്ക് ഓർമ്മയുള്ള ഏതാനും സഹപ്രവർത്തകരുടെ പേരുകൾ ചുവടെ ചേർക്കുന്നു. സർവ്വശ്രീ എൻ. റ്റി. കാർത്തികേയൻ (ഇൻകം ടാക്സ് ഇൻസ്പെക്ടർ ആന്റ് ട്രാൻസിലേറ്റർ), കെ. വി. എ. മേനോൻ (ഐ.ടി.ഒ ഹെഡ്ക്വാർട്ടേഴ്സ്) കൺട്രോളിംഗ് ഓഫീസർ, എൻ.ആർ.സി.മേനോൻ (ഇൻസ്പെക്ടർ), കുമാരസ്വാമി (ക്ലാർക്ക്), ജയചന്ദ്രൻ (ഇൻസ്പെക്ടർ),

എബ്രഹാം മാത്യു (യു.ഡി.സി.), എൻ.ജി.പിള്ള (യു.ഡി.സി.), രാഘവൻ (യു.ഡി.സി.), ടി. ജോൺ ജോർജ്ജ് (ഇൻസ്പെക്ടർ), എൻ.സീതാരാമൻ (ഐ.ടി.ഒ.), ജോൺ (ഇൻസ്പെക്ടർ), റ്റി.വി. വർഗ്ഗീസ് (സ്റ്റെനോഗ്രാഫർ), എ. വി. വേണു (യു.ഡി.സി.), എംഎസ്. അയ്യപ്പൻ നായർ (യു.ഡി.സി.), എസ്.ടി. തിരുമലാചാരി (കമ്മീഷണർ ഓഫ് ഇൻകം ടാക്സ്), എ.ഡി. ജോസ് (കമ്മീഷണറുടെ പേഴ്സണൽ സ്റ്റാഫ്), ആർ. കൃഷ്ണൻ/കിച്ചുമാമൻ (ജുഡീഷ്യൽ സെക്ഷൻ), കെ.വി. അച്യുതൻകുട്ടി (സ്റ്റെനോഗ്രാഫർ), വി.കെ. അച്ചുകുട്ടി (ഇൻസ്പെക്ടർ), ടി. ആർ. സുബ്രഹ്മണ്യൻ (ഇൻകം ടാക്സ് ഓഫീസർ - റിക്കവറി), വീര രാഘവൻ (സൂപ്പർവൈസർ), എം. വൈ.എം. കെ. മേനോൻ (അഡീഷണൽ കമ്മിഷണർ ഓഫ് ഇൻകംടാക്സ്), പി. രവീന്ദ്രൻ (യു.ഡി.സി.), എൻ.ജെ. തമ്പി (യു.ഡി.സി.), കെ.എ. തമ്പി (എൽ.ഡി.സി), എൻ.എ. തോമസ് (എൽ.ഡി.സി)., കൃഷ്ണൻ (ക്യാന്റീൻ കുക്ക്), ദേവസ്യ (ഗേറ്റ്മാൻ),നാരായണൻ (യു.ഡി.സി.), കൃഷ്ണൻ നായർ (സൂപ്പർവൈസർ), രാജേഷ് (യു.ഡി.സി.) എന്നിവരും ശ്രീമതിമാർ ഏ.കെ. പ്രഭാവതി, സി.ആർ. സരസ്വതി, എം. കെ. ജാനകി, കെ.എ തമ്പിയുടെ സഹധർമ്മിണി രമണി തുടങ്ങിയവരായിരുന്നു എന്നെ ഞാനാക്കിയ ആദ്യകാല ഓഫീസ് സഹപ്രവർത്തകർ.

ജീവിത വിജയത്തിന്റെ ചവിട്ടുപടികൾ ഓരോന്നോരോന്നായി കീഴടക്കി ഔദ്യോഗികമായി ഉന്നത സ്ഥാനീയരാകുമ്പോഴും നാം സേവനമനുഷ്ഠിച്ച ആദ്യകാല സ്ഥാപനങ്ങളിൽ നമ്മോടൊപ്പം വിവിധതലങ്ങളിൽ ഉന്നത തസ്തികകളിലാകട്ടെ, താഴ്ന്ന തസ്തികകളിലാകട്ടെ ആത്മാർത്ഥമായി സേവനമനുഷ്ഠിച്ച സഹചാരികളെ ജീവിതാവസാനം വരെ യാതൊരു കാരണവശാലും വിസ്മരിക്കാൻ പാടില്ല. എനിക്ക് അവർ ഇപ്പോഴും എന്റെ ഉറ്റവരും ഉടയവരുമാണ്. എല്ലാ ജീവനക്കാർക്കും വലിപ്പച്ചെറുപ്പഭേദമെന്യേ, അനവരതം, അക്ഷീണം, എണ്ണമറ്റ ഉപകാരങ്ങൾ നിർലോഭം നിറഞ്ഞ മനസ്സോടെ, സൗമ്യതയോടുകൂടി കാഴ്ചവച്ച മഹത്വ്യക്തിത്വങ്ങളാണ് പ്രസ്തുത സ്ഥാപനത്തിലെ അക്കാലത്തെ ഗേറ്റുമാനായ സർവ്വശ്രീ ദേവസ്യയും കാന്റീൻ പാചകക്കാരനായ കൃഷ്ണനും എന്നത് പ്രത്യേക പരാമർശം അർഹിക്കുന്നതാണ്.

ഞാൻ ആദ്യമായി ജോലിയിൽ പ്രവേശിക്കുന്നത് എൻ.ആർ. സി.മേനോനും കുമാരസ്വാമിയും ഉൾപ്പെട്ട സെക്ഷനിലാണ്. അപ്പോൾ

എന്റെ ജോലി ഹിന്ദി സന്ദേശങ്ങൾ ടൈപ്പ് ചെയ്യുന്നതിനോടൊപ്പം ക്യാഷ് സെക്ഷനിൽ നിന്നും വരുന്ന എല്ലാ ജോലികളും ചെയ്തു നൽകുക എന്നതായിരുന്നു. കൂടാതെ ഇൻകം ടാക്സ് പെർമനന്റ് അക്കൗണ്ട് നമ്പർ (PAN) അലോട്ട് ചെയ്തു ഒരു വലിയ രജിസ്റ്റർ തയ്യാറാക്കുന്ന ജോലിയും എന്റെ സേവന പരിധിയിൽപ്പെടുന്നതായിരുന്നു. എന്നിൽ നിക്ഷിപ്തമായ എല്ലാ ജോലികളും - കഠിനമായാലും ലളിതമായാലും - കൃത്യനിഷ്ഠയോടും സമയബന്ധിതമായും ചെയ്തു തീർക്കുന്ന ഒരു പ്രവർത്തന ശൈലി ആ സമയത്തും എനിക്ക് ഉണ്ടായിരുന്നുവെന്നതുകൊണ്ട് എന്റെ ജീവിതത്തിന് വളരെയധികം നന്മകൾ പ്രദാനം ചെയ്തിട്ടുണ്ടെന്നുകൂടി ഇത്തരുണത്തിൽ ഓർമ്മപ്പെടുത്തിക്കൊള്ളട്ടെ. ഏതൊരാൾക്കും പരിമിതികൾ എന്തൊക്കെയുണ്ടെങ്കിലും നമ്മെ ഏൽപ്പിക്കുന്ന എന്ത് ജോലിയും തന്റെ സ്വന്തം ജോലിയാണെന്നും അതിന്റെ പൂർണ്ണ ഉത്തരവാദിത്വം നമ്മളിൽ തന്നെയാണെന്നുമുള്ള തിരിച്ചറിവ് കാലാന്തരത്തിൽ ദൈവാനുഗ്രഹമായി ഭവിക്കുമെന്ന യാഥാർത്ഥ്യം അനുഭവവേദ്യമായ വ്യക്തി കൂടിയാണ് ഞാനെന്ന് സാദരം പ്രസ്താവിക്കുകയാണ്.

6. ഇൻകം ടാക്സ് കമ്മീഷണർ ഓഫീസ് നിയമ വിഭാഗത്തിലെ അനുഭവം

തുടർന്ന് എന്നെ കമ്മീഷണർ ഓഫീസിലെ നിയമവിഭാഗത്തിലേക്ക് പോസ്റ്റ് ചെയ്തു. അവിടെ ഇൻസ്പെക്ടർ സർവ്വശ്രീ ടി. ജോൺ ജോർജ്, ഐ.ടി.ഒ എൻ. സീതാരാമൻ, എൻ.ജെ. തമ്പി കൂടാതെ ശ്രീമതിമാർ സി.ആർ. സരസ്വതി, എം.കെ. ജാനകി, അമ്മിണി മത്തായി എന്നിവരുണ്ടായിരുന്നു. ഏത് ജോലിയായാലും എവിടെ പോസ്റ്റ് ചെയ്താലും എന്നിൽ നിക്ഷിപ്തമായ ജോലി യാതൊരു മടിയും കൂടാതെ പരമാവധി മികവാർന്ന രീതിയിൽ പൂർത്തീകരിക്കുമെന്ന ശീലം എന്നെ വളരെ സഹായിച്ചിട്ടുണ്ടെന്ന് മുൻ പേജിൽ പരാമർശിച്ചിട്ടുണ്ട്. നിയമ വിഭാഗത്തിലെ എന്റെ ജോലി ജുഡീഷ്യൽ ഓർഡേഴ്സ് ടൈപ്പ് ചെയ്ത് കൊടുക്കുന്നതിനോടൊപ്പം ഹിന്ദി സന്ദേശങ്ങളും ടൈപ്പ് ചെയ്തു കൊടുക്കുകയെന്നതായിരുന്നു. നിയമവിഭാഗത്തിൽ ജോലി ചെയ്തുകൊണ്ടിരുന്നപ്പോൾ യാതൊരുവിധ സീനിയർ - ജൂനിയർ വിവേചനവും കൂടാതെ വളരെ സ്നേഹത്തോടും ഊഷ്മളമായ സമീപനത്തോടും കൂടി എല്ലാ സ്റ്റാഫ് അംഗങ്ങളും എന്നോട് പെരുമാറി എന്നത് എക്കാലവും മധുരിക്കുന്ന

ദീപ്തസ്മരണകളാണ്. നിയമവിഭാഗത്തിലെ ജീവനക്കാരായ ഓരോ വ്യക്തിയും കുടുംബാംഗങ്ങളെപ്പോലെ എല്ലാ കാര്യങ്ങളിലും സഹകരിച്ചിരുന്നു.

7. ടാക്സ് റിക്കവറി സെക്ഷനിലെ അനുഭവം

താമസിയാതെ ഇൻകം ടാക്സ് കമ്മീഷണർ ഓഫീസിൽ നിന്നും എന്നെ എറണാകുളത്തെ വാരിയം റോഡിലുള്ള ഇൻകം ടാക്സ് (കമ്പനീസ് സർക്കിൾ) ഓഫീസിലേക്ക് മാറ്റി പോസ്റ്റ് ചെയ്തു. അന്നത്തെ ടാക്സ് റിക്കവറി ഓഫീസർ ശ്രീ ടി.ആർ. സുബ്രഹ്മണ്യൻ സാറായിരുന്നു. സ്നേഹത്തോടെ സാറിനെ എല്ലാവരും ടി.ആർ.എസ്സ് എന്നു വിളിക്കുമായിരുന്നു. അവിടെയും എല്ലാ ഓഫീസ് ജീവനക്കാരും വളരെ ഉത്സാഹത്തോടും സന്തോഷത്തോടും കൂടിയാണ് സേവനമനുഷ്ഠിച്ചിരുന്നത്. റിക്കവറി സെക്ഷനിലെ ജോലിത്തിരക്ക് കാരണം മിക്കവാറും എല്ലാ പ്രവൃത്തി ദിവസങ്ങളിലും ഞാനും മറ്റുള്ള സ്റ്റാഫംഗങ്ങളും രാത്രി 9 മണി വരെ ഓഫീസിൽ ഉണ്ടാകുമായിരുന്നു. എങ്കിലും ആർക്കും തന്നെ യാതൊരുവിധ മാനസിക പിരിമുറുക്കമോ വൈമുഖ്യമോ ഉണ്ടായിരുന്നില്ല. സ്വന്തം വീട്ടിലെ ജോലിപോലെ വളരെ ആത്മാർത്ഥമായി അവരവരുടെ ജോലികൾ ഓരോരുത്തരും സമയബന്ധിതമായി ചെയ്തു തീർക്കുമായിരുന്നു. ആ കാലഘട്ടത്തിലെ ഏറ്റവും രസകരമായ മറ്റൊരു സംഗതിയാണ് 'ജോലി വളരെ അധികമുള്ള ദിവസങ്ങളിൽ രാത്രി ഏഴുമണിയോടുകൂടി ശ്രീ. ടി.ആർ. സുബ്രഹ്മണ്യൻ സാറിന്റെ വകയായി എല്ലാവർക്കും സമീപത്തുള്ള ദ്വാരക ഹോട്ടലിൽനിന്നും മസാല ദോശയും കാപ്പിയും കൊണ്ടുതരുമായിരുന്നു' എന്നത്. അന്നത്തെ ആ മസാല ദോശയുടെയും കാപ്പിയുടെയും രുചി ഒന്ന് വേറെ തന്നെയാണ്. ആ കാലത്തെ ടാക്സ് റിക്കവറി സെക്ഷനിൽ മേലധികാരിയും കീഴ്ജീവനക്കാരും തമ്മിലുണ്ടായിരുന്ന ആത്മബന്ധം വർണ്ണനാതീതമാണ്.

അന്നത്തെ താൽക്കാലിക നിയമനങ്ങളെ "Do Duty Arrangement" എന്നാണ് അറിയപ്പെട്ടിരുന്നത്. നല്ല രീതിയിൽ ജോലി ചെയ്യുന്ന താൽക്കാലിക ജീവനക്കാരെ കാലക്രമേണ വിവിധ വകുപ്പുകളിലേക്ക് നിയമിക്കുമായിരുന്നു. ഓഫീസിൽ വളരെ വയസ്സായ - എന്നാൽ വളരെ സ്മാർട്ടായ - കുഞ്ഞുകൃഷ്ണ മേനോനെന്ന സൂപ്പർവൈസറും

ഉണ്ടായിരുന്നു. അദ്ദേഹം ദിവസവും തൃശ്ശൂരിൽ നിന്നുമായിരുന്നു വന്നു കൊണ്ടിരുന്നത്. അദ്ദേഹത്തിന്റെ ഉത്തരവാദിത്വബോധവും പ്രവർത്തന മികവും ഏവർക്കും മാതൃകയായിരുന്നു.

8. ഇഴയടുപ്പമുള്ള സാഹോദര്യത്തിന്റെ ഊഷ്മളത-സുവർണ്ണ കാലം

എനിക്ക് എറണാകുളത്ത് ജോലി ആയപ്പോൾ എന്റെ മൂത്ത രണ്ട് ജ്യേഷ്ഠന്മാർക്കും കെ.എസ്.ആർ.ടി.സി.യിൽ ജോലി കിട്ടിയിരുന്നു. അതു കൊണ്ട് എല്ലാ മാസവും ജ്യേഷ്ഠന്മാർ എന്നെ കാണാൻ എറണാകുളത്ത് വരുമായിരുന്നു. അവർ വരുമ്പോൾ പപ്പടം, ചമ്മന്തിപ്പൊടി, പലവ്യഞ്ജന സാധനങ്ങൾ എന്നിവ കൃത്യമായി കൊണ്ടുവരുമായിരുന്നു, ഞങ്ങൾ സഹോദരങ്ങൾ തമ്മിലുള്ള ആത്മബന്ധത്തിന്റെ ഇഴയടുപ്പമുള്ള മധുര സ്മരണകൾ ഇപ്പോഴും അല്പവും മങ്ങൽ എൽക്കാതെ നിലനിൽക്കുന്നു വെന്നത് അസുലഭസൗഭാഗ്യമാണ്.

9. പിതൃ-പുത്ര ബന്ധത്തിന്റെ മാസ്മരികത

സ്നേഹനിധിയായ പിതാവിനെ എറണാകുളത്ത് എന്നോടൊപ്പം കുറച്ചുകാലമെങ്കിലും താമസിപ്പിക്കുകയെന്നത് എന്റെ ജീവിതാഭിലാഷമായിരുന്നു. അങ്ങനെ വളഞ്ഞമ്പലത്തുള്ള പരമേശ്വരൻ സാറും ഞാനും താമസിച്ചിരുന്ന വീട്ടിൽ അച്ഛനെ കൂട്ടി കൊണ്ടുവന്നിരുന്നു. ആ സമയത്ത് പരമേശ്വരൻ സാർ കോളേജ് അധ്യാപകനായതിനാൽ വേനലവധിക്കാലത്ത് (2 മാസം) സ്വന്തം നാട്ടിൽ പോകുമായിരുന്നു. അപ്പോൾ ഞാൻ മാത്രമാണ് അവിടെ താമസിച്ചിരുന്നത്. ആ സമയത്താണ് എന്റെ അച്ഛൻ എന്നോടൊപ്പം താമസിക്കുവാനായി എറണാകുളത്ത് എത്തിച്ചേർന്നത്. ഞങ്ങൾ ഇരുവരും (അച്ഛനും മകനും) ഒരുമിച്ച് താമസിച്ച കാലം എന്റെ ജീവിതത്തിലെ സുവർണ കാലഘട്ടമായിരുന്നു. അദ്ദേഹം ഏറെ പ്രായമുള്ള അവസ്ഥയിലായിരുന്നെങ്കിലും എല്ലാ ദിവസവും രാവിലെ 5 മണിക്ക് എഴുന്നേറ്റ് എനിക്ക് കാപ്പി ഉണ്ടാക്കി തരുമായിരുന്നു. കൂടാതെ ഉച്ചയൂണിന് വേണ്ടി ഭക്ഷണവും പാകം ചെയ്തു തരുമായിരുന്നു. ചോറ് വയ്ക്കുന്നതിനോടൊപ്പം പച്ചക്കറികളരിഞ്ഞ് സാമ്പാറും മറ്റു കറികളും ഉണ്ടാക്കി തരുവാൻ അച്ഛന് എന്ത് താല്പര്യമായിരുന്നെന്നോ? ജീവിതത്തിൽ ഒരു മകന് സ്വന്തം പിതാവിൽ നിന്നും ലഭിക്കാവുന്ന പരമാവധി സന്തോഷം

ലഭിച്ച നല്ല നാളുകൾ! അദ്ദേഹം പവിത്രമായ പിതൃസ്നേഹത്തെ പനിനീർ പുഷ്പത്തിന്റെ സൗരഭ്യം ചാലിച്ച് യഥേഷ്ടം എനിക്ക് നൽകിയത് ജീവിതത്തിലുടനീളം സംതൃപ്തിയോടെ സ്മരിക്കപ്പെടുന്ന സുവർണ്ണ നിമിഷങ്ങളാണ്! ഹാ...

ഞാനും അച്ഛനും ചേർന്ന് മിക്കവാറും എല്ലാ ദിവസങ്ങളിലും വൈകുന്നേരങ്ങളിൽ സമീപത്തുള്ള ശിവക്ഷേത്രത്തിലും വളഞ്ഞമ്പലം ക്ഷേത്രത്തിലും പോകുമായിരുന്നു. ഇപ്രകാരം ക്ഷേത്രങ്ങളിലേക്ക് യാത്ര ചെയ്യുന്ന വേളകളിൽ ഞാൻ അച്ഛനുമായി ജീവിതത്തിലെ നല്ല നല്ല നാളെകളെപ്പറ്റിയും പ്രാദേശിക- ദേശീയ അന്തർദേശീയ കാര്യങ്ങളെപ്പറ്റിയും നിത്യേന ചർച്ച ചെയ്യുമായിരുന്നു. അതിനോടൊപ്പം അച്ഛന്റെ തിക്തമായ ജീവിതാനുഭവങ്ങൾ അദ്ദേഹം എന്നോട് പങ്കുവയ്ക്കുമായിരുന്നു. അപ്രകാരമുള്ള ചർച്ചകളും സംവാദങ്ങളും യുവാവായ എനിക്ക് ജീവിതയാഥാർത്ഥ്യങ്ങളുമായുള്ള പൊരുത്തപ്പെടലുകൾക്കും സ്വജീവിതത്തിന്റെ ഉൾക്കാഴ്ച ഉൾക്കൊള്ളുന്നതിനും സാധിച്ചു. തൽഫലമായി അവ എന്റെ നിത്യജീവിതത്തെ പ്രകാശപൂരിതമാക്കി എന്നതും ജീവിത സൗഭാഗ്യമാണ്. ഏകദേശം ഒരു വർഷത്തിനുശേഷം പരമേശ്വരയ്യർ സാറിന് തിരുവനന്തപുരം യൂണിവേഴ്സിറ്റി കോളേജിലേക്ക് സ്ഥലംമാറ്റം ലഭിക്കുകയും, ഞാൻ വളഞ്ഞമ്പലത്തിലെ വീട് ഒഴിഞ്ഞ്, സ്വാമീസ് ലോഡ്ജിലേക്ക് താമസം മാറ്റുകയും ചെയ്തു.

10. സ്വാമീസ് ലോഡ്ജിലെ അനുഭവം

സ്വാമീസ് ലോഡ്ജ് എറണാകുളം റെയിൽവേ സ്റ്റേഷൻ റോഡിനും ഇന്ത്യൻ കോഫി ഹൗസിന്റെ എതിർവശത്തുള്ള നമ്പീശൻ ഘീ സ്റ്റോറിന്റെ പുറകുവശത്തുമായിട്ടാണ് അക്കാലത്ത് സ്ഥിതി ചെയ്തിരുന്നത്. ഈ ലോഡ്ജ് വളരെ പഴക്കമുള്ള കെട്ടിട സമുച്ചയത്തോടുകൂടി വെവ്വേറെ തിരിച്ച് കട്ടിലുകൾ ഇട്ടിരുന്ന 20 ചെറിയ മുറികൾ ഉൾപ്പെട്ടതായിരുന്നു. പക്ഷേ ഒരു വലിയ മഴ വരികയാണെങ്കിൽ മുറികൾ നിറയെ മഴവെള്ളം കൊണ്ട് നിറയുന്ന ദു:സ്ഥിതി ഉണ്ടായിരുന്നു. എന്നാൽ എന്റെ വരുമാനവുമായി പൊരുത്തപ്പെട്ട് പോകുന്ന മാസവാടക കുറഞ്ഞ മറ്റൊരു താമസസൗകര്യം അവിടെ അക്കാലത്ത് ലഭ്യമല്ലായിരുന്നു.

ഈ ലോഡ്ജിൽ താമസിച്ചിരുന്ന എല്ലാവരും അവരവർക്ക് വേണ്ടി

കൊതുകുവല ഉപയോഗിച്ചിരുന്നു. മഴക്കാലത്ത് ലോഡ്ജിലെ ജീവിതം വളരെ ദു:സ്സഹമായിരുന്നുവെങ്കിലും വേറൊരു സൗകര്യപ്രദമായ ലോഡ്ജിലേക്ക് മാറുവാൻ അവിടെ താമസിച്ചിരുന്ന ആർക്കും സാമ്പത്തി കസ്ഥിതി അനുവദിച്ചിരുന്നില്ല. സ്കൂൾ അധ്യാപകർ, വിദ്യാർത്ഥികൾ, പ്രൈവറ്റ് ജോലി ചെയ്യുന്നവർ തുടങ്ങിയവരായിരുന്നു അക്കാലത്ത് അവിടെ താമസിച്ചിരുന്നത്. കൂടാതെ ചിറ്റൂർ അടുത്ത് കടമക്കുടി എന്ന ദ്വീപിൽ നിന്നും ഒരു ടീച്ചറും ഉണ്ടായിരുന്നു. ടീച്ചറെ പരിചയപ്പെട്ടപ്പോൾ തന്നെ ഞാൻ കടമക്കുടിയെപ്പറ്റി കൂടുതൽ അറിയാനും അവിടുത്തെ കാര്യങ്ങൾ ഉൾക്കൊള്ളുവാനും പ്രത്യേകം ശ്രദ്ധിച്ചിരുന്നു. മാത്രവുമല്ല, ആ നാടിനോട് കൂടുതൽ അടുപ്പം എനിക്ക് അക്കാലത്ത് തോന്നുകയും ചെയ്തിരുന്നു. ഏതായാലും പിൽക്കാലത്ത് ഞാൻ പിഎച്ച്.ഡി.ക്ക് ഗവേ ഷണം ചെയ്യുന്ന സമയത്ത് കടമക്കുടിയിലെ മരുന്നു ബോട്ടിനെ (Floating Dispensary) കുറിച്ച് ഒരു പ്രോജക്ട് ചെയ്യുകയും ഞാനും എന്റെ സഹ ധർമ്മിണി ഡോക്ടർ സരസ്വതിയും കൂടി 15 ദിവസത്തോളം ആ ദ്വീപിൽ ചെലവഴിച്ച് അവിടത്തെ സവിശേഷ വസ്തുതകൾ പഠിക്കുകയും ചെയ്തുവെന്നത് മുൻജന്മസുകൃതത്തോടൊപ്പമുള്ള ദൈവനിശ്ചയം തന്നെയാണ്. കടമക്കുടിയിലെ ജനങ്ങൾക്ക് ഫ്ളോട്ടിംഗ് ഡിസ്പൻസറി വലിയ അനുഗ്രഹമാണ്. ഈ ഡിസ്പൻസറി ഫെബ്രുവരി 28, 2008-ൽ National Rural Health Mission-ന്റെ നേതൃത്വത്തിൽ കേരളത്തിലെ ആദ്യ ഫ്ളോട്ടിംഗ് ഡിസ്പൻസറിയായി തുടങ്ങി. 15 ചെറിയ ഗ്രാമങ്ങൾക്ക് സേവനം അനുഷ്ഠിക്കുകയാണ് എറണാകുളം ഫ്ളോട്ടിംഗ് ഡിസ്പൻസറി. (പിഴല, മൂലംപിള്ളി, ചെറിയ കടമക്കുടി, വലിയ കടമക്കു ടി, വലന്തക്കാട്) കടമക്കുടി ദ്വീപിൽ ആസ്ത്മ, ഹൈപ്പർ ടെൻഷൻ, ഡയ ബെറ്റിസ് എന്നീ രോഗങ്ങളാണ് സാധാരണ കാണപ്പെടുന്നത്.

11. എറണാകുളം- തിരുവനന്തപുരം റെയിൽവേ യാത്ര- ദീപ്ത സ്മരണ

അക്കാലത്ത് എറണാകുളത്ത് നിന്നും തിരുവനന്തപുരത്തേക്ക് ഒരു റെയിൽവേ ലൈൻ (Single Track) മാത്രമേ ഉണ്ടായിരുന്നുള്ളൂ. ട്രെയിൻ എല്ലാ ദിവസവും രാത്രി എട്ടു മണിക്ക് എറണാകുളത്തു നിന്ന് തിരുവനന്ത പുരത്തേക്ക് പുറപ്പെടും. ഏകദേശം 10 മണിക്കൂർ യാത്ര ചെയ്ത് രാവിലെ ആറു മണിക്ക് ട്രെയിൻ തിരുവനന്തപുരത്ത് എത്തും. എറണാകുളത്തു

നിന്നും തിരുവനന്തപുരത്തേക്ക് അക്കാലത്ത് വെറും 10 രൂപയാണ് ട്രെയിൻ ചാർജ്ജ്. ഇന്നത്തെ പോലെ ഇടവിട്ടുള്ള ട്രെയിൻ സർവ്വീസുകൾ ഒന്നും തന്നെ അക്കാലത്ത് ഇല്ലായിരുന്നു. അതുകൊണ്ട് ഞാൻ രാത്രി ഊണും കഴിച്ച് ഒരു ചെറിയ ലഗേജുമായി ട്രെയിനിലെ സീറ്റുകൾക്ക് മുകളിലുള്ള ലഗേജ് ബർത്തിൽ കയറിക്കിടക്കും. അന്ന് കൽക്കരിയും ആവിയുംകൊണ്ട് ഓടുന്ന ട്രെയിനുകൾ ആയിരുന്നു. ഇന്നത്തെപ്പോലെ ഇലക്ട്രിക് ട്രെയിനുകളോ മെട്രോ ട്രെയിനുകളോ ഇല്ലാതിരുന്ന കാലമായിരുന്നുവെന്ന് പ്രത്യേകം പറയേണ്ടതില്ലല്ലോ. എങ്കിലും എന്റെ ചെറുപ്രായത്തിലെ ആ യാത്രാനുഭവങ്ങൾ ഇപ്പോഴും മിന്നൽപിണർപോലെ മങ്ങിയും തെളിഞ്ഞും എന്റെ മനോമുകുരത്തിൽ പതിറ്റാണ്ടുകൾ പലതു കഴിഞ്ഞിട്ടും സുന്ദര നിമിഷങ്ങളായി വിരാജിക്കുന്നു.

12. ഉന്നത വിദ്യാഭ്യാസത്തിനായുള്ള അത്യാർത്തി

ഞാൻ ഇൻകം ടാക്സ് ഓഫീസിൽ ഹിന്ദി ടൈപ്പിസ്റ്റായി ജോലിക്ക് പ്രവേശിക്കുമ്പോൾ വെറും മെട്രിക്കുലേറ്റ് ആയിട്ടാണ് ജോയ്ൻ ചെയ്തത്. എന്റെ മനസ്സിൽ ഉന്നത വിദ്യാഭ്യാസത്തിന് പോകണമെന്ന് അതിയായ ആഗ്രഹം ഉണ്ടായിരുന്നുവെങ്കിലും കുടുംബത്തിലെ സാമ്പത്തിക ഞെരുക്കം അതിന് എന്നെ അനുവദിച്ചിരുന്നില്ല. അതിനാൽ എന്റെ ചെറുപ്രായത്തിൽ തന്നെ ഒരു സ്ഥിര വരുമാനം കണ്ടെത്തിയേ തീരൂ എന്ന തീവ്രമായ ചിന്തയിൽ നിന്നും അതിയായ കഠിനാദ്ധ്വാനത്തിലൂടെയാണ് 19 വയസ്സിൽ തന്നെ ഇപ്രകാരം ഒരു ജോലിയിൽ പ്രവേശിക്കുവാൻ സുവർണ്ണാവസരം ലഭിച്ചത്. അതുകൊണ്ട് ഓഫീസ് ജോലി സമയം കഴിഞ്ഞുള്ള ഇടവേളകളിൽ മാത്രമേ ഉപരിപഠനം എന്തെങ്കിലും സാധിക്കുകയുള്ളു എന്ന് എനിക്ക് ബോധ്യമുണ്ടായിരുന്നു. അതിനാൽ 'കറസ്പോണ്ടൻസ് കോഴ്സ് മീഡിയം' തന്നെ ഇതിനായി തെരഞ്ഞെടുത്തു. മധ്യപ്രദേശ് സംസ്ഥാനത്തിന്റെ ഇന്റർമീഡിയറ്റ് കോഴ്സിന് ചേർന്നു. ഓഫീസ് ജോലി തിരക്കിനിടയിൽ സമയപരിമിതി നിലനിന്നിരുന്നുവെങ്കിലും കോഴ്സ് മെറ്റീരിയൽസും എക്സർസൈസും കൃത്യമായി അറ്റൻഡ് ചെയ്തു. നിരന്തരമായ അവിശ്രമ പരിശ്രമത്തിലൂടെ കറസ്പോണ്ടൻസ് കോഴ്സിന്റെ എക്സർസൈസും മറ്റും ചെയ്തു തീർത്ത് കൃത്യസമയത്ത് ബന്ധപ്പെട്ട അധികാരികൾക്ക് സമർപ്പിച്ചു. തുടർന്ന് തിയറി പരീക്ഷ എഴുതുവാൻ ഭോപ്പാലിൽ പോകേണ്ടി വന്നു. ആ സമയത്ത് ഞാൻ ജോലി

ചെയ്യുന്ന വകുപ്പിൽ നിന്നും ഒന്ന് രണ്ട് പേർ കൂടി ആ പരീക്ഷ എഴുതുവാൻ കൂടെയുണ്ടായിരുന്നു. അങ്ങനെ ഭോപ്പാലിൽ താമസിച്ച് എഴുതിയ പരീക്ഷ ആദ്യതവണ തന്നെ പാസായി. ഇതിനിടയ്ക്ക് ഞാൻ ഇൻകം ടാക്സ് ഡിപ്പാർട്ട്മെന്റൽ പരീക്ഷയും എഴുതി പാസായി. എന്നാൽ എനിക്ക് എൽ.ഡി.സി. ആയി നിയമനം ലഭിക്കുവാൻ അർഹത നേടിയെങ്കിലും ആദ്യ കാലത്ത് ഹിന്ദി ടൈപ്പിസ്റ്റായി അപ്പോയ്മെന്റ് ചെയ്തതിനാൽ ആ സാധ്യത ലഭിക്കാതെ പോയി.

അക്കാലത്ത് എന്റെ മനസ്സിൽ തുടർന്ന് പഠിച്ച് ഒരു ഗ്രാജുവേറ്റ് ആകണമെന്ന ആശയം ശക്തിയാർജ്ജിച്ച് വരികയായിരുന്നു. അങ്ങനെ യൂണിവേഴ്സിറ്റി ഓഫ് ഡൽഹിയുടെ ബി.എ (പാസ്) കോഴ്സിൽ എൻറോൾ ചെയ്തു. മൂന്നു വർഷത്തെ ഡിഗ്രി കോഴ്സായിരുന്നു. ഞാൻ ബി.എ.യ്ക്ക് പഠിക്കുമ്പോൾ ഒരുപാട് പഠനസഹായങ്ങൾ മാമന്റെ മകനായ എച്ച്. കൃഷ്ണയ്യരും എന്റെ സ്കൂൾ സഹപാഠിയായിരുന്ന ശ്രീ എൽ. എം. സുന്ദരവും ചെയ്തു തന്നു എന്നത് ദൈവകൃപയായി ഞാൻ ഇപ്പോഴും ആദരവോടെ സ്മരിക്കുന്നു. പിൽക്കാലത്ത് ശ്രീ കൃഷ്ണയ്യർ ഡൽഹി ഇന്റലിജൻസ് ബ്യൂറോയിൽ നിന്നും വിരമിച്ചു. ശ്രീ എൽ.എം. സുന്ദരം ഇന്ത്യൻ ബാങ്കിൽ നിന്നും ഇൻസ്പെക്ടറായി വിരമിച്ചു.

ഡൽഹി യൂണിവേഴ്സിറ്റിയുടെ മൂന്നു വർഷത്തെ B.A. ഡിഗ്രി കറസ്പോണ്ടൻസ് കോഴ്സ് വിജയകരമായി പൂർത്തീകരിക്കുവാൻ വളരെയധികം കഷ്ടപ്പെടേണ്ടി വന്നു. തിരുവനന്തപുരത്തും എറണാകുളത്തുമുള്ള പബ്ലിക് ലൈബ്രറികളിൽ മെമ്പർഷിപ്പ് എടുത്ത്, നിരന്തരം വൈകുന്നേരങ്ങളിൽ വേണ്ട രീതിയിൽ ലൈബ്രറി അക്കാലത്ത് ഉപയോഗപ്പെടുത്തിയിരുന്നു. ഇപ്രകാരം കഷ്ടപ്പെടുന്ന നാളുകളിൽപ്പോലും മിക്കവാറും ആഴ്ചകളിൽ സിനിമ കാണാൻ പോകുമായിരുന്നു. എന്തൊക്കെ ബുദ്ധിമുട്ടുകൾ ഉണ്ടെങ്കിലും ജീവിതത്തിൽ ആസ്വദിക്കാനാകുന്ന സമയവും കണ്ടെത്തി എന്നതാണ് സത്യം. എന്നാൽ പഠനത്തിന്റെ തീവ്രത കാത്തുസൂക്ഷിച്ചുകൊണ്ട് നിശ്ചിത സമയപരിധിക്കുള്ളിൽ തന്നെ എന്റെ ഡിഗ്രി ഒന്നാം വർഷ പരീക്ഷ വിജയകരമായി പൂർത്തീകരിച്ചതിൽ ചാരിതാർത്ഥ്യം ഉണ്ട്.

13. ഡോ. സുബ്രഹ്മണ്യം നമ്പൂതിരി സാറിനോടൊപ്പമുള്ള ജീവിതാനുഭവം

ഡോക്ടർ സുബ്രഹ്മണ്യം നമ്പൂതിരി സാർ പിഎച്ച്.ഡി. തലത്തിൽ ഗവേഷണം ചെയ്തിരുന്നത് അദ്ദേഹത്തിന്റെ 60-ാം വയസ്സിലായിരുന്നു. സാമ്പത്തിക ഞെരുക്കം കാരണം അദ്ദേഹം എന്നോടൊപ്പം താമസിച്ചു. അക്കാലത്ത് ഞാനും സാറും കൂടി രാവിലെ ആറു മണിക്ക് ജോസ് ജംഗ്ഷനിലുള്ള ആനന്ദഭവൻ ഹോട്ടലിൽ സ്ഥിരമായി കാപ്പി കുടിക്കാൻ പോകുമായിരുന്നു. ഞാൻ നേരത്തെ സൂചിപ്പിച്ച മഹാരാജാസ് കോളേജിലെ പ്രൊഫസറായ പരമേശ്വരയ്യരുടെ മേൽനോട്ടത്തിൽ അദ്ദേഹം ഹിന്ദി ഭാഷയിൽ പിഎച്ച്.ഡി. വിജയകരമായി പൂർത്തിയാക്കി. ഇക്കാലത്തുള്ള ജീവിതാനുഭവം എനിക്ക് വളരെയധികം പ്രചോദനം നൽകി. നമുക്ക് പഠിക്കുവാൻ പ്രത്യേക താൽപര്യവും കഴിവും ആരോഗ്യവും മനഃസ്സാന്നിധ്യവും ഉണ്ടെങ്കിൽ നമ്മുടെ പ്രായം ഒരിക്കലും തുടർ പഠനത്തിനും ഉന്നത വിദ്യാഭ്യാസം ആർജ്ജിക്കുവാനും പ്രതിസന്ധി ആകുകയില്ലെന്ന വലിയൊരു പാഠം സ്വാംശീകരിക്കുവാൻ എനിക്ക് സുവർണ്ണാവസരം ലഭിച്ചു. ഇപ്രകാരമുള്ള ജീവിതാനുഭവങ്ങൾ എന്റെ ജീവിതയാത്രയിൽ വിജയത്തിന്റെ പൊൻതൂവൽ ഓരോരോന്നോരോന്നായി തുന്നിച്ചേർക്കുവാൻ പിൽക്കാലത്ത് എന്നെ സഹായിച്ചിട്ടുണ്ടെന്ന യാഥാർത്ഥ്യം കൂടി ഇവിടെ വെളിപ്പെടുത്തുകയാണ്.

14. എറണാകുളത്തെ സൗഹൃദവലയം

തിരുവനന്തപുരത്തു നിന്നും എറണാകുളത്ത് താമസിച്ച് ജോലി ചെയ്യുന്ന കാലയളവിൽ എന്റെ നാട്ടുകാരായ സർവ്വശ്രീ കൃഷ്ണൻ (കുട്ടിക്കൂറ കമ്പനി), രാമചന്ദ്രൻ (കൊച്ചിൻ ഷിപ് യാർഡ്) എന്നിവരായിരുന്നു എന്റെ ഉറ്റ ചങ്ങാതിമാർ. മിക്കവാറും അവരോടൊപ്പം വൈകുന്നേരങ്ങളിൽ പുറത്തുപോകുവാൻ സമയം കണ്ടെത്തിയിരുന്നു. ആ സമയത്ത് എറണാകുളത്തെ ശിവക്ഷേത്രത്തിന് സമീപമുള്ള ഹോട്ടലിൽനിന്നും പ്രഭാത/രാത്രി ഭക്ഷണം കഴിക്കുമായിരുന്നു. നാല് ഇഡ്ഡലിക്കും ഒരു കാപ്പിക്കും കൂടി ചെലവ് 50 പൈസ. ഒരു മീൽസ് കേവലം ഒരു രൂപ മാത്രം. ഇന്നാണെങ്കിൽ 100 രൂപയാണെന്ന് ഓർക്കണം. വളഞ്ഞമ്പലത്തിലുള്ള ലക്ഷ്മണൻ തീയേറ്ററും ബ്രോഡ്‌വേയിലുള്ള മേനക തിയേറ്ററും ഒരിക്കലും മറക്കുവാൻ സാധ്യമല്ല. അന്നത്തെ സൗഹൃദ കൂട്ടായ്മ മന

സ്സിനെ കൂടുതൽ കൂടുതൽ ഉന്മേഷഭരിതമാക്കിയിരുന്ന കാലഘട്ടമായിരുന്നുവെന്ന് എടുത്തു പറയേണ്ടതാണ്.

15. റിസർവ് ബാങ്ക് എന്ന മോഹം

എന്റെ ഡിഗ്രി കോഴ്സ് എന്തുവില കൊടുത്തും വിജയകരമായി പര്യവസാനിപ്പിക്കാനായി ഞാൻ നിരന്തരം തീവ്രമായി പരിശ്രമിച്ചു കൊണ്ടേയിരുന്നു. കോഴ്സിന്റെ രണ്ടാം വർഷവും വിജയകരമായി പൂർത്തീകരിച്ചു. ഇനി മൂന്നാം വർഷം മാത്രമേ ബാക്കിയുള്ളുവെന്ന ആശ്വാസം മനസ്സിൽ ഉണ്ടായി. അപ്പോഴാണ് റിസർവ് ബാങ്ക് ഓഫ് ഇന്ത്യയുടെ തിരുവനന്തപുരം ബ്രാഞ്ചിൽ ഒരു ഹിന്ദി ടൈപ്പിസ്റ്റ് വേക്കൻസിയുള്ള കാര്യം അറിയാൻ കഴിഞ്ഞത്. ഉടൻ തന്നെ എറണാകുളത്തെ ഇൻകം ടാക്സ് ഓഫീസ് സഹപ്രവർത്തകയായ ശ്രീമതി സി.ആർ. സരസ്വതി RBI ലേക്കുള്ള അപേക്ഷ ടൈപ്പ് ചെയ്തു തന്നു. അക്കാലത്ത് എന്നോടൊപ്പം ഉണ്ടായിരുന്ന സഹപ്രവർത്തകരുടെ സഹകരണവും കൂട്ടായ്മയും ഒരിക്കലും വിസ്മരിക്കാൻ സാധിക്കയില്ല.

ടൈപ്പ് ചെയ്ത് കിട്ടിയ അപേക്ഷ പെട്ടെന്ന് തന്നെ ഓഫീസ് മുഖാന്തിരം തിരുവനന്തപുരം റിസർവ് ബാങ്കിലേക്ക് അയച്ചു. തിരുവനന്തപുരത്ത് എനിക്ക് ജോലി കിട്ടിയാലുള്ള ഗുണഗണങ്ങളെപ്പറ്റി ഊഹിക്കാനോ വിവരിക്കാനോ സാധ്യമല്ല. ചുരുക്കത്തിൽ എല്ലാം ദൈവ നിശ്ചയം പോലെ നടക്കട്ടെയെന്ന് സ്വയം സമാധാനിച്ചു. അപ്പോൾ ഇൻകം ടാക്സ് ഓഫീസിൽ ജോലി ചെയ്തുകൊണ്ടിരിക്കുന്നതിനാൽ ഇന്റർവ്യൂ ബോർഡിനെ അഭിമുഖീകരിക്കാൻ യാതൊരുവിധ ഭീതിയും ഉണ്ടായിരുന്നില്ല. എന്നു മാത്രമല്ല, കൂടുതൽ മനോധൈര്യവും ഉൾക്കരുത്തുമുണ്ടായിരുന്നു. ഏത് തരത്തിലുള്ള അഭിമുഖത്തെ നേരിടുവാനും അല്പവും പേടിയുണ്ടാകാത്തതിന് കാരണം ഇംഗ്ലീഷ് ടൈപ്പ് റൈറ്റിംഗിൽ ഹയർ ഗ്രേഡും ഹിന്ദി ടൈപ്പ് റൈറ്റിംഗിൽ 55.6 വാക്കുകൾ ഒരു മിനിറ്റിനുള്ളിൽ ടൈപ്പ് ചെയ്യാനുള്ള പ്രായോഗിക കഴിവും ഇതിനകം ഞാൻ നേടിയിരുന്നതുകൊണ്ട് എനിക്ക് വളരെയധികം ആത്മവിശ്വാസവും ഇക്കാരണങ്ങളാൽ തന്നെ പ്രസ്തുത ജോലി തിരുവനന്തപുരത്ത് എനിക്ക് തന്നെ കിട്ടുമെന്ന ശുഭാപ്തിവിശ്വാസവും ഉണ്ടായിരുന്നു എന്നതാണ് യാഥാർത്ഥ്യം.

16. റിസർവ് ബാങ്ക് എന്ന ജീവിതാഭിലാഷം പൂവണിയുന്നു

ഈ കാലഘട്ടത്തിൽ ഞാൻ ഒരു പ്രാവശ്യം തിരുവനന്തപുരത്ത് വന്നപ്പോൾ എന്റെ ക്ലാസ് ടീച്ചറായിരുന്ന ഒ. ഗോപിനാഥൻ സാറിനെ കാണാൻ ഇടയായി. ഞാൻ സാറിനോട് എനിക്ക് എറണാകുളം ഇൻകം ടാക്സ് ഓഫീസിൽ ജോലി കിട്ടിയതിനാൽ അവിടെ ജോലി ചെയ്തുകൊണ്ടിരിക്കുന്നു എന്നു പറഞ്ഞു. അപ്പോൾ സാർ പറഞ്ഞു "റിസർവ് ബാങ്കിലും ശ്രമിക്കണെ"മെന്ന്. സാറിന്റെ ഒരു വാക്ക് മാത്രമാണ് ഭാവിയിൽ റിസർവ് ബാങ്കിൽ ജോലിയിൽ പ്രവേശിക്കുവാനും റിസർവ് ബാങ്കിൽ തന്നെ കൂടുതൽ മികവാർന്ന ഉന്നതശ്രേണിയിൽ സേവനമനുഷ്ഠിക്കാനും എനിക്ക് സാധിച്ചത്. 'ഗുരു കടാക്ഷം ഉണ്ടെങ്കിൽ എന്തും ഒരു വ്യക്തിയുടെ ജീവിതവിജയത്തിന് അനുഗ്രഹമായി ഭവിക്കും' എന്നതിന്റെ ഉത്തമ ദൃഷ്ടാന്തമാണ് ഞാൻ എന്ന വ്യക്തി. സാറിന്റെ ഹൃദയപൂർവ്വമായ അനുഗ്രഹം ഒന്നു കൊണ്ടുമാത്രമാണ് റിസർവ് ബാങ്കിലെ ജോലിക്ക് എനിക്ക് അപേക്ഷ നൽകുവാനും അവിടെ നിന്ന് ടെസ്റ്റിന് വിളിക്കാനും ഇന്റർവ്യൂവിന് ക്ഷണിക്കാനും റിസർവ് ബാങ്കിൽ ജോലിയിൽ പ്രവേശിക്കാനും സാധിച്ചുവെന്നത് ഇത്തരുണത്തിൽ അങ്ങേയറ്റം ആദരവോടുകൂടി ഗുരുവര്യനെ സ്മരിച്ചുകൊണ്ട് ഞാൻ വിശ്വസിക്കുന്നു.

17. ജീവിത സൗഭാഗ്യം

റിസർവ് ബാങ്കിലെ ഹിന്ദി ടൈപ്പിസ്റ്റിന് യോഗ്യതയായി നിർണ്ണയിച്ചിരുന്നത് അണ്ടർ ഗ്രാജുവേഷനായിരുന്നു. അക്കാലത്ത് ഞാൻ ഡൽഹി യൂണിവേഴ്സിറ്റിയിലെ രണ്ടാം വർഷ ഗ്രാജുവേറ്റ് സ്റ്റുഡന്റ് ആയിരുന്നു. ഡിഗ്രി മൂന്നാം വർഷം പരീക്ഷ പാസായിരുന്നുവെങ്കിൽ ഒരിക്കലും എനിക്ക് റിസർവ് ബാങ്കിൽ ഹിന്ദി ടൈപ്പിസ്റ്റ് നിയമനം ലഭിക്കില്ലായിരുന്നു. എന്റെ ജീവിത സൗഭാഗ്യം അല്ലാതെന്താണ്? ദൈവഹിതം അപ്രകാരം മുൻകൂട്ടി നിശ്ചയിച്ചിട്ടുണ്ടാവണം. മാത്രമല്ല, ഇതെല്ലാം 'ഗുരുത്വം' എന്ന മൂന്നക്ഷരത്തിന്റെ മാഹാത്മ്യം തന്നെ അല്ലേ?. ഉന്നത ജീവിതാനുഭവത്തിന് സുപ്രധാന കാരണം **'ഗുരുകടാക്ഷവും ദൈവനിശ്ചയവും' തന്നെയാണെന്ന് ഞാൻ പൂർണമായി വിശ്വസിക്കുന്നു.** കടുത്ത മത്സരമുള്ള ഒരു പോസ്റ്റായിരുന്നു. ഏതായാലും അന്നത്തെ റിസർവ് ബാങ്കിലെ പ്രൈവറ്റ് സെക്രട്ടറിയായിരുന്ന ശ്രീനിവാസയ്യരും ഉദ്യോഗസ്ഥനായ ശ്രീ ജി. ഹരിഹരനുമാണ് റിസർവ് ബാങ്കിൽ ഹിന്ദി ടൈപ്പിസ്റ്റ് വേക്കൻസി ഉണ്ടെന്ന്

ആദ്യമായി അറിയിച്ചത്. അതിന് ശ്രീ ഹരിഹരൻ സാറിനും ശ്രീനിവാസ യ്യർക്കും നിസ്സീമമായ കൃതജ്ഞത ആദരവോടെ രേഖപ്പെടുത്തുന്നു. അന്ന് അതറിഞ്ഞതുകൊണ്ടു മാത്രമാണ് എനിക്ക് റിസർവ് ബാങ്കിൽ ജോലി ചെയ്യുവാനുള്ള മഹാസൗഭാഗ്യമുണ്ടായത്. അല്ലെങ്കിൽ അതി നുള്ള സാധ്യത ഒരിക്കലും ഉണ്ടാകുമായിരുന്നില്ല എന്നുകൂടി ഓർക്കുന്നു. അവരോടുള്ള അകമഴിഞ്ഞ കടപ്പാടും ആദരവും ഇത്തരുണത്തിൽ പ്രസ്താവിച്ചുകൊള്ളട്ടെ. അതുപോലെ അന്നത്തെ സ്റ്റാഫ് സെക്ഷൻ ഓഫീസർ ടി. എ മുഹമ്മദ് സാറിനെയും ഒരിക്കലും വിസ്മരിക്കുവാൻ സാധിക്കയില്ല. അദ്ദേഹത്തെയും നന്ദിയോടെ സ്മരിക്കുന്നു.

താമസിയാതെ റിസർവ് ബാങ്കിലെ ഹിന്ദി ടൈപ്പിസ്റ്റ് നിയമ നത്തിനുള്ള ടെസ്റ്റും ഇന്റർവ്യൂവും കവടിയാറിലുള്ള ബെൽ ഹെവൻ പാലസിൽ വച്ച് നടത്തുന്നു എന്ന കത്ത് എനിക്ക് കിട്ടി. ഞാൻ നേരത്തെ പരാമർശിച്ചിട്ടുള്ള സെൻട്രൽ ഗവൺമെന്റിന്റെ മത്സരപരീക്ഷയിൽ കേരള സംസ്ഥാന തലത്തിലെ ഒന്നാം റാങ്ക് (ഹിന്ദി ടൈപ്പ് റൈറ്റിംഗ് റാങ്ക്) ലഭിച്ച തിന് അന്നത്തെ ഉപരാഷ്ട്രപതിയായ പഥക്കിൽ നിന്നും കിട്ടിയ മെഡലും സർട്ടിഫിക്കറ്റും സെൻട്രൽ ഗവൺമെന്റിന്റെ കീഴിലുള്ള ഇൻകം ടാക്സ് കമ്മീഷണർ ഓഫീസിലെ പ്രവർത്തിപരിചയസർട്ടിഫിക്കറ്റും പിന്നെ എന്റെ ആത്മവിശ്വാസവും എനിക്ക് റിസർവ് ബാങ്കിൽ ജോലി കിട്ടുവാൻ സഹായിച്ച മറ്റ് പ്രധാന ഘടകങ്ങളാണ്.

എന്നെ ആർ.ബി.ഐയിൽ ഇന്റർവ്യൂ നടത്തിയത് തിരുവനന്തപുരം ഓഫീസ് ചീഫ് ആയിരുന്ന പി.പി. ആന്റണി സാർ ആയിരുന്നു. അഭിമുഖ സമയത്തുതന്നെ "എനിക്ക് ആർ.ബി.ഐയിൽ ജോലി ചെയ്യുവാൻ താല്പ ര്യമുണ്ടോ" എന്ന് ചോദിച്ചിരുന്നു. ഞാൻ അതിയായ താല്പര്യമുണ്ടെന്ന് പറയുകയും ചെയ്തു. എന്റെ പരമാവധി കഴിവിൽ ഏറ്റവും നല്ല രീതിയിൽ സേവനമനുഷ്ഠിക്കുമെന്ന ഉറപ്പും അപ്പോൾ തന്നെ കൊടുത്തു. ഏതാ യാലും എന്റെ ചിരകാല അഭിലാഷം സാർത്ഥകമായി. ആർ.ബി.ഐ.യിൽ ജോലി ചെയ്യുവാൻ എന്നെ തിരഞ്ഞെടുത്തു. ദൈവാനുഗ്രഹവും ഗുരുക ടാക്ഷവും കർമ്മയോഗവും ഒരേ സമയത്ത് അനുഭവമായ അസുലഭമായ സന്ദർഭം അങ്ങനെ സംജാതമായി. റിസർവ് ബാങ്കിൽ ജോലി കിട്ടിയതോടു കൂടി എന്റെ ജീവിതത്തിലുടനീളം പ്രകാശകിരണങ്ങളുടെ പ്രഭ അനുനി മിഷം വർദ്ധിച്ചുവന്നു. അതിന് ദൈവത്തോട് എത്ര നന്ദി പറഞ്ഞാലും മതി യാകുകയില്ല. കാരണം എന്റെ കുടുംബത്തിലെ സാമ്പത്തിക സ്ഥിതി അക്കാലത്ത് അത്രമാത്രം ശോചനീയമായിരുന്നു.

അദ്ധ്യായം മൂന്ന്
ഔദ്യോഗികജീവിതം

3B-റിസർവ് ബാങ്ക്, തിരുവനന്തപുരം

ജീവിതത്തിലെ നാഴികക്കല്ല്

എന്റെ ജീവിതത്തിലെ നാഴികക്കല്ലാണ് 1975 ഡിസംബർ മാസം പതിമൂന്നാം തീയതി (13.12.1975). അന്നത്തെ റിസർവ് ബാങ്ക് ഓഫീസ് കവടി യാറിലുള്ള ബെൽ ഹെവൻ പാലസ് ആയിരുന്നു. ഞാൻ ആർ.ബി.ഐ. യിൽ ജോയ്ൻ ചെയ്യുന്നതിനായി രാവിലെ 10 മണിക്ക് തന്നെ സ്റ്റാഫ് സെക്ഷനിലുള്ള സ്റ്റാഫ് ഓഫീസർ ടി.എ. മുഹമ്മദ് സാറിന്റെ അടുത്തെ ത്തി. ഉടനെതന്നെ എന്നെ പോസ്റ്റ് ചെയ്യുവാനുള്ള എല്ലാ നടപടിക്രമങ്ങളും പൂർത്തിയാക്കി അന്നത്തെ ആർ.ബി.ഐ. ടൈപ്പിംഗ് സെക്ഷനിലെ ഹെഡ് ആയ മലയപ്പൻ സാറിന്റെ അടുത്ത് റിപ്പോർട്ട് ചെയ്തു. അങ്ങനെ എന്റെ ചിരകാല ജീവിതാഭിലാഷം പൂവണിഞ്ഞു എന്നത് ജീവിതത്തിലെ നാഴി കക്കല്ലായി ഞാൻ എക്കാലവും ആദരവോടെ സ്മരിക്കുന്നു. അക്കാലത്ത് അവിടത്തെ ടൈപ്പിംഗ് സെക്ഷനിൽ സർവ്വശ്രീ എം. ഒ. ജേക്കബ്, പത്മ നാഭൻ, ഒ. വർഗ്ഗീസ്, പി.പി. ജോസഫ്, ഹൃഷികേശൻ നായർ, വിജയൻ, കുഞ്ഞുകൃഷ്ണപിള്ള, ശ്രീമതിമാർ തങ്കം ഗോപി, പത്മാവതി അമ്മ, ലളിത, വസന്ത സ്റ്റാൻലി എന്നിവരാണ് ഉണ്ടായിരുന്നത്.

ശ്രീ.എം. ഒ. ജേക്കബ് അന്നത്തെ ഓഫീസിലുള്ള ട്രേഡ് യൂണി യന്റെ നേതാവായിരുന്നു. ഇത്രയും ആത്മാർത്ഥതയും സമർപ്പണ ബോധ വുമുള്ള വേറൊരു ട്രേഡ് യൂണിയൻ ലീഡറെ എന്റെ ബാക്കിയുണ്ടായി രുന്ന സേവന കാലഘട്ടത്തിലും ജീവിത കാലഘട്ടത്തിലും ഇതുവരെയും കണ്ടെത്തുവാൻ കഴിഞ്ഞിട്ടില്ല. അതുപോലെ ഡെപ്യൂട്ടി ചീഫ് ഓഫീസറും തിരുവനന്തപുരം റീജിയണൽ ഓഫീസിലെ ഇൻചാർജ്ജുമായിരുന്ന ശ്രീ പി.പി. ആന്റണി സാർ വളരെ നല്ല വ്യക്തിത്വമുള്ള മനുഷ്യനായിരുന്നു. സഹപ്രവർത്തകരോട് സവിശേഷമായ സ്വഭാവ നൈർമല്യത്തോടു കൂടി യുള്ള അദ്ദേഹത്തിന്റെ പെരുമാറ്റ രീതി ആരെയും ആകർഷിക്കുന്നതായി

രുന്നു. ഇപ്രകാരമുള്ള വ്യക്തിത്വമുള്ള മേലുദ്യോഗസ്ഥരെ വളരെ അപൂർവ മായി മാത്രമേ ജീവിതത്തിൽ കണ്ടുമുട്ടുവാൻ സാധിക്കുകയുള്ളു. ഞങ്ങ ളുടെ ടൈപ്പിംഗ് സെക്ഷനോട് കൂടിച്ചേർന്ന് ജനറൽ സെക്ഷനുമുണ്ടായിരു ന്നു. അക്കാലത്തെ അവിടത്തെ ഓഫീസർമാരായിരുന്നു സർവ്വശ്രീ കെ. അരവിന്ദാക്ഷ മേനോൻ, കൃഷ്ണമൂർത്തി, മദന ഗോപാലൻ എന്നിവർ. അവരോടും എന്റെ കടപ്പാട് അറിയിക്കുകയാണ്.

2. മാതൃകാപരമായ ഭക്ഷണം എത്തിക്കൽ

അക്കാലത്ത് ഞങ്ങളുടെ വീടുകളിൽ നിന്നും ഫുഡ് ക്യാരിയർ കളക്ട് ചെയ്ത് അതാത് ആളുകൾക്ക് ഓഫീസിൽ എത്തിച്ചു കൊണ്ടിരു ന്നത് ഗംഗാധരൻ നായർ ആയിരുന്നു. വളരെ കൃത്യനിഷ്ഠയും സമയനി ഷ്ഠയും പാലിച്ച് എല്ലാ ദിവസവും സൈക്കിളിൽ മുടങ്ങാതെ ഭക്ഷണം എത്തിക്കുമായിരുന്നു. അദ്ദേഹത്തിന്റെ അക്കാലത്തെ സേവനം മുക്ത കണ്ഠം പ്രശംസ അർഹിക്കുന്നതായിരുന്നു. അദ്ദേഹത്തിന്റെ സേവന ത്തിന്റെ മഹിമ എക്കാലവും ഏവരുടേയും ഹൃദയത്തിൽ ഒളിമങ്ങാതെ നിറഞ്ഞു നിൽക്കും. അദ്ദേഹത്തിനോടുള്ള കടപ്പാടും നന്ദിയും രേഖപ്പെടു ത്തിക്കൊള്ളുന്നു.

3. റിസർവ് ബാങ്കിലെ സഹപ്രവർത്തകർ

റിസർവ് ബാങ്കിൽ ജോലി ചെയ്തിരുന്നപ്പോൾ എന്നോടൊപ്പം ഉണ്ടായിരുന്ന എന്റെ ഓർമ്മയിൽ നിലനിൽക്കുന്ന ഇപ്പോഴും സമ്പർക്കമുള്ള കുടുംബങ്ങളും, വ്യക്തികളുടെ പേരുകളാണ് ചുവടെ ചേർക്കുന്നത്. സർവ്വശ്രീ സുബ്രഹ്മണ്യ അയ്യർ, ഭട്ട്, റെക്കോർഡ് ക്ലാർക്ക്, ഓഫീസേഴ്സ് ആയ പി.എസ്. ബാലകൃഷ്ണൻ, പങ്കജാക്ഷൻ നായർ, എം. ജി. ഉണ്ണിത്താൻ, പി. രാമസുബ്രഹ്മണ്യൻ, കെ. മാധവൻ നായർ, പി. തോമ സ്, രാജൻ വർഗ്ഗീസ്, ഗോമതി സത്യവാഗീശ്വരൻ, ജി. ഗോമതി, പ്രേമ ഹരിഹരൻ, എൻ ജി പിള്ളൈ, ടി.കെ. സുരേഷ്, ആർ.എസ്. സുബ്രഹ്മണി, വി. ബാബുസേനൻ, ആർ. ഹരിഹര അയ്യർ, ആർ. നാരായണൻ, സി.ആർ. ഗോപാലകൃഷ്ണൻ, രാഘവൻ, ജി. ഹരിഹരൻ, കുരുവിള കുര്യൻ, ജനാർദ്ദ നക്കുറുപ്പ്, കെ.എം. മാണി, ജി. ലെനിൻ, എൻ. ഗോപിനാഥൻ നായർ, വെങ്കിടാചലം, സത്യപാലൻ, ടി.കെ. കുരുവിള, കെ.പി.എം. നമ്പീശൻ, സി. പി. ആന്റണി, ജോർജ്, സത്യവാഗീശ്വരൻ, സക്കറിയ ഷെരീഫ്., സുകുമാ

രൻ നായർ.ഡി, ജി. മോഹനദാസ്, ദാമോദര ഷേണായി, സി.വി. അലക്സാണ്ടർ, മാത്യു. എം.ജോർജ്ജ്, കെ.പി.വി. കരുണാകരൻ, ശ്രീമതി ഗ്രേസി മാത്യു, ശ്രീ പ്രവീൺ കുമാർ (ജനറൽ മാനേജർ) തുടങ്ങിയവരായിരുന്നു ഞാനും എന്റെ സഹപ്രവർത്തകനായ നാരായണനും കൂടി ഒരുപാട് ഇൻസ്പെക്ഷൻ നടത്തുകയുണ്ടായി. അത് ഇന്നും നിത്യഹരിത ശോഭയായി തിളങ്ങുകയാണ്. ഞാൻ ഇഷ്യൂ ഡിപ്പാർട്ട്മെന്റിൽ ജോലി ചെയ്യുമ്പോൾ ശ്രീ. കെ. വി. അരവിന്ദാക്ഷൻ ആയിരുന്നു കറൻസി ആഫീസർ. എല്ലാവരോടും വളരെ സൗമ്യമായി പെരുമാറുന്ന ആഫീസറായിരുന്നു. അദ്ദേഹത്തോട് പ്രത്യേക നന്ദി അറിയിക്കുകയാണ്. ശ്രീ. കെ. രാമചന്ദ്രൻ നായർ (പോത്തൻകോട്) സാറും ഞാനും കൂടി ഇൻസ്പെക്ഷന് പോയിട്ടുണ്ട്. സാറിന്റെ കൂടെയുള്ള ഇൻസ്പെക്ഷൻ വളരെ സൗഹൃദവും കാര്യങ്ങൾ പഠിക്കാനുള്ള നല്ല അവസരവും ആയിരുന്നു. ഇതിന് പ്രത്യേക നന്ദി അറിയിക്കുകയാണ്. ഇപ്പോൾ രാമചന്ദ്രൻ സാറും അരവിന്ദാക്ഷൻ സാറും റിട്ടയേർഡ് എംപ്ലോയീസ് അസോസിയേഷൻ ഭാരവാഹികളാണ്. ഞാൻ ഡി.ബി.ഒ.ഡി.യിൽ ജോലി ചെയ്യുമ്പോൾ പി. രവീന്ദ്രന്റെ (കൊല്ലം) നേതൃത്വത്തിൽ ഞാനും സഹകരിച്ച് ധാരാളം ഇൻസ്പെക്ഷനുകൾ നടത്തുകയുണ്ടായി. അവ അന്നും ഇന്നും നിത്യഹരിത ശോഭയായി നിലകൊള്ളുകയാണ്. സാറിനോട് എന്റെ അകൈതവ നന്ദി അറിയിക്കുകയാണ്.

4. സൈക്കിൾ സവാരി – ഏറ്റവും വലിയ ജീവിതാനുഭവം

റിസർവ് ബാങ്കിലെ ഓഫീസേർസും മറ്റ് ജീവനക്കാരും വളരെ സഹകരണത്തോടും സൗഹൃദത്തോടും കൂടിയാണ് പെരുമാറിയിരുന്നത്. എന്റെ ജീവിതത്തിൽ റിസർവ് ബാങ്കിലെ ജീവിതം പ്രകടമായ മാറ്റങ്ങൾ ഉണ്ടാക്കി. മൂന്നാം പുത്തൻ തെരുവിൽ നിന്നും കവടിയാറിലുള്ള റിസർവ് ബാങ്കിലേക്ക് നിത്യേനയുള്ള യാത്ര സൈക്കിളിലായിരുന്നു. ഞാനും റെക്കോർഡ് സെക്ഷനിലെ ക്ലാർക്കായ ശ്രീ. സുബ്രഹ്മണ്യ അയ്യരും സൈക്കിളിൽ ഒരു നിശ്ചിത സമയത്ത് പുറപ്പെടുകയും വഴുതക്കാട്ടുള്ള വുമൺസ് കോളേജിന് മുൻവശത്ത് ഞങ്ങൾ ഇരുവരും കണ്ടുമുട്ടുകയും ചെയ്യുമായിരുന്നു. അക്കാലത്ത് യാതൊരുവിധ ഫോണുകളോ, മൊബൈൽ ഫോണുകളോ സ്മാർട്ട് ഫോണുകളോ ഉണ്ടായിരുന്നില്ലെങ്കിലും ഞങ്ങൾ ഇരുവരും കൃത്യസമയത്ത് വീട്ടിൽനിന്നും പുറപ്പെട്ട്

വഴുതക്കാട് വെച്ച് നിത്യേന കണ്ടുമുട്ടും എന്നത് ജീവിതത്തിലെ വലിയ ഒരു അനുഭവമായി ഇപ്പോൾ ചിന്തിക്കാറുണ്ട്.

5. ബി.എ. ഡിഗ്രി- സുപ്രധാന വഴിത്തിരിവ്

റിസർവ് ബാങ്കിൽ ജോലിക്ക് പ്രവേശിക്കുന്ന സമയത്ത് ഡൽഹി യൂണിവേഴ്സിറ്റിയിലെ മൂന്നാം വർഷ ഡിഗ്രി കാലഘട്ടമായിരുന്നു. വളരെ ജാഗ്രതയോടും ശ്രദ്ധയോടും കൂടിയുള്ള പഠനം ആവശ്യമുള്ള സമയം കൂടിയായിരുന്നു അത്. ഡൽഹി യൂണിവേഴ്സിറ്റിയിലെ കാര്യങ്ങൾ എന്റെ മാമന്റെ മകനും സെൻട്രൽ ഇന്റലിജൻസ് ബ്യൂറോയിലെ ഉദ്യോഗസ്ഥനു മായ ശ്രീ എച്ച്. കൃഷ്ണയ്യർ വളരെ ശുഷ്കാന്തിയോടുകൂടി സഹായിച്ചു വെന്നത് പ്രത്യേകം പരാമർശിക്കപ്പെടേണ്ടതാണ്. അതുകൊണ്ട് മാത്ര മാണ് ഡൽഹി യൂണിവേഴ്സിറ്റിയുടെ ബി.എ. ഡിഗ്രി പരീക്ഷ ആദ്യ പ്രാവശ്യം തന്നെ പാസ്സാകുവാൻ എനിക്ക് കഴിഞ്ഞത് എന്നതും ദൈവ നിശ്ചയം.

ഞാൻ 1976 ൽ ബി.എ. ഡിഗ്രി പാസായി സർട്ടിഫിക്കറ്റ് കിട്ടിയ ഉടനെ തന്നെ എന്റെ ഏറ്റവും അടുത്ത സുഹൃത്തും ബാങ്ക് സഹപ്രവർത്തകനുമായ മലയപ്പനെ അറിയിക്കുകയും അപ്പോൾ തന്നെ എന്നെ സ്റ്റാഫ് സെക്ഷനിൽ വിളിച്ചുകൊണ്ടുപോയി ഡിഗ്രി സർട്ടിഫിക്ക റ്റിന്റെ ഒരു ശരിപകർപ്പ് സാക്ഷ്യപ്പെടുത്തി ആ സെക്ഷനിൽ കൊടുക്കു കയും ചെയ്തു. ഞാൻ ഗ്രാജുവേറ്റ് ആയതിനാൽ എന്റെ ശമ്പളത്തിൽ രണ്ട് ഇൻക്രിമെന്റ് (10+10 രൂപ) ഉടനെ അനുവദിക്കുകയും ചെയ്തു. ഇപ്ര കാരമുള്ള ഒരു അനുഭവം ആർ.ബി.ഐ. ജീവിതത്തിലെ ഒരു പ്രധാന വഴി ത്തിരിവായിരുന്നു. അങ്ങനെ എനിക്ക് ആർ.ബി.ഐ. ടൈപ്പിസ്റ്റ് വിഭാഗ ത്തിൽ നിന്നും ക്ലറിക്കൽ കേഡറിലേക്ക് ജോലിക്കയറ്റം കിട്ടി. അതോടെ എന്നെ Clerk Grade II ആയി പോസ്റ്റ് ചെയ്തു. ഞാൻ ക്ലറിക്കൽ കേഡറി ലേക്ക് വന്നതിന്റെ സന്തോഷം ഒന്ന് വേറെയായിരുന്നു. പിന്നീട് തുടർന്നുള്ള നാളുകൾ എന്റെ ജീവിതത്തിലെ വെല്ലുവിളികളുടെ നാളു കളായിരുന്നു.

ഹിന്ദി ടൈപ്പിസ്റ്റായി റിസർവ് ബാങ്കിൽ ജോലി കിട്ടി രണ്ടു വർഷ ത്തിനകം ക്ലറിക്കൽ കേഡറിലേക്ക് മാറുവാൻ എനിക്ക് സാധിച്ചത് ദൈവ നിശ്ചയവും കഠിനാദ്ധ്വാനത്തിന്റെ പരിണിതഫലവുമാണെന്ന് ഞാൻ വിശ്വ

സിക്കുന്നു. റിസർവ് ബാങ്കിൽ സേവനമനുഷ്ഠിക്കുന്നവരെല്ലാം അതാത് സബ്ജറ്റുകളിൽ അനിതര സാധാരണമായ പ്രാവീണ്യവും പാണ്ഡിത്യവും ഉന്നത മാർക്കും നേടിയവരായിരുന്നു. എന്നാൽ എനിക്ക് റിസർവ് ബാങ്കിൽ ക്ലർക്കാകാൻ സാധിച്ചത് എന്റെ മാതാപിതാക്കളുടെയും ഗുരുനാഥന്മാരുടെയും മുതിർന്നവരുടെയും അനുഗ്രഹവും ദൈവനിശ്ചയവുമാണെന്നതാണ് സത്യം. ഞാൻ ദൈവത്തോട് പ്രാർത്ഥനയോടുകൂടി നന്ദി പുലർത്തികൊണ്ട് എന്റെ ഇംഗ്ലീഷിലുള്ള പ്രാവീണ്യം പരമാവധി പരിപോഷിപ്പിച്ചുകൊണ്ടേയിരുന്നു. എല്ലാ ദിവസവും 'The Hindu Daily' വായിക്കുമായിരുന്നു. പ്രസ്തുത പേപ്പറിലെ എഡിറ്റോറിയൽ എല്ലാ ദിവസവും മുറിച്ചെടുത്ത് പലവട്ടം വായിച്ച് അർത്ഥം നല്ല രീതിയിൽ മനസ്സിലാക്കി അതിന്റെ സംക്ഷിപ്ത രൂപം എഴുതി പഠിക്കുമായിരുന്നു. ആ രീതി നിത്യേന അവലംബിച്ചത് കൊണ്ട് എന്റെ ഇംഗ്ലീഷ് ഭാഷാജ്ഞാനം അനുദിനം വർദ്ധിച്ചു. അങ്ങനെ റിസർവ് ബാങ്കിലെ ഓരോ ദിവസവും എന്റെ അറിവ് വർദ്ധിപ്പിക്കുന്നതിൽ ശ്രദ്ധ കേന്ദ്രീകരിച്ചുകൊണ്ടേയിരുന്നു. അടുത്ത പ്രമോഷൻ Clerk Grade I ആണ്. ഓരോരുത്തരുടേയും പ്രവർത്തന മികവിനോടൊപ്പമുള്ള പെർഫോർമൻസ് കൂടി വിലയിരുത്തി അതിന്റെ അടിസ്ഥാനത്തിലാണ് പ്രമോഷൻ നൽകുന്നത്. അങ്ങനെ രണ്ടുമൂന്നു വർഷത്തിനകം എന്നെയും Clerk Grade I ആയി പ്രമോട്ട് ചെയ്തു. അപ്പോഴാണ് കേരളത്തിൽ റിസർവ് ബാങ്കിന്റെ ക്യാഷ് ഡിപ്പാർട്ട്മെന്റ് എന്ന വിഭാഗം പുതിയതായി ആരംഭിക്കുവാൻ തീരുമാനിച്ചത്. ഇത് തിരുവനന്തപുരം ബേക്കറി ജംഗ്ഷനിലുള്ള പുതിയ കെട്ടിടത്തിൽ തുടങ്ങാനാണ് പദ്ധതിയിട്ടത്. ആദ്യ ക്യാഷ് ഡിപ്പാർട്ട്മെന്റ് സ്റ്റാച്യുവിലുള്ള സ്ഥലത്താണ് തുടങ്ങിയത്. അന്ന് അതിന്റെ ഡി.ജി.എം. ബഹുമാനപ്പെട്ട ശ്രീ ഹരികുമാർ സാർ ആയിരുന്നു. പിൽക്കാലത്ത് അദ്ദേഹം ആർ. ബി.ഐ. സെൻട്രൽ ഓഫീസിലെ എക്സിക്യൂട്ടീവ് ഡയറക്ടറായി വിരമിച്ചു. ക്യാഷ് ഡിപ്പാർട്ട്മെന്റിലേക്ക് എന്നെ ടെല്ലർ ആയി തെരഞ്ഞെടുത്തു. വളരെ നീണ്ട കാലം ക്യാഷ് ഡിപ്പാർട്ട്മെന്റിൽ ടെല്ലർ ആയി ഞാൻ ജോലി ചെയ്തു.

റിസർവ് ബാങ്കിലെ ഓരോ പ്രമോഷനും പുതിയ പുതിയ മേഖലയിലേക്കുള്ള വഴിത്തിരിവായിരുന്നു. എല്ലാ ദിവസവും കോടിക്കണക്കിന്

കറൻസി നോട്ടുകൾ കൈകാര്യം ചെയ്യണമായിരുന്നു. അക്കാലത്ത് സർവ്വശ്രീ പഴനിവേലു (ട്രഷറർ), കുശലവൻ, ശങ്കരനാരായണൻ, അമർനാഥ്, നമ്പ്യാർ, ഉമ്മൻ കുര്യൻ തേവേരിൽ, അബ്ദുൽ ലത്തീഫ്, മല്ലികാർജ്ജുനൻ, വേണുഗോപാലൻ, ബാനു ടോയൽ, ജോർജ്ജ് അലൂർ, സുധീർ, കെ.എം. മാത്യു, മൻസൂർ സേട്ട്, എ. കെ. മോഹൻകുമാർ, സി. കൃഷ്ണൻകുട്ടി, ശ്രീമതിമാർ ലക്ഷ്മി കുമാരി, സൂസൻ ജോർജ്, ഏ.ജെ. മേരി, മറിയം ജോർജ്ജ്, അന്നമ്മ,തുടങ്ങിയവർ ക്യാഷ് ഡിപ്പാർട്ട്മെന്റിൽ വളരെ കരുതലോടും വിശ്വാസത്തോടും സേവനമനുഷ്ഠിച്ചിരുന്നുവെന്നത് പ്രത്യേകം എടുത്തുപറയേണ്ട സംഗതിയാണ്.

അന്നത്തെ ക്യാഷ് ഡിപ്പാർട്ട്മെന്റിലെ എന്റെ ഏറ്റവും അടുത്ത സുഹൃത്തുക്കളായിരുന്നു സർവ്വശ്രീ ഇ. രാധാകൃഷ്ണൻ, വി. രവീന്ദ്രൻ (തലശ്ശേരി), ടി.കെ. തങ്കച്ചൻ, എസ്. ശശിധരൻ, പി. രവീന്ദ്രൻ, ടി.എം. ജോസഫ്, ടി.കെ. സുരേഷ്, മാത്യു.എം. ജോർജ്ജ്, കെ.വി. അരവിന്ദാക്ഷൻ (ഡി.ജി.എം), ജി. മോഹനദാസ് (കറൻസി ഓഫീസർ), കെ.ബി. ശ്രീപതി തുടങ്ങിയവർ. അക്കാലത്ത് കേരളത്തിന്റെ മിക്ക സ്ഥലങ്ങളിലും cash representative ആയി പോകാനുള്ള സുവർണ്ണാവസരങ്ങൾ എനിക്ക് ലഭിച്ചിട്ടുണ്ട്. വിവിധ ഗ്രാമീണ മേഖലകളിൽ പോലും കോടിക്കണക്കിന് രൂപ ബാങ്കുകളിൽ കൊണ്ടു കൊടുക്കുന്ന ചുമതലകൾ ലഭിച്ചിട്ടുണ്ട്. ഇപ്രകാരം പോകുന്നത് എനിക്ക് വളരെ സന്തോഷമുള്ള കാര്യമായിരുന്നു.

6. റെമിറ്റൻസ് പ്രതിനിധി (Cash Representative)എന്ന നിലയിലുള്ള ജീവിതാനുഭവം

ഞാനും പി. തോമസും ഉൾപ്പെടെയുള്ള കുറച്ചു സുഹൃത്തുക്കളായ സഹപ്രവർത്തകരുമൊത്ത് പോയ ഒരു Remittance യാത്രയുടെ വേറിട്ട അനുഭവം ഒന്ന് പങ്കു വയ്ക്കാം. ഞങ്ങൾ പ്രതിനിധികൾ ഓരോ ട്രഷറി ബാങ്കിലേക്കുള്ള 'ട്രഷർ ബോക്സി'ന്റെ പൂർണ്ണ ചുമതലയും ഉത്തരവാദിത്വവുമുള്ളവരാണ്. ഞങ്ങളുടെ ഈ ട്രഷർ ബോക്സുകൾക്ക് കാവലായി പോലീസ് ആംഡ് ഗാർഡ്സ് ഉണ്ടെങ്കിലും ഞങ്ങൾ പ്രതിനിധികൾക്ക് ട്രഷറി ബാങ്കുകളിൽ എത്തിക്കുന്നതുവരെ അതിസങ്കീർണ്ണമായ ഉത്തരവാദിത്വത്തോടുകൂടിയ ചുമതലയാണ് ഉണ്ടായിരുന്നത്.

ഞങ്ങൾ ഒരിക്കൽ എറണാകുളത്ത് അതിരാവിലെ നാലു മണിക്ക് എത്തി. റെയിൽവേ സ്റ്റേഷനിൽ ട്രഷർ വാഗൺ നിർത്തി. ട്രഷർ വാഗൺ Railway yard ൽ കൊണ്ടിട്ടു. അപ്പോൾ ഞങ്ങൾക്ക് എല്ലാവർക്കും അത്യാവശ്യമായി കുളിക്കേണ്ടതുണ്ടായിരുന്നു. ഞങ്ങൾ അങ്ങനെ ടേൺ വച്ച് Railway Yard -ൽ ട്രെയിൻ കഴുകുന്ന തുമ്പിക്കൈയിൽ കുളിച്ചു. വേറെ യാതൊരു മാർഗ്ഗവുമില്ല. ഈ ട്രഷർ അവിടെയിട്ടിട്ട് സ്റ്റേഷനിലുള്ള ബാത്റൂമിൽ കുളിക്കാൻ ഞങ്ങളുടെ ബോധമണ്ഡലം ഒട്ടും അനുവദിച്ചില്ല. അങ്ങനെ ഞാൻ വളരെ ബുദ്ധിമുട്ടി ആ റെയിൽവേ തുമ്പിക്കൈയിൽ കുളിച്ച അനുഭവം വേറിട്ടത് തന്നെയായിരുന്നു.

7. മിതവ്യയ ശീലത്തിന്റെ മാഹാത്മ്യം

ഞാൻ എറണാകുളത്തുള്ള ഇൻകം ടാക്സ് ഓഫീസിൽ നിന്നും രാജി വച്ച് തിരുവനന്തപുരത്ത് റിസർവ് ബാങ്കിൽ ജോയ്ൻ ചെയ്യുന്ന സമയത്ത് എന്റെ കൈയ്യിൽ അവിടത്തെ സമ്പാദ്യമായി പതിനായിരം രൂപ ഉണ്ടായിരുന്നു. ആ തുക ഏറ്റവും ശരിയായ രീതിയിൽ 'ഭാവിയിൽ ഗുണകരമാകണം' എന്ന ചിന്തയിലൂടെ ജ്യേഷ്ഠനുമായി ആലോചിച്ച് ഭൂമിയിൽ ഇൻവെസ്റ്റ് ചെയ്യാമെന്ന് തീരുമാനിക്കുകയും അതിനായി ശ്രമിക്കുകയും ചെയ്തതിന്റെ ഫലമായി 5 സെന്റ് സ്ഥലം നീറമൺകരയിൽ വിലയാധാരമായി വാങ്ങി. കാരണം എന്റെ പ്രിയങ്കരരും സ്നേഹനിധികളും പ്രായമായവരുമായ മാതാപിതാക്കളെ എന്നോടൊപ്പം താമസിപ്പിക്കുന്നതിനുള്ള അതിയായ ആഗ്രഹവും ഈ വസ്തു വാങ്ങുന്നതിന്റെ പിന്നിലുണ്ടായിരുന്നു. പിന്നെ കൂടുതലൊന്നും ആലോചിച്ചില്ല. തൽക്കാലം ഒരു ബെഡ്റൂമും ഒരു ഹാളും ഉൾപ്പെടുത്തിക്കൊണ്ടുള്ള ഒരു ചെറിയ വീടിന്റെ പ്ലാൻ തയ്യാറാക്കി. അപ്പപ്പോൾ കിട്ടുന്ന ചെറിയ ചെറിയ സമ്പാദ്യങ്ങൾ, കുറി, ചിട്ടി എന്നിവയിലൂടെ ഞാൻ സമാഹരിക്കുമായിരുന്നു. ആ ചെറിയ സമ്പാദ്യങ്ങൾ ഉപയോഗിച്ച് വീടിന്റെ അടിസ്ഥാനം കെട്ടിയെടുത്തു. ആ സമയത്ത് ഞാൻ തന്നെ സിമന്റ് ചാക്കുകൾക്കും മണലിനും ഇഷ്ടികയ്ക്കും മറ്റു ഉപകരണങ്ങൾക്കും രാത്രി കാവൽ കിടക്കുമായിരുന്നു. അക്കാലത്തും മോഷണം കലയാക്കിയ സാമൂഹ്യ വിരുദ്ധന്മാർ ആ മേഖലയിൽ ഉണ്ടായിരുന്നുവെന്നത് കൊണ്ടാണ് വളരെ കഷ്ടപ്പെട്ട് വാങ്ങിയ വീടു നിർമ്മാണ സാമഗ്രികൾ നഷ്ടപ്പെടാതെ രാത്രിയിൽ ഞാൻ തന്നെ

കാവൽ കിടന്നത്.

വീടിന് അടിസ്ഥാനം കെട്ടുന്ന സമയത്ത് എന്റെ രണ്ട് ജ്യേഷ്ഠന്മാരും വിവാഹം കഴിഞ്ഞ് കുടുംബങ്ങളായി പ്രത്യേകം കഴിഞ്ഞിരുന്നതിനാൽ അവരുടെ സഹായം പൊതുവെ ആവശ്യപ്പെടാറില്ലായിരുന്നു. എന്റെ കൺകണ്ട ദൈവങ്ങളായ പിച്ചു അമ്മാളിനും (വല്യമ്മ) മാതാപിതാക്കൾക്കും വീട് വയ്ക്കുന്ന സ്ഥലത്ത് ഒറ്റയ്ക്ക് ഞാൻ കാവൽ കിടക്കുന്നതിൽ അതിയായ പ്രയാസം ഉണ്ടായിരുന്നു. ആ സമയത്ത് എന്റെ മനസ്സിൽ ഒരേയൊരു ചിന്ത മാത്രമായിരുന്നു, എത്രയും വേഗം വീടു പണി പൂർത്തിയാക്കുക . ഞാൻ വാങ്ങിയ അഞ്ച് സെന്റ് പ്ലോട്ട് കരമന ആറ്റിന്റെ തീരത്തായതിനാൽ രാത്രികാലങ്ങളിൽ വെള്ളപ്പൊക്കമടക്കം എന്തും സംഭവിക്കാനുള്ള സാധ്യത ഏറെയുള്ള മേഖലയും കൂടിയായിരുന്നു. ഒരു ചെറിയ ഓലപ്പുരയിൽ ഒരു മണ്ണെണ്ണ റാന്തലും തൂക്കി ഒരു മടക്ക് കട്ടിലിൽ ഞാൻ ഒറ്റയ്ക്ക് കിടന്നിരുന്ന കാഴ്ച ഇപ്പോഴും

എന്റെ മനസ്സിൽനിന്നും മായുന്നില്ല. എനിക്ക് ആകെ കൂട്ടിനുണ്ടായിരുന്നത് അന്ന് പാട്ടു കേൾക്കാൻ ഉപയോഗിച്ചിരുന്ന ചെറിയ ഒരു ട്രാൻസിസ്റ്റർ റേഡിയോ മാത്രമായിരുന്നു. എങ്കിലും എനിക്ക് വലിയ ചങ്കൂറ്റമായിരുന്നു. ഒന്നിനെയും പേടിയില്ലാത്ത ആ മനോധൈര്യമാണ് ഞാൻ ആർജ്ജിച്ച എല്ലാ ജീവിത വിജയങ്ങൾക്കും അടിസ്ഥാന വസ്തുത. നിങ്ങളും അവനവനെ വിശ്വസിച്ച് അനവരതം അർപ്പണ മനോഭാവത്തോടുകൂടി തികഞ്ഞ ലക്ഷ്യബോധത്തോടെ കഠിനപ്രയത്നം ചെയ്യൂ. എങ്കിൽ സുനിശ്ചിതമായ വിജയം നിങ്ങൾക്ക് ഒപ്പമായിരിക്കും. ഈ സപ്തതി കഴിഞ്ഞ വേളയിൽ ഒരു കാര്യം പരാമർശിച്ചുകൊള്ളട്ടെ. എന്റെ പ്രിയ മരുമകൻ ഡോ. രമേഷ് എനിക്കു സമ്മാനിച്ച കാരവൻ പാട്ടു പെട്ടി അന്നത്തെ ട്രാൻസിസ്റ്റർ പോലെ ഇപ്പോൾ അനുഭവപ്പെടുകയാണ്. അവരുടെ വളരെ സമയോചിതവും ചിന്തനീയവുമായ പ്രവർത്തികൾ ശ്ലാഘനീയമാണ്.

8. ഓലപ്പുരയിൽ താമസിച്ച അനുഭവം

വീടു പണി നടക്കുന്ന സമയത്ത് രാവിലെ 5 മണിക്ക് തന്നെ കൃത്യതയോടുകൂടി എഴുന്നേറ്റ് കിണറ്റിലെ വെള്ളം കോരി കുളിച്ചതിനുശേഷം എന്റെ ലക്ഷ്മിച്ചേച്ചി വാങ്ങിത്തന്ന സൈക്കിളിൽ പുറത്തുപോയി ഒരു കട്ടൻ കാപ്പി കുടിക്കും. അതിനുശേഷം തിരിച്ചു വന്ന് പണി നടന്നു കൊണ്ടിരിക്കുന്ന എല്ലാ കെട്ടുകളിലും ഭംഗിയായി നല്ലവണ്ണം വെള്ളം നനയ്ക്കുമായിരുന്നു. ഒരാളെ കൂലിക്ക് നിർത്തിയാൽ പോലും ഇത്രയും നന്നായി നനക്കില്ല. എന്നാൽ ഞാൻ വളരെ സന്തോഷത്തോടും നിറഞ്ഞ മനസ്സാന്നിധ്യത്തോടും കൂടിയാണ് ഇപ്രകാരമുള്ള പണികൾ ചെയ്തിരുന്നത്. തുടർന്ന് 9 മണിയോടുകൂടി അടുത്തുള്ള ഹോട്ടലിൽ നിന്നും പ്രഭാത ഭക്ഷണം കഴിഞ്ഞ് ഓഫീസിലേക്ക് സൈക്കിളിൽ പോകുമായിരുന്നു. വീടു പണിയുടെ ഓരോ നിമിഷവും എനിക്ക് വളരെ സന്തോഷവും ആനന്ദവും നൽകുന്നതായിരുന്നു. എന്റെ വിവാഹത്തിന് മുമ്പാണ് ഇപ്രകാരമുള്ള വീടുപണികൾ നടന്നിരുന്നത്. അതുകൊണ്ടുതന്നെ വളരെ വളരെ ആവേശം പകരുന്ന സുദിനങ്ങളായിരുന്നു ആ കാലഘട്ടം എന്ന് പറയുന്നതാണ് കൂടുതൽ ഉചിതം. വീടുപണി നടന്നുകൊണ്ടിരുന്നപ്പോൾ റിസർവ് ബാങ്കിൽ നിന്നും എന്റെ അന്നത്തെ മേലധികാരികളായ സർവ്വശ്രീ രാമസുബ്രഹ്മണ്യനും സഭാപതിയും ഇടയ്ക്കിടെ സന്ദർശനം നടത്തുമായിരുന്നു. എന്റെ അവിശ്രമ പരിശ്രമത്തിലൂടെയുള്ള വീടുപണിയുടെ തീവ്രത വർദ്ധിപ്പിക്കുവാൻ ഇവരുടെ സന്ദർശനങ്ങൾ പ്രേരകമായി എന്നതും കൃതാർത്ഥതയോടെ സ്മരിക്കുന്നു.

9. വീടിന് ആവശ്യമായ തടി വാങ്ങിക്കൊണ്ടു വന്ന അനുഭവം

അക്കാലത്ത് എന്റെ ജ്യേഷ്ഠൻ കൃഷ്ണന്റെ സുഹൃത്ത് നെയ്യാർഡാമിന് അടുത്ത് താമസിക്കുകയായിരുന്നു. അദ്ദേഹത്തിന്റെ വക കുറച്ച് തേക്കിൻ തടികൾ എന്റെ വീട് നിർമ്മാണത്തിനായി വിലയ്ക്ക് നൽകാമെന്ന് പറഞ്ഞിരുന്നു. തേക്കുമരങ്ങൾ മുറിക്കുവാൻ ഫോറസ്റ്റ് വകുപ്പിൽനിന്നും അനുവാദം വാങ്ങി. പ്രസ്തുത മരങ്ങൾ മുറിച്ച് കഷണങ്ങളാക്കി ഒരു കുന്നിൻ ചെരുവിൽ നിന്നും പ്രധാന റോഡ് വരെ എത്തിക്കുകയെന്നത് വളരെ ശ്രമകരമായ പണിയാണ്. അതുകൊണ്ട് വളരെ ശ്രദ്ധയോടും കരുതലോടും കൂടി ആ തേക്കിൻതടി കഷ്ണങ്ങൾ ഒരു

വിധം പ്രധാന റോഡിൽ എത്തിച്ചു. അപ്പോഴാണ് ആ പ്രദേശം രണ്ട് വ്യത്യസ്ത തൊഴിലാളി യൂണിയനുകളുടെ തർക്ക പ്രദേശമാണെന്ന് ഞാൻ അറിയുന്നത്. ഒരു വിഭാഗക്കാർ ലോറിയിൽ തടി കയറ്റാൻ ആരംഭിച്ചപ്പോൾ ഇരു യൂണിയനുകളും തമ്മിൽ ഭീതിജനകമായ രീതിയിൽ വലിയ തർക്കവും വാക്കേറ്റവുമായി. ഒരു രീതിയിലും പ്രശ്നം പരിഹരിക്കുവാൻ സാധിക്കാതെ വന്നപ്പോൾ **"ഈ തടി ഞാൻ വിലകൊടുത്തു വാങ്ങിയതാണ്. അത് ഇവിടെ ഉപേക്ഷിച്ചിട്ട് പോകാൻ എനിക്ക് ഒരു കാരണവശാലും സാധിക്കുകയില്ല"** എന്ന് തറപ്പിച്ച് പറഞ്ഞുകൊണ്ട് ഞാൻ ഒരു കൈലിയും കെട്ടിയുടുത്ത് ഓരോ തടിയായി എടുക്കുവാൻ തുടങ്ങി. അതോടുകൂടി ഇരുവിഭാഗം യൂണിയനുകളും ഒത്തുതീർപ്പോടുകൂടി തടി ലോറിയിൽ കയറ്റി തന്നു. അപ്പോഴേക്കും സമയം രാത്രി രണ്ട് മണിയായി. ഞാനും ജ്യേഷ്ഠൻ കൃഷ്ണയ്യരും മാത്രമാണ് അപ്പോൾ അവിടെ ഉണ്ടായിരുന്നത്. ആ സംഭവം ഒരിക്കലും മറക്കുവാൻ കഴിയുകയില്ല. മാത്രവുമല്ല ഇപ്രകാരമുള്ള കാര്യങ്ങൾക്ക് പെട്ടെന്ന് തീരുമാനമെടുക്കാനുള്ള കഴിവ് ജീവിതത്തിൽ ഒരുപാട് നേട്ടങ്ങൾ കൈവരിക്കുവാൻ എനിക്ക് സാധിച്ചിട്ടുണ്ടെന്നതും സ്മരണീയമാണ്.

ഇത്തരത്തിൽ കൊണ്ടുവന്ന തേക്കിൻ തടിക്കഷണങ്ങൾ ഞങ്ങളുടെ വീടിന് സമീപമുള്ള തടി മില്ലിൽ എത്തിച്ച് എൻജിനീയറുടെയും ആശാരിയുടെയും നിർദ്ദേശം അനുസരിച്ച് ആവശ്യമായ തടി ഉരുപ്പടികൾ അറുത്ത് എടുത്തതിനുശേഷം മൂന്നാം പുത്തൻ തെരുവിലുള്ള വീടിന്റെ പുറകിലുള്ള ഓലപ്പുരയിൽ അടുക്കി സൂക്ഷിച്ചു. ഞാൻ ഇപ്രകാരം വാചാലമായതിനുള്ള അടിസ്ഥാന കാരണം യു.പി സ്കൂളിലും ഹൈസ്കൂളിലും പഠിച്ചിരുന്ന കാലത്ത് - എന്റെ വളരെ ചെറിയ പ്രായത്തിൽ തന്നെ - തീരുമാനങ്ങൾ എടുക്കുവാനുള്ള കഴിവ് സ്കൂളുകളിൽ നിന്നും എനിക്ക് ആർജ്ജിച്ചു എന്നതുകൊണ്ടാണെന്നും അത് ഒരു മഹാഭാഗ്യമായി കരുതുന്നുവെന്നതും ഓർമ്മപ്പെടുത്തുന്നു.

10. റിസർവ് ബാങ്ക് ഹൗസിംഗ് ലോൺ

തുടർന്ന് വീടിനുള്ള മര ഉരുപ്പടികളും ഫൗണ്ടേഷനും പൂർത്തിയാക്കി. അപ്പോഴേക്കും റിസർവ് ബാങ്കിൽ നിന്നും വീട് വയ്ക്കുന്നതിന് അനുമതിയും ലഭിച്ചു. ഉടനെ വീടു വയ്ക്കാനുള്ള ലോണിന് ബാങ്കിൽ

അപേക്ഷ നല്കി. വീട് ലോൺ പാസായി. ഇത്തരുണത്തിൽ പി.പി. രാമചന്ദ്രൻ സാറിന്റെ സഹായം ഓർക്കുകയാണ്. പന്ത്രണ്ടായിരത്തിയഞ്ഞൂറ് രൂപയാണ് ലോണായിട്ട് അനുവദിച്ചു നൽകിയത്. അന്ന് ഒരു വലിയ തുകയായിരുന്നു അത്. വിവാഹത്തിന് മുമ്പ് വീട് പണി പൂർത്തിയാക്കണം എന്നത് എന്റെ ഒരു ജീവിതാഭിലാഷമായിരുന്നു.

11. നീറമൺകരയിലുള്ള അഞ്ചു സെന്റ് പ്ലോട്ടിൽ വീട് പണിതപ്പോൾ ഉണ്ടായ അനുഭവം

ഞാൻ വളരെയധികം കഷ്ടപ്പെട്ടാണ് വീട് പണി ആരംഭിച്ചത്. ഒരു തരത്തിലുമുള്ള ഒരു ചെറിയ വീഴ്ചപോലും വീട് പണിയുടെ കാര്യത്തിൽ ഞാൻ അനുവദിച്ചിരുന്നില്ല. അതിസൂക്ഷ്മമായി കാലേകൂട്ടി ആസൂത്രണം ചെയ്താണ് കാര്യങ്ങൾ കൈകാര്യം ചെയ്തുകൊണ്ടിരുന്നത്. കാരണം ഒരു രീതിയിലും കണക്കുകൂട്ടലുകൾ തെറ്റുവാൻ പാടില്ല. ചെലവ് കൂടിയാൽ ഞാൻ വിചാരിച്ച രീതിയിൽ പണി പൂർത്തിയാക്കുവാൻ സാധിക്കില്ലായെന്ന് എനിക്ക് അറിയാമായിരുന്നു. ഫൗണ്ടേഷന്റെ ചെലവ് ഞാൻ കണക്കാക്കിയ തരത്തിൽ പൂർത്തീകരിക്കാൻ സാധിച്ചു. കെട്ടിടം പണി പുരോഗമിച്ച സമയത്ത് ഞാൻ ക്യാഷ് ഡിപ്പാർട്ട്മെന്റിലാണ് ജോലി ചെയ്തിരുന്നത്. നാലുമണിയോടുകൂടി ബാങ്കിലെ ജോലി തീരുമായിരുന്നു. അതിനാൽ വൈകുന്നേരങ്ങളിൽ വീട് വയ്ക്കുന്ന പ്ലോട്ടിൽ പോയിരുന്ന് അടുത്ത ദിവസത്തേക്കുള്ള ആസൂത്രണങ്ങളും തയ്യാറെടുപ്പുകളും നടത്തുമായിരുന്നു. എല്ലാ കാര്യങ്ങൾക്കും സൈക്കിളിലാണ് ഞാൻ യാത്ര നടത്തിയിരുന്നത്. അക്കാലത്ത് പൊതുവേ ജീവിതം വളരെ ഉത്സാഹകരമായിരുന്നു. എനിക്ക് ആകെയുള്ള ഒരേയൊരു ചിന്ത വീട് എത്രയും പെട്ടെന്ന് പൂർത്തിയാക്കുക എന്നതാണ്. വീട് പൂർത്തിയാക്കിയാൽ ഉടനെ അമ്മയെയും അച്ഛനെയും വല്യമ്മയെയും ആ പുതിയ വീട്ടിൽ താമസിപ്പിക്കുക. അതായിരുന്നു അന്നത്തെ എന്റെ ഏറ്റവും വലിയ ജീവിതാഭിലാഷം.

ലോൺ ലഭിച്ച ഉടനെ വീട് വയ്ക്കുന്നതിന് ആവശ്യമായ ഇഷ്ടികയും സിമന്റും മണലും വാങ്ങി സ്റ്റോക്ക് ചെയ്യേണ്ടത് ജോലി സുഗമമായി തുടരുന്നതിന് ആവശ്യമായിരുന്നു. ഞാൻ ആദ്യ ഭാഗത്ത് സൂചിപ്പിച്ചതുപോലെ എന്റെ പ്ലോട്ട് കരമനയാറ്റിന്റെ ബണ്ടിന് സമീപമാ

ണ്. രാത്രികാലങ്ങളിൽ ആ പ്രദേശം അക്കാലത്ത് വളരെ വിജനമാണ്. ആർക്കും ഒറ്റയ്ക്ക് അതിലെ വരുവാൻ ധൈര്യമുണ്ടായിരുന്നില്ല. എല്ലാവർക്കും ഉൾഭയമാണ്. ആദ്യഘട്ടമായി ഇരുപതിനായിരം ഇഷ്ടികയും പത്തു ചാക്ക് സിമന്റും സ്റ്റോക്ക് ചെയ്യണം. അതിനായി ഒരു ഓലപ്പുരമേഞ്ഞുണ്ടാക്കി ആ ഓലപ്പുരയിൽ ഇഷ്ടികയും സിമന്റും വാങ്ങി സൂക്ഷിച്ചു വച്ചു. "രാത്രികാലങ്ങളിൽ മേസ്തിരിയുടെ ആളുകൾ ആരെങ്കിലും അവിടെ കാവൽ കിടക്കുമോ" എന്ന് ചോദിച്ചപ്പോൾ "അവർക്ക് ആർക്കും തന്നെ താത്പര്യമില്ല" എന്നും "ഒറ്റയ്ക്ക് കിടക്കുവാൻ പേടിയാണെന്നും" പറഞ്ഞു. എന്നാൽ എനിക്ക് അപ്രകാരം പേടിക്കുവാൻ പറ്റില്ലല്ലോ! ഒന്നും ആലോചിച്ചില്ല. കാവൽ ഡ്യൂട്ടി ഞാൻ നേരിട്ട് ഏറ്റെടുത്തു. അങ്ങനെ എന്നും ഒറ്റയ്ക്ക് ആ ഓലപ്പുരയിൽ രാത്രി കാവൽ കിടക്കുമായിരുന്നു. ഒരു മടക്ക് കട്ടിലും ഒരു മണ്ണെണ്ണ റാന്തലും ഉണ്ടാകും എന്ന് ആദ്യ ഭാഗത്ത് പറഞ്ഞിരുന്നല്ലോ? വീട് പണിക്കുള്ള മണൽ നൽകുന്നതിനായി പ്രാദേശികമായി അവിടെ അടുത്തുള്ള ശ്രീ വേലായുധൻ എന്ന മണൽ ഏജന്റിനെ ഏൽപ്പിച്ചിരുന്നു. അതിനോടൊപ്പം നല്ല ഗുണനിലവാരമുള്ള മണൽ നൽകിയില്ലെങ്കിൽ മണൽ സപ്ലൈ ഓർഡർ ഒഴിവാക്കുമെന്ന് മുൻകൂറായി തന്നെ ഞാൻ അയാളോട് സൂചിപ്പിച്ചിരുന്നു. എല്ലാ മണൽ ലോഡ് വരുമ്പോഴും മണലിന്റെ ഗുണനിലവാരം ഞാൻ നേരിട്ട് പരിശോധിക്കുമായിരുന്നു. എന്നാൽ ഒരു പ്രാവശ്യം മണലിന്റെ ഗുണനിലവാരം പരിശോധിച്ചപ്പോൾ മണൽ വളരെ മോശമാണെന്ന് ബോധ്യപ്പെട്ടു. ഉടൻതന്നെ മണൽ ഇടപാടുകാരനോട് "നാളെ മുതൽ മണൽ കൊണ്ടു വരേണ്ട" എന്ന് ഞാൻ പറഞ്ഞു. ഇതിൽ ക്ഷുഭിതനായി വേലായുധൻ അന്ന് രാത്രി ബണ്ടിൽ വന്നു നിന്നുകൊണ്ട് എനിക്കെതിരെ അസഭ്യ വാക്കുകൾ വിളിച്ചു പറഞ്ഞു. എന്നിട്ട് "ധൈര്യമുണ്ടെങ്കിൽ എന്നോട് ബണ്ടിൽ കയറിച്ചെല്ലാൻ" ആക്രോശിച്ചു. ഞാൻ അല്പവും അമാന്തിച്ചില്ല. കൈയ്യിൽ കിട്ടിയ ഒരു വെട്ടുകത്തിയുമെടുത്ത് നേരെ ബണ്ടിലേക്ക് കയറി, നല്ല ഉച്ചത്തിൽ ഇപ്രകാരം ആക്രോശിച്ചു. "എടാ എനിക്ക് ഒന്നിനെയും പേടിക്കണ്ട, ഞാൻ ഒറ്റ തടിയാണ്. നിനക്ക് കുടുംബമുണ്ട്, നീ സൂക്ഷിച്ചോ"!

ഒരു ബ്രാഹ്മണനായ എനിക്ക് ഇത്രയും ധൈര്യം എവിടെ നിന്നു വന്നു എന്നത് എന്റെ വീട് പണിയോടുള്ള സമർപ്പണബോധമാണ് എന്ന് പിൽക്കാലത്ത് എനിക്ക് ബോധ്യമായി. ഇപ്രകാരമുള്ള എന്റെ ധൈര്യം

എന്റെ ഓഫീസ് സംബന്ധമായ എല്ലാ കാര്യങ്ങളിലും നിലനിർത്തിയിരുന്നു എന്നത് എന്റെ ജീവിത വിജയത്തിന് കാരണമായി. നാം തെറ്റ് ചെയ്യുന്നില്ലെങ്കിൽ ആരെയും ഒരു പരിധിയിൽ കടന്ന് ഭയക്കേണ്ട ആവശ്യമില്ലായെന്നതും ഇതിൽ നിന്നും എനിക്ക് ബോധ്യമായി. കാരണം എന്റെ ഇപ്രകാരമുള്ള ശക്തമായ പ്രതികരണത്തോടുകൂടി ആ മണൽ ഏജന്റായ വേലായുധന്റെ പത്തി മടങ്ങിപ്പോയി. പിന്നീട് ഒരിക്കലും അപ്രകാരമുള്ള അനുഭവം ജീവിതത്തിൽ ഉണ്ടായിട്ടില്ല. തുടർന്ന് എന്റെ വീട് പണി അതിവേഗം പൂർത്തിയാക്കുവാൻ എനിക്ക് സാധിച്ചുവെന്നത് അതിയായ അഭിമാനത്തോടും ചാരിതാർത്ഥ്യത്തോടും കൂടി സ്മരിക്കുന്നു.

12. അന്നം നൽകിയ സരസ്വതി ക്ഷേത്രത്തിന് ഗണേശന്റെ സ്നേഹാദരം

ഇരുപതോളം വർഷങ്ങൾക്കു മുമ്പ്, ഡി.ബി.ഒ.ഡി. എന്ന ഡിപ്പാർട്ട്മെന്റിൽ തിരുവനന്തപുരം റിസർവ് ബാങ്കിൽ സേവനമനുഷ്ഠിച്ചിരുന്ന കാലത്ത് ഒരു ദിവസം ഞാൻ പഠിച്ചിരുന്ന എന്റെ സ്കൂൾ (എസ്.എം.വി.) സന്ദർശിക്കുകയുണ്ടായി. അക്കാലത്ത് സ്കൂളിലെ ഹൈസ്കൂൾ വിഭാഗം മേലധികാരി ഹക്കീം സാറും ഹയർ സെക്കൻഡറിയുടെ മേലധികാരി യശ:ശരീരനായ വിക്രമൻ സാറുമായിരുന്നു. ഞാൻ അന്ന് സ്കൂളിൽ ചെല്ലുമ്പോൾ അധ്യാപകരായ കരുണാകരൻ സാറും വസന്തകുമാരൻ സാറും ഉണ്ടായിരുന്നു. മറ്റുള്ളവരുടെ പേരുകൾ വ്യക്തമായി ഓർമ്മയിൽ കിട്ടുന്നില്ലായെന്നത് എന്റെ പരിമിതിയായി പരിഗണിക്കുമല്ലോ. തുടർന്ന് ഞാൻ എന്റെ പഴയകാല സ്മരണകൾ ഹക്കീം സാറുമായി പങ്കിട്ടു. അന്നത്തെ അധ്യാപകർ, സ്കൂൾ ക്യാന്റീൻ, ക്യാന്റീൻ ജീവനക്കാർ, സ്കൂളിലെ ഭക്ഷണം കഴിച്ചു വളർന്ന കാലം, പഠനം ഒരു ജീവിത ഗന്ധിയായി അനുവർത്തിച്ച കാലം, കുട്ടികൾക്കുള്ള സൗജന്യ ഉച്ചയൂണ് സമ്പ്രദായം എല്ലാം തുടർന്നു പോകുന്നുണ്ടോ എന്ന സംശയ നിവാരണം, ഇപ്പോഴത്തെ ഉച്ചയൂണിന്റെ അവസ്ഥ തുടങ്ങി പരിമിതമായ സമയം കൊണ്ട് ഒട്ടനവധി കാര്യങ്ങൾ ചർച്ച ചെയ്തു. വളരെ ശാന്തമായും കൗതുകത്തോടു കൂടിയും അതിലേറെ സന്തോഷത്തോടുകൂടി ഒരു സന്തത സഹചാരിയെപോലെ ഹക്കീം സാർ ഇടപെട്ടതിൽ അതിയായ സന്തോഷവും കടപ്പാടും എന്റെ ഹൃദയത്തിൽ ആ സമയത്ത് അങ്കുരിച്ചു.

13. ഭാവി തലമുറയ്ക്ക് ഒരു കൈത്താങ്ങ്

സ്കൂൾ നേരിടുന്ന സാമ്പത്തിക ഞെരുക്കം കാരണം, ഉച്ചയൂണ് അർഹതപ്പെട്ട ഹയർ സെക്കൻഡറി സ്കൂൾ കുട്ടികൾക്ക് കൂടി നൽകണമെന്നുണ്ടെങ്കിലും, മറ്റു ധനാഗമ മാർഗ്ഗങ്ങളൊന്നും നിലവിലില്ലാത്തതിനാൽ ഹൈസ്കൂൾ തലം വരെയുള്ള കുട്ടികൾക്ക് മാത്രമേ ഇപ്പോൾ നൽകുവാൻ സാധിക്കുന്നുള്ളുവെന്ന് ഹെഡ്മാസ്റ്റർ എന്നോട് സൂചിപ്പിച്ചു. ഇപ്രകാരമുള്ള സ്കൂളിന്റെ സാമ്പത്തിക ബുദ്ധിമുട്ട് അറിഞ്ഞപ്പോൾ എനിക്ക് അഗാധമായ മനോദു:ഖം തോന്നി. തത്ഫലമായി കഴിവതും വേഗം ഇപ്രകാരമുള്ള ദയനീയാവസ്ഥ മറികടക്കുന്നതിനുവേണ്ടി കുടുംബാംഗങ്ങളുമായി കൂടിയാലോചിച്ച് ഒരു നിശ്ചിത തുക ഉടൻ തന്നെ കുട്ടികളുടെ ഭക്ഷണത്തിനായി കൊടുക്കുവാൻ വേണ്ട ക്രമീകരണങ്ങൾ ചെയ്തു. അതേത്തുടർന്ന് ഞാൻ നൽകിയ തുക ഉപയോഗിച്ച് ഉച്ചയൂണിന് ഗവൺമെന്റിന്റെ ഒരു എൻഡോവ്മെന്റ് ഏർപ്പെടുത്തിയെന്നറിഞ്ഞതിൽ അതിയായ സന്തോഷമുണ്ടായി. തുടർന്ന് അടുത്ത വർഷത്തെ സ്കൂൾ ആരംഭനാളുകളിൽ നടന്ന ഉച്ചയൂണ് ഉദ്ഘാടനവേളയിൽ ഞാനും എന്റെ സഹധർമ്മിണിയും ഞങ്ങളുടെ മകൾ ഡോക്ടർ പാർവതിയും മകൻ ഹരികുമാറും സ്കൂൾ കുട്ടികൾക്കൊപ്പം ഭക്ഷണം കഴിക്കുന്നതിന് പങ്കാളികളായി. തദവസരത്തിൽ ഞങ്ങളുടെ അഗ്രഹാരത്തിൽ പ്രത്യേകമായി ഉണ്ടാക്കിയ ലഡു എല്ലാവർക്കും വിതരണം ചെയ്തു. ആ ദിവസം രാവിലെ അസംബ്ലിയിൽ കുട്ടികളെ അഭിസംബോധന ചെയ്യുന്നതിനും അപ്പോഴത്തെ പദവിയിൽ റിസർവ് ബാങ്കിൽ ഞാൻ സേവനമനുഷ്ഠിക്കുന്നതിന്റെ അടിസ്ഥാന കാരണം എന്താണെന്നുമൊക്കെ വിശദീകരിച്ചു പറയുവാൻ ബഹുമാനപ്പെട്ട സ്കൂൾ മേലധികാരികൾ എനിക്ക് അവസരം നൽകിയെന്നത് ജീവിതത്തിലെ അസുലഭ മുഹൂർത്തമായി ഞാൻ സ്മരിക്കുന്നു.

14. ദീപ്തസ്മരണകൾ പേറി

നീണ്ട ഇടവേളയ്ക്കുശേഷം എന്റെ പഴയ സ്കൂൾ മുറ്റത്തെ സ്റ്റേജിൽ ഞാൻ കയറിച്ചെന്നപ്പോൾ തന്നെ സ്കൂളിനെക്കുറിച്ചുള്ള ഒരായിരം മധുരസ്മരണകൾ ആർത്തിരമ്പി മനോമുകുരത്തിൽ നൃത്തം ചവിട്ടി. ആനന്ദാശ്രുകളാൽ എന്റെ കണ്ണുകൾ ഈറനണിഞ്ഞു. എസ്.

എം.വി. സ്കൂളിലെ അന്നത്തെ ഓരോ അധ്യാപകനും എന്റെ കുട്ടിക്കാലത്ത് ഞങ്ങളുടെ അകക്കണ്ണ് തുറപ്പിക്കുവാൻ അനവരതം അക്ഷീണം അവിശ്രമ പരിശ്രമത്തിലൂടെ കഠിനാധ്വാനം ചെയ്തിരുന്നുവെന്നത് ദീപ്ത സ്മരണയായി എക്കാലവും എന്നിൽ നിലനിൽക്കുന്നതാണ്. അതുകൊണ്ടാണ് ഞാനും എന്നോടൊപ്പം സ്കൂളിൽ അക്കാലത്തുണ്ടായിരുന്ന ബഹുഭൂരിപക്ഷം കുട്ടികളും തനതായ വ്യക്തിമുദ്ര പതിപ്പിച്ച് സമൂഹത്തിൽ വിരാചിക്കുന്നത്.

അന്നേ ദിവസം ഞങ്ങൾ സ്കൂൾ കുട്ടികളോടൊപ്പം അതീവ സംതൃപ്തിയോടുകൂടി, കുടുംബസമേതം സ്കൂളിൽ നിന്നും ഭക്ഷണം കഴിച്ചതിനുശേഷം വീട്ടിലേക്ക് മടങ്ങി. അന്നത്തെ ഈ അനുഭവം ഒന്നു വേറെ തന്നെയായിരുന്നു. കാരണം ഞാൻ എന്റെ ജീവിതത്തിൽ അഭിമാനാർഹമായ ജോലി നേടി, സ്വന്തമായി വീട് വച്ചു, വിവാഹം കഴിച്ചു, കുഞ്ഞുങ്ങൾ ജനിച്ചു, ഉദ്യോഗ മേഖലയിൽ അസൂയാവഹമായ ഉന്നതമായ ജോലിക്കയറ്റം കിട്ടി. ഇവയ്ക്കെല്ലാം അതിന്റേതായ സന്തോഷമുണ്ട്. എന്നാൽ എസ്.എം.വി. സ്കൂളിലെ ക്യാന്റീനിൽ നിന്ന് കുടുംബസമേതം അധ്യാപകരോടും കുട്ടികളോടും ഒപ്പമിരുന്ന് ഊണ് കഴിച്ച് പഴയകാല സ്മരണകൾ നേരിട്ട് ഒരുവട്ടം കൂടി അനുഭവിച്ചറിയുമ്പോഴുണ്ടാകുന്ന അനിതരസാധാരണമായ ജീവിതാനുഭവം വർണ്ണനാതീതമാണ്. കാലം കാത്തുവെച്ച നന്മകളുടെ അക്ഷയപാത്രത്തിലെ പീയൂഷം ആവോളം നുകരുവാൻ കുടുംബസമേതം കാൽ നൂറ്റാണ്ടിനുശേഷം സ്വന്തം സ്കൂളിൽ എത്തിചേരുക, കുട്ടികളുടെ കൂടെ ഭക്ഷണം കഴിക്കുക, അവരോടൊപ്പം സംവാദിക്കാൻ ഒരു നിമിത്തമുണ്ടാകുക, എന്തിനേറെ, എല്ലാമെല്ലാം കർമ്മയോഗമോ ദൈവാനുഗ്രഹമോ എന്നറിയില്ല. സംഭവാമി യുഗേ യുഗേ!

15. പത്രത്താളിലെ നിറസാക്ഷ്യം

കുടുംബസമേതം സ്കൂളിൽ ഉച്ചയൂണ് കഴിച്ചതിന്റെ പിറ്റേദിവസം മാതൃഭൂമി ദിന പത്രത്തിൽ "ഊണ് കിട്ടുന്ന സ്കൂളിന് ഗണേശന്റെ സ്നേഹ സമ്മാനം" എന്ന അതിമനോഹരമായ ശീർഷകത്തിൽ ഒരു പ്രത്യേക കോളം വാർത്ത വന്നു. ആ വാർത്തയോടൊപ്പം വളരെയധികം ആകർഷകമായും പ്രൗഢഗംഭീരമായും വാക്ചാരുതയോടു കൂടിയുള്ള പരാമർശം

എന്നെയും എന്റെ കുടുംബാംഗങ്ങളെയും ആനന്ദ ലഹരിയിലാഴ്ത്തി. പത്രവാർത്ത വന്ന ആ ദിവസം തന്നെ എന്റെ ജീവിതത്തിൽ മറക്കാനാവാത്ത മറ്റൊരു അപൂർവ്വ സൗഭാഗ്യവും ഉണ്ടായി. റിസർവ് ബാങ്ക് ഓഫീസിന്റെ സംരക്ഷണ ചുമതല റിസർവ് പോലീസ് ആംഡ് ഫോഴ്സിന്റെ പൂർണ്ണ നിയന്ത്രണത്തിലാണ്. ചുരുക്കത്തിൽ അതിനകം കർശന സുരക്ഷിത മേഖലയാണ്. ഈ സെക്യൂരിറ്റി ഫോഴ്സിന്റെ ചുമതല ഒരു കമാൻഡറിനാണ്. ഞാൻ അന്നു DBODയിൽ ജോലി ചെയ്തു കൊണ്ടിരുന്നപ്പോൾ ആ കമാൻഡറും സംഘവും എന്നെ ഡിപ്പാർട്ട്മെന്റിൽ വന്നു കണ്ട് സല്യൂട്ട് ചെയ്തു. എന്നിട്ട് ഇപ്രകാരം പറഞ്ഞു, “We, the whole Police force, honour you”.... അദ്ദേഹത്തിന്റെ സല്യൂട്ട് ഞാൻ വിനയത്തോടെ സ്വീകരിച്ചു. എന്നാൽ ഞാൻ ഒരു നിമിഷം ഇപ്രകാരം ചിന്തിച്ചു, “ഇത്ര വലിയ അംഗീകാരത്തിന് ഞാൻ അർഹനാണോ?” ദൈവത്തോട് എത്രമാത്രം നന്ദി പറഞ്ഞാലും കടപ്പാട് തീരില്ല. മാതൃഭൂമി ദിനപത്രത്തിലെ പ്രത്യേക വാർത്ത കണ്ടിട്ടാണ് അവർ എന്നെ ആദരിച്ചതെന്ന് എനിക്ക് പിന്നീട് ബോധ്യമായി. റിസർവ് ബാങ്കിലെ സേവനകാലഘട്ടത്തിലെ അവിസ്മരണീയാനുഭവങ്ങളിലൊന്നാണ് ഈ മഹനീയ മുഹൂർത്തം.

16. സാമൂഹ്യസേവ മാധവ സേവ

കുട്ടിക്കാലം മുതൽ തന്നെ നമ്മുടെ സമൂഹത്തെ സേവിക്കുവാനുള്ള ഏതവസരവും പരമാവധി ഉപയോഗപ്പെടുത്തണമെന്ന അതിയായ ആർത്തിയുള്ള വ്യക്തിയായിരുന്നു ഞാൻ. കാരണം കുട്ടിക്കാലത്തെ യാതനാപൂർണമായ ജീവിതവും മാതാപിതാക്കളിൽനിന്നും ഗുരുക്കന്മാരിൽ നിന്നും പകർന്നു കിട്ടിയ ജീവിതമൂല്യങ്ങളുടെ അനുഗ്രഹാശ്ശിസുകളാകുന്ന സംമോഹന സംയോജനവുമായിരിക്കാം എന്റെ മനോമുകുരത്തിൽ ഇപ്രകാരം ഒരു ചിന്ത സ്ഥായിയായ ഭാവത്തോടുകൂടി കടന്നുവന്ന് അരക്കിട്ടുറപ്പിച്ചത്. അതുകൊണ്ടുതന്നെയാണ് എന്റെ വിവാഹം മനോഗുണമുള്ള ഡോക്ടറായ ഒരു മഹതിയോടൊപ്പമായത്. കാരണം എനിക്ക് ഏതെങ്കിലും കാരണവശാൽ, പ്രതീക്ഷിക്കുന്നപോലെ സമൂഹത്തെ സേവിക്കാൻ കഴിയാതെ പോയാൽ പോലും, ആതുരശുശ്രൂഷാ മേഖലയിൽ പ്രാവീണ്യമുള്ള, അതിൽ സ്വന്തം കൈയ്യൊപ്പുള്ള എന്റെ സഹധർമ്മിണിയ്ക്ക് അതിന് പൂർണ്ണമായും കഴിയുമെന്ന് ഞാൻ വിശ്വസി

ക്കുന്നു. അക്ഷരാർത്ഥത്തിൽ ഇപ്പോഴും ഡോക്ടർ തന്റെ അമൂല്യ സേവനം നിർലോഭമായി നൽകിക്കൊണ്ടിരിക്കുന്നു എന്നത് ദൈവഹിതം തന്നെയാണ്. കാരണം, വെള്ളനാട് പി.എച്ച്.സി.യിലെ അസിസ്റ്റന്റ് സർജനിൽ നിന്ന് തുടങ്ങി മെഡിക്കൽ കോളേജിൽ സീനിയർ പ്രൊഫസറായി സമാനതകളില്ലാത്ത പ്രാവീണ്യത്തോടെ ഇപ്പോഴും സേവനമനുഷ്ഠിച്ചുകൊണ്ടിരിക്കുന്ന ഡോക്ടറുടെ സൽകർമ്മം ദൈവത്തിന്റെ നിയോഗം എന്നല്ലാതെ എന്തു പറയുവാനാണ്. ഗവൺമെന്റ് സെക്ടറിലും പ്രൈവറ്റ് സെക്ടറിലും ആയി ആയിരക്കണക്കിനു ഡോക്ടേഴ്സിനെ വാർത്തെടുക്കുവാനുള്ള സൗഭാഗ്യം എന്റെ ജീവിതപങ്കാളിയ്ക്കുണ്ടായിയെന്നതും ഞങ്ങളുടെ ജന്മസുകൃതവും അത്യപൂർവ്വ ദൈവാനുഗ്രഹവുമാണ്.

17. റിസർവ് ബാങ്കിന്റെ സാമൂഹ്യ പ്രതിബദ്ധത

ഒരിക്കൽ ഒരു സുദിനത്തിൽ ഞാൻ ഇപ്രകാരം ആലോചിച്ചു. ഞാൻ നിരന്തരം ജോലി ചെയ്യുന്ന റിസർവ് ബാങ്കിന്റെ ചുമതലകളെക്കുറിച്ചുള്ള ഒരു ആത്മഗതം "നമ്മുടെ ആർ.ബി.ഐ.യുടെ പ്രധാന ചുമതലകളിൽ പ്രത്യേകിച്ച് സമൂഹനന്മയ്ക്കായി എന്തെല്ലാം ചെയ്യുന്നു?" അവയിൽ ചുരുക്കം ചിലത് ചുവടെ ചേർക്കുന്നു.

1. Note issue and Currency Management
2. Banker to the Government, Central and State
3. Banker's Bank
4. Custodian of Foreign Exchange Reserves and its management
5. Supervision and Regulation of banks and non banking Financial Institutions
6. Regulation of Forex market, Goverment Securities Market and Money Market, Payment System, Digital Currency System.
7. Periodic evaluation of our Monitory policy, Credit policy etc.
8. Various developmental and promotional functions

റിസർവ് ബാങ്കിൽ ജോലി ചെയ്യുന്ന ജീവനക്കാർക്ക് ശമ്പളമായിട്ട് പുതിയ നോട്ടുകളും നാണയങ്ങളും എല്ലാ മാസവും കിട്ടും. അതുകൊണ്ട് ഞാൻ എപ്പോഴും എന്റെ കൈയ്യിൽ പുതിയ നോട്ടുകളും നാണയങ്ങളും കരുതിയിരിക്കും. ഇവ ഉപയോഗിച്ച് അടുത്തുള്ള പലചരക്ക് കടകൾ, മെഡിക്കൽ ഷോപ്പുകൾ, ചില്ലറ വ്യാപാര സ്ഥലങ്ങൾ എന്നിവിടങ്ങളിൽ നിന്നും

സാധനങ്ങൾ വാങ്ങുമ്പോൾ എന്റെ കൈയ്യിലുള്ള പുതിയ നോട്ടുകൾ കൊടുത്തിട്ട് പകരം പഴയ നോട്ടുകൾ വാങ്ങുമായിരുന്നു. യാതൊരുവിധ പ്രതിഫലേച്ഛയും ഇല്ലാതെയാണ് ഇപ്രകാരമുള്ള പ്രവർത്തനം നടത്തിയിരുന്നത്. സമൂഹത്തിൽ കറൻസി എക്സ്ചേഞ്ച് ഫെസിലിറ്റി പരമാവധി ഉണ്ടാക്കുക എന്ന ഒരു ലക്ഷ്യം മാത്രമേ ഇതിന്റെ പിന്നിലുണ്ടായിരുന്നുള്ളു. ഞാൻ താമസിക്കുന്ന മേഖലയിൽ എല്ലാവർക്കും ഈ വസ്തുത അറിവുള്ളതാണ്. അതിലൂടെ പബ്ലിക് സിസ്റ്റത്തിലേക്ക് കുറേ നല്ല നോട്ടുകൾ എത്തിക്കുവാൻ കഴിഞ്ഞു. മാത്രമല്ല, ട്രെയിനിലോ ബസ്സിലോ യാത്ര ചെയ്യുമ്പോൾ സഹയാത്രികർക്ക് ആവശ്യം എന്ന് കണ്ടാൽ "Features of good quality notes"- എന്താണെന്നും കള്ളനോട്ടുകൾ എങ്ങനെ എളുപ്പത്തിൽ കണ്ടുപിടിക്കാമെന്നും പലപ്പോഴും വിശദീകരിച്ചു കൊടുക്കുമായിരുന്നു. അങ്ങനെ പരോക്ഷമായി ആർ.ബി.ഐ.യുടെ ഭാഗത്തുനിന്നുള്ള അന്നത്തെ " Clean Note Policy " എന്ന പ്രവർത്തനം കൂടിയായിരുന്നു എന്റെ എളിയ ഇപ്രകാരമുള്ള പ്രവർത്തനങ്ങൾ എന്ന് ഞാൻ ഇപ്പോൾ കൂടുതൽ തിരിച്ചറിയുന്നു.

18. സാമൂഹ്യ പ്രതിബദ്ധത സമൂഹനന്മയ്ക്ക്

നമ്മൾ എവിടെ ജോലി ചെയ്താലും നമ്മളെ കൊണ്ട് സമൂഹത്തിന് വേണ്ടി എന്തു ചെയ്യാൻ സാധിക്കുമെന്ന് എല്ലാ കേന്ദ്ര- സംസ്ഥാന ജീവനക്കാരും നിരന്തരം ആലോചിക്കേണ്ടതാണ്. കഴിയുമെങ്കിൽ അതിനായി ശ്രമിക്കണമെന്ന് ഇത്തരത്തിൽ ഓർമ്മപ്പെടുത്തുന്നു.

19. നിത്യപ്രാർത്ഥനയുടെ നിത്യഹരിതമാം മാഹാത്മ്യം

തിരുവനന്തപുരം റിസർവ് ബാങ്കിൽ ജോലി ചെയ്യുന്ന സമയത്ത് കുറച്ചു നാൾ ക്യാഷ് ഡിപ്പാർട്ട്മെന്റിലാണ് സേവനമനുഷ്ഠിച്ചതെന്ന് ആദ്യ ഭാഗത്ത് പരാമർശിച്ചിട്ടുണ്ട്. ആ സമയത്ത് പ്രസ്തുത വകുപ്പിൽ ഇൻചാർജ്ജ് ആയിരുന്നത് ശ്രീ. ജി മോഹനദാസ് ആയിരുന്നു. അദ്ദേഹത്തോടൊപ്പം ജോലി ചെയ്തിരുന്ന ഓരോ നിമിഷവും എന്റെ സ്മൃതി മണ്ഡലത്തിൽ നിത്യഹരിത ശോഭയായി, ഒരായിരം സുന്ദരനിമിഷങ്ങൾ മിന്നൽ പിണർപോലെ മിന്നി മറയുന്ന അസുലഭ സൗഭാഗ്യത്തിന്റെ നാളുകളായിരുന്നു.

ഞാൻ നിത്യേന റിസർവ് ബാങ്കിലേക്ക് ജോലിക്ക് പോകുന്നതിന് മുമ്പ് കുല ദൈവത്തെ പ്രാർത്ഥനയോടുകൂടി വണങ്ങിയിട്ടേ വീട്ടിൽ നിന്ന് ഇറങ്ങിയിരുന്നുള്ളു. അതിനുള്ള കാരണം സ്കൂളിൽ പഠിക്കുന്ന ചെറുപ്രായത്തിൽ തന്നെ എന്നെ മാതാപിതാക്കൾ അപ്രകാരം പരിശീലിപ്പിച്ചിട്ടുണ്ടായിരുന്നതാണ്. അങ്ങനെയുള്ള നന്മയുടെ ശീലങ്ങൾ കുട്ടികളിൽ വളർത്തിയെടുക്കുവാൻ കാലികമായി ജീവിതാനുഭവമുള്ള പുതിയ തലമുറയിലെ അഥവാ ന്യൂജൻ സമൂഹവും പ്രത്യേകിച്ച് മാതാപിതാക്കളും വളരെയേറെ ശ്രദ്ധ നൽകേണ്ടതാണ്. ഇന്നത്തെ പുതിയ തലമുറ നാളത്തെ രാഷ്ട്രശില്പികളും ലോക മഹാപ്രതിഭകളുമാകേണ്ടവരാണെന്ന മുൻ വിചാരം നമുക്കേവർക്കും ഉണ്ടാകേണ്ടതാണ്. മറിച്ച്, ദേശസ്നേഹവും സാമൂഹ്യബോധവും സാമൂഹ്യ പ്രതിബദ്ധതയും ജനാധിപത്യമൂല്യങ്ങളും നന്മയും ഹൃദയത്തിലുദിക്കാത്ത ഏവർക്കും ഏതുകാലത്തും ഭീതിതമായ ജീവിതം മാത്രമേ കാഴ്ചവയ്ക്കാനാവൂ എന്ന് നാം പ്രത്യേകം ഓർക്കേണ്ടതാണ്.

റിസർവ് ബാങ്കിൽ നിന്നും റിട്ടയർ ചെയ്ത് ഏകദേശം പത്ത് വർഷത്തിനുശേഷം നമ്മുടെ പ്രിയ ഗവർണ്ണർ ശ്രീ ശക്തികാന്ത ദാസ് സാറിന് ഒരു കത്തിൽ എന്റെ പത്ത് അനുഭവങ്ങൾ (നിർദ്ദേശങ്ങൾ) അറിയിച്ചിരുന്നു. അത് സാർ അംഗീകരിക്കുകയും എനിക്ക് ഹൃദ്യമായ രീതിയിൽ മറുപടി തരികയും ചെയ്തു. ഇത്ര വളരെ തിരക്കേറിയ ഓഫീസ് ജീവിതത്തിലും എന്നെ പോലുള്ള ഒരു സാധാരണ ജീവനക്കാരന്റെ അപേക്ഷ പരിശോധിച്ച് അതിന് വേണ്ടതെല്ലാം ചെയ്തു എന്നത് എന്നെ വല്ലാതെ ആകർഷിച്ചു. നമ്മുടെ റിസർവ് ബാങ്ക് ഗവർണ്ണറുടെ മഹത്വത്തെ വാക്കുകളാൽ എങ്ങനെ വർണ്ണിക്കണമെന്നറിയില്ല.

അദ്ധ്യായം മൂന്ന്
ഔദ്യോഗികജീവിതം

3C- റിസർവ് ബാങ്ക്, കൊച്ചി

എറണാകുളത്തെ ഫോറിൻ എക്സ്ചേഞ്ച് ഡിപ്പാർട്ട്മെന്റിലെ അനുഭവം

തിരുവനന്തപുരം റിസർവ് ബാങ്കിലെ സേവനങ്ങൾക്ക് ശേഷം എറണാകുളത്തുള്ള എക്സ്ചേഞ്ച് കൺട്രോൾ ഡിപ്പാർട്ട്മെന്റിൽ എന്നെ നിയമിച്ചു. അക്കാലത്ത് അവിടുത്തെ ചീഫായിരുന്ന ശ്രീ എം. എ. സേട്ട്. സാറിന്റെ ഉത്തരവു പ്രകാരം ഫോറിൻ എക്സ്ചേഞ്ച് ഇൻസ്പെക്ഷനു വേണ്ടി എന്നെ നിയോഗിച്ചു. നമ്മുടെ രാജ്യത്ത് വിദേശനാണ്യ ക്രയവിക്രയങ്ങളുടെ മേൽനോട്ടം വഹിക്കുന്നത് RBI ആണല്ലോ. എറണാകുളത്ത് പ്രവർത്തിക്കുന്ന FED എന്ന RBI department ആണ് കേരളത്തിൽ ഈ കാര്യം നിർവ്വഹിക്കുന്നത്. വിദേശനാണ്യ ക്രയവിക്രയങ്ങൾക്കായി Authorised Dealer (AD) and Authorised Money Changer എന്നിങ്ങനെ രണ്ടുതരം ഏജൻസികളാണ് ഉള്ളത്. ഇവരെ നിയമിക്കുന്നതും ഇവരുടെ പ്രവർത്തനങ്ങൾ നിയന്ത്രിക്കുന്നതും RBI ആണ്. വാണിജ്യ ബാങ്കുകൾ, സഹകരണ ബാങ്കുകൾ തുടങ്ങിയവയെ AD യായും ഹോട്ടലുകൾ, ട്രാവൽ ഏജൻസീസ്, ബാങ്കിംഗ് ഇതര ഫിനാൻഷ്യൽ സ്ഥാപനങ്ങളെ Money Changer ആയും നിയമിക്കുന്നു. കേരളത്തിലുള്ള നൂറുകണക്കിന് ഇത്തരം സ്ഥാപനങ്ങളെ സന്ദർശിച്ച് ഇൻസ്പെക്ട് ചെയ്യുന്ന ജോലി FEDയുടെ ചുമതലയാണ്. ഇതിനായി സുസജ്ജമായ ഒരു വിഭാഗം (ഇൻസ്പെക്ഷൻ സെക്ഷൻ) FEDയുടെ കീഴിൽ പ്രവർത്തിക്കുന്നു. ഈ ഇൻസ്പെക്ഷൻ നടത്തുന്ന ഡിപ്പാർട്ട്മെന്റിലേക്കാണ് എന്നെ തിരുവനന്തപുരത്തുനിന്നും വന്ന ഉടനെ പോസ്റ്റ് ചെയ്തത്. വിവിധ ഏജൻസികൾ എക്സ്ചേഞ്ച് കൺട്രോൾ റെഗുലേഷൻസ് നല്ലവണ്ണം പാലിച്ചിട്ടുണ്ടോ എന്ന് പരിശോധിക്കുവാൻ വേണ്ടി കേരളത്തിന്റെ മിക്കവാറും എല്ലാ മുക്കിലും മൂലയിലും യാത്ര ചെയ്യുവാൻ

എനിക്ക് സുവർണ്ണാവസരം ലഭിച്ചിട്ടുണ്ട്. അതിന് ഫോറിൻ എക്സ്ചേഞ്ച് ഡിപ്പാർട്ട്മെന്റിനോട് എനിക്കുള്ള കടപ്പാട് സവിനയം അറിയിക്കുന്നു.

2. പൊതുജനസേവ ഈശ്വര സേവ

എറണാകുളം എക്സ്ചേഞ്ച് കൺട്രോൾ ഡിപ്പാർട്ട്മെന്റിൽ ഞാൻ സേവനമനുഷ്ഠിച്ചിരുന്ന കാലത്തെ ഏതാനും അനുഭവങ്ങൾ ഇവിടെ പങ്കുവയ്ക്കുകയാണ്. ഞാൻ എക്സ്പോർട്ട് കോഡ് നമ്പർ (ECN) അനുവദിച്ചു നൽകുന്ന ഓഫീസറായിരുന്നു. ഞങ്ങളുടെ സെക്ഷൻ വളരെ കൃത്യതയോടുകൂടി ഉപഭോക്താക്കൾക്ക് (Exporters) കോഡ് നമ്പർ അനുവദിച്ചു നൽകുമായിരുന്നു. എന്നാൽ ഒരു ദിവസം ഒരു എക്സ്പോർട്ടർ (Exporter) എന്റെ സീറ്റിൽ വന്ന്, അദ്ദേഹത്തിന് എക്സ്പോർട്ട് കോഡ് നമ്പർ പതിവ് രീതിയിൽ നിന്നും സ്പീഡ് അപ് ചെയ്ത് അതിവേഗം അനുവദിച്ചു നൽകണമെന്ന് അപേക്ഷിച്ചു. ഞാൻ അപ്പോൾ തന്നെ അതിന്റെ പ്രാധാന്യം മനസ്സിലാക്കി മേലധികാരികളുടെ അംഗീകാരത്തോടു കൂടി സ്പീഡ് അപ് ചെയ്യുകയും കോഡ് നമ്പർ അടുത്ത ദിവസം തന്നെ നൽകുകയും ചെയ്തു. അപ്പോൾ അദ്ദേഹത്തിനുണ്ടായ സന്തോഷം പറഞ്ഞറിയിക്കാൻ സാധിക്കാത്തതാണ്. അദ്ദേഹം ഞങ്ങളുടെ കൺട്രോളർക്ക് ഇപ്രകാരം എഴുതി, "ഇതേ മാതിരി സർവീസ് ഇപ്പോൾ പ്രൈവറ്റ് സെക്ടറിൽ പോലും കിട്ടുന്നില്ല". ഇപ്രകാരമുള്ള, തികച്ചും മനസ്സിന് ആനന്ദവും കുളിർമയും നൽകുന്ന അനുഭവം ഒന്നു വേറെ തന്നെയാണ്. എനിക്ക് ഇപ്രകാരം പൊതുജനസേവനം നേരിട്ട് ചെയ്യുവാൻ അവസരം നൽകിയ റിസർവ് ബാങ്കിനോടുള്ള ഹൃദയംഗമമായ നന്ദിയും കടപ്പാടും ഇത്തരുണത്തിൽ അറിയിച്ചുകൊള്ളുന്നു. നാം ഏത് സ്ഥാപനത്തിൽ സേവനം അനുഷ്ഠിച്ചാലും പൊതുജനത്തിന് അർഹമായ അവശ്യം - ആവശ്യംവേണ്ട ആവശ്യങ്ങൾ - ചടുലമായി, സമയബന്ധിതമായി നിവർത്തിച്ചു കൊടുക്കേണ്ടത് നമ്മുടെ കർത്തവ്യമാണെന്ന ചിന്തയും പ്രവർത്തിയും ഉദ്യോഗസ്ഥവിഭാഗത്തിന് സദാ ഉണ്ടാകേണ്ടതാണെന്ന് ഒരു നിമിഷം ഞാൻ ഓർമ്മിപ്പിക്കുകയാണ്.

3. FEDയിലെ ആദ്യകാല സഹപ്രവർത്തകർ

ഫോറിൻ എക്സ്ചേഞ്ച് കൺട്രോൾ വകുപ്പിൽ ജോലി ചെയ്തു

കൊണ്ടിരുന്നപ്പോഴുള്ള ഏതാനും ഓഫീസറുമാരുടെ പേര് വിവരങ്ങൾ ഇവിടെ ചേർക്കുവാൻ ഞാൻ ആഗ്രഹിക്കുന്നു. സർവ്വശ്രീ ബി. മഹേശ്വരൻ, ഇ.എം. നായർ, കെ.എൻ.വി.നായർ, എം.എ. സേട്ട്, ടി.വി ഗോപാലകൃഷ്ണൻ, സി.എ. ജേക്കബ്, വാദ്ധ്യാർ, എൻ. ആർ. പിള്ള, വില്യം പനയ്ക്കൽ, കെ.കെ.ചന്ദ്രൻ, നന്ദകുമാർ, കെ.കെ.കുഞ്ഞ്, ഹമീദ്കുട്ടി, ഇ. ഗോപാലകൃഷ്ണൻ, ജോൺകുട്ടി, എസ്. ചന്ദ്രൻ, കൃഷ്ണൻ നായർ, കൃഷ്ണൻകുട്ടി, നൗഷാദ്, ബാലൻ എന്നിവർ ചുരുക്കം ചിലരാണ്. ശ്രീമാന്മാരായ അലക്സാണ്ടർ, അലേഷ് മാത്യു, കെ.പി. ദേവരാജ്, ടി.എസ്. പ്രകാശൻ, സാംബശിവറാവു, ടി.കെ.ശശി, വിനോദ്, ജെയിംസ് പോത്തൻ, പി.സി. പിള്ള, കെ.എസ്. ജോസഫ്, ശ്രീമതിമാരായ ശ്യാമള, ഷൈലാകുമാരി, രുഗ്മിണി വിനോദ്, സി. എ. റോസ, മേരിക്കുട്ടി ജോസ്, ജയാമൂർത്തി, എന്നിവർ എന്റെ വളരെ അടുത്ത സഹപ്രവർത്തകരായിരുന്നു. നിരവധി മഹത്‌വ്യക്തികൾ എന്നോടൊപ്പം ജോലി ചെയ്തിരുന്നുവെങ്കിലും എല്ലാ പേരുകളും ഇവിടെ പരാമർശിക്കുന്നില്ല. ഏവർക്കും ഹൃദയത്തിന്റെ ഭാഷയിൽ നന്ദി അറിയിക്കുന്നു. അക്കാലത്ത് എന്റെ മകന് രാജഗിരി സ്കൂളിൽ എൻട്രൻസ് എഴുതുവാനും അഡ്മിഷൻ കിട്ടുവാനും സഹായിച്ച കെ.എസ്. ജോസഫ് സാറിന് ഇത്തരുണത്തിൽ നന്ദി രേഖപ്പെടുത്തുന്നു.

4. മണി ചെയ്ഞ്ചേഴ്സ് ഇൻസ്പെക്ഷൻ

ഞാൻ എക്സ്ചേഞ്ച് കൺട്രോൾ ഡിപ്പാർട്ട്മെന്റിൽ സേവനം അനുഷ്ഠിക്കുന്ന കാലത്ത് മണി ചെയ്ഞ്ചേഴ്സ് ഇൻസ്പെക്ഷന് പോയപ്പോൾ ഉണ്ടായ ഒരു അനുഭവം ഇവിടെ പ്രതിപാദിച്ചുകൊള്ളട്ടെ.

കുട്ടനാട്ടിലെ ഒരു Restricted Money Changer's Office- ൽ ആയിരുന്നു ഇൻസ്പെക്ഷൻ. നാലുവശവും വെള്ളത്താൽ ചുറ്റപ്പെട്ടുക്കിടക്കുന്ന ഒരു ദ്വീപിലായിരുന്നു ആ സ്ഥാപനം. ആ പരിശോധന വളരയെധികം ആനന്ദകരമായിരുന്നു. കാരണം എക്സ്ചേഞ്ച് കൺട്രോൾ റെഗുലേഷൻസ് എല്ലാം അതേപടി പരിപാലിച്ച് പ്രവർത്തിക്കുന്ന ഒരു മണി ചേയ്ഞ്ചറായിരുന്നു അത്. ഇൻസ്പെക്ഷൻ വളരെ ചിട്ടയോടും ഭംഗിയോടും നടന്നു. ഞങ്ങൾ അവിടേയ്ക്ക് പോയത് ഒരു തോണിയിലായിരുന്നു. കുട്ടനാടൻ കായലിലൂടെ വളരെ ആസ്വദിച്ചാണ് എത്തിച്ചേർന്നത്.

5. കൊച്ചിയിലെ റിസർവ് ബാങ്ക് ക്വാർട്ടേഴ്സ് ജീവിതം

റിസർവ് ബാങ്കിന്റെ സേവനവുമായി ബന്ധപ്പെട്ട് കുടുംബാംഗങ്ങളോടൊപ്പം കൊച്ചിയിലെ കലൂരുള്ള ഓഫീസേഴ്സ് ക്വാർട്ടേഴ്സിൽ താമസിക്കുവാൻ എനിക്ക് സുവർണ്ണാവസരം ലഭിച്ചിരുന്നു. അക്കാലത്ത് എന്റെ സഹധർമ്മിണി അസിസ്റ്റന്റ് പ്രൊഫസർ ആയി ആലപ്പുഴ മെഡിക്കൽ കോളേജിലായിരുന്നു ജോലി ചെയ്തിരുന്നത്. അവർക്ക് കലൂർ ക്വാർട്ടേഴ്സിൽ നിന്നും ട്രെയിനിലും ബസ്സിലും കയറി ജോലി സ്ഥലത്ത് പോകുവാൻ വളരെ സൗകര്യമുണ്ടായിരുന്നു. അപ്പോൾ എന്റെ മൂത്തമകൻ ഹരികുമാർ ഗണേശൻ പത്താംതരത്തിന് പഠിച്ചുകൊണ്ടിരിക്കുന്ന കാലമായിരുന്നു. കുട്ടികൾക്ക് കളിക്കുവാൻ ഒരു ചെറിയ പാർക്കും ക്വാർട്ടേഴ്സ് കോമ്പൗണ്ടിൽ ഉണ്ടായിരുന്നു. മാത്രമല്ല, മെഡിക്കൽ സംബന്ധമായ എല്ലാ സൗകര്യങ്ങളും അവിടെ ലഭ്യമായിരുന്നു. ക്വാർട്ടേഴ്സിലെ അവരുടെ കൂട്ടുകാരുമൊത്ത് എന്റെ കുഞ്ഞുങ്ങൾക്ക് വളരെ ഉല്ലാസത്തോടുകൂടി കളിക്കുവാൻ അവിടെ സൗകര്യങ്ങൾ ഉണ്ടായിരുന്നു. ഈ ക്വാർട്ടേഴ്സ് കൊച്ചിൻ സിറ്റിയുടെ ഹൃദയഭാഗത്താണ് സ്ഥിതി ചെയ്തിരുന്നത്. അതിനാൽ നിത്യജീവിതവുമായി ബന്ധപ്പെട്ട എല്ലാ കാര്യങ്ങൾക്കും കൂടുതൽ മികവാർന്ന സൗകര്യമുണ്ടായിരുന്നു. ഇത്തരം അവസരങ്ങൾ നിർലോഭം നൽകിയ റിസർവ് ബാങ്കിന് നന്ദി രേഖപ്പെടുത്തുന്നു.

6. സർഗ്ഗവാസന പരിപോഷിപ്പിക്കലും അക്കാദമിക് മികവും

ക്വാർട്ടേഴ്സുമായി ബന്ധപ്പെട്ട് ഒരു റസിഡൻഷ്യൽ അസോസിയേഷൻ വളരെ സജീവമായി അക്കാലത്ത് പ്രവർത്തിച്ചിരുന്നു. എല്ലാ വർഷവും അസോസിയേഷന്റെ വാർഷികാഘോഷവുമായി ബന്ധപ്പെട്ട് നടക്കുന്ന മത്സരപരിപാടികളിൽ കുട്ടികളുടെ സർഗ്ഗവാസനകളെ പരിപോഷിപ്പിക്കുവാനുതകുന്ന തരത്തിൽ കലാ-കായിക മത്സരങ്ങൾ വർഷാവർഷം കാര്യക്ഷമവും ക്രിയാത്മകവും ആകർഷകവും മാതൃകാപരവുമായ രീതിയിൽ നടത്തുക പതിവായിരുന്നു. തൽഫലമായി എന്റെ കുഞ്ഞുങ്ങൾക്കും മറ്റുള്ള കുഞ്ഞുങ്ങൾക്കും അവരവരുടെ കഴിവുകൾ തെളിയിക്കുവാനും സമ്മാനങ്ങൾ സ്വീകരിക്കുവാനും കഴിഞ്ഞിട്ടുണ്ട്. അതിനോടൊപ്പം ഫാൻസി ഡ്രസ്സ്, പ്രസംഗം, ഉപന്യാസ- രചന, ഡാൻസ്, കായിക മത്സരങ്ങൾ തുടങ്ങിയവയിലും ധാരാളം സമ്മാനങ്ങൾ എന്റെ

കുഞ്ഞുങ്ങൾക്കും ലഭിച്ചതിനാൽ പിൽക്കാലത്ത് അവർക്ക് കലാ-കായിക മേഖലകളിൽ വളരെയധികം മികവാർന്ന പ്രകടനങ്ങൾ കാഴ്ചവയ്ക്കുവാനും അവരുടെ ഭാവിജീവിതത്തിൽ സമാനതകളില്ലാത്ത നേട്ടങ്ങൾ കൈവരിക്കുവാനും സാധിച്ചു എന്നതിന് അടിസ്ഥാനം എറണാകുളത്തെ ക്വാർട്ടേഴ്സ് കാലഘട്ട ജീവിതനന്മകൾ തന്നെയാണെന്ന് തറപ്പിച്ചു പറയുവാനും കഴിയുന്നതാണ്. കുട്ടികളുടെ ലീല ചേച്ചിയ്ക്കും ഭാനു ചേച്ചിയ്ക്കും കുട്ടികളിൽ കലാവാസന പരിപോഷിപ്പിക്കുന്നതിൽ വലിയ പങ്കുണ്ടായിരുന്നു. മാത്രമല്ല ഈ കാലഘട്ടത്തിലാണ് എന്റെ പ്രിയപുത്രനായ ഹരികുമാറിന് സംസ്ഥാന തലത്തിൽ എസ്.എസ്.എൽ.സി പരീക്ഷയിൽ പന്ത്രണ്ടാം റാങ്കോടുകൂടി തിളക്കമാർന്ന വിജയം കരസ്ഥമാക്കുവാൻ കഴിഞ്ഞത്. ഇതിന്റെ എല്ലാ നന്മയും റിസർവ് ബാങ്കിന് ഞാൻ സമർപ്പിക്കുന്നു. എറണാകുളത്ത് റിസർവ് ബാങ്കിന്റെ ക്വാർട്ടേഴ്സിൽ താമസിക്കുമ്പോൾ ഞങ്ങളുടെ സഹജീവനക്കാർ ഏറെ താമസിക്കുന്ന സ്ഥലത്ത് (എളമക്കരയിൽ) എൽ.ഐ.സി. ഹൗസിംഗ് ഫിനാൻസിന്റെ സഹായത്തോടുകൂടി എന്റെ സഹധർമ്മിണിയുടെ നേതൃത്വത്തിൽ ഒരു വീട് നിർമ്മിക്കുകയും ചെയ്തു. ഈ അവസരത്തിൽ ഇ.എം. നായർ സാറിനെയും എൻ. ആർ. പിള്ള സാറിനെയും നന്ദിയോടെ സ്മരിക്കുന്നു. ആ പുതിയ ഭവനത്തിലാണ് ഞങ്ങൾ പിന്നീട് സ്ഥിരമായി താമസിച്ചുകൊണ്ടിരിക്കുന്നത്. എന്റെ നീണ്ട ഔദ്യോഗിക ജീവിതത്തിൽ കൊച്ചിയിൽ ചിലവഴിച്ച സമയം സ്വർണ്ണ ലിപികളാൽ എഴുതപ്പെടേണ്ടതാണ്. എന്റെ സഹധർമ്മിണി ആലപ്പുഴ മെഡിക്കൽ കോളേജിൽ ജോലി ചെയ്യുമ്പോൾ കാലത്ത് ആറു മണിക്കുള്ള പാസഞ്ചർ ട്രെയിനിൽ ആലപ്പുഴ വരെ പോയി വരികയായിരുന്നു. ഇ.ഗോപാലകൃഷ്ണൻ ഞങ്ങളുടെ ആത്മസുഹൃത്താണ്.

തിരുവനന്തപുരത്ത് താമസിച്ചിരുന്ന കാലത്തു അവധി ദിവസങ്ങൾ സഹോദരി സഹോദരന്മാരുടെ കുടുംബങ്ങളോടൊപ്പം ചിലവഴിക്കുക പതിവായിരുന്നു. കൊച്ചിയിലും സമാനമായ ആനന്ദ അനുഭവം ഉണ്ടായിരുന്നു. മുരളി അണ്ണന്റെയും (ഇന്ത്യൻ ഓയിൽ കോർപറേഷൻ) ജാന മന്നിയുടെയും കുടുംബം, പദ്മനാഭ അയ്യരുടെയും (എസ് ബി ഐ) ജാനകി മന്നിയുടെയും കുടുംബം എന്നിവരെ ഹൃദയപൂർവം സ്മരിക്കുന്നു.

അദ്ധ്യായം മൂന്ന്
ഔദ്യോഗികജീവിതം

3D - റിസർവ് ബാങ്ക്, മുംബൈ

സങ്കീർണ്ണതകളിലെ സാന്ത്വനം

കൊച്ചിയിൽ റിസർവ് ബാങ്കിൽ ജോലി ചെയ്തുകൊണ്ടിരുന്ന കാലത്ത് ബാങ്കിന്റെ കേന്ദ്ര ഓഫീസ് സ്ഥിതി ചെയ്യുന്ന മുംബൈയിലേക്ക് എനിക്ക് 1998-ൽ സ്ഥലം മാറ്റം കിട്ടി. എന്റെ മകൻ പത്താംതരം പാസായി കോളേജിൽ ചേരുവാനായി തയ്യാറായിരിക്കുന്ന സമയമായിരുന്നു അത്. ആ സമയത്ത് എന്റെ വൃദ്ധയായ അമ്മ ഇടുപ്പെല്ല് പൊട്ടി കിടപ്പുരോഗിയായി ബെഡ്ഡിൽ കിടക്കുന്ന അവസ്ഥയായിരുന്നു. എന്റെ സഹധർമ്മിണി അക്കാലത്ത് ആലപ്പുഴ മെഡിക്കൽ കോളേജിൽ അസിസ്റ്റന്റ് പ്രൊഫസറായി സേവനമനുഷ്ഠിക്കുകയായിരുന്നു. അതിനാൽ ഇപ്രകാരമുള്ള പ്രതികൂല സാഹചര്യത്തിൽ കുടുംബസമേതം മുംബൈയിലേക്ക് പോകുക എന്നത് വളരെ ദുഷ്കരമായി തോന്നുകയും എനിക്ക് ഇത് വളരെ മനോവിഷമം ഉണ്ടാക്കുകയും ചെയ്തു. അതുകൊണ്ട് RBIയുടെ മറ്റേതെങ്കിലും സെന്ററിലേക്ക് സ്ഥലം മാറ്റി തരുവാനായി ഞാൻ അപേക്ഷ നൽകി. പക്ഷേ അതിന് എനിക്ക് അനുകൂലമായ മറുപടി ലഭിച്ചില്ല. അതിനാൽ റിസർവ് ബാങ്കിന്റെ മുംബൈ ഓഫീസിലേക്ക് തന്നെ ഒറ്റയ്ക്ക് എനിക്ക് പോകേണ്ടി വന്നു. അവിടെ കുറച്ചുനാൾ ഒറ്റയ്ക്ക് താമസിക്കേണ്ടിയും വന്നു. അന്നൊക്കെ പലപ്പോഴും മനോവിഷമം നിയന്ത്രിക്കാനാവാതെ ഞാൻ കണ്ണീർ വാർത്തിട്ടുണ്ട്. നിയന്ത്രണമില്ലാതെ ടെലിഫോണിലൂടെ എന്റെ സഹധർമ്മിണി പൊട്ടി പൊട്ടി കരയുമായിരുന്നു, മനസ്സിന്റെയുള്ളിന്റെ ഉള്ളിൽ നിന്നും അനുനിമിഷം അനിയന്ത്രിതമായി. ജീവിക്കുന്നത് തന്നെ എന്തിനെന്നുപോലുമുള്ള ചിന്താശകലങ്ങൾ മനസ്സിലുദിച്ച നാളുകൾ. ഒരായിരം ആണികൾ ഒരേ സമയം ഹൃദ

യത്തിൽ ആണ്ടിറങ്ങിയാലുണ്ടാകുന്ന വേദനയിലധികം ആത്മനൊമ്പരം കടിച്ചമർത്തിയ ആ ദിനങ്ങൾ. ഞങ്ങളുടെ കുടുംബജീവിതത്തെ എല്ലാ അർത്ഥത്തിലും ഈ സ്ഥലംമാറ്റം വീർപ്പുമുട്ടിച്ചു. ഇപ്രകാരമുള്ള ആത്മ നൊമ്പരം ഉള്ളിന്റെയുള്ളിൽ ഒരുവിധം ഒതുക്കിക്കൊണ്ട്, മനോബലം കാത്തുസൂക്ഷിച്ച്, ഞാനെന്റെ പ്രിയതമയോട് ഫോണിലൂടെ സാന്ത്വനവാക്കുകൾ നിരന്തരം പറഞ്ഞ് സമാധാനപ്പെടുത്തുമായിരുന്നുവെന്ന അതി സങ്കീർണ ജീവിതാനുഭവം വർണ്ണനാതീതമാണ്. നിത്യേന വീട്ടിലേക്ക് ഫോൺ ചെയ്യുമ്പോൾ 10 മിനിട്ടിലേറെ പൊട്ടിക്കരയുന്ന ഗണേശന്റെ ജീവിതത്തിലെ Terrible time തന്നെയായിരുന്നു ആ കാലഘട്ടം. പ്രിയതമതന്നെ നേരിട്ട് കുട്ടികളെ പരിചരിക്കുകയും സമാധാനപ്പെടുത്തുകയും സാന്ത്വനപ്പെടുത്തുകയും മാർഗ്ഗനിർദ്ദേശങ്ങൾ നൽകുകയും ചെയ്യണമായിരുന്നു. അതോടൊപ്പം രോഗശയ്യയിലുള്ള കിടപ്പു രോഗിയായ എന്റെ അമ്മയെ ശുശ്രൂഷിക്കേണ്ടതും അവരുടെ ഉത്തരവാദിത്വമായിരുന്നു. അവർ ജോലി നോക്കുന്ന ആലപ്പുഴ മെഡിക്കൽ കോളേജിലെ വൈവിധ്യമാർന്ന ഔദ്യോഗിക സങ്കീർണ പ്രശ്നങ്ങൾ സമയബന്ധിതമായി പരിഹരിക്കേണ്ടതും അസി.പ്രൊഫസറായ എന്റെ സഹധർമ്മിണിയുടെ ചുമതലയായിരുന്നു. ചുരുക്കത്തിൽ ഡോക്ടർക്ക് നിത്യേന കൊച്ചിയിൽ നിന്നും ആലപ്പുഴ വരെ ദീർഘദൂരം യാത്ര ചെയ്ത്, പറഞ്ഞാൽ തീരാത്ത നിരവധി പ്രശ്നങ്ങൾ ഒരേ സമയത്ത് കൈകാര്യം ചെയ്യേണ്ട അവസ്ഥയായിരുന്നു. ജീവിതത്തിലെ ഏറ്റവും വിഷമം അനുഭവപ്പെട്ട കാലഘട്ടം ആയിരുന്നു അത്. തിരിഞ്ഞു നോക്കുമ്പോൾ എപ്രകാരമാണ് ആ കാലഘട്ടം എന്റെ സഹധർമ്മിണി തരണം ചെയ്തതെന്ന് കൃത്യമായി പറയാവുന്ന ഉത്തരമില്ല എന്നതാണ് സത്യം. എല്ലാം ഈശ്വരാധീനം ഒന്നുമാത്രമാണെന്ന് പറയുന്നതാണ് കൂടുതൽ അഭികാമ്യം. ഇത്തരുണത്തിലാണ് കൂനിന്മേൽ കുരുപോലെ ഭാര്യയ്ക്ക് കോഴിക്കോട് മെഡിക്കൽ കോളേജിലേക്ക് ട്രാൻസ്ഫർ ആയത്.

2. സൗഹാർദ്ദത്തിന്റെ നാൾവഴികൾ

ദീർഘമായ ആലോചനകൾക്ക് ശേഷം പൊതു തീരുമാനത്തോടു

കൂടി ഞങ്ങളുടെ എല്ലാവരുടേയും മുംബൈയിലേക്കുള്ള യാത്ര തീരുമാനിച്ചു. അങ്ങനെ ഞങ്ങളുടെ കുടുംബം മുംബൈയിലേക്ക് പറിച്ചു നട്ടു. മുംബൈയുടെ പ്രാന്തപ്രദേശമായ മലാഡിലെ RBI ക്വാർട്ടേഴ്സിലായി പിന്നീടുള്ള ജീവിതം. മുംബൈയിൽ കുട്ടികളുടെ വിദ്യാഭ്യാസത്തിന് റിസർവ് ബാങ്ക് എല്ലാവിധ സൗകര്യങ്ങളും ചെയ്തു തന്നു. മകൾക്ക് ക്വാർട്ടേഴ്സിന് അടുത്ത് തന്നെയുള്ള പ്രശസ്തമായ ഗോകുൽദാം സ്കൂളിലും മകന് വിലേപാർലേയിലുള്ള Sathaye College എന്ന നല്ല കോളേജിലും അഡ്മിഷൻ കിട്ടിയത് ദൈവാനുഗ്രഹമായി.

3. മുംബൈ ഓഫീസിലെ സുനിൽ നായർ സാറിന്റെ പിതാവ് ചെയ്ത സഹായം

ഞങ്ങളുടെ മകൻ ഹരികുമാർ ഗണേശൻ മുംബൈയിലെ Sathaye College -ൽ നിന്നും നല്ല നിലയിൽ +2 പാസ്സായി, കോഴിക്കോട് എൻ.ഐ.റ്റിയിൽ ബി.ടെക് സെലക്ഷനും കിട്ടി പഠിക്കുകയായിരുന്നു. മകൻ മുംബൈയിലുള്ളപ്പോൾ ക്വാർട്ടേഴ്സിലെ എല്ലാവരോടും വളരെ സന്തോഷമായി ഇടപെട്ടിരുന്നു. Sathaye College-ൽ പഠിച്ചതിന്റെ ഗുണങ്ങൾ അവനിൽ പ്രകടമായി കാണുവാൻ സാധിച്ചിരുന്നു. ഏതു കാര്യവും തനിയെ ചെയ്യുന്നതിൽ ആത്മവിശ്വാസം ദൃഢപ്പെട്ടു. കാര്യങ്ങൾ തനിച്ചു ചെയ്യുവാൻ അവൻ യോഗ്യനായി. ബി.ടെക് പാസ്സായി ഉടനെ തന്നെ മകന് ഒരു പ്രൈവറ്റ് കമ്പനിയിൽ മൈസൂരിൽ ജോലിയും കിട്ടി. അപ്പോഴാണ് സുനിൽ സാറിന്റെ അച്ഛന്റെ സഹായം വേണ്ടി വന്ന സംഭവം നടന്നത്. മകൻ ഐ.എസ്.ആർ.ഒ-ക്ക് ഒരു അപേക്ഷ ഓൺലൈനായി ഇതിനിടെ അയച്ചിരുന്നു. ഞങ്ങൾ പ്രതീക്ഷിക്കാതെ, വളരെ ചുരുങ്ങിയ സമയത്തിനുള്ളിൽതന്നെ അഹമ്മദാബാദിൽ ISROയിൽ വച്ച് ഇന്റർവ്യൂവിൽ പങ്കെടുക്കാനായി അവന് കാൾ മെമ്മോ കിട്ടി. മകൻ തനിച്ച്, രാത്രിയുള്ള വിമാനത്തിൽ മൈസൂർ നിന്നും മുംബൈ വഴി അഹമ്മദാബാദിലേക്ക് ഫ്ളൈറ്റിൽ പോകേണ്ടി വന്നു. ഞങ്ങൾ രാത്രി മുഴുവൻ ഉറക്കമൊഴിഞ്ഞ് അവന്റെ വിമാന യാത്രയെ ഫോണിൽ കൂടി നിരീക്ഷിച്ചിരുന്നു. അന്ന് അവൻ വളരെ ചെറുപ്പമായിരുന്നു, അഹമ്മദാബാദ് നിവാസി

യായ സുനിൽസാറിന്റെ അച്ഛൻ എയർപോർട്ടിൽ മകനെ സ്വീകരിച്ചു, ബാക്കിയെല്ലാ സഹായങ്ങളും ചെയ്തുകൊടുത്തു. ഇപ്പോൾ മകൻ ഐ. എസ്.ആർ.ഒയിൽ സയന്റിസ്റ്റായി ജോലി ചെയ്യുകയാണ്. ഈ പുസ്തക പ്രകാശനവേളയിൽ ശ്രീ സുനിൽസാറിനും, കുടുംബത്തിനും, അച്ഛനും അമ്മയ്ക്കും, ഞങ്ങളുടെ അഗാധമായ നന്ദി രേഖപ്പെടുത്തുകയാണ്.

മുംബൈയിലെ ജീവിതം ശരിക്കും ആസ്വദിച്ചു എന്നു തന്നെ പറയാം. അക്കാലത്ത് പക്ഷേ, ഓഫീസിൽ എന്നും എത്തിച്ചേരുന്നത് വളരെ വിഷമകരമായിരുന്നു. അതിനുള്ള കാരണം ഞങ്ങൾ മലാഡിലായിരുന്നു താമസിച്ചിരുന്നത്. ഓഫീസിലെത്താൻ വളരെയധികം ദൂരമുണ്ടായിരുന്നു. അക്കാലത്തെ ഇലക്ട്രിക് ട്രെയിനിലെ യാത്ര മറക്കുവാൻ സാധിക്കുകയില്ല. മൂന്നു വർഷം കുടുംബസമേതം മുംബൈയിൽ താമസിച്ചു. ജീവിതം എന്താണെന്ന യാഥാർത്ഥ്യം അനുഭവിച്ചറിയുവാനുള്ള സുവർണ്ണാവസരമായിരുന്നു മുംബൈയിലെ ജീവിതം. മുംബൈ ഓഫീസിലെ ഓരോ നിമിഷവും സ്വർണ്ണലിപികളാൽ ആലേഖനം ചെയ്യപ്പെടേണ്ടതാണ്. സർവ്വജ്ഞാനിയായ ഈശ്വരൻ ജീവിതത്തിന്റെ കനൽ വഴികളിലൂടെ നമ്മളെ നടത്തുന്നത് നമ്മുടെ ജീവിതം ക്രമപ്പെടുത്താനും അഭിവൃദ്ധിപ്പെടുത്താനും വേണ്ടിയാണെന്ന് ബോംബെയിലേക്ക് ട്രാൻസ്ഫർ ചെയ്യപ്പെട്ടപ്പോൾ ഉണ്ടായ എന്റെ മനോവിഷമങ്ങളും പിന്നീട് എന്റെ കുടുംബ/ ഔദ്യോഗിക ജീവിതത്തിലും മക്കളുടെ വിദ്യാഭ്യാസ മേഖലയിലും ഉണ്ടായ ഉയർച്ചകളിൽ നിന്നും ഞാൻ മനസ്സിലാക്കുന്നു.

എന്നെ റിസർവ് ബാങ്കിന്റെ മുംബൈയിലെ സെൻട്രൽ വിജിലൻസ് സെല്ലിലാണ് പോസ്റ്റ് ചെയ്തത്. അന്നത്തെ അവിടത്തെ സഹപ്രവർത്തകരായിരുന്നു ചീഫ് വിജിലൻസ് ഓഫീസറായ സർവ്വശ്രീ എസ്.ആർ. സുബ്രഹ്മണ്യ, എസ്.എൽ. സിംഗ്, ഭോഗ്ലേ, സുനിൽ നായർ, കരിക്കൂർവെ, രവീന്ദ്രൻ, ശ്രീമതി സെന്റാ ജോയ് എന്നിവർ. വളരെയധികം സൗഹാർദ്ദത്തോടുകൂടിയാണ് മൂന്നു വർഷം മുംബൈയിൽ ചെലവഴിച്ചിരുന്നത്. എന്റെ കൂടെ ജോലി ചെയ്ത സെന്റാ ജോയിയും സുനിൽ നായരും ഇപ്പോൾ കേന്ദ്ര റിസർവ് ബാങ്കിന്റെ ഓരോ വിഭാഗത്തിന്റെ ചീഫ് ജനറൽ മാനേജേ

ഴ്സാണ്. എനിക്ക് അതിൽ വളരെയധികം സന്തോഷം തോന്നുന്നു. ശ്രീമതിമാർ സുമതി, മഹാലക്ഷ്മി എന്നിവരെ കൂടാതെ സർവ്വശ്രീ എം.എസ്. രാജെ, എം.എസ്. പ്രധാൻ, തങ്കവേലു, ഷിൻഡേ, പലേക്കർ, പി. എ. സക്കറിയ, മനേരിക്കർ, കാശിക്കർ എന്നീ ഉദ്യോഗസ്ഥർ DAPMലെ വളരെ സെൻസിറ്റീവ് മേഖലയിൽ ജോലി ചെയ്യുകയായിരുന്നു. അവർ എനിക്ക് ചെയ്ത ഉപകാരങ്ങൾ ഒരിക്കലും മറക്കുവാൻ സാധിക്കുകയില്ല. ഇത്തരുണത്തിൽ എല്ലാവർക്കും നന്ദി രേഖപ്പെടുത്തുന്നു. ശ്രീ. സക്കറിയാസ് കെ. ഡി, ശ്രീ രങ്കരാജൻ, ശ്രീ അരവിന്ദ്, ശ്രീ. ഇ. ശങ്കരൻ & ഫാമിലി, എല്ലാവരേയും വളരെ സ്നേഹത്തോടെ ഓർമ്മിക്കുകയാണ്. ഈ പുസ്തക പ്രകാശന വേളയിൽ നന്ദി അറിയിക്കുകയാണ്.

4. ശ്രീമതി സെന്റാ ജോയിയുടെ മകളുടെ ആദ്യ പിറന്നാൾ ആഘോഷം

അന്ന് എന്റെ കൂടെ വിജിലൻസ് സെക്ഷനിൽ ജോലി ചെയ്തിരുന്ന ശ്രീമതി സെന്റാ ജോയിയുടെ മകളുടെ ആദ്യപിറന്നാളിന് ഞങ്ങൾ കുടുംബസമേതം പങ്കെടുത്തു. അന്ന് അതിൽ പങ്കെടുക്കുവാൻ സാധിച്ചത് ദൈവകൃപയായി കരുതുകയാണ്. വളരെ സ്നേഹത്തോടെയുള്ള സെന്റാ ജോയിയുടെ കുടുംബത്തിന്റെ സ്വാഗതവും പരിഗണനയും ജീവിതത്തിൽ ഒരിക്കലും മറക്കുവാൻ സാധിക്കുകയില്ല. ഈ പുസ്തകപ്രകാശനവേളയിൽ സെന്റാ ജോയിക്കും ഭർത്താവിനും പ്രത്യേകം നന്ദി അറിയിക്കുകയാണ്.

5. റിസർവ് ബാങ്ക് ജീവനക്കാരോടുള്ള റിസർവ് ബാങ്കിന്റെ വേറിട്ട സമീപനം

ഞാൻ വിരമിച്ചതിനുശേഷവും എനിക്കും എന്റെ കുടുംബത്തിനും ഇന്ത്യയിൽ റിസർവ് ബാങ്ക് ശാഖയുള്ള എവിടെ വേണമെങ്കിലും സൗജന്യ നിരക്കിൽ ഹ്രസ്വമായ കാലത്തേക്ക് താമസിക്കാനുള്ള സൗകര്യം ഒരുക്കി തന്നിട്ടുണ്ട്. ഞാൻ വിരമിച്ചതിനുശേഷം ഒരു വ്യാഴവട്ടം പിന്നിട്ടുകഴിഞ്ഞു. ഇത്രയും കാലം എനിക്കും എന്റെ സഹധർമ്മിണിയായ ഡോക്ടർക്കുമുള്ള ചികിത്സാചെലവുകൾ ബാങ്ക് തന്നെ നേരിട്ട് വഹിക്കു

ന്നു. റിസർവ് ബാങ്ക് ഇപ്പോൾ ചെയ്തുകൊണ്ടിരിക്കുന്ന ഇപ്രകാരമുള്ള പ്രവർത്തനങ്ങൾക്ക് എത്ര നന്ദി പറഞ്ഞാലും മതിവരില്ല. ഈ വിവരം ഞാൻ ഇവിടെ രേഖപ്പെടുത്തിയത് കഴിവും സാമർത്ഥ്യവും നിശ്ചയ ദാർഢ്യവും സമർപ്പണമനോഭാവവും കഠിനാധ്വാനതൽപരതയും ഉറച്ച ലക്ഷ്യബോധവുമുള്ള ഏതൊരു വ്യക്തിക്കും റിസർവ് ബാങ്ക് ജീവനക്കാരനാകാനും ഇത്തരം ആനുകൂല്യങ്ങൾ ജീവിതത്തിൽ സ്വായത്തമാക്കാവുന്നതുമാണ്. പ്രസ്തുത വസ്തുതകൾ വരുംതലമുറയ്ക്ക് മുന്നറിവായി വായിക്കാവുന്നതും ജീവിതവിജയം കൈവരിക്കാവുന്നതുമാണ്. നാം ജന്മമെടുക്കുന്നത് എത്രത്തോളം പിന്നാക്ക അവസ്ഥയിലായിരുന്നാലും സമൂഹനന്മയോട്കൂടി നിരന്തരമായ കഠിനാദ്ധ്വാനവും നിശ്ചയ ദാർഢ്യവും ലക്ഷ്യബോധവും സമർപ്പണ മനോഭാവവും സന്നദ്ധതയുമുണ്ടെങ്കിൽ ആത്മധൈര്യത്തോടും ആത്മനിർവൃതിയോടും കൂടി മാതൃകാപരമായി നമുക്ക് ഉന്നതശ്രേണികളിൽ എത്തിച്ചേരാൻ കഴിയുന്നതാണ്.

ഞാൻ വിരമിക്കുന്നതിനു തൊട്ടുമുമ്പ് റിസർവ് ബാങ്ക് ഞങ്ങൾക്ക് വിദേശ രാജ്യങ്ങൾ സന്ദർശിക്കാൻ 'Leave Fare Concession' തന്നു. ബാങ്കിന്റെ സഹായത്താൽ ഞങ്ങൾ രണ്ടുപേരും (ഞാനും ഭാര്യയും) ഇംഗ്ലണ്ട്, ഫ്രാൻസ്, ബെൽജിയം, ജർമനി, സ്വിറ്റ്സർലന്റ്, ഇറ്റലി എന്നീ സ്ഥലങ്ങൾ SOTC Tour Package-ൽ സന്ദർശിച്ചു. റിസർവ് ബാങ്കിന്റെ നിർലോഭമായ സേവനങ്ങൾക്കു മുന്നിൽ ഹൃദയംഗമമായ ഒരായിരം നന്ദി രേഖപ്പെടുത്തുന്നു.

അദ്ധ്യായം മൂന്ന്

ഔദ്യോഗികജീവിതം

3E - റിസർവ് ബാങ്ക്, ചെന്നൈ

എന്റെ ദീർഘമായ റിസർവ് ബാങ്ക് ജീവിതത്തിൽ ചെന്നൈയിൽ ചിലവഴിച്ച നാളുകൾ ഏടുകളിൽ കുറിക്കപ്പെടേണ്ടതാണ്. ആ സമയം ചെന്നൈ റിസർവ് ബാങ്കിന്റെ റീജിയണൽ ഡയറക്ടർ ശ്രീ എഫ്.ആർ. ജോസഫ് സാർ ആയിരുന്നു. അഡ്മിനിസ്ട്രേഷനിൽ ശ്രീ രങ്കരാജൻ സാർ ആയിരുന്നു. അക്കാലത്ത് പിഎച്ച്.ഡി.ക്ക് മധുരൈ കാമരാജ് യൂണിവേഴ്സിറ്റിയിൽ രജിസ്റ്റർ ചെയ്യാൻ തമിഴ്നാട്ടിൽ റസിഡന്റായിരിക്കണമെന്ന ഒരു നിബന്ധന ഉണ്ടായിരുന്നു. അങ്ങനെ റിസർവ് ബാങ്ക് എന്നെ തമിഴ്നാട്ടിലേക്ക് പോസ്റ്റിംഗ് തന്ന് എന്റെ ജീവിതാഭിലാഷമായ പിഎച്ച്.ഡി. എടുക്കാൻ തുടക്കം കുറിച്ചു. ഇത്തരുണത്തിൽ ശ്രീ എഫ്. ആർ ജോസഫിനും ശ്രീ രങ്കരാജൻ സാറിനും നന്ദി അറിയിക്കുകയാണ്. ചെന്നെയിലെ ജീവിതം വളരെ ആനന്ദകരമായിരുന്നു. എന്നും ചായ കുടിക്കാനായി ചെന്നൈ റിസർവ് ബാങ്കിന്റെ മുൻപിലുള്ള മലയാളി നടത്തുന്ന ഒരു ചായകടയിൽ പോകുന്നത് പതിവായിരുന്നു. മിക്ക RBI ജോലിക്കാരും അവിടെ വന്ന് ചായ കുടിക്കാറുണ്ട്. ഒരു ദിവസം പോയപ്പോൾ പതിവായി ചായ തന്നുകൊണ്ടിരുന്ന ആളിനെ കാണാനില്ലായിരുന്നു. പകരം അദ്ദേഹത്തിന്റെ മകൻ ആയിരുന്നു ചായക്കട നടത്തിക്കൊണ്ടിരുന്നത്. ഞാൻ മകനോട് അച്ഛൻ വരാത്തതിന്റെ കാര്യം തിരക്കി. അപ്പോൾ, അച്ഛന് വായിൽ കാൻസർ രോഗം ബാധിച്ച് ചികിത്സയിലാണെന്നും വീട്ടിൽ കിടക്കുകയാണെന്നും, സാമ്പത്തിക ബുദ്ധിമുട്ട് അനുഭവപ്പെടുകയാണെന്നും അറിയിച്ചു. അപ്പോൾ ഞാൻ വിചാരിച്ചു, ആ മനുഷ്യൻ റിസർവ് ബാങ്ക് എംപ്ലോയി ആയിരുന്നെങ്കിൽ, അയാളുടെ എല്ലാ ചികിത്സാ ചിലവും ബാങ്ക് നോക്കുമായിരുന്നു. അപ്പോൾ എനിക്ക് തോന്നി അയാൾക്ക് ഒരു അയ്യായിരം രൂപ കൊടുക്കാമെന്ന്. ആ തുക ഉടനെ മാറ്റി വെയ്ക്കുകയും ചെയ്തു. പിന്നെത്തോന്നി, “RBIയിലെ മിക്കവരും ഇവിടെ ചായകുടിക്കാൻ വരുന്നു

ണ്ട്. അപ്പോൾ അവരോടും ചികിത്സയ്ക്കായി ഒരു കളക്ഷൻ എടു ത്താലോ?" ഉടൻതന്നെ അവിടെ വന്നിരുന്ന എല്ലാ ജീവനക്കാരോടും സഹായം ചോദിച്ച് കളക്ട് ചെയ്ത 7,000/- (ഏഴായിരം രൂപ) രൂപയും എന്റെ വക 5,000/- രൂപയും ചേർത്ത് പന്ത്രണ്ടായിരം രൂപ (12,000) ഉടനെ തന്നെ അദ്ദേഹത്തിന്റെ വീട്ടിൽ പോയി കൊടുക്കുകയും ചെയ്തു. അങ്ങനെ ചെന്നൈ ഓഫീസിലെ ജീവനക്കാരുടെ കാരുണ്യം എന്നെ ആകെ സന്തോഷവാനാക്കി. എല്ലാ ജീവനക്കാരും വളരെ ആത്മാർത്ഥത ഉള്ളവരും സ്നേഹസമ്പന്നരുമായിരുന്നു. എന്റെ മകളുടെയും മക ന്റേയും കല്യാണത്തിന് അവിടുത്തെ ഒട്ടു മിക്ക സ്റ്റാഫും തിരുവനന്തപുരം, കോയമ്പത്തൂർ എന്നീ സ്ഥലങ്ങളിൽ വന്ന് പങ്കെടുത്തു. അതിന് അവ രോട് എത്രത്തോളം കടപ്പെട്ടിരിക്കുന്നു എന്നത് വാക്കുകളാൽ അറിയി ക്കാൻ പറ്റുകയില്ല. പിന്നെ എല്ലാ ആഴ്ചയിലും കൊച്ചിയ്ക്കും ചെന്നൈ ക്കുമിടയിൽ ഉള്ള യാത്ര ഒരിക്കലും മറക്കുവാൻ സാധിക്കുകയില്ല. റിസർവ് ബാങ്ക് തന്ന എല്ലാ അവസരങ്ങൾക്കും വീണ്ടും നന്ദി പറയുകയാ ണ്. അവിടത്തെ ജീവനക്കാരായ ശ്രീ രവികുമാർ, എ. സുബ്രഹ്മണി, ക്ലാസ്സ് ഫോർ ജീവനക്കാരുടെ സെക്രട്ടറിയായ ബാബു, ശ്രീമതി മരതകവല്ലി എന്നിവർ വളരെ സഹായികളായിരുന്നു. എല്ലാ ജീവനക്കാരുടെയും പേര് ഇവിടെ പറയുന്നില്ല. എല്ലാവരും ഒരേപോലെ സ്നേഹമുള്ളവരായിരുന്നു.

എനിക്ക് ആർ.ബി.ഐ, മുംബൈയ്ക്ക് ട്രാൻസ്ഫർ വന്നപ്പോൾ കുറച്ചു ദിവസം എന്റെ ഭാര്യക്കും കുട്ടികൾക്കും ചെന്നൈയിൽ താമസി ക്കേണ്ടി വന്നിട്ടുണ്ട്. അന്ന് കുട്ടികളുടെ അഡ്മിഷൻ ചെന്നൈ സ്കൂളിൽ എടുത്തിരുന്നു. എന്റെ അഭാവത്തിൽ കുട്ടികളും ഭാര്യയും അനുഭവിച്ച ദുരിതങ്ങൾ അവർണ്ണനീയമാണ്. ഈ സമയങ്ങളിൽ ചെന്നൈ ആഫീ സിലെ ശ്രീ. എൻ.ആർ. പിള്ളയും ഫാമിലിയും ചെയ്ത ഉപകാരങ്ങൾ ജീവിതത്തിൽ ഒരിക്കലും മറക്കുവാൻ സാധിക്കുകയില്ല.

അദ്ധ്യായം നാല്
കുടുംബ ജീവിതം

ഗണേശന്റെ വിവാഹാലോചന

എന്റെ വിവാഹാലോചന ഗൗരവമായി ആരംഭിച്ചത് വീട് പണി കഴിഞ്ഞതിനുശേഷം മാത്രമാണ്. അക്കാലത്ത് വീട് പണി കല്യാണത്തിന് മുമ്പ് പൂർത്തീകരിച്ച മറ്റൊരു ആളും എന്റെ അറിവിൽ ഇല്ലായിരുന്നു. ഞാൻ മാത്രമാണ് ആ സമയത്ത് റിസർവ് ബാങ്കിലെ ജീവനക്കാരിൽ കല്യാണത്തിന് മുമ്പ് സ്വന്തമായി വീട് പൂർത്തിയാക്കിയത്. സാമൂഹ്യ വിപത്തായ സ്ത്രീധനം പാടില്ലായെന്നത് വിവാഹാലോചന സമയത്ത് എന്റെ ഒരു പോളിസി ആയിരുന്നു. എന്റെ ജ്യേഷ്ഠന്മാരും സ്ത്രീധനത്തിന് എതിരായിരുന്നു. എന്റെ ജ്യേഷ്ഠന്മാരുടെ കല്യാണങ്ങൾക്കും എന്റെ കല്യാണത്തിനും മുൻകൈയെടുത്തത് ഞാൻ ആയിരുന്നു. നേരത്തേ സൂചിപ്പിച്ചതു പോലെ, എന്റെ ജീവിതത്തോട് ഒത്തുചേർന്നു പോകുന്ന ഒരു ജീവിത പങ്കാളിയെ കണ്ടെത്തണം എന്നത് എനിക്ക് നിർബന്ധമായിരുന്നു. അതുകൊണ്ടാണ് കല്യാണത്തിനു മുമ്പ് തന്നെ ഡോ. സരസ്വതിയുടെ ശ്രീവത്സം വീട്ടിൽ ഒറ്റയ്ക്ക് പോയി അവരുടെ ഇഷ്ടാനിഷ്ടങ്ങൾ അന്വേഷിക്കുകയും എന്റെ കാര്യങ്ങൾ ചുരുക്കത്തിൽ അറിയിക്കുകയും ചെയ്തതും. ഇതിനിടെ എന്റെ ആത്മസുഹൃത്തായ ശ്രീ. വെങ്കട്ടരാമൻ എന്റെ ജീവിത പങ്കാളിയാകാൻ പോകുന്നവരുടെ കുടുംബം വളരെ നല്ല കുടുംബമാണെന്നും അവർ എല്ലാ അർത്ഥത്തിലും എനിക്ക് അനുയോജ്യയായ വധു ആയിരിക്കുമെന്നും നേരത്തെ ഉറപ്പും പറഞ്ഞിരുന്നു.

ഞങ്ങളുടെ സാമുദായിക വിഭാഗത്തിൽ പ്രതിശ്രുത വധൂവരന്മാരുടെ ജാതകം ഒത്തു നോക്കുക എന്ന ഒരു പതിവുണ്ട്. പക്ഷേ എനിക്ക് അതിൽ അല്പവും വിശ്വാസമില്ലായിരുന്നു. അക്കാലത്ത് ഞങ്ങളുടെ രണ്ടാം പുത്തൻ തെരുവിലുള്ള ഗണപതി ക്ഷേത്രത്തിൽ 'പൂവിട്ട് നോക്കുക' എന്ന സമ്പ്രദായം ഉണ്ടായിരുന്നു. വെള്ളപ്പൂവും ചുവന്ന പൂവും രണ്ടു തുല്യ പൊതികളാക്കി ഗണപതി ഭഗവാന്റെ മുൻപിൽ

സമർപ്പിച്ചിട്ട് അതിൽ നിന്ന് ഒരു പൊതി കണ്ണടച്ച് ഭഗവാനെ ധ്യാനിച്ച് പൂജാരി എടുക്കും. അത് വെള്ളയാണെങ്കിൽ കല്യാണത്തിന് സമ്മതമാണെന്നും മറിച്ച് ചുവന്ന പൂവാണെങ്കിൽ കല്യാണത്തിന് സമ്മതമല്ല എന്നുമാണ് വിശ്വാസം. ഭാഗ്യവശാൽ എനിക്ക് വെള്ളപൂവ് കിട്ടുകയും ഞങ്ങളുടെ കല്യാണം മൂന്നാം പുത്തൻ തെരുവിലുള്ള ഹനുമാൻ കോവിലിൽ വച്ച് സുമംഗളം ഭംഗിയായി നടത്തുകയും ചെയ്തു.

ഇപ്രകാരം 'പൂവ്' എടുക്കുന്നതുപോലും എന്റെ വിശ്വാസം ഒന്നുമല്ലായിരുന്നു. 'കല്യാണം എന്നാൽ രണ്ടു കുടുംബങ്ങൾ തമ്മിൽ എല്ലാ കാര്യങ്ങളിലും ഒത്തൊരുമയോടുകൂടി സഹവർത്തിക്കുക' എന്നതാണ് ഞാൻ ആഗ്രഹിച്ചത്. അതുകൊണ്ട് രണ്ടു കുടുംബങ്ങളും തമ്മിലുള്ള വിശ്വാസത്തിനാണ് ഏറ്റവും കൂടുതൽ പ്രാധാന്യം നൽകേണ്ടത്. ആ വിശ്വാസത്തിലൂടെ പരസ്പരം നോവുള്ള ഹൃദയബന്ധങ്ങൾ സ്ഥാപിച്ചെടുക്കുമ്പോൾ പരിശുദ്ധമായ, കളങ്കമില്ലാത്ത കൂട്ടായ്മകളുടെ മാധുര്യം ഇരുകുടുംബങ്ങൾക്കും പൂർണ്ണ അർത്ഥത്തിൽ ആസ്വദിക്കാൻ കഴിയും. 'പരസ്പരം കുറ്റങ്ങൾ കണ്ടെത്തൽ അല്ല, മറിച്ച്, ഇണയുടെ നന്മകൾ തിരിച്ചറിയുമ്പോഴാണ് കുടുംബ ബന്ധം കൂടുതൽ ഇമ്പമുണ്ടാകുന്നതായി' പരിണമിക്കുന്നത്.

Visiting Alma mater

Ramadas Sir

With Madhavan Nair R B I

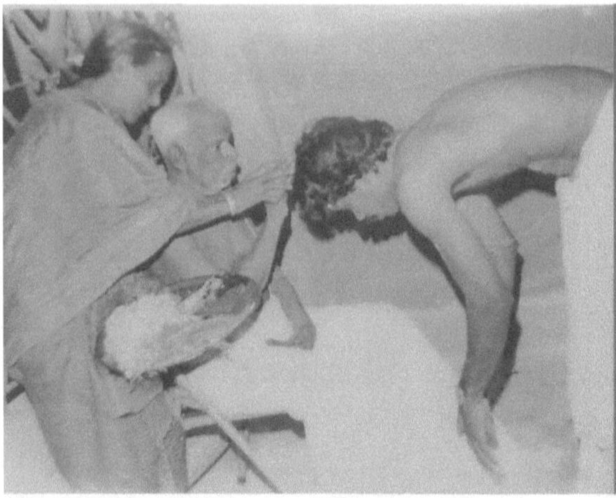

Getting blessings of beloved parents

Wife's parents

Nagarapatti birthplace poojari Ganapaadigal

My Father Sanyasi Jeevitham

With My Dear Children & Father

Our Wedding Photo

Our First Home Sree Hari

Our Precious Omni

Ponnomana Makkal

സഹധർമ്മിണിയുടെ ഫിസിയോളജി വിഭാഗം

With Kaladharan & Omana

Snehasayannam 2015

2. പ്രിയതമയുടെ അനുഭവസാക്ഷ്യം

2.1 വിവാഹാലോചന

എന്റെ ഗണേശനെ ആദ്യമായി കണ്ടത് 1981 നവംബർ മാസത്തിലാണ്. എനിക്ക് ജീവിതത്തിൽ ഒരിക്കലും മറക്കാൻ പറ്റാത്ത മാസം. നീണ്ട നാലര കൊല്ലത്തെ എം.ബി.ബി.എസ് പഠനം പൂർത്തിയാക്കി ഇൻടേൺഷിപ്പ് തുടങ്ങിയ കാലം.

എന്റെ കുടുംബത്തിലെ ആദ്യ ഡോക്ടറായതിനാൽ മുന്നോട്ട് പഠിക്കണം, നല്ല ഡോക്ടറാകണം, വേറെ ഒരു ചിന്തയുമില്ലാത്ത കാലം. അങ്ങനെ ഒരു ദിവസം വൈകുന്നേരം ഡ്യൂട്ടി കഴിഞ്ഞ് വീട്ടിൽ വരുമ്പോൾ വീടിന്റെ മെയിൻ ഹാളിൽ അച്ഛന്റെ കൂടെ ഒരു ചെറുപ്പക്കാരൻ ഇരിക്കുന്നു. ഹിപ്പി സ്റ്റൈലിൽ മുടിയും ബെൽബോട്ടം പാൻസും വലിയ കണ്ണടയുമിട്ട്. ഒന്നുകൂടെ തിരിഞ്ഞ് നോക്കാതെ ഞാൻ എന്റെ മുറിയിലേക്ക് പോയി. അദ്ദേഹം പോയശേഷം അച്ഛൻ എന്നെ വിളിച്ചു. "മോളെ നിനക്ക് ഒരു കല്യാണ ആലോചന വന്നതാണ് ". ഞാൻ മറുപടി പറഞ്ഞു "എനിക്ക് ഇപ്പോൾ കല്യാണം ഒന്നും വേണ്ട; എനിക്ക് പഠിച്ചു നല്ല ഡോക്ടറായി അച്ഛനെയും അമ്മയെയും നോക്കണം" . പക്ഷെ അച്ഛന്റെ അഭിപ്രായം വേറെയായിരുന്നു. അച്ഛൻ പറഞ്ഞു. "എനിക്ക് വയസ്സായി. ഞാനുള്ളപ്പോൾ തന്നെ നിന്റെയും അനിയന്റെയും കല്യാണം നടത്തി കാണണം. അല്ലെങ്കിൽ മനസ്സിനു ഒരു സമാധാനവും ഉണ്ടാവുകയില്ല ". എന്റെ ചിന്ത ഇപ്രകാരമായിരുന്നു. 'പന്ത്രണ്ടു മക്കളുള്ള കുടുംബത്തിൽ ദാരിദ്ര്യത്തിനിടയിൽ രക്ഷിതാക്കൾ എന്നെ കഷ്ടപ്പെട്ട് ഇത്രയും പഠിപ്പിച്ചു. അതുകൊണ്ട് കുടുംബത്തിൽ നിന്നും കല്യാണമെന്ന പേരിൽ ഇനിയും ഡൗറിയായിട്ടോ, കല്യാണ ചെലവായിട്ടോ ഒന്നും ചിലവാക്കരുത്'. കൂടാതെ എന്റെ എം.ബി.ബി.എസ് പഠനം മുഴുവൻ ഗവൺമെന്റ് മെറിറ്റ് സ്കോളർഷിപ്പിൽ പഠിച്ചതിനാൽ ഗവൺമെന്റിൽ തന്നെ സേവനം ചെയ്യണമെന്നത് എന്റെ വലിയ ആഗ്രഹവുമായിരുന്നു. ഈശ്വരാനുഗ്രഹം കൊണ്ട് എന്റെ രണ്ടു ആഗ്രഹങ്ങളും നടന്നു. ഞാൻ ആഗ്രഹിച്ചതുപോലെ തന്നെ സത്സ്വഭാവിയും ധനത്തിനോട് അത്യാഗ്രഹം ഇല്ലാത്ത സ്നേഹസമ്പന്നമായ കുടുംബത്തിൽ ജനിച്ച ഒരാളെതന്നെ എന്റെ ജീവിതപങ്കാളിയായി കിട്ടി. അതു വേറാരും അല്ല. അന്ന് അച്ഛന്റെ കൂടെ ഹിപ്പിസ്റ്റൈലിൽ

കണ്ട ചെറുപ്പക്കാരൻ തന്നെയായിരുന്നു. താമസിയാതെ പ്രൗഢഗംഭീരവും എന്നാൽ വളരെ ലളിതവുമായ ചടങ്ങിൽ പുത്തൻ തെരുവ് ഹനുമാൻ ക്ഷേത്രത്തിൽ വച്ച് ഞങ്ങളുടെ കല്യാണവും നടന്നു.

2.2 ഭർത്തൃഗൃഹത്തിലുള്ള നല്ല നല്ല അനുഭവങ്ങൾ

ഭർത്തൃഗൃഹത്തിലെ അംഗങ്ങളുടെ പെരുമാറ്റം വളരെ സ്നേഹപൂർവ്വവും സന്തോഷപരവുമായിരുന്നു. സ്വന്തം വീട്ടിൽനിന്നും വിട്ടു ഭർത്തൃഗൃഹത്തിലുള്ള ജീവിതം ഒരുവിധത്തിലും വേറെയായി അനുഭവപ്പെട്ടിട്ടില്ല. അച്ഛനും അമ്മയും സഹോദരീസഹോദരന്മാരെല്ലാവരും ഒരുപോലെ എന്നെ സഹായിക്കും. ഭർത്താവിന്റെ വീട്ടിൽ ഇളയസഹോദരി ശാരദയും ഞാനും ഒരേ പ്രായക്കാരായതിനാൽ അവൾക്കും എന്നോട് പ്രത്യേക ഇഷ്ടവും അനുകമ്പയുമായിരുന്നു. ശാരദയുടെ ആദ്യ കുഞ്ഞായ ശ്രീറാമിനെ എന്റെ വീട്ടിലാണ് പ്രസവിച്ചത്. ഞാൻ ഗൈനക്കോളജിയിൽ സേവനം ചെയ്യുന്നതുകൊണ്ട് ഞാനായിരുന്നു പ്രസവിച്ച കുട്ടിയെ ആദ്യമായി കൈയ്യിൽ എടുത്തത്. ശ്രീറാം ഇപ്പോൾ ബാംഗ്ലൂരിൽ ഒരു ഐ.ടി കമ്പനിയുടെ ടീം മാനേജരാണ്. ഞങ്ങളുടെ മകൻ ഹരികുമാർ ഗണേശൻ പിൽക്കാലത്ത് ശാരദയുടെ വീട്ടിൽ താമസിച്ച് എൻജിനീയറിങ്ങ് എൻട്രൻസിനു പഠിച്ചു. ഞങ്ങൾ ആ സമയം ബോംബെയിലായിരുന്നു. ശ്രീറാമും, ഹരിയും ഒന്നിച്ചു അവിടെ നിന്നു പഠിച്ചു. ശാരദ എന്റെ മകന് ഒരു അമ്മയുടെ പൂർണ്ണ വാത്സല്യവും സ്നേഹവായ്പും പരിലാളനയും നിർലോഭം നൽകി അവനെ വളർത്തി. അങ്ങനെ അവന് കോഴിക്കോട് എൻ.ഐ.ടി.യിൽ അഡ്മിഷനും കിട്ടി. ശാരദയെ ജീവിതത്തിൽ ഒരിക്കലും മറക്കുവാൻ സാധിക്കുകയില്ല. ഭർത്താവിന്റെ ജ്യേഷ്ഠൻ മഹാദേവൻ കെ.എസ്.ആർ.ടി.സി.യിലെ കണ്ടക്ടറായിരുന്നു. ഞാൻ മെഡിക്കൽ കോളേജിലേക്ക് പോകുമ്പോൾ ജ്യേഷ്ഠന്റെ ബസ്സിൽ കയറുകയാണെങ്കിൽ തീർച്ചയായും ടിക്കറ്റ് ജ്യേഷ്ഠൻ തന്നെയെടുക്കും. വളരെ സ്നേഹവും സഹാനുഭൂതിയുമുള്ള പെരുമാറ്റമായിരുന്നു അദ്ദേഹത്തിന്റേത്. രാത്രി എട്ടുമണിക്ക് ഡ്യൂട്ടി കഴിഞ്ഞു വരുമ്പോൾ ചേട്ടൻ തന്നെ എന്നെ ബസ്സിൽ കൂട്ടികൊണ്ടുവരും. ആ സമയത്ത് എന്റെ ഭർത്താവ് ഓഫീസ് ടൂറിലായിരിക്കും. അതേപോലെ മറ്റൊരു ജ്യേഷ്ഠനായ കൃഷ്ണയ്യരും എന്റെ ആവശ്യങ്ങൾ കണ്ടറിഞ്ഞ് ജ്യേഷ്ഠസഹോദരനെ

പ്പോലെ സഹായിച്ചിട്ടുണ്ട്. അവരുടെ ഭാര്യമാരും വളരെ അനുകമ്പാ പൂർവ്വം പെരുമാറുമായിരുന്നു. എനിക്ക് ആലപ്പുഴ മെഡിക്കൽ കോളേജി ലേക്ക് സ്ഥലം മാറ്റം വന്നപ്പോൾ എന്റെ അളിയൻ ശ്രീ രങ്കനാഥയ്യരും എന്റെ ജ്യേഷ്ഠൻ അപ്പു അണ്ണനും ഭർത്താവിന്റെ ജ്യേഷ്ഠന്മാരായ മഹാ ദേവനും, കൃഷ്ണനും എല്ലാം എന്നെ ഒരുപാട് സമാധാനിപ്പിച്ചു. എന്റെ ഭർത്താവ് എപ്പോഴും ഓഫീസ് ടൂറിലായിരുന്നു. ആ സമയങ്ങളിൽ യഥേഷ്ടം ലഭിച്ച എന്റെ ജ്യേഷ്ഠൻമാരുടേയും ഭർത്താവിന്റെ ജ്യേഷ്ഠന്മാ രുടെയും ചേച്ചിമാരുടെയും സഹകരണവും സഹായവും വർണ്ണനാ തീതമാണ്.

ഒരു സമയത്ത് കോഴിക്കോട് മെഡിക്കൽ കോളേജിലേക്ക് അസോ സിയേറ്റ് പ്രൊഫസറായി സ്ഥലം മാറ്റം വന്നു. അതേ സമയം തന്നെ ഭർത്താവിന് മുംബൈയിലേക്കു സ്ഥലം മാറ്റവും വന്നു. ആ സമയം എന്റെ മനോനില വളരെ വിഷമത്തിലായിരുന്നു. രണ്ടു പഠിക്കുന്ന കുഞ്ഞുങ്ങ ളേയും കൊണ്ട് എങ്ങനെ മുന്നോട്ട് നീങ്ങും? വളരെ സങ്കടകരമായ സ്ഥിതിയായിരുന്നു അന്ന്. ഞാൻ തികച്ചും തളർന്നുപോയി. അപ്പോൾ രണ്ടു ജ്യേഷ്ഠന്മാരും എനിക്ക് മനോധൈര്യം തന്ന് എന്നെ ഉപദേശിച്ചു. എന്റെ നേരെ ജ്യേഷ്ഠനായ അപ്പു അണ്ണനും, ഗണപതിയും, മണിയും, ശ്രീകണ്ഠനും ഒരേപോലെ ഉത്കണ്ഠാകുലരായിരുന്നു. എങ്കിലും എല്ലാ വരും എന്നെ സമാധാനിപ്പിച്ചു.

എന്റെ ഭർത്താവിന്റെ ജ്യേഷ്ഠന്മാർ എന്നോട് കോഴിക്കോട് തന്നെ തുടരാൻ അഭ്യർത്ഥിച്ചു. പക്ഷെ കുഞ്ഞുങ്ങൾക്ക് അച്ഛൻ കൂടെ ഇല്ലെങ്കിൽ അവരുടെ പഠിത്തം അവതാളത്തിലാകും, അതായിരുന്നു എന്റെ വിഷമം. അക്കാലത്ത് ഞാൻ പ്രാർത്ഥിക്കാത്ത ദൈവങ്ങളില്ല. പക്ഷെ അവസാനം, ഭർത്താവിന്റെ കൂടെ സർവ്വീസിൽനിന്നും ദീർഘകാല ലീവ് എടുത്ത് മുംബൈയ്ക്ക് ഞാനും കുഞ്ഞുങ്ങളും പോയി. എന്റെ കുടുംബം ഒരു സാധാരണ കുടുംബമാണെന്ന് നേരത്തെ പറഞ്ഞിരുന്നല്ലോ. ഞാൻ കല്യാണം കഴിഞ്ഞു വന്നപ്പോൾ എനിക്ക് യാതൊരു കുറവോ മന:പ്രയാ സമോ ഉണ്ടാകാൻ പാടില്ലായെന്നത് ഗണേശന്റെയും എല്ലാ കുടുംബാംഗ ങ്ങളുടേയും നിർബന്ധമായിരുന്നു. എനിക്ക് യാതൊരു കുറവും അനുഭവ പ്പെട്ടിട്ടില്ലതാനും. കല്യാണം കഴിഞ്ഞാൽ സാധാരണ ഒരു ഹണിമൂൺ

ട്രിപ്പ് ഉണ്ടല്ലോ. പക്ഷേ എനിക്ക് ഹൗസ് സർജൻസി തുടങ്ങിയ കാലമായ തിനാൽ ലീവ് ലഭിക്കുകയില്ല. മാത്രമല്ല, സാമ്പത്തിക പരിമിതിയും നല്ലവണ്ണം ഉണ്ടായിരുന്നു. ഇക്കാരണങ്ങളാൽ ഹണിമൂൺ ട്രിപ്പിനെ കുറിച്ച് ചിന്തിക്കാൻപോലും പറ്റുകയില്ലായിരുന്നു. പക്ഷെ എന്റെ ഭർത്താവ് എങ്ങനെയോ പണം സംഘടിപ്പിച്ച് ഒരു ഹണിമൂൺ ട്രിപ്പ് പ്ലാൻ ചെയ്ത് തേക്കടി, ഗുരുവായൂർ എന്നീ സ്ഥലങ്ങളിലേക്ക് ഒരാഴ്ചത്തേക്ക് എന്നെ കൊണ്ടുപോയി. ഏതു സാഹചര്യത്തിലും ജീവിതം എങ്ങനെ സന്തോഷക രമാക്കാം എന്നു കാട്ടിത്തരികയും ചെയ്തു. സാമ്പത്തിക ഞെരുക്കം കുറച്ച് ശമിച്ചപ്പോൾ ഞങ്ങൾ റിസർവ് ബാങ്കിന്റെ വെഹിക്കിൾ ലോണിൽ ഒരു പുതിയ മാരുതി ഓമ്നി വാൻ വാങ്ങിച്ചു. എന്നെ കാർ ഡ്രൈവിംഗ് പഠി പ്പിക്കണമെന്ന് എന്റെ ഭർത്താവ് തീരുമാനിച്ചു. അപ്പോൾ ഞാൻ രണ്ടു കുട്ടി കളെയും കൊണ്ട് സ്കൂളിൽ വിടാനും കൊണ്ടുവരാനും വളരെ കഷ്ടപ്പെ ട്ടുകൊണ്ടിരിക്കുന്ന കാലം, ഭർത്താവ് മിക്ക സമയവും റിസർവ് ബാങ്കിന്റെ ഇൻസ്പെക്ഷൻ ടൂറിലുമായിരിക്കും. അദ്ദേഹം എപ്പോഴും പറയും "റിസർവ് ബാങ്ക് ജോലി കഴിഞ്ഞേ ബാക്കി എന്തുമുള്ളു" എന്ന്. അങ്ങനെ അദ്ദേഹത്തിന്റെ ആദ്യ ഭാര്യ റിസർവ് ബാങ്ക് ആയിരുന്നു. ഭർത്താവിന് സുഗമമായി ഇൻസ്പെക്ഷന് പോകുന്നതിനുവേണ്ടിയാണ് എന്നെ ഡ്രൈവിംഗ് പഠിപ്പിക്കുന്നത് എന്നുപോലും ഞാൻ സംശയിച്ചു. അദ്ദേഹം എന്തെങ്കിലും തീരുമാനിച്ചാൽ, അത് പൂർത്തീകരിച്ചിട്ടേ അടങ്ങുകയുള്ളു. അങ്ങനെ എന്നെ നല്ലൊരു ഡ്രൈവറാക്കി. മാരുതി വാൻ ഞാൻ സൂക്ഷ്മമായി ഓടിച്ചു തുടങ്ങി. എന്നാൽ എനിക്ക് അടുത്ത കാലം വരെ ഡ്രൈവിംഗ് മാരുതിയിൽ മാത്രമേ അറിയുള്ളു. മറ്റു വണ്ടികളിൽ ഞാൻ ഡ്രൈവിംഗ് പഠിച്ചിട്ടില്ല. അതിനാൽ എന്റെ 67-ാം വയസ്സിൽ ഭർത്താവ് തീരുമാനിച്ചു, ഞാൻ എല്ലാ വണ്ടികളിലും പ്രാവീണ്യം നേടണമെന്ന്. അത നുസരിച്ച് എന്റെ മകളുടെ വണ്ടിയായ ഐ-20 യിൽ ഡ്രൈവിംഗ് പരിശീ ലിപ്പിക്കുകയും അതിലും നല്ല പ്രാവീണ്യം നേടുകയും, ഇപ്പോൾ ഏതു പ്രതിസന്ധിഘട്ടത്തിലും ഏത് വണ്ടിയും ഓടിക്കാൻ പറ്റുമെന്ന നിലയിൽ ഞാൻ ആത്മ വിശ്വാസവും നേടി.

എന്റെ ഭർത്താവിന് മുബൈയ്ക്ക് ട്രാൻസ്ഫർ വന്നപ്പോൾ ഞാൻ ചെറിയ കുട്ടികളുമായി ഒറ്റക്ക് കോഴിക്കോടും എറണാകുളത്തും ഒരു

വർഷത്തോളം തനിയെ കഴിയേണ്ടി വന്നിട്ടുണ്ട്. അപ്പോഴാണ്, കുട്ടികളെ കൊണ്ടുവിടാനും, ആഫീസിൽ പോകുവാനും എനിക്ക് ലഭിച്ച ഡ്രൈവിംഗ് പരിശീലനം എത്ര ഉപകാരമായി എന്ന് ശരിക്കും അറിയുന്നത്. എല്ലാം ഈശ്വര നിശ്ചയം. എറണാകുളത്ത് ഡ്രൈവിംഗ് പരിശീലനത്തിനിടെ ഒരു കാറിൽ എന്റെ കാർ ഇടിക്കാനിടയായി. ഇത് സംഭവിക്കുന്നത് എറണാകുളം മെഡിക്കൽ ട്രസ്റ്റ് ആശുപത്രിയും എം.ജി. റോഡും ചേരുന്ന ഭാഗത്തായിരുന്നു. ശരിക്കും ഞാൻ പേടിച്ചുപോയി. എന്റെ ഭർത്താവ് കാറിൽ എന്റെ കൂടെയിരിക്കുകയായിരുന്നു. ഞാൻ ഭർത്താവിനോട് വണ്ടി തുടർന്നുള്ള യാത്രയിൽ ഏറ്റെടുക്കാൻ പറഞ്ഞു. പക്ഷെ അദ്ദേഹം അതിന്റെ കാര്യകാരണങ്ങൾ പറഞ്ഞു മനസ്സിലാക്കി തന്നിട്ട് എന്നോട് തന്നെ ആ വണ്ടി തുടർന്നും ഓടിക്കാൻ പറഞ്ഞു. അതുകൊണ്ട് എന്റെ Confidence Level എത്രത്തോളം കൂടിയെന്ന് എനിക്കു മാത്രമേ അറിയൂ. എല്ലാം ദൈവനിശ്ചയം.

2.3 ഭർത്തൃമാതാവിന്റെ മാതൃസഹജമായ കരുതൽ

എനിക്ക് മുല്ലപ്പൂ ചൂടുന്നത് വളരെ പ്രിയപ്പെട്ട കാര്യമായിരുന്നു. അക്കാലത്ത് ജോലി കഴിഞ്ഞ് വൈകുന്നേരങ്ങളിൽ വീട്ടിൽ വരുമ്പോൾ ഗണേശന്റെ അമ്മ വീട്ടിലുള്ള മുല്ലപ്പൂ പറിച്ച് മാലകെട്ടി എനിക്ക് ചൂടി തരുമായിരുന്നു. അമ്മയ്ക്ക് ആസ്ത്മ ഉള്ളതിനാൽ പലപ്പോഴും അതിരാവിലെ ശ്വാസം മുട്ടൽ വരുമായിരുന്നു. എന്നിട്ടുപോലും ഞാൻ രാവിലെ എഴുന്നേൽക്കുമ്പോൾ തന്നെ അടുക്കളയിൽ അരിയ്ക്കുള്ള വെള്ളം തിളപ്പിക്കുകയും മറ്റു ചെറിയ ജോലികൾ ചെയ്തു തരികയും ചെയ്യുമായിരുന്നു. അത് എനിക്ക് പാചകം അതിവേഗത്തിൽ തീർത്ത് ഓഫീസിൽ പോകാൻ വളരെ സഹായകരമായിരുന്നു. അമ്മയ്ക്ക് എന്നെ വലിയ ഇഷ്ടമായിരുന്നു. പലപ്പോഴും അമ്പലത്തിലും മറ്റും അമ്മയുടെ പരിചയക്കാരെ കാണുമ്പോൾ ഇത് എന്റെ 'ഡോക്ടർ മരുമകൾ' ആണെന്ന് പറഞ്ഞ് അഭിമാനത്തോടെ എന്നെ പരിചയപ്പെടുത്തും. ഈ വയ്യായ്മയിലും ജോലിക്കാരിയുടെ സഹായത്തോടെ വീട്ടിലുള്ള ചക്ക പറിച്ച് വറുത്തു വയ്ക്കുമായിരുന്നു."ആസ്ത്മയ്ക്ക് ഈ ചക്ക വറുക്കുന്ന എണ്ണയുടെ പുക നല്ലതല്ല" എന്നു പറയുമ്പോൾ "ഇതെല്ലാം കുഞ്ഞുങ്ങൾക്ക് വലിയ ഇഷ്ടമാണ്. എനിക്ക് കുഴപ്പമൊന്നുമില്ല" എന്ന് സ്നേഹപൂർവ്വം അമ്മ പറയുമായിരു

ന്നു. എട്ട് വർഷം ആലപ്പുഴയിൽ ജോലി ചെയ്യുമ്പോൾ മനസ്സമാധാനത്തോടെയും ഏകാഗ്രതയോടെയും ജോലി ചെയ്യാൻ പറ്റിയത് എറണാകുളത്തു വീട്ടിൽ കുഞ്ഞുങ്ങളുടെ കൂടെ അമ്മയുണ്ടല്ലോ എന്ന ധൈര്യമായിരുന്നു.

2.4 ആത്മസംതൃപ്തിയുടെ ആൾരൂപമായ വരപ്രസാദം

ഭർത്താവിന്റെ അച്ഛനെക്കുറിച്ചുള്ള മധുരസ്മരണകൾ ഇപ്പോഴും എന്റെ മനസ്സിൽ നിറഞ്ഞു നിൽക്കുകയാണ്. അദ്ദേഹത്തിന് ഗ്ലൂക്കോമ വന്നിട്ട് രണ്ടു കണ്ണിനും കാഴ്ച നഷ്ടപ്പെട്ടിരുന്നു. എന്നാൽ ഈ കുറവുകൾക്കിടയിലും മനോധൈര്യം ഉണ്ടെങ്കിൽ എങ്ങനെ സന്തോഷപൂർവ്വം ആത്മസംതൃപ്തിയോടെ ജീവിക്കാൻ പറ്റുമെന്നതിന്റെ യഥാർത്ഥ മാതൃകയായിരുന്നു അച്ഛൻ. എനിക്ക് വലിയ Motivator ആയിരുന്നു അദ്ദേഹം. അച്ഛന്റെ ശക്തമായ പ്രേരണ ഇല്ലായിരുന്നെങ്കിൽ ഞങ്ങൾ രണ്ടുപേരും ഉന്നതവിദ്യാഭ്യാസം ചെയ്യില്ലായിരുന്നു. ഞങ്ങളുടെ ചിന്താഗതി "ട്രാൻസ്ഫർ ഇല്ലാതെ എന്നും അച്ഛനും അമ്മയും കുട്ടികളുമായി ഒരു സ്ഥലത്ത് എളിയ ജീവിതം നയിക്കാനായിരുന്നു". പക്ഷെ അച്ഛൻ ഉപദേശിച്ചു. "മനുഷ്യനു എല്ലായ്പ്പോഴും മുന്നേറ്റം അനിവാര്യമാണ്. നിങ്ങൾ പഠിച്ച് അതാതു മേഖലകളിൽ ഉന്നതസ്ഥാനം നേടണം. അതിന് എന്തു ത്യാഗവും സഹിക്കാൻ പഠിക്കണം" - പറഞ്ഞതു മാത്രമല്ല, ഞാൻ എം. ഡി.യ്ക്ക് പഠിക്കുമ്പോൾ അതിരാവിലെ നാല് മണിക്ക് (ബ്രഹ്മമുഹൂർത്തത്തിൽ) എന്റെ കൂടെയിരുന്നു പ്രോത്സാഹിപ്പിക്കുമായിരുന്നു. അപ്പോൾ ഞാൻ പലപ്പോഴും ചെറുപ്പത്തിൽ 5-ാം ക്ലാസ്സിൽ പഠിക്കുമ്പോൾ തമിഴ് മീഡിയത്തിൽ നിന്നും ഇംഗ്ലീഷ് മീഡിയത്തിലേക്കുള്ള കടമ്പ കടക്കാൻ, എന്റെ സ്വന്തം അച്ഛൻ ഇതുപോലെ എന്റെ കൂടെ ഇരുന്നത് ഓർത്തുപോകും. അച്ഛൻ പറഞ്ഞ ചില തത്വങ്ങൾ എന്റെ ജീവിതത്തിലെ മാർഗ്ഗദർശികളാണ്- തമിഴിൽ പറഞ്ഞ തത്വങ്ങൾ "എല്ലാം ഉണ്ടെൻറു ഇരു, ദൈവം ഉണ്ടെൻറും ഇരു, പശിത്തോർമുഖം പാർ, ഉനക്കു ഇട്ടപടി ഉണ്ടെൻറും ഇരു, നടു നീങ്കാമലെ ഇരു, നല്ല അറമും നട്പ്പും ഉണ്ടെൻറു ഇരു-മനമേ, ഇതു താൻ ഉനക്കു ഉപദേശം". ഇതിന്റെ ഇംഗ്ലീഷ് പരിഭാഷ താഴെ കൊടുക്കുകയാണ്.

"See the OMNI PRESENT GOD in all beings, on earth, both living and non-living, Believe in God, Feed the hungry- Be contented with what

you have, Be bold, Develop virtues and good friends, This is my advice to "Maname"- This implies there is no separate you and me. You are part of me and I am part of you. The same divine power exists within you and me.

അച്ഛൻ പറഞ്ഞ ഈ തത്വങ്ങൾ അമ്മയ്ക്കു പറഞ്ഞുകൊടുത്ത മൂല്യങ്ങളാണ്. അത് മരുമകളായ എനിക്കും പറഞ്ഞു തന്നു. ഇപ്പോൾ അത് മാനവരാശിക്ക് സമർപ്പിക്കുന്നു. ഇതിൽ എന്റെ മനസ്സിനെ വളരെയധികം സ്പർശിച്ചത് 'മനമെ' എന്ന വാക്കാണ്. അതായത് 'നീയും ഞാനും വേറെ അല്ല' എന്ന് എല്ലാവരോടും പറയുന്നതാണ്. എല്ലാവരുടെ ഉള്ളിലും ഒരേ ചൈതന്യമാണ് കുടികൊള്ളുന്നത് എന്ന വലിയ തത്വം എടുത്തു പറയുകയാണ്.

2.5 പിതാവിന്റെ ജ്ഞാനേന്ദ്രീയ വെളിപാട്- അന്ത്യനാൾ

അച്ഛന്റെ മരണ ദിവസം അച്ഛന് നേരത്തേതന്നെ അറിയാമായിരുന്നെന്ന് തോന്നുന്നു. ഒരാഴ്ചയ്ക്ക് മുമ്പ് തന്നെ എന്റെ ജ്യേഷ്ഠനായ അപ്പു അണ്ണനോടും റിസർവ് ബാങ്ക് മുംബൈയിൽ നിന്നും ഇൻസ്പെക്ഷന് വന്ന ഏ.ജി.എം. കൃഷ്ണമൂർത്തിയോടും അച്ഛൻ സ്ഥിരമായി വായിക്കുന്ന രാമായണം, ഭാഗവതം എന്നീ പുരാണ വിഷയങ്ങളിൽ സംവാദിക്കുമായിരുന്നു. കൃഷ്ണമൂർത്തി സാർ ഞങ്ങളുടെ അച്ഛന്റെ ഉപദേശങ്ങൾ ടേപ് റിക്കാർഡ് ചെയ്യുവാൻ പറഞ്ഞു. അതിൻപ്രകാരം ടേപ്പ് ചെയ്യുകയും ചെയ്തു. മരണ ദിവസം രാവിലെ അച്ഛൻ അമ്മയോട് അടുത്തുള്ള ശിവക്ഷേത്രത്തിൽ പോകാൻ പറഞ്ഞു. ആ ദിവസത്തിന് ഒരു വ്യത്യാസവും ഞങ്ങൾക്ക് അനുഭവപ്പെട്ടില്ല. എന്നാൽ അന്നും കാലത്ത് ഞങ്ങളോട് ഓഫീസിൽ പോകാൻ പറഞ്ഞു. കുറച്ചു കഴിഞ്ഞ് ജ്യേഷ്ഠന്മാരോടും ചേച്ചിമാരോടും അനുജത്തിയോടും വരാൻ പറഞ്ഞു. ഉച്ചക്ക് രണ്ടു മണിക്ക് ഗണേശനോടും എന്നോടും വരാൻ അച്ഛൻ പറഞ്ഞു. അതനുസരിച്ച് ഞങ്ങൾ 'പ്രിയ' സ്കൂട്ടറിൽ മെഡിക്കൽ കോളേജിൽ നിന്നും പെട്ടെന്ന് വീട്ടിലെത്തി. അച്ഛൻ കിടക്കുകയായിരുന്നു.

ഞാൻ അച്ഛനെ പരിശോധിച്ചു. ഞങ്ങൾ രണ്ടുപേരോടും അടുത്തിരിക്കുവാൻ പറഞ്ഞു. ഞങ്ങളുടെ മടിയിൽ തലവച്ചു കിടന്നു. അച്ഛൻ ഞങ്ങളോട് പറഞ്ഞു. "ഗണേശാ, നീ മുംബൈയിലുള്ള ചേച്ചിയെ സഹായിക്കണം, അളിയന്റെ കമ്പനി ലോക്കൗട്ടിലാണ്. അവർ കഷ്ടപ്പെടുകയാ

ണ്". ഞാൻ അക്കാലത്ത് എന്റെ ബാങ്ക് അക്കൗണ്ടിൽ നിന്നും സ്ഥിരമായി ഒരു തുക സ്റ്റാന്റിംഗ് ഇൻസ്ട്രക്ഷൻ കൊടുത്ത് ചേച്ചിക്ക് അയച്ചുകൊണ്ടിരിക്കുകയായിരുന്നു. കൂടാതെ എന്റെ ജ്യേഷ്ഠന്മാരും ചേച്ചിയും അനുജത്തിയുമെല്ലാം മുംബൈയിലെ ചേച്ചിയെ സഹായിക്കുന്നുണ്ടായിരുന്നു.

ഞാൻ അച്ഛനെ പരിശോധിച്ചു കൊണ്ടിരിക്കുകയായിരുന്നു. വീട്ടിൽ അമ്മയും എല്ലാ സഹോദരീ സഹോദരന്മാരും ഉണ്ടായിരുന്നു. ഞാൻ പരിശോധിക്കുന്നതിനിടയിൽ പൾസ് കുറഞ്ഞു കുറഞ്ഞു വരികയാണെന്നും അച്ഛൻ നമ്മളെ വിട്ടുപോകുകയാണെന്നുമുള്ള വിവരം വളരെ വേദനയോടെ പറഞ്ഞു കൊണ്ടിരിക്കുമ്പോൾതന്നെ ഒരു സെക്കന്റ് കൊണ്ട് ശ്വാസോച്ഛ്വാസം നിലച്ചു. വളരെ സമാധാനമായി ആ മഹാനുഭാവന്റെ മരണം സംഭവിച്ചു. അച്ഛൻ അമ്മയോട് പറയുമായിരുന്നു "നീ മരണത്തെ നോക്കേണ്ട, അത് വരും പോകും" അതേപോലെ സംഭവിച്ചു.

3. ഡോ. സരസ്വതിയുടെ കുടുംബം

അച്ഛൻ രാമനാഥയ്യർ, All India Radio യിൽ സ്റ്റോർ കീപ്പറായിരുന്നു. അമ്മ ലക്ഷ്മി അമ്മാൾ വളരെ ശാന്തസ്വഭാവമുള്ള വ്യക്തിത്വമായിരുന്നു. അച്ഛനും അമ്മയും പരിസരവാസികൾക്ക് പ്രിയങ്കരരായിരുന്നു. അവർ എപ്പോഴും പറയാറുള്ളത് 'ഏറ്റവും വലിയ സമ്പത്ത് ധനമല്ല, നല്ല വിദ്യാഭ്യാസവും സത് സ്വഭാവവുമാണ് '. അതുകൊണ്ടുതന്നെ എല്ലാ മക്കൾക്കും ആൺ പെൺ വ്യത്യാസം നോക്കാതെ വിദ്യാഭ്യാസം നൽകി. ആറു സഹോദരന്മാരും അഞ്ചു ചേച്ചിമാരുമുള്ള കൂട്ടുകുടുംബത്തിലാണ് സരസ്വതി വളർന്നത്. കൂട്ടു കുടുംബത്തിലെ ഓരോ നിമിഷവും ജീവിതത്തിലെ ഓരോ ഏടുകളായിരുന്നുവെന്ന് എന്റെ ഭാര്യ പറയാറുണ്ട്. അവരുടെ കുട്ടിക്കാലം വളരെ സന്തോഷകരമായിരുന്നു. സഹധർമ്മിണിയുടെ കുടുംബാംഗങ്ങളെ ക്കുറിച്ചുള്ള ലഘു വിവരണം താഴെ കൊടുക്കുന്നു.

മൂത്ത ജ്യേഷ്ഠൻ അനന്തരാമൻ 'മരയ്ക്കാർ മോട്ടോഴ്സിൽ' ജോലി ചെയ്തിരുന്നു. ചേട്ടനും ചേട്ടത്തിയും വയോജനകാരണങ്ങളാൽ മരണപ്പെട്ടു. അവർക്ക് രണ്ടു മക്കൾ. മൂത്ത മകൾ ലക്ഷ്മി ഒരു സോഫ്റ്റ് വെയർ എഞ്ചിനീയറാണ്. അവരുടെ ഭർത്താവ് ശ്രീ നീലകണ്ഠശർമ്മ ഗവർമെൻറ് സർവീസിൽ ഗസറ്റഡ് ഓഫീസറായി വിരമിച്ചു. ഇവർക്ക് രണ്ട് മക്കൾ ഉണ്ട്. രണ്ടാമത്തെ മകൾ ഗീത. ഭർത്താവ് ഗിരി, ബാങ്ക് ഓഫീസറായി വിരമിച്ചു. ഇവർക്കും രണ്ട് മക്കൾ ഉണ്ട് .

മൂത്ത ചേച്ചി സീതയമ്മാൾ, ഭർത്താവ് കൃഷ്ണയ്യർ. രണ്ടുപേരും വയോജനകാരണങ്ങളാൽ മരണപ്പെട്ടു. ഏക മകൻ രാമകൃഷ്ണനും ഭാര്യ പത്മിനിയും കേന്ദ്ര ഗവൺമെൻറിൽ നിന്നും ഗസറ്റഡ് ഓഫീസറായി വിരമിച്ചു. 2 മക്കൾ നവനീതും, കുമാറും. നവനീത് സോഫ്റ്റ് വെയർ എഞ്ചിനീയറാണ്. കുമാർ (ഫ്ളൂട്ടിസ്റ്റ്) വിദേശത്താണ്. കുമാർ ഞങ്ങളുടെ മകന്റെ കല്യാണത്തിന് ഒരു ഫ്ളൂട്ട് കച്ചേരി നടത്തിയിരുന്നു.

രണ്ടാമത്തെ ജ്യേഷ്ഠൻ പത്മനാഭയ്യർ കേന്ദ്ര ഗവൺമെൻറ് സർവ്വീസിൽനിന്ന് ഉന്നത പദവിയിൽ വിരമിച്ചു. ഭാര്യ പത്മാവതി. ഞങ്ങൾ ഓഫീസിൽ പോകുമ്പോൾ ഞങ്ങളുടെ രണ്ടു മക്കളേയും ചെറുപ്രായത്തിൽ ഇവരുടെ അടുത്താണ് ഏൽപ്പിച്ചിരുന്നത്. അവർക്ക്

മൂന്നു മക്കൾ. ഉഷ. ഉമ, രാമനാഥ്. ഉഷയുടെ ഭർത്താവ് ഡോ. രമേഷ് ആസ്ട്രോ സയന്റിസ്റ്റ് ആണ്. ഉഷ സ്വന്തം സോഫ്റ്റ് വെയർ ബിസിനസ് ചെയ്യുന്നു. മകൻ നചികേത് വിദേശത്താണ്. ഉമ ചെറുപ്പത്തിൽ തന്നെ മരണപ്പെട്ടു. ഉമയുടെ പേരിൽ എസ്.എം.വി ഹൈസ്കൂളിൽ കുട്ടികളുടെ ഉച്ചയൂണ് പദ്ധതിയ്ക്കായി ഒരു നിശ്ചിത തുക എൻഡോവ്മെന്റ് ആക്കിയിരുന്നു. രാമനാഥ് എഞ്ചിനീയറാണ്. സ്വന്തം ബിസിനസ് ചെയ്യുന്നു. ഭാര്യ ബിന്ദു ചാർട്ടേഡ് അക്കൗണ്ടന്റാണ്. അവർ അച്ഛനും അമ്മയും ഒത്ത് ബാംഗ്ലൂരിൽ താമസിക്കുന്നു. അവർക്ക് ഒരു മകളും ഒരു മകനും. മകൾ വിദേശത്ത് ഉപരിപഠനത്തിനു പോയിരിക്കുന്നു. മകൻ ബാംഗ്ലൂരിൽ പഠിക്കുകയാണ്. പത്മനാഭയ്യർ എസ്.എം.വി സ്കൂൾ പൂർവ്വ വിദ്യാർത്ഥിയാണ്.

പൊന്നമ്മാൾ ചേച്ചി സ്വാതിതിരുന്നാൾ മ്യൂസിക് കോളേജിൽ പഠിച്ച് ഭാഗവതരായി ഗവൺമെന്റ് സർവ്വീസ് ചെയ്തു. ചേച്ചിയുടെ ഭർത്താവ് ശ്രീകൃഷ്ണസ്വാമി ബാംഗ്ലൂരിൽ റയിൽവേയിൽ നിന്നും വിരമിച്ചു. കൃഷ്ണസ്വാമി ഹൃദയാഘാതം മൂലം മരണപ്പെട്ടു. അവർക്ക് മൂന്നു പെൺകുട്ടികൾ. മൂത്തവൾ ജ്യോതി അക്കൗണ്ടന്റ് ജനറൽ ഓഫീസിൽ ജോലി ചെയ്യുന്നു, ഭർത്താവ് സത്യവാഗീശ്വരൻ അഡ്വക്കേറ്റാണ്. മക്കൾ രണ്ടുപേരും ആൺകുട്ടികളാണ് പവനും, സ്കന്ദനും. രണ്ടാമത്തെ മകൾ ലക്ഷ്മി കേന്ദ്ര ഗവൺമെൻറ് സർവ്വീസിൽ ഉന്നത പദവിയിൽ ജോലി ചെയ്യുന്നു. ഭർത്താവ് വൈദ്യനാഥൻ ബിസിനസ് ചെയ്യുന്നു. ഏകമകൾ ഐശ്വര്യ I.I.S.Tയിൽ M.Sc. ചെയ്തു. മൂന്നാമത്തെ മകൾ ഗായത്രി സെൻട്രൽ ഗവൺമെന്റ് സർവ്വീസിൽ ഗസറ്റഡ് ഓഫീസറാണ്. ഭർത്താവ് രാമസുബ്രഹ്മണ്യം ടൈംസ് ഓഫ് ഇന്ത്യയിൽ ജോലി ചെയ്യുകയാണ്. ഏക മകൾ ശ്രുതി പഠിക്കുന്നു.

പാർവ്വതി ചേച്ചി കല്യാണത്തിനു മുമ്പ് കുറച്ചു കാലം കേരള ഇലക്ട്രിസിറ്റി ബോർഡിൽ സേവനം അനുഷ്ഠിച്ചിട്ടുണ്ട്. ഭർത്താവ് രാമൻ ചെന്നൈയിൽ ബിസിനസ് ചെയ്യുകയായിരുന്നു. മക്കൾ രണ്ടു പേർ. മൂത്ത മകൻ പത്മശങ്കർ, ഭാര്യ ലക്ഷ്മി. രണ്ടുപേരും എൽ.ഐ.സിയിൽ ജോലി ചെയ്യുന്നു. രണ്ടാമത്തെ മകൻ കുമാർ എഞ്ചിനീയറാണ്. കുമാറും ഭാര്യയും ഏക മകളും വിദേശത്താണ്.

ഗണപതി (ജ്യേഷ്ഠൻ) ഇദ്ദേഹമാണ് എന്റെ ജീവിതപങ്കാളിയെ MBBS ൽ ചേരാൻ തിരുവനന്തപുരം മെഡിക്കൽ കോളേജിൽ കൊണ്ടു പോയത്. അന്ന് ചേട്ടൻ പറഞ്ഞത് ഭാര്യ എന്നോട് എപ്പോഴും പറയാറുണ്ട്: "You have entered in a noble profession. What you make of it depends solely on yourself" . ജ്യേഷ്ഠൻ എൽ.ഐ.സിയിൽ സീനിയർ ഉദ്യോഗസ്ഥനായി വിരമിച്ചു. ഭാര്യ ഗൗരി. രണ്ടു മക്കൾ ജയശ്രീയും ബാലാജിയും. മൂത്തമകൻ ബാലാജി വിദേശത്ത് ജോലി ചെയ്യുകയാണ്. ഭാര്യ ലാവണ്യ. അവർക്കും രണ്ടു കുട്ടികൾ. ഇളയമകൾ ജയശ്രീ. ഐ.റ്റി. മേഖലയിൽ ജോലി ചെയ്യുന്നു. ഭർത്താവ് കാർത്തികിന് ബിസിനസ്സാണ്. അവർക്കും രണ്ടു മക്കൾ.

കൃഷ്ണാമ്പാൾ ചേച്ചി വിമൻസ് കോളേജിൽ മ്യൂസിക് ബി.എ പഠിച്ചു. ഭർത്താവ് ആർ. എൽ അയ്യർ വാർദ്ധക്യസഹജമായ കാരണങ്ങളാൽ മരണപ്പെട്ടു. അവർക്ക് രണ്ടു കുട്ടികൾ, മൂത്തമകൻ കുമാർ ചെറുപ്പത്തിൽ തന്നെ മരണപ്പെട്ടു. രണ്ടാമത്തെ മകൻ ചന്ദ്രശേഖർ (കണ്ണൻ), ഭാര്യയും അമ്മയുമൊത്തു വിദേശത്ത് കഴിയുകയാണ്.

സുബ്രഹ്മണ്യയ്യർ (മണി) ജ്യേഷ്ഠൻ ടെലഫോൺ ഡിപ്പാർട്ടുമെന്റിൽ സീനിയർ ഉദ്യോഗസ്ഥനായി വളരെ നീണ്ടകാലം സേവനം അനുഷ്ഠിച്ചു. ഇപ്പോൾ തിരുവനന്തപുരത്ത് ഭാര്യ ഭഗവതിയും, മക്കൾ ഹരിറാം, രാജലക്ഷ്മിയുമൊത്ത് കഴിയുകയാണ്. മക്കൾ രണ്ടുപേരും സാമൂഹിക സേവനം ചെയ്യുന്നു.

ഹരിഹരൻ ജ്യേഷ്ഠനായിരുന്നു എന്റെ ജീവിതപങ്കാളിയെ MBBS ചേരാൻ വളരെ പ്രോത്സാഹിപ്പിച്ചത്. പോസ്റ്റൽ ആഡിറ്റിൽ ജോലി ചെയ്യുകയായിരുന്നു. അപകട മരണം സംഭവിച്ചു. ഭാര്യ കല്യാണി. കേന്ദ്ര ഗവൺമെൻറ് സർവ്വീസിൽ നിന്ന് ഉന്നത പദവിയിൽ വിരമിച്ചു. മക്കൾ രണ്ടു പേരാണ്. മൂത്തമകൻ രഘു പ്രൈവറ്റ് കമ്പനിയിൽ ജോലി ചെയ്യുന്നു. ഭാര്യ രമ്യ. അവർക്ക് രണ്ട് ആൺമക്കൾ. രണ്ടാമത്തെ മകൻ അരുൺ പ്രൈവറ്റായി വർക്കു ചെയ്യുന്നു. ഭാര്യ പ്രഭയും പ്രൈവറ്റായി വർക്കു ചെയ്യുകയാണ്. അവർക്കും രണ്ടു കുട്ടികൾ.

ശാരദാംബാൾ (ചിണ്ടു ചേച്ചി) എന്റെ ഭാര്യയോട് വളരെ അടുപ്പമുള്ള ചേച്ചിയാണ്. കുട്ടിക്കാലത്ത് അവർ രണ്ടുപേരും കൂട്ടുകാരുമൊത്ത്

ഹോളി ഏഞ്ചൽസ് സ്കൂളിൽ പോകുമായിരുന്നു. ശ്രീ നെല്ലയപ്പൻ (ഭാസ്കരൻ) ചേച്ചിയുടെ ഭർത്താവാണ്. സ്കൂൾ ഹെഡ്മാസ്റ്ററായിരുന്നു. ഇത് എഴുതുമ്പോൾ ഒരു രസകരമായ അനുഭവം ഓർക്കുകയാണ്. ഞങ്ങളുടെ മകൻ ഹരികുമാർ (സുന്ദർ) ഒന്നാംക്ലാസ്സിൽ പഠിക്കുമ്പോൾ 'B" യും "D" യും Small Letter എഴുതുമ്പോൾ തെറ്റിക്കുമായിരുന്നു. സ്കൂൾ ഹെഡ്മാസ്റ്ററായ ശ്രീ നെല്ലയപ്പൻ സാറിന്റെ ഇടപെടലിനുശേഷം ആ തെറ്റ് മനസ്സിലാക്കുകയും പിന്നെ ഒരിക്കലും അവൻ തെറ്റിച്ചിട്ടില്ല. അവരുടെ മകൾ പ്രഭ, മരുമകൻ നടേശമൂർത്തി, പേരക്കുട്ടി രാഘവ്.

ശ്രീകണ്ഠൻ (അനുജൻ)ഏറ്റവും ഇളയ സഹോദരൻ. പാട്ടുകാരനും ആർട്ടിസ്റ്റുമായിരുന്നു. സ്റ്റേറ്റ് ബാങ്ക് ഓഫ് ഇന്ത്യയിൽ പല ശാഖകളിലും സേവനം അനുഷ്ഠിച്ച ശേഷം ഇപ്പോൾ ഭാര്യ സീതയോടൊത്ത് റിട്ടയേർഡ് ജീവിതം നയിക്കുകയാണ്. രണ്ടു പെൺമക്കൾ. ഐശ്വര്യയും ഭർത്താവ് ഷർമിൽ സുന്ദറും I.T മേഖലയിൽ ജോലി ചെയ്യുന്നു. അവർക്ക് ഒരു മകളുണ്ട്. രണ്ടാമത്തെ മകൾ ശ്രീവത്സ, ഭർത്താവ് ബാലാജിയും കുഞ്ഞു മകൻ "ഓം"മുമൊത്ത് വിദേശത്താണ്.

ഞങ്ങൾക്ക് ഇരുവർക്കും ദൈവാനുഗ്രഹം ജന്മസാഫല്യമായി നിർലോഭം ലഭിച്ചവരാണ്. കല്യാണം നടന്ന ഹനുമാൻ കോവിൽ ചെറുതായിരുന്നെങ്കിലും പരിപാവനമായ ആ തിരുമുറ്റത്ത് തിരുവനന്തപുരം മെഡിക്കൽ കോളേജിലെ എന്റെ സഹധർമ്മിണിയുടെ ഉറ്റ ചങ്ങാതിമാരായ ഡോക്ടർമാരും റിസർവ് ബാങ്കിലെ എന്റെ സുഹൃത്തുക്കളും കൂടിച്ചേർന്ന് മംഗള മുഹൂർത്തത്തിൽ പ്രൗഢഗംഭീരമായ കല്യാണ ചടങ്ങാണ് നടന്നത്. ആ അസുലഭ മുഹൂർത്തത്തിൽ നന്മയുടെ പ്രതീകങ്ങളായ ഞങ്ങളുടെ സുഹൃദയ സമൂഹത്തിന്റെ അനുഗ്രഹാശ്ശിസുകൾ ആവോളം നുകരുവാൻ ഞങ്ങൾ ദമ്പതികൾക്ക് സുവർണാവസരം ലഭിച്ചത് ദൈവനിയോഗം തന്നെയാണ്. ദൈവത്തിന്റെ സദ്സൃഷ്ടിയും സ്ത്രീരത്നവുമായ എന്റെ പ്രിയതമ എല്ലാ അർത്ഥത്തിലും എനിക്ക് ലഭിക്കാവുന്നതിൽ ഏറ്റവും മഹനീയ വ്യക്തിത്വത്തിന്റെ ആൾരൂപം തന്നെയായിരുന്നു. അതുകൊണ്ട് ദൈവനിശ്ചയം പോലെ, ഞാൻ ആശിക്കുന്നതു പോലെ, എന്റെയും എന്റെ കുടുംബത്തെയും എല്ലാ കാര്യങ്ങളിലും നീതിബോധത്തോടും, അർപ്പണമനോഭാവത്തോടും പ്രത്യേകിച്ച് എന്റെ സാമൂഹ്യസേവന പ്രവർത്തനങ്ങളിൽ പോലും പൂർണ്ണമായി പൊരുത്തപ്പെടുന്ന ജീവിത

പങ്കാളിയായ ഡോക്ടർ സരസ്വതി.എൽ. എന്ന എന്റെ സഹധർമ്മിണിയെ എത്ര പ്രശംസിച്ചാലും അധികമാവില്ലായെന്നത് യഥാർത്ഥ വസ്തുതയാണ്. അപ്രകാരമുള്ള നിറഞ്ഞ മനസ്സോടുകൂടിയുള്ള പെരുമാറ്റ ശൈലിയും സഹകരണവും നാം എപ്പോഴും ഒന്നാണെന്ന വിശാലമായ ചിന്താഗതിയും ഞങ്ങളുടെ മക്കൾക്ക് പോലും മാതൃകയാണ്.

4. എന്റെ ജീവിത പങ്കാളിയുടെ 1976 MBBS Batch കൂട്ടായ്മ

എല്ലാ രണ്ടു മൂന്നു വർഷങ്ങൾക്കിടയിലും ഭാര്യയുടെ MBBS ബാച്ച് കൂട്ടായ്മ വളരെ കൃത്യമായി കൂടുമായിരുന്നു. ഞങ്ങൾ കുടുംബത്തിലെ എല്ലാ അംഗങ്ങളും പങ്കെടുക്കുമായിരുന്നു. ഈ കൂട്ടായ്മയിൽ എല്ലാ പേരക്കിടാങ്ങളും എല്ലാ കലാകായിക മത്സരങ്ങളിലും വളരെ പ്രോത്സാഹനത്തോടുകൂടി പങ്കെടുക്കുമായിരുന്നു. ഇതു കുട്ടികളിൽ എന്തെന്നില്ലാത്ത കലാവാസന പരിപോഷിപ്പിച്ചു. ഇത്തരുണത്തിൽ മിലൻ 2023 ഭാരവാഹികളേയും, എല്ലാ സഹമെമ്പർമാരേയും വളരെ സ്നേഹത്തോടെ ഓർമ്മിക്കുന്നു. എന്റെ സഹധർമ്മിണി എംബിബിഎസ് പഠിക്കുന്ന നാളുകളിൽ തന്നെ വലിയ കൂട്ടുകാരായിരുന്നു ഡോ. സത്യമയിയും, ഡോ. സെലിംജിയും, ഡോ. രമാദേവിയും, ഡോ. അന്നമ്മ ഉഷയും, ഡോ. എലിസബത്തും. ഡോ.സത്യമയി ഇപ്പോൾ കൊല്ലത്ത് സ്കാൻ സെൻറർ നടത്തിവരുന്നു. ഭർത്താവു ശ്രീ ഉണ്ണിത്താനും മകൾ ജ്യോതിയും. എന്റെ ജീവിതപങ്കാളിയുടെ സീനിയറായി പഠിച്ച ഡോ. ജയശ്രീ അമൃതയിൽ മകളുടെയും മരുമകന്റെയും പഠനവേളയിൽ ധാരാളം സഹായങ്ങൾ ചെയ്തിട്ടുണ്ട്. ഇത്തരുണത്തിൽ നന്ദി രേഖപ്പെടുത്തുന്നു.

5. എന്റെ സഹോദര കുടുംബങ്ങളുടെ ഇപ്പോഴത്തെ സ്ഥിതി

ആരംഭത്തിൽ സൂചിപ്പിച്ചതുപോലെ എനിക്ക് രണ്ടു സഹോദരന്മാരും നാലു സഹോദരിമാരും ഉണ്ട്. ഞങ്ങളുടെ മൂത്ത സഹോദരി ചെല്ലമ്മാൾ ചേച്ചിയെക്കുറിച്ച് വിശദമായി 'ബാല്യകാലം' എന്ന അദ്ധ്യായത്തിൽ പ്രതിപാദിച്ചിട്ടുണ്ട്.

മൂത്ത ജ്യേഷ്ഠൻ ശ്രീ എച്ച്. മഹാദേവൻ കെ.എസ്.ആർ.ടി.സിയിൽ കണ്ടക്ടറായി സേവനം അനുഷ്ഠിക്കുകയും പിന്നീട് ഇൻസ്പെക്ടറായി വിരമിക്കുകയും ചെയ്തു. അദ്ദേഹത്തിന്റെ സഹധർമ്മിണി രാമു അമ്മാൾ

എന്ന രമ, ശ്രീ ചിത്തിര തിരുന്നാൾ ഇൻസ്റ്റിറ്റ്യൂട്ട് ഓഫ് മെഡിക്കൽ സയൻസ് ആന്റ് ടെക്നോളജിയിലെ ക്ലെറിക്കൽ വിഭാഗത്തിൽ നിന്നും 2008 –ൽ വിരമിച്ചു. അവരുടെ മൂത്തമകൻ ഹരീഷ് കേരള സർക്കാർ ജീവ നക്കാരനും ഭാര്യ രമ്യ കർണ്ണാട്ടിക് മ്യൂസിക് ആർട്ടിസ്റ്റും, ഇളയമകൻ ഗിരീഷ് ബാങ്ക് ജീവനക്കാരനും ഭാര്യ വിദ്യ സ്കൂൾ ടീച്ചറുമായി സേവനം അനുഷ്ഠിക്കുന്നു.

രണ്ടാമത്തെ ജ്യേഷ്ഠൻ ശ്രീ എച്ച്. കൃഷ്ണയ്യർ തിരുവനന്തപുരം സ്കൂൾ ഓഫ് ആർട്സിൽ നിന്നും ബിരുദം കരസ്ഥമാക്കിയതിനുശേഷം കെ.എസ്.ആർ.ടിസിയിൽ പെയിന്ററായി സേവനം ആരംഭിക്കുകയും ചാർജ്ജുമാനായി വിരമിക്കുകയും ചെയ്തു. അദ്ദേഹത്തിന്റെ സഹ ധർമ്മിണി അനന്തലക്ഷ്മി ഏജീസ് ഓഫീസിൽ ജോലിയിൽ പ്രവേശിക്കു കയും സീനിയർ അക്കൗണ്ടന്റായി വിരമിക്കുയും ചെയ്തു. മൂത്ത മകൻ ഹരി ഗണേഷും ഭാര്യ രഞ്ജിനിയും, ഇളയ മകൾ കൃപയും ഭർത്താവ് രോഹിതും വിദേശത്ത് ജോലി ചെയ്യുന്നു. രണ്ടു പേർക്കും കുഞ്ഞുങ്ങളു ണ്ട്.

രണ്ടാമത്തെ ചേച്ചിയായ ലക്ഷ്മി അമ്മാൾ ഏജീസ് ഓഫീസിൽ ക്ലാർക്കായി ജോലിയിൽ പ്രവേശിക്കുകയും യു.ഡി.സി ആയി വിരമിക്കു കയും ചെയ്തു. ലക്ഷ്മി ചേച്ചിയുടെ ഭർത്താവ് ശ്രീ രങ്കനാഥയ്യർ കേന്ദ്ര ഗവൺമെന്റ് സ്ഥാപനത്തിൽ നിന്നും വിരമിച്ചു. ചേച്ചിയുടെ മൂത്ത മകൾ മീന. എൽ കേന്ദ്ര ഗവൺമെന്റിന്റെ കീഴിൽ ഉന്നത ഉദ്യോഗസ്ഥയായി സേവനം അനുഷ്ഠിക്കുന്നു. ഭർത്താവ് കാർത്തികേയൻ എഞ്ചിനീയറാണ്. ഇളയ മകൾ രാജി ചാർട്ടേർഡ് അക്കൗണ്ടന്റായി ആയി സേവനം അനു ഷ്ഠിക്കുന്നു. ഭർത്താവ് രമേഷ് എഞ്ചിനീയറാണ്. എല്ലാവർക്കും കുഞ്ഞു ങ്ങളുമുണ്ട്.

മൂന്നാമത്തെ ചേച്ചി ആത്മയും ജീവിത പങ്കാളിയായ ഭർത്താവ് പി. എസ്. കൃഷ്ണനും വാർദ്ധക്യസഹജമായ അസുഖത്താൽ മരണപ്പെട്ടു പോയി. മകൻ സതീഷ് അയ്യർ ബാങ്കിൽ മാനേജരായി സേവനം അനുഷ് ഠിക്കുന്നു. അവിവാഹിതനാണ്.

നാലാമത്തെ സഹോദരിയായ ശാരദ ഏജീസ് ഓഫീസിൽ ക്ലാർക്കായി സേവനം ആരംഭിക്കുകയും യു.ഡി.സി ആയി വിരമിക്കു

കയും ചെയ്തു. ഭർത്താവ് സുബ്രഹ്മണ്യ അയ്യർ, ഗവൺമെന്റ് പ്രസ്സിൽ നിന്നും സൂപ്രണ്ടായി വിരമിച്ചു. മൂത്ത മകൻ ശ്രീറാം സോഫ്റ്റ്വെയർ എഞ്ചിനീയറായി സേവനം അനുഷ്ഠിക്കുന്നു. ഭാര്യ ശ്വേത ബാങ്ക് ജീവനക്കാരിയാണ്. മകൾ ശ്രീവിദ്യ, ഭർത്താവിനോടൊപ്പം വിദേശത്ത് സേവനം അനുഷ്ഠിക്കുന്നു.

6. സഹധർമ്മിണിയുടെ ആതുരസേവനാരംഭം

തിരുവനന്തപുരം ബേക്കറി ജംഗ്ഷനിലുള്ള വത്സല നഴ്സിംഗ് ഹോമിലാണ് ഡോക്ടറായി എന്റെ ഭാര്യ ആദ്യമായി ജോലിയിൽ പ്രവേശിച്ചത്. അതിനുശേഷം ആറു മാസത്തേക്ക് തിരുവനന്തപുരം ഗവ.ജനറൽ ഹോസ്പ്റ്റലിൽ ഡോ.ശാന്തകുമാരി (ജനറൽ മെഡിസിൻ വിഭാഗം) യുടെ കീഴിൽ സീനിയർ ഹൗസ് സർജൻസി ചെയ്തു. ആ സമയത്ത് മാഡം പകർന്നുതന്ന ചികിത്സാ രീതികളും രോഗികളോടുള്ള സമീപനവും ഇന്നും എന്റെ സഹധർമ്മിണിക്ക് മാർഗ്ഗദർശിയായി തുടരുന്നു. അവർക്ക് ഏറ്റവും ഇഷ്ടപ്പെട്ട സ്പെഷ്യാലിറ്റി "ഗൈനക്കോളജി" ആയിരുന്നു. പിൽക്കാലത്ത് അവർ ഗൈനക്കോളജിയിൽ DNB ക്ക് പഠിക്കുവാൻ തിരുവനന്തപുരത്തുള്ള S.A.T. ഗവ. മെഡിക്കൽ കോളേജിൽ ചേർന്നു. ഏതാനും ദിവസം അവിടെ ജോലി ചെയ്തു. അതിനുശേഷം എംപ്ലോയ്മെന്റ് എക്സ്ചേഞ്ച് മുഖേന താൽക്കാലിക അടിസ്ഥാനത്തിൽ അസിസ്റ്റന്റ് സർജനായി നെടുമങ്ങാടിനടുത്തുള്ള വെള്ളനാട് പ്രൈമറി ഹെൽത്ത് സെന്ററിൽ ജോയ്ൻ ചെയ്തു. ഡോ. സത്യനേശനും, ഡോ. മോഹനും, എന്റെ സഹധർമ്മിണിയുടെ ക്ലാസ്സ്മേറ്റ് ഡോ. അറിവുസെൽവവും അവരുടെ കൂടെ ഉണ്ടായിരുന്നു. തുടർന്ന് ഡോക്ടർ സരസ്വതിക്ക് പി.എസ്.സി.യിൽ നിന്നും ഫിസിയോളജി ഡിപ്പാർട്ട്മെന്റിൽ ട്യൂട്ടർ തസ്തികയിൽ സ്ഥിരം നിയമനം ലഭിച്ചു. അന്നത്തെ തിരുവനന്തപുരം മെഡിക്കൽ കോളേജിലെ ഗൈനക്കോളജി ഹെഡ് ആയിരുന്ന ഡോക്ടർ സത്യവതി മാഡത്തിന്റെ ഉപദേശപ്രകാരം ഫിസിയോളജി ഡിപ്പാർട്ട്മെന്റിൽ ജോയ്ൻ ചെയ്ത് തിരുവനന്തപുരം മെഡിക്കൽ കോളേജിൽ ട്യൂട്ടറായി സേവനം അനുഷ്ഠിക്കുവാൻ തുടങ്ങി. "ഒരു ഗവൺമെന്റ് ജോലി കിട്ടുന്നത് ഇക്കാലത്ത് വലിയ ഭാഗ്യമാണ്. അത് വിടരുത്" എന്ന് മാഡം ഉപദേശിച്ചു. ഗവൺമെന്റിന്റെ കീഴിൽ ആതുര സേവനം

ചെയ്യുകയെന്നത് എന്റെ ഭാര്യയുടെയും വലിയ ആഗ്രഹവുമായിരുന്നു.

എത്ര കഷ്ടപ്പെട്ടിട്ടായാലും വേണ്ടില്ല, എന്റെ സഹധർമ്മിണി M.D. ചെയ്യണമെന്ന് ഞാൻ അവരോട് അഭ്യർത്ഥിക്കുന്നതിനോടൊപ്പം എന്റെ പിതാവിന്റെ നിരന്തരമായ പ്രാർത്ഥനയും കൊണ്ട് ആദ്യ M.D. പ്രവേശന പരീക്ഷയിൽ ആദ്യ ശ്രമത്തിൽ തന്നെ അവർക്ക് സെലക്ഷൻ കിട്ടി. അത് ഒരു മഹാഭാഗ്യമായിരുന്നു. എന്റെ ഭാര്യ MBBS വരെ പഠിച്ചത് ഗവൺമെന്റ് സ്കോളർഷിപ്പോടുകൂടിയായിരുന്നു. അതുപോലെ നാഷണൽ മെറിറ്റ് സ്കോളർഷിപ്പോടുകൂടിയാണ് എല്ലാ ഉന്നതവിദ്യാഭ്യാസവും അവർ പൂർത്തീകരിച്ച് വിജയ സോപാനത്തിലെത്തിയത്.

എന്റെ ഭാര്യ പന്ത്രണ്ട് അംഗങ്ങളുള്ള ഒരു കൂട്ടുകുടുംബത്തിലാണ് വളർന്നുവന്നത്. അതുകൊണ്ട് സഹാനുഭവങ്ങളിലൂടെ ജീവിതത്തിലുണ്ടാകുന്ന എല്ലാ സംഗതികളിലും പെട്ടെന്ന് പൊരുത്തപ്പെടുവാനുള്ള സവിശേഷമായ ഒരു സഹനശക്തി അവർക്ക് ലഭിച്ചിരുന്നു. അവർ സ്കൂളിൽ പഠിക്കുന്ന സമയത്ത് യൂണിഫോം എന്നും ഇസ്തിരിയിടുവാനുള്ള സാമ്പത്തിക ഞെരുക്കം കാരണം എല്ലാ ദിവസവും രാത്രിയിൽ ഡ്രസ്സ് ഭംഗിയായി മടക്കി തലയിണയുടെ അടിയിൽ വയ്ക്കുമായിരുന്നു. അങ്ങനെ അധിക ചിലവില്ലാതെ, വൃത്തിയും വെടിപ്പുമുള്ള വസ്ത്രം, തേയ്ക്കാതെ തന്നെ ഉപയോഗിക്കുന്ന പ്രത്യേകതയുണ്ടായിരുന്നു. അവരുടെ മാതാപിതാക്കൾക്ക് മക്കളുടെ പഠിപ്പിൽ പ്രത്യേക അച്ചടക്കവും അതീവ ശ്രദ്ധയും ഉണ്ടായിരുന്നു.

തിരുവനന്തപുരം മെഡിക്കൽകോളേജിൽ ജോയ്ൻ ചെയ്യുമ്പോൾ ഞങ്ങൾ നീറമൺകരയിലുള്ള പുതിയ വീട്ടിലായിരുന്നു താമസിച്ചിരുന്നത്. നീറമൺകരയിലെ വീടിന്റെ പേര് 'ശ്രീഹരി' എന്നായിരുന്നു. ശ്രീഹരിയിൽ നിന്ന് മെഡിക്കൽ കോളേജ് വരെ എന്റെ 'പ്രിയ' സ്കൂട്ടറിൽ ഡോക്ടറെ എല്ലാ ദിവസവും രാവിലെ ഞാൻ കൊണ്ടു പോയി വിടുമായിരുന്നു. ഞങ്ങളുടെ മക്കളായ ഹരിയേയും പാർവ്വതിയേയും പോകുന്ന വഴിക്ക് നഴ്സറിയിൽ എത്തിച്ചതിനുശേഷം മെഡിക്കൽകോളേജ് വരെയുള്ള സ്കൂട്ടർ യാത്ര വളരെ സന്തോഷകരമായിരുന്നു എന്ന് ഒരു നിമിഷം ഓർത്തുപോവുകയാണ്.

7. വെള്ളനാട് പി.എച്ച്.സി.യിലെ ഹൃദയസ്പർശിയായ അനുഭവം

എന്റെ ഭാര്യ എം.ബി.ബി.എസ് പാസായതിനുശേഷം ഒരു സർക്കാർ ജോലിക്കുവേണ്ടി നെട്ടോട്ടമായിരുന്നു. കാരണം അപ്പോൾ ഞങ്ങൾ സാമ്പത്തികമായി വളരെ ഞെരുക്കം അനുഭവിക്കുന്ന അവസ്ഥയിലായിരുന്നു. വീട് വച്ച കണക്കിൽ പെട്ടെന്നു തന്നെ തിരിച്ചു കൊടുക്കേണ്ട കുറേയധികം കടബാധ്യതയുണ്ടായിരുന്നു. അതിനാൽ എന്റെ ഭാര്യ ഞങ്ങളുടെ വിവാഹം കഴിഞ്ഞ പത്താം നാളിൽ തന്നെ അവരുടെ ആഭരണങ്ങൾ ഊരി ബാങ്കിൽ പണയം വെച്ച് ഞങ്ങളുടെ സാമ്പത്തിക ബാദ്ധ്യതയ്ക്ക് ഒരു താൽക്കാലിക പരിഹാരം കണ്ടെത്തി. ഇപ്രകാരമുള്ള സാമ്പത്തിക പ്രശ്നങ്ങൾ ഉണ്ടായിരുന്നിട്ടും കുടുംബ ജീവിതം ഞങ്ങൾ ആസ്വദിക്കാൻ മറന്നില്ല.

താമസിയാതെ എംപ്ലോയ്മെന്റ് എക്സ്ചേഞ്ച് മുഖാന്തരം വെള്ളനാട് ഗവ. പി.എച്ച്.സി.യിൽ അസിസ്റ്റന്റ് സർജൻ തസ്തികയിൽ താൽകാലിക ജോലി കിട്ടി. വളരെ സന്തോഷത്തോടുകൂടി ജോലിയിൽ പ്രവേശിച്ചു. ദിനംപ്രതി തിരുവനന്തപുരത്തു നിന്നും ഒരു ഭാഗത്തേക്ക് തന്നെ ഇരുപത്തിയഞ്ച് കിലോമീറ്റർ യാത്ര ചെയ്യണമായിരുന്നു. അക്കാലത്ത് വെള്ളനാട് എല്ലാ അർത്ഥത്തിലും ഒരു കുഗ്രാമമായിരുന്നു. പക്ഷേ ഞങ്ങൾക്ക് ഗ്രാമീണ മേഖലയിൽ സേവനമനുഷ്ഠിക്കാൻ വളരെയധികം സന്തോഷവും ആനന്ദവുമായിരുന്നു. യഥാർത്ഥത്തിൽ അവർ വെള്ളനാട് പി.എച്ച്.സി.യിൽ സേവനമനുഷ്ഠിച്ച കാലം സുവർണ്ണ ലിപികളാൽ ആലേഖനം ചെയ്യേണ്ടതാണ്. വെള്ളനാട്ടിലെ പൊതുസമൂഹം, പ്രത്യേകിച്ച് സാധാരണക്കാരിലും സാധാരണക്കാരായ, സാമ്പത്തിക പരാധീനരായ പട്ടിണിപ്പാവങ്ങൾ, എന്റെ സഹധർമ്മിണിയായ ഡോക്ടറെ ദൈവദൂതയായി പരിഗണിച്ച് ആദരിച്ച്, സ്നേഹിച്ചു എന്നത് ദൈവഹിതമായിരുന്നു. ആ സമാനതകളില്ലാത്ത നല്ല അനുഭവം ഇപ്പോഴും നന്ദിയോടെ സ്മരിക്കുന്നു. ഡോക്ടർക്ക് ചെറുപ്രായമായിരുന്നെങ്കിലും, പ്രായത്തിൽ കവിഞ്ഞ പക്വതയോടുകൂടി "എന്റെ എല്ലാമെല്ലാമാണ് എന്റെ സമീപം എന്നെ മാത്രം ആശ്രയിച്ച് വളരെ പ്രതീക്ഷയോടുകൂടി വരുന്ന പാവപ്പെട്ട രോഗികൾ" എന്ന ഹൃദയവിശാലതയോടെയും അതീവ താല്പര്യത്തോടും

വാത്സല്യത്തോടും കൂടി അവരെ ഓരോരുത്തരെയും അവരുടെ രോഗത്തിന്റെ ആഴവും പരപ്പും അക്ഷരാർത്ഥത്തിൽ ഉൾക്കൊണ്ട്, ഹൃദയംഗമമായ പ്രാർത്ഥനയോടുകൂടി ചികിത്സാ രീതികൾ അക്ഷീണം നിർവഹിച്ചിരുന്ന എന്റെ സഹധർമ്മിണിയെ എത്ര അഭിനന്ദിച്ചാലും അധികമാവില്ല. "Hospitality is spirituality" എന്ന മഹത് വചനം ഡോക്ടറുടെ പ്രവർത്തന മികവിനെ അന്വർത്ഥമാക്കുന്നു. ഡോക്ടറുടെ മാനവിക മൂല്യസാക്ഷാത്കാരത്തിന്റെ ഒരു നിറസാക്ഷ്യം ഇത്തരുണത്തിൽ പ്രതിപാദിച്ചുകൊള്ളട്ടെ.

ഒരു ദിവസം ഏകദേശം എൺപത് വയസ്സ് പ്രായം വരുന്ന ഒരു അമ്മച്ചി അവരുടെ മകളെയും കൂട്ടി പ്രസവ ആവശ്യത്തിനായി വെള്ളനാട്ടുള്ള പ്രൈമറി ഹെൽത്ത് സെന്ററിൽ എത്തിയിരുന്നു. ആ പ്രസവം എന്റെ സഹധർമ്മിണിയായ ഡോക്ടർ ഭംഗിയായി യഥാസമയം നിർവഹിച്ചു. നല്ല ആരോഗ്യമുള്ള ഒരു കുഞ്ഞാണ് അവർക്ക് ജനിച്ചത്. എന്നാൽ അവരുടെ കുടുംബത്തിന്റെ സാമ്പത്തിക ബുദ്ധിമുട്ട് വർണ്ണനാതീതമാണ്. എങ്കിലും ഡോക്ടറുടെ നിസീമമായ പ്രവർത്തിയിൽ അങ്ങേയറ്റം ആകൃഷ്ടയായ ആ അമ്മച്ചി വളരെ ആദരവോടും സ്നേഹത്തോടും അതിലുപരി കടപ്പാടിനോടുള്ള നന്ദി പ്രകടനമായി അവരുടെ കൈയ്യിൽ ഉണ്ടായിരുന്ന ഒരു മുഷിഞ്ഞ ഇരുപത് രൂപ നോട്ട് ഡോക്ടറുടെ കൈയ്യിൽ വച്ച് കൊടുക്കുവാൻ ശ്രമിച്ച മാത്രയിൽ തന്നെ ഡോക്ടർക്ക് അതിയായ വിഷമം തോന്നുകയും വ്യക്തിപരമായി സാമ്പത്തിക ഞങ്ങൾക്ക് ബുദ്ധിമുട്ട് ഉണ്ടെങ്കിലും അവർ നൽകിയ രൂപ വാങ്ങാതെ, അപ്പോൾ തന്നെ സ്വന്തം ഹാൻഡ് ബാഗിൽ നിന്നും ഒരു ഇരുപത് രൂപ നോട്ട് എടുത്തു ആ അമ്മച്ചിയുടെ കൈയ്യിൽ വച്ചിട്ട് "മകൾക്ക് നല്ല ടോണിക്ക് വാങ്ങി നൽകൂ" എന്ന് വളരെ സൗമ്യമായി പറഞ്ഞുകൊണ്ട് കൊടുക്കുകയും ചെയ്തു എന്നത് എക്കാലവും സ്മരിക്കുന്ന അസാധാരണയിൽ അസാധാരണമായ ജീവിതാനുഭവമാണ്. അന്നും ഇന്നും എന്നും വെള്ളനാട്ട് നിവാസികളിലുടെ നിഷ്കളങ്കമായ സ്നേഹവാത്സല്യങ്ങൾ ദൈവാനുഗ്രഹം പോലെ ഞങ്ങളുടെ കുടുംബാംഗങ്ങൾക്ക് നിർലോഭം ലഭിക്കുന്നുവെന്നത് കർമ്മയോഗമായി കരുതുന്നു. അക്കാലത്തെ ഡോക്ടറുടെ ഗ്രാമീണ മേഖലയിലുള്ള സേവനം ഞങ്ങൾക്ക് ഒരിക്കലും വിസ്മരിക്കുവാൻ കഴിയില്ല. അങ്ങനെ എന്റെ ചിരകാല അഭിലാഷമായ പൊതുജനസേവനം എന്റെ ജീവിതപങ്കാ

ളിയിൽ കൂടി സാക്ഷാത്കരിക്കപ്പെട്ടതിന്റെ ആനന്ദം സീമകളില്ലാത്തതാണ്.

എന്റെ സഹധർമ്മിണി വെള്ളനാട് ഗവൺമെന്റ് ആശുപത്രിയിൽ സേവനമനഷ്ഠിക്കുന്ന സമയത്ത് ഞങ്ങൾക്ക് കാർ ഇല്ലായിരുന്നു. അതിനാൽ തിരുവനന്തപുരത്തു നിന്നും വെള്ളനാട് വരെ ഞങ്ങൾക്ക് അന്നുണ്ടായിരുന്ന 'പ്രിയ' സ്കൂട്ടറിലായിരുന്നു നിത്യേന യാത്ര ചെയ്തിരുന്നത്. എല്ലാ ദിവസവും അങ്ങോട്ടുമിങ്ങോട്ടുമായി അമ്പതു കിലോമീറ്റർ യാത്ര ചെയ്യേണ്ടി വന്നു. മറ്റു മാർഗ്ഗം ഒന്നും ഇല്ലാത്തതിനാൽ ഒരു പിക്നിക് പോലെ പരമാവധി ആസ്വദിച്ച് യാത്ര ചെയ്യുകയേ വഴിയുണ്ടായിരുന്നുള്ളു. മിക്കവാറും എല്ലാ ദിവസങ്ങളിലും പ്രഭാതഭക്ഷണം ഇരുവർക്കും വീട്ടിൽ നിന്ന് പൊതിഞ്ഞെടുത്ത് അരുവിക്കര ഡാം വഴി വെള്ളനാട് എത്തുന്ന വഴിയിൽ സൗകര്യപ്രദമായി എവിടെയെങ്കിലും വണ്ടി നിർത്തി ഭക്ഷണം കഴിച്ച് വളരെ സന്തോഷത്തോടുകൂടി, പിക്നികിന് പോകുന്ന പോലെ ജീവിതത്തെ ആസ്വദിച്ചു. നമുക്ക് ജീവിതത്തിൽ ലഭ്യമാകുന്ന സാഹചര്യ സമ്മർദ്ദത്തെ പൂർണ്ണമായി ലഘൂകരിച്ച് സമാധാനവും സന്തോഷവും ഐശ്വര്യവും പ്രായോഗികതലത്തിൽ കണ്ടെത്തിയാൽ ജീവിതയാത്രയിൽ ഉണ്ടാകുന്ന പിരിമുറുക്കത്തെ ഒരു പരിധിവരെ പിടിച്ചുനിർത്താൻ കഴിയുമെന്നത് വലിയൊരു അനുഭവപാഠമായിരുന്നു. അക്കാലത്തെ കഠിനമായ ജീവിതചര്യകളെ സസന്തോഷം അഭിമുഖീകരിക്കുവാൻ ഞങ്ങൾക്ക് കഴിഞ്ഞുവെന്ന ചിന്ത പിൽക്കാലത്ത് ജീവിതത്തിലെ ഒട്ടനവധി സന്തോഷ നിമിഷങ്ങൾക്ക് സാക്ഷ്യം വഹിക്കുവാൻ ഞങ്ങളെ സഹായിച്ചുവെന്നതു കൊണ്ട് ആ വേറിട്ട അനുഭവങ്ങൾ എക്കാലവും ഒരു പ്രത്യേക ഊർജ്ജവും ഉണർവും നൽകി എന്നത് ദൈവ നിശ്ചയമായിരുന്നു.

8. പ്രായാധിക്യത്തിലും സന്തോഷത്തിന്റെ കൈത്തിരി നാളങ്ങൾ

അക്കാലത്ത് എൺപത്തിയൊമ്പത് വയസ്സായ അച്ഛനും എഴുപത്തിയഞ്ച് വയസ്സായ അമ്മയും നീറമൺകരയിലുള്ള ചെറുവീട്ടിൽ ഞങ്ങളുടെ കൂടെ വളരെ സന്തോഷത്തോടുകൂടി കഴിഞ്ഞു കൂടുകയായിരുന്നു. പ്രായമേറിയ കാലത്ത് അച്ഛന്റെ രണ്ട് കണ്ണിനും കാഴ്ചയില്ലാതിരുന്നിട്ടും രാവിലെ അഞ്ചു മണിക്ക് തന്നെ എഴുന്നേറ്റ് തണുത്ത വെള്ളത്തിൽ കുളിച്ച് വീട്ടിനു മുന്നിലെ സിറ്റൗട്ട് ഭാഗത്ത് ഒരു കസേരയിൽ ഇരുന്ന് "രാമ

രാമ" മന്ത്രം ജപിച്ച് വളരെ സന്തോഷത്തോടെയാണ് ജീവിതത്തിന്റെ അവസാനനാളുകൾ കഴിച്ചു കൂട്ടിയത്. ആ സമയത്തുപോലും ഞങ്ങൾ സ്കൂട്ടറിൽ ആ തെരുവിന്റെ അടുത്ത് എത്തുമ്പോൾ തന്നെ കാഴ്ചശക്തിയില്ലാത്ത അച്ഛൻ ഞങ്ങളെ തിരിച്ചറിഞ്ഞ് 'ഞങ്ങൾ തിരിച്ചു വരുന്നു 'വെന്ന കാര്യം അമ്മയെ മുൻകൂട്ടി അറിയിക്കുമായിരുന്നു. എല്ലാ ദിവസവും റേഡിയോയിലൂടെ ദിനംപ്രതി പ്രാദേശിക-ദേശീയ- അന്തർദേശീയ സംഭവങ്ങൾ അച്ഛൻ അതീവ ജാഗ്രതയോടുകൂടി കേൾക്കുമായിരുന്നു. ഒരു ദിവസം ഞാൻ അച്ഛനോട് ഇപ്രകാരം പറഞ്ഞു "ഈ വയസ്സുകാലത്ത് വെറുതെ 'രാമ രാമ മന്ത്രവും' ജപിച്ചിരുന്നാൽ പോരേ, എന്തിനാ ഈ പൊളിറ്റിക്കൽ ന്യൂസ് ഒക്കെ കേൾക്കുന്നത്" ? അപ്പോൾ അച്ഛൻ പറഞ്ഞു. "നമ്മുടെ അവസാന ശ്വാസോച്ഛ്വാസം നിൽക്കും വരെ നമ്മുടെ ചുറ്റും എന്ത് നടക്കുന്നുവെന്ന് അറിയണം". ഇപ്രകാരം അച്ഛൻ പറഞ്ഞ ആ ഉപദേശം ഞങ്ങളുടെ ജീവിതത്തിൽ എക്കാലവും നെടുവീർപ്പോടുകൂടി സ്മരിക്കുക മാത്രമല്ല ഞങ്ങളുടെ എളിയ ജീവിതകാലഘട്ടത്തിൽ എനിക്കും എന്റെ സഹധർമ്മിണിക്കും വഴികാട്ടിയായി വിളങ്ങുന്നു. കൂടാതെ അത് ഒരു ആപ്തവാക്യമായി ഞങ്ങളുടെ മക്കൾക്കും അവരുടെ നിത്യജീവിതത്തിൽ പ്രയോഗിക്കുവാൻ കഴിയുന്നുവെന്നത് ദൈവഹിതമായി കരുതുന്നു.

9. ജീവിതാനുഭവങ്ങളിൽ നിന്നും പഠിച്ച അമൂല്യ പാഠങ്ങൾ

എന്റെ ജീവിതത്തിൽ നിന്നും അനുഭവത്തിലൂടെ പഠിച്ച അമൂല്യമായ ചില വസ്തുതകൾ നിങ്ങൾക്ക് ഓരോരുത്തർക്കും വേണ്ടി ഞാൻ ഇവിടെ പങ്കുവയ്ക്കുകയാണ്. ആരാണോ മാതാപിതാക്കളെ കൺകണ്ട ദൈവങ്ങളായി, നമുക്ക് കിട്ടിയ അത്യപൂർവ്വ സൗഭാഗ്യങ്ങളായി, ദൈവത്തിന്റെ സ്വന്തം കൈയ്യൊപ്പുകളായി കണ്ട് അവരുടെ വയസ്സുകാലത്ത് ധാർമ്മികമായ ഉത്തരവാദിത്വത്തോടുകൂടി ശുശ്രൂഷിച്ച് അവർക്ക് വേണ്ടതെല്ലാം നിർലോഭം നൽകി അവരുടെ സ്നേഹവാൽസല്യ അനുഗ്രഹങ്ങൾക്ക് പാത്രീഭൂതനാകുന്നുവോ അപ്രകാരമുള്ളവർക്ക് അവരുടെ ജീവിതത്തിൽ ഒന്നിനും ഒരു കുറവും വരികയില്ല. മാതാപിതാക്കളുടെ മരണശേഷം അവർക്ക് ചെയ്യുന്ന ശേഷക്രിയകളെക്കാൾ എത്രയോ നന്മയാണ് അവർ ജീവിച്ചിരിക്കുമ്പോൾ അവരെ ശുശ്രൂഷിക്കുന്നത്. ഇത് എന്റെ

ജീവിതാനുഭവത്തിന്റെ വെളിച്ചത്തിലുള്ള അതിശ്രേഷ്ഠമായ അനുഭവ പാഠം തന്നെയാണ്. അതുപോലെ ഗുരുക്കന്മാരെ ബഹുമാനിച്ച്, ആദരിച്ച്, അംഗീകരിച്ച് അവരുടെ നിർദ്ദേശങ്ങളും താക്കീതുകളും നല്ല വാക്കുകളും അനുസരണയോടും അർപ്പണമനോഭാവത്തോടും കൂടി സ്വാംശീകരിച്ച് സാഷ്ടാംഗം നമസ്കരിക്കുന്ന ഏതൊരു വ്യക്തിക്കും ഗുരുവര്യന്മാരുടെ അനുഗ്രഹാശിസ്സുകളിലൂടെ സമാധാനവും സന്തോഷവും ഐശ്വര്യവും ജീവിതകാലം മുഴുവൻ ലഭ്യമാകുന്നതാണ്.

10. കുഞ്ഞുകുഞ്ഞു കാര്യങ്ങളിൽ നിന്നും വലിയ വലിയ ജീവിതാനുഭവങ്ങളിലേക്ക്

അച്ഛൻ ഒരു ദിവസം എന്നോട് പറഞ്ഞു "ഗണേശാ, ബെൽ റിംഗ് ചെയ്യുന്ന ഒരു ഘടികാരം നമുക്ക് വാങ്ങണം". കാരണം രാത്രിയായാൽ അച്ഛന് സമയം അറിയാൻ പറ്റുന്നില്ല. ഇത് പറഞ്ഞറിഞ്ഞ മാത്രയിൽ ത ന്നെ എന്റെ ഭാര്യ എന്നെയും കൂട്ടി അപ്രകാരമുള്ള ഒരു ഘടികാരം വാങ്ങി അച്ഛന് കൊടുത്തു. അപ്പോൾ എന്റെ അച്ഛനുണ്ടായ സന്തോഷം വർണ്ണനാ തീതമാണ്. ഈ അനുഭവം ജീവിതത്തിലെ അത്യപൂർവ്വ സ്മരണകളിൽ സുപ്രധാനവും സുഖപ്രദവും ആണെന്നത് കാലം കടന്നുപോകുന്തോറും മഹത്വവൽക്കരിക്കുകയാണ്.

11. എന്റെ പ്രിയ മാതാവിനെ വിമാനത്തിൽ യാത്രചെയ്യിപ്പിച്ച സംഭവം

എന്റെ ചേച്ചിയായ ആത്മ മുംബൈയിൽ താമസിക്കുകയാ യിരുന്നു. അവരുടെ ആവശ്യത്തിനായി എനിക്കും അമ്മയ്ക്കും കൂടി ബോംബെയിലേക്കു പോകേണ്ടി വന്നു. അപ്പോൾ ഞാൻ ഇൻകം ടാക്സ് ഓഫീസിൽ ജോലി ചെയ്യുകയായിരുന്നു. ജീവിതകാലം മുഴുവനും കഷ്ടതകൾ മാത്രം ഏറ്റുവാങ്ങി ജീവിച്ച അമ്മയെ വിമാനത്തിൽ കൊണ്ടുപോകണമെന്നു ഞാൻ തീരുമാനിച്ചു. അങ്ങനെ ഞങ്ങൾ മുംബൈയിൽ നിന്നും പൂനയിലേക്കും അങ്ങോട്ടും ഇങ്ങോട്ടും ടിക്കറ്റ് എടുത്തു യാത്ര ചെയ്തു. അങ്ങനെ എന്റെ അമ്മയുടെ വിമാനയാത്ര എന്ന ചിരകാലാഭിലാഷം പൂവണിഞ്ഞു.

12. എന്റെ വല്യമ്മയുടെ കാശിയാത്രയും താജ്മഹൽ സന്ദർശനവും

ഞങ്ങളുടെ കുടുംബത്തിനെ ഇന്നത്തെ സംതൃപ്ത നിലയിൽ എത്തിച്ച പിച്ചു അമ്മാളിനെ എങ്ങനെയെല്ലാം സന്തോഷിപ്പിക്കാം എന്നത് ഞാൻ ഗവൺമെന്റ് ജോലിയിൽ കയറിയ ഓരോ ദിവസത്തേയും എന്റെ ചിന്തയായിരുന്നു. അങ്ങനെ എന്റെ പ്രിയ വല്യമ്മയെ കാശി, ഡൽഹി, താജ്മഹൽ (ആഗ്ര) എന്നീ സ്ഥലങ്ങളിലേക്ക് ട്രെയിനിൽ കൊണ്ടു പോയി. ആ യാത്ര ജീവിതത്തിൽ ഒരിക്കലും മറക്കാനാവാത്ത സംഭവമായി മാറി. ഞാനും വല്യമ്മയും താജ്മഹലിനു മുന്നിൽനിന്ന് എടുത്ത ഫോട്ടോ വളരെ വിലമതിക്കപ്പെട്ടതാണ്.

13. എന്റെ അഭിവന്ദ്യപിതാവിന്റെ സന്യാസജീവിതകാലം

എന്റെ പിതാവിന്റെ മരണശേഷമാണ് അദ്ദേഹത്തിന്റെ (വിവാഹ പൂർവ്വ കാലത്തെ) സന്യാസ ജീവിതത്തിലെ ഫോട്ടോ എന്റെ ചിറ്റപ്പന്റെ വീട്ടുകാർ തന്നത്. അച്ഛൻ ഹിമാലയത്തിൽ ശിവാനന്ദ സ്വാമികളുടെ കൂടെ സന്യാസജീവിതം നയിക്കുന്നതിനിടയിൽ അച്ഛന്റെ മാതാപിതാക്കളുടെ മരണം കാരണം, അദ്ദേഹത്തിന്റെ ഒരേ ഒരു അനുജത്തി ലോകത്തിൽ ഒറ്റപ്പെടുമെന്നു കണ്ട്, അതുകൊണ്ട് പൊടുന്നനെ ഗുരുവിന്റെ ആജ്ഞപ്രകാരം സന്യാസ ജീവിതം വെടിഞ്ഞ് ഗൃഹസ്ഥാശ്രമത്തിലേക്ക് വരേണ്ടി വന്നു.

14. ദീർഘദർശിയും ഊർജ്ജസ്വലനുമായ പിതാവ്

അച്ഛന്റെ എൺപത്തിയൊൻപതാം വയസ്സിലും അദ്ദേഹം വളരെ ഊർജ്ജസ്വലനായിരുന്നു. ഞങ്ങൾക്ക് ഉണ്ടായിരുന്ന അഞ്ചു സെന്റ് ഭൂമി യിൽ അച്ഛൻ വിളയിക്കാത്ത വിളകളില്ല. പയർ, പാവൽ, മത്തങ്ങ, കത്തിരി, വെണ്ട എന്നിവ എടുത്തു പറയാവുന്ന അക്കാലത്തെ കൃഷി ഇനങ്ങളാണ്. അവധിയുള്ള ദിവസങ്ങളിൽ എന്നെ വെറുതെ ഇരിക്കാൻ അദ്ദേഹം അനു വദിച്ചിരുന്നില്ല. മത്തന്റെ വള്ളികൾ മട്ടുപ്പാവിലേക്ക് പടർത്തി വിടുവാൻ സമയാസമയത്ത് ഞങ്ങൾക്ക് നിർദ്ദേശം തന്നിരുന്നു. അൽപ സമയവും പാഴാക്കി കളയുവാൻ അദ്ദേഹം അനുവദിച്ചിരുന്നില്ല. അച്ഛന് കാഴ്ച ഇല്ലെ ങ്കിലും ഓരോ വിളവുകൾ പാകമാകുമ്പോൾ ഞങ്ങളെ മുൻകൂട്ടി ഓർമ്മി പ്പിക്കും. എല്ലാ കാര്യങ്ങളിലും നിയതമായ കണക്കുകൂട്ടലുകളോടെ

ഞങ്ങളെ ഓരോരുത്തരെയും മുൻപോട്ട് നയിക്കുന്നതിൽ അച്ഛനുണ്ടായിരുന്ന കരുതൽ ഏവർക്കും മാതൃകയാക്കാൻ പര്യാപ്തമായിരുന്നു. ഓരോ ചെടിയും എപ്പോൾ പൂക്കുമെന്നും കായ്ക്കുമെന്നും വിളവെടുപ്പിന് പാകമാകുമെന്നും മനോമുകുരത്തിലൂടെ നിരീക്ഷിക്കുകയും തക്ക സമയത്ത് വേണ്ട നിർദ്ദേശങ്ങൾ നൽകുകയും ചെയ്യുന്ന ആ മഹാനുഭാവന്റെ കർമ്മനിരതമായ ചടുല ജീവിതചര്യ ന്യൂജൻ സമൂഹം തിരിച്ചറിയേണ്ടതും ജീവിതചര്യയായി സ്വാംശീകരിക്കേണ്ടതുമാണ്. എന്റെ ജീവിതത്തിലെ അച്ഛനെക്കുറിച്ചുള്ള ഓർമ്മകളിൽ ദീപ്തസ്മരണയായി നിലനിൽക്കുന്ന ഒരു അനുഭവം നിങ്ങൾക്കായി ഞാൻ ഇവിടെ പങ്കുവയ്ക്കുന്നു. ഒരു ദിവസം കണ്ണുകൾക്ക് രണ്ടിനും തീരെ കാഴ്ചയില്ലാത്ത അച്ഛൻ എന്നോട് പറഞ്ഞു "എടാ നീ മട്ടുപ്പാവിൽ പടർത്തി വിട്ടിരിക്കുന്ന നമ്മുടെ മത്തൻ എന്തായി എന്ന് നോക്കൂ". പെട്ടെന്ന് മട്ടുപ്പാവിൽ പോയി നോക്കിയപ്പോൾ ഞാൻ അത്ഭുതപ്പെട്ടുപോയി. ആ സമയത്ത് 5 മത്തങ്ങ വിളഞ്ഞ് പാകമായിരിക്കുന്നു. അക്ഷരാർത്ഥത്തിൽ ഒരു അത്ഭുതം തന്നെയായിരുന്നു ആ വേറിട്ട അനുഭവം.

15. കഠിനാദ്ധ്വാനത്തിന്റെ നന്മ

ഈ കാലയളവിൽ എന്റെ സഹധർമ്മിണി എം.ഡി. ഫിസിയോളജി പരീക്ഷ പാസായി. അതോടുകൂടി അസിസ്റ്റന്റ് പ്രൊഫസറായി ജോലി കയറ്റവും കിട്ടി. ഈ സമയം ഞാൻ റിസർവ് ബാങ്കിൽ ടെല്ലറായി ക്യാഷ് ഡിപ്പാർട്ട്മെന്റിൽ സേവനം അനുഷ്ഠിച്ചു വരികയായിരുന്നു. ആ സമയത്ത് തന്നെ റിസർവ് ബാങ്കിൽ സ്റ്റാഫ് ഓഫീസർ ഗ്രേഡ് എ (S.O. Gr.A) ടെസ്റ്റിന് അപേക്ഷ ക്ഷണിച്ചു. അപ്പോൾ ഇഷ്യൂ ഡിപ്പാർട്ട്മെന്റ് ഇൻ ചാർജ് ആയ ബാബുസേനൻ സാർ എന്നെ വിളിച്ചിട്ട് ടെസ്റ്റ് നിർബന്ധമായും എഴുതണമെന്ന് പറഞ്ഞ് പ്രോത്സാഹിപ്പിച്ചു. സാറിനോട് ഞാൻ പറഞ്ഞു, "ഇവിടെ ടെല്ലർ ആയിരിക്കുകയാണെങ്കിൽ ആജീവനാന്തം യാതൊരുവിധ സ്ഥലമാറ്റവുമില്ലാതെ തിരുവനന്തപുരത്തുതന്നെ സ്വസ്ഥമായി ഇരിക്കാമല്ലോ". എന്നാൽ സാറിന്റെ കർക്കശമായ നിർബന്ധം കൊണ്ടും എന്റെ അച്ഛന്റെ സ്നേഹസമ്പൂർണ്ണമായ ഉപദേശവും കാരണം ഞാൻ പരമാവധി നല്ല രീതിയിൽ ടെസ്റ്റിന് തയ്യാറാകുന്നതിനു വേണ്ടി പഠിക്കുവാൻ തുടങ്ങി. അങ്ങനെ ഞാനും എം.എസ്.ആർ.പിള്ള സാറും ടെസ്റ്റിന് വേണ്ടി കംബൈ

യ്ൻഡ് സ്റ്റഡിയായി വളരെ ഗൗരവത്തോടും ചിട്ടയോടും കൂടി പഠനം തുടങ്ങി. ഞങ്ങൾ ഇരുവരും ചേർന്ന് പ്രധാനപ്പെട്ട 20 ചോദ്യങ്ങൾ തിരഞ്ഞെടുത്ത്, അതിയായ ഏകാഗ്രതയോടുകൂടി നല്ലവണ്ണം പരീക്ഷയ്ക്ക് തയ്യാറായി. ദൈവാനുഗ്രഹം കൊണ്ട് ഞങ്ങൾ തിരഞ്ഞെടുത്തു പഠിച്ചതിൽ അഞ്ചു ചോദ്യങ്ങൾ പരീക്ഷയ്ക്ക് വരികയും, നല്ല രീതിയിൽ ടെസ്റ്റ് എഴുതുവാനും, അങ്ങനെ സ്റ്റാഫ് ഓഫീസർ ടെസ്റ്റിൽ ആദ്യചാൻസിൽ തന്നെ പാസാകുവാനും ഇടയായി. ഞങ്ങളെ ഓഫീസറായി ഉടനെതന്നെ പ്രമോട്ടു ചെയ്തു. തിരുവനന്തപുരത്ത് തന്നെ പോസ്റ്റിംഗും കിട്ടി.

റിസർവ് ബാങ്കിൽ ജനറൽ സൈഡിൽ എസ്.ഒ.ഗ്രേഡ് എ (Staff Officer- Grade A) യും ക്യാഷ് ഡിപ്പാർട്ട്മെന്റ് സൈഡിൽ അസിസ്റ്റന്റ് ട്രഷറർ (A.T) ഉം ഒരേ ലെവലാണ്. പ്രമോഷൻ ആയപ്പോൾ A. T. ആയി എന്നെ ക്യാഷ് ഡിപ്പാർട്ട്മെന്റിൽ തന്നെ നിയമിച്ചു. അസിസ്റ്റന്റ് ട്രഷററായി ഒരു ഹാൾ മുഴുവനും 5 മേശകൾ കൈകാര്യം ചെയ്യുന്ന ജോലി തന്നെ വളരെ ഗൗരവമുള്ള കാര്യമാണ്. എന്നാൽ പലപ്പോഴും ഒന്നിലധികം ക്യാഷ് ഹാളുകൾ കൈകാര്യം ചെയ്യേണ്ടതായി വന്നിട്ടുണ്ട്. മാത്രവുമല്ല, ഓഫീസർ ആകുന്നതിനു മുൻപ് റെയിൽവേ ഡ്യൂട്ടി ടെല്ലറായി ഒരുപാട് ദിവസങ്ങളിൽ സേവനം അനുഷ്ഠിച്ചിട്ടുണ്ട്. റിസർവ് ബാങ്കിൽ ക്യാഷ് വകുപ്പിൽ സേവനം അനുഷ്ഠിക്കുന്ന ഓരോ ദിവസവും ആവേശകരമാണെങ്കിലും അതോടൊപ്പം ധാരാളം വെല്ലുവിളികളും നേരിടേണ്ടി വരും.

റെയിൽവേ ഡ്യൂട്ടി ടെല്ലറുടെ ചുമതല വളരെ വിപുലമാണ്. കേരളത്തിന്റെ നാനാഭാഗത്തേക്കും അയക്കുന്ന ക്യാഷ് റെമിറ്റൻസ് ബോക്സ്, റെയിൽവേ കോച്ച് മുഖാന്തിരമോ റോഡ് മുഖാന്തിരം ട്രക്കിലോ അയക്കുന്ന പ്രോസസ് ചെയ്യേണ്ട ഉദ്യോഗസ്ഥനാണ് റെയിൽവേ ടെല്ലർ. അക്കാലത്ത് എല്ലാ ദിവസവും എനിക്ക് തമ്പാനൂർ റെയിൽവേ സ്റ്റേഷൻ, വേളി റെയിൽവേ സ്റ്റേഷൻ എന്നിവിടങ്ങളിലേക്ക് ലോറിയുമായി പോയി അവിടുത്തെ കാര്യങ്ങൾ ഏകോപിപ്പിക്കേണ്ട ചുമതല ചെയ്യേണ്ടതുണ്ടായിരുന്നു.

16. എളിമയുള്ള - കുലീനതയുള്ള - സ്വഭാവമഹിമയുള്ള ജീവിതപങ്കാളി

ഞാൻ റിസർവ് ബാങ്കിൽ ജോലിയിൽ പ്രവേശിച്ചതിനുശേഷമാണ്

ഒരു എളിമയുള്ള, കുലീനതയുള്ള, സ്വഭാവമഹിമയുള്ള നിസ്വാർത്ഥയായ, നന്മയുള്ള ജീവിത പങ്കാളിയെ കണ്ടെത്തുന്നതിനുള്ള ആഗ്രഹം എന്നിൽ അങ്കുരിച്ചത്. എന്റെ വ്യക്തി ജീവിതത്തിലുപരി എന്നെ ഞാനാക്കിയ എന്റെ ദൈവതുല്യരായ മാതാപിതാക്കളെ സ്വന്തം മാതാപിതാക്കളായി സ്വമനസ്സാലെ ഉൾക്കൊള്ളുവാൻ വേണ്ട മനോവിശാലതയുള്ള ഒരു സ്ത്രീ രത്നത്തെ കണ്ടെത്തുക വളരെ ശ്രമകരമായ ഉത്തരവാദിത്വമാണെന്ന് എനിക്ക് അറിവുണ്ടായിരുന്നു. അങ്ങനെ ഒരാളെ ഒത്തു കിട്ടുക അത്ര എളുപ്പമല്ല. എങ്കിലും എന്റെ കുടുംബം എല്ലാ അർത്ഥത്തിലും ഒരു മാതൃകാ കുടുംബമായിരിക്കണമെന്ന് എനിക്ക് നിർബന്ധമുണ്ടായിരുന്നു. കൂടുമ്പോൾ ഇമ്പമുള്ള കുടുംബാംഗങ്ങൾ നന്മയുടെ പ്രതീകങ്ങളാകേണ്ടത് ഏതൊരു സമൂഹത്തിന്റെയും വളർച്ചയ്ക്കും വികാസത്തിനും അത്യന്താപേക്ഷിതമാണ്. ഇപ്രകാരമുള്ള കുടുംബാംഗങ്ങൾ അവരവരുടെ വ്യക്തിപരമായ പ്രശ്നങ്ങൾക്ക് അമിതപ്രാധാന്യം നല്കാതെ മറ്റു കുടുംബാംഗങ്ങളുടെ പൊതുനന്മയും താത്പര്യവും നിലനിർത്തി സമാധാനത്തോടും സന്തോഷത്തോടും ഐശ്വര്യത്തോടും ജീവിക്കേണ്ടവരാണ്. അതുകൊണ്ട് വ്യക്തി എന്ന നിലയിൽ ഓരോരുത്തർക്കുമുള്ള തിന്മകളെ ബോധപൂർവ്വം മാറ്റി നിർത്തി നന്മകളെ മാത്രം കണ്ടറിഞ്ഞ് പെരുമാറുവാൻ സ്വമേധയാ സന്നദ്ധരാകുന്നതാണ്. അതിലൂടെ പരസ്പര വിശ്വാസത്തോടുകൂടിയ മാനസികാവസ്ഥയും ഹൃദയതാളമായി ഉൾക്കൊള്ളുന്ന പവിത്രമായ സ്നേഹബന്ധവും പരസ്പരാശയവിനിമയത്തോടൊപ്പം പരസ്പരം അംഗീകരിക്കുവാനും ബഹുമാനിക്കുവാനുമുള്ള സുദൃഢകൂട്ടായ്മയിലധിഷ്ഠിതമായ ജീവിതക്രമവും അനിവാര്യമാണ്.

മേൽപ്രസ്താവിച്ച രീതിയിൽ എന്റെ ഭാവി കുടുംബത്തെക്കുറിച്ചുള്ള ചിന്തകൾ അലട്ടിക്കൊണ്ടിരിക്കുന്ന സമയത്ത് ഞാൻ ശങ്കർ നഗറിൽ എന്റെ വീട് പണിതുകൊണ്ടിരിക്കുകയാണ്. അപ്പോഴാണ് ഞാൻ വീട് വയ്ക്കുന്നതിനടുത്ത് ശങ്കർ നഗറിൽ സ്ഥിരതാമസക്കാരനും എന്റെ സുഹൃത്തുമായ എറണാകുളത്തെ ഇൻകം ടാക്സ് ഓഫീസുമായി കൂടുതൽ അടുപ്പമുള്ള ഏജീസ് ഓഫീസിലെ ഓഡിറ്റ് വിഭാഗത്തിലെ ഉദ്യോഗസ്ഥനുമായ ശ്രീ പത്മനാഭ അയ്യരുടെ സഹോദരിയായ സരസ്വതി മെഡിസിന് തിരുവനന്തപുരം മെഡിക്കൽ കോളേജിൽ പഠിക്കുന്നുവെന്ന് അറിഞ്ഞത്.

എറണാകുളത്ത് ഇൻകം ടാക്സ് ഓഫീസിൽ ഞാൻ ജോലി ചെയ്യുന്ന സമയത്ത് ശ്രീ പത്മനാഭ അയ്യർ തിരുവനന്തപുരം ഏജീസ് ഓഫീസിലെ ഉദ്യോഗസ്ഥനായിരുന്നു. അദ്ദേഹവുമായി നിരവധി തവണ നേരിട്ട് ഇടപഴകുവാൻ സുവർണ്ണാവസരം എനിക്ക് ലഭിച്ചിട്ടുണ്ട്. ഒരിക്കൽ അദ്ദേഹവും ഞാനും കൂടി ശങ്കർ നഗറിലേക്ക് പോകുന്ന വഴി അയ്യർ ഇപ്രകാരം പറഞ്ഞു. "ഗണേശാ നിങ്ങളുടെ വീട്ടിൽ പോകുന്ന വഴിക്ക് എന്റെ വീട്ടിലും കയറിയിട്ട് പോകുക". അദ്ദേഹം അന്ന് ദൈവനിശ്ചയംപോലെ പറഞ്ഞ ആ വാക്കുകൾ ഇപ്പോൾ ഈ എഴുപത്തിരണ്ടാം വയസ്സിലും, ജീവിതാന്ത്യം വരേയും മാറ്റമില്ലാതെ നിൽക്കുന്നു. അദ്ദേഹത്തിന്റെ ദിവ്യ ഭവനത്തിൽ കയറിയിട്ടു മാത്രമേ ഇപ്പോഴും എനിക്ക് എന്റെ വീട്ടിലേക്ക് പോകുവാൻ പറ്റുകയുള്ളൂ. കാരണം അദ്ദേഹത്തിന്റെ വാത്സല്യനിധിയായ സഹോദരി ഡോ.സരസ്വതി പില്ക്കാലത്ത് എന്റെ സഹധർമ്മിണിയായത് ദൈവഹിതം ഒന്നുകൊണ്ട് മാത്രമാണ്.

തികച്ചും മാന്യനും വിശ്വസ്തനും സ്നേഹനിധിയും ആയ പത്മനാഭ അയ്യരുടെ സഹോദരിയും തിരുവനന്തപുരം മെഡിക്കൽ കോളേജിലെ മെഡിക്കൽ വിദ്യാർത്ഥിനിയുമായ മിസ്. സരസ്വതിയെ അവരുടെ ഭവനത്തിൽ നേരിട്ട് ഒറ്റയ്ക്ക് പോയി കണ്ട് വിശദാംശങ്ങൾ അന്വേഷിക്കുവാൻ ഞാൻ തീരുമാനിച്ചു. അപ്രകാരമുള്ള തീരുമാനമനുസരിച്ച് ഞാൻ ഒറ്റയ്ക്ക് അവരുടെ വീട്ടിൽ ചെന്ന് അവരുടെ പിതാവുമായി സംസാരിച്ചുകൊണ്ടിരിക്കുമ്പോൾ ഒരു മിന്നൽപിണർപോലെ ഞങ്ങൾ ഇരുവരുടെയും വശത്തുകൂടി നിയുക്ത സഹധർമ്മിണി ഓടി മറഞ്ഞു. ആ അസുലഭ സന്ദർഭത്തിൽ സത്യം പറഞ്ഞാൽ ആ മാന്യമഹിതയെ എനിക്ക് ശരിക്ക് കാണാൻ സാധിച്ചതേയില്ല! ഒരു ചെറിയ രൂപം. എന്നാൽ വളരെ ആകർഷണീയമായ രൂപം. കാതിലും കഴുത്തിലും വലിയ ആഭരണങ്ങൾ ഒന്നും ഇല്ല. കാതിൽ ഒരു ചെറിയ കമ്മൽ, കഴുത്തിൽ ഒരു കറുത്ത മുത്തുമാല ഇത്രമാത്രമായിരുന്നു ദൈവം എനിക്കായി കരുതിവച്ച സമാനതകളില്ലാത്ത സ്ത്രീരത്നം അണിഞ്ഞിരുന്നത്. എന്നാൽ ഞങ്ങളുടെ വിവാഹം കഴിഞ്ഞ് വർഷങ്ങൾ ഏറെ കടന്നുപോയതിനുശേഷം ഒരു സുദിനത്തിൽ എന്റെ സഹധർമ്മിണി എന്നോട് ഇപ്രകാരം പറഞ്ഞു. "എന്റെ അച്ഛനോടൊപ്പം സംസാരിച്ചിരുന്ന ആ ഹിപ്പി പയ്യനെ പെരുത്തു ഇഷ്ടമായെന്ന്."

എന്റെ മഹാഭാഗ്യം! ദൈവം എനിക്കായി ഭൂവനത്തിൽ സൃഷ്ടിച്ച അത്യ പൂർവ്വ സൗഭാഗ്യവതി, സ്ത്രീയെന്ന സത്സൃഷ്ടി. അതുകൊണ്ട് എന്റെ ജീവിതപങ്കാളിയെത്തേടി പലയിടങ്ങളിൽ അലഞ്ഞു തിരിഞ്ഞ് വിലപ്പെട്ട സമയം നശിപ്പിക്കേണ്ടി വന്നില്ല. ഭൂമുഖത്തെ എല്ലാ സൗഭാഗ്യങ്ങൾക്കും ജന്മാനുഭവങ്ങൾക്കും നിദാനം നമ്മുടെ ഓരോരുത്തരുടേയും സത്കർമ്മാ ധിഷ്ഠിതമായ ജീവിതചര്യകളാണെന്നുകൂടി ഈ സന്ദർഭത്തിൽ ഓർമ്മിപ്പി ക്കുകയാണ്. മാത്രവുമല്ല, നമ്മൾ പൂർണ്ണമനസ്സോടും പൂർണ്ണഹൃദയത്തോ ടും, പൂർണ്ണ ആത്മാവോടും പൂർണ്ണശാന്തിയോടുംകൂടി നമ്മുടെ ദൈനം ദിന ജീവിതത്തെ ദൈവസന്നിധിയിൽ പൂർണ്ണമായി സമർപ്പിക്കുകയാണെ ങ്കിൽ ജീവിതലക്ഷ്യസാക്ഷാത്ക്കാരം നിഷ്പ്രയാസം ആർജ്ജിക്കുവാൻ നമ്മെ പ്രാപ്തമാക്കുമെന്ന യാഥാർത്ഥ്യം കൂടി ഈ സന്ദർഭത്തിൽ പരാ മർശിക്കുകയാണ്. എനിക്ക് ദൈവം തന്ന ഏറ്റവും വിലപ്പെട്ട സമ്മാനമാണ് എന്റെ ജീവിതപങ്കാളി .

17. എളമക്കര പോലീസ് സ്റ്റേഷൻ മാനവികതയുടെ നേർക്കാഴ്ച

ഞാനും കുടുംബാംഗങ്ങളും എളമക്കര പോലീസ് സ്റ്റേഷനു സമീപം വീട് വച്ച് താമസിക്കുകയായിരുന്നു. അക്കാലത്ത് എന്റെ സ്കൂട്ട റിൽ എളമക്കരയിൽ അങ്ങോട്ടുമിങ്ങോട്ടും ഓരോ ആവശ്യങ്ങൾക്കായി യാത്ര ചെയ്യുക പതിവായിരുന്നു. ഒരു ദിവസം രാത്രി 10 മണിക്ക് ഞാൻ സ്കൂട്ടറിൽ എളമക്കര പോലീസ് സ്റ്റേഷനു സമീപത്തുകൂടി കടന്നുപോയ പ്പോൾ സ്റ്റേഷൻ ഡ്യൂട്ടിയിലുള്ള പാറാവുകാരനായ പോലീസുദ്യോഗ സ്ഥൻ കൊതുകുകടി സഹിക്ക വയ്യാതെ നിരന്തരം ചൊറിഞ്ഞു കൊണ്ടിരി ക്കുകയായിരുന്നു. ആ കാഴ്ച എനിക്ക് വളരെ വേദന ഉളവാക്കുന്നതായി രുന്നു. ഒരു പാവം പോലീസുദ്യോഗസ്ഥന്റെ രാത്രി ഡ്യൂട്ടിസമയത്തെ ഇത്ര മാത്രം ശോചനീയമായ അവസ്ഥയ്ക്ക് എന്തെങ്കിലും പരിഹാരം കണ്ടെ ത്തുവാൻ കഴിയുമോയെന്ന് ഞാൻ ആലോചിച്ചു. അപ്പോഴാണ് എന്റെ മക ളുടെ വിവാഹവുമായി ബന്ധപ്പെട്ട് അതിഥികളുടെ മുറികളിൽ വയ്ക്കാൻ വാങ്ങിയ ധാരാളം കൊതുകുതിരികൾ ബാക്കിയുണ്ടെന്ന് കണ്ടിട്ട് അവ യിൽ 100 കൊതുകുതിരി പാക്കറ്റുകൾ പിറ്റേദിവസം തന്നെ രാവിലെ 10 മണിക്ക് അന്നത്തെ സ്റ്റേഷൻ എസ്.ഐ ആയ പ്രദീപ് സാറിനെ നേരിട്ട്

കണ്ട് കൊടുക്കുകയും ചെയ്തു. ഉടൻതന്നെ അദ്ദേഹം പോലീസ് സ്റ്റേഷനിലെ മറ്റു പോലീസ് ഉദ്യോഗസ്ഥരെ വിളിച്ച് വരുത്തി എന്നെ പരിചയപ്പെടുത്തുന്നതിനോടൊപ്പം ഇപ്രകാരം പറഞ്ഞു. "നമ്മുടെ ജനം വിചാരിയ്ക്കുന്നത് പോലീസിനെ കൊതുകല്ലേ കുത്തിയുള്ളു, അവരെ ആന കുത്തട്ടെ എന്ന് പറയും". ഈ സമയത്ത് എല്ലാ പോലീസുകാരും എന്നോട് വളരെ ബഹുമാനത്തോടും സ്നേഹത്തോടും കൂടി നന്ദി വാക്കുകൾ പറയുന്നതിനോടൊപ്പം സന്തോഷം പ്രകടിപ്പിക്കുകയും ചെയ്തു. അപ്രകാരം എളമക്കര പോലീസ് സ്റ്റേഷൻ ജീവിതത്തിൽ ഒരിക്കലും മറക്കാൻ കഴിയാത്ത സംഭവമായി മാറി.

ഒരു നീണ്ട ഇടവേളയ്ക്കു ശേഷം എനിക്ക് പിഎച്ച്.ഡി. അവാർഡ് ലഭിച്ചപ്പോൾ എളമക്കരയിലെ സബ് ഇൻസ്പെക്ടർ ഓഫ് പോലീസ്, വാട്ടർ അതോറിറ്റിയുടെ അസി. എൻജിനീയർ, ഹെൽത്ത് ഇൻസ്പെക്ടർ, കേരള സ്റ്റേറ്റ് ഇലക്ട്രിസിറ്റ് ബോർഡിലെ അസി.എൻജിനീയർ, പോസ്റ്റ് ഓഫീസ് ചീഫ്, സ്റ്റേറ്റ് ബാങ്ക് ഓഫ് ഇന്ത്യയുടെ ബ്രാഞ്ച് മാനേജർ, എളമക്കരയിലെ 15 ശുചീകരണതൊഴിലാളികൾ തുടങ്ങിയവരെ പൊന്നാട അണിയിച്ച് ആദരിയ്ക്കുകയും അവരുടെ നിസീമവും നിസ്വാർത്ഥവുമായ സേവനമികവുകളെ അഭിനന്ദിക്കുകയും ചെയ്യുവാനുള്ള അവസരം ലഭിച്ചതിൽ അതിയായ സന്തോഷവും ചാരിതാർത്ഥ്യവുമുണ്ട് എന്നത് വർണ്ണനാതീതമാണ്. ഇത്തരത്തിലുള്ള മധുരാനുഭവങ്ങൾ ജീവിതത്തിന്റെ മുതൽക്കൂട്ടായി കണക്കാക്കാവുന്നതാണ്.

18. ഒരു പിതാവിന്റെ ധാർമ്മിക ഉത്തരവാദിത്വം

എന്റെ മകൻ ഹരികുമാർ ഗണേശൻ പഠനകാര്യങ്ങളിൽ സ്ഥിരോത്സാഹിയും കഠിനാദ്ധ്വാനശീലനും താത്പര്യമുള്ളവനുമായിരുന്നു. ഹരി എറണാകുളം രാജഗിരി സ്കൂളിൽ 10-ാം തരത്തിൽ പഠിക്കുന്ന കാലത്തുണ്ടായ ഏതാനും സംഭവങ്ങൾ വിശദീകരിക്കുവാൻ ഞാൻ ആഗ്രഹിക്കുന്നു. അക്കാലത്ത് മകൻ അവന്റെ ക്ലാസ്സിലും സ്കൂളിലും എല്ലാ കാര്യങ്ങളിലും ഒന്നാമനായിരുന്നു. അവൻ പഠിക്കുന്നതിനായി എല്ലാ ദിവസവും രാവിലെ ഉണർന്ന് എഴുന്നേറ്റിരിക്കുമ്പോൾ ഞാനും അവന്റെ കൂടെ ഉണർന്ന് ഇരിക്കും. എന്റെ സാന്നിദ്ധ്യത്തിലാണ് അവന് കൂടുതൽ ശ്രദ്ധ കിട്ടുന്നതെന്ന് എനിക്കറിയാമായിരുന്നു. അതുകൊണ്ട് ഒരു പിതാ

വിന്റെ ധാർമ്മിക ഉത്തരവാദിത്വം ഒരു കുറവും വരാതെ ഞാൻ കാത്തു സൂക്ഷിച്ചിരുന്നു.

19. കുഞ്ഞു മനസ്സിന്റെ തേങ്ങൽ - ഒരു സാന്ത്വനം.

അക്കാലത്ത് എന്റെ മകന്റെ ആവശ്യപ്രകാരം ഒരു പുതിയ സൈക്കിൾ ഞാൻ വാങ്ങിക്കൊടുത്തു. അവൻ ആ സൈക്കിൾ നിത്യേന സ്കൂളിൽ പോകുന്നതിനാണ് കൂടുതൽ ഉപയോഗിച്ചിരുന്നത്. ഏതാനും നാളുകൾക്കകം സൈക്കിളും മോനും തമ്മിലുള്ള ബന്ധം കൂടുതൽ കൂടുതൽ സുദൃഢമായി. എല്ലാ ദിവസവും വീട്ടിൽ നിന്നും സ്കൂളിലേക്ക് പോകുമ്പോൾ ഇടപ്പള്ളിയിലുള്ള ഒരു വീട്ടിൽ ഒരു തൂണിൽ സൈക്കിൾ ചങ്ങലയിട്ടു പൂട്ടി ഭദ്രമായി സൂക്ഷിച്ചുവച്ചതിനുശേഷം താക്കോലുമായി അവിടെ നിന്ന് ലൈൻ ബസ്സിൽ കളമശ്ശേരിയിലുള്ള സ്കൂളിലേക്ക് അവൻ പോകുമായിരുന്നു. വൈകിട്ട് സ്കൂൾവിട്ട് തിരിച്ച് വന്ന് ആ സൈക്കിളിൽ തിരികെ വീട്ടിൽ എത്തുക പതിവായിരുന്നു. എന്നാൽ ഒരു ദിവസം സ്കൂൾ സമയം കഴിഞ്ഞ് ഇടപ്പള്ളിയിലെത്തിയപ്പോൾ ചങ്ങലയിൽ പൂട്ടി വളരെ ശ്രദ്ധയോടും കരുതലോടും സൂക്ഷിച്ചിരുന്ന സൈക്കിളിന്റെ ചങ്ങല പൊട്ടിച്ച് ഏതോ ഒരു കള്ളൻ സൈക്കിൾ എന്നന്നേക്കുമായി മോഷ്ടിച്ചു കൊണ്ടു പോയിരിക്കുന്നു. അന്ന് അവനുണ്ടായ സങ്കടം വാക്കുകളാൽ വിവരിക്കുവാൻ സാധിക്കുകയില്ല. എങ്കിലും എന്റെ സ്നേഹസമ്പന്നമായ വാക്കുകളിലൂടെ പിതൃ-പുത്ര ബന്ധത്തിന്റെ ഹൃദയംഗമമായ മാസ്മരിക തലോടലുകളും സമാധാന വാക്കുകളും കുഞ്ഞിനെ ഒരുവിധം സാന്ത്വനപ്പെടുത്തുവാൻ എനിക്ക് സാധിച്ചുവെന്നതിൽ ഞാൻ അഭിമാനം കൊള്ളുന്നു.

20. എസ്.എസ്.എൽ.സി. പരീക്ഷാമികവിന്റെ തിളക്കം - 12-ാം റാങ്ക്

തുടർന്ന് ഏതാനും ദിവസങ്ങൾ കഴിഞ്ഞപ്പോൾ ഹരിയുടെ എസ്.എസ്.എൽ.സി. പരീക്ഷ ആരംഭിച്ചു. അവൻ വളരെ ഗൗരവത്തോടും അതിലേറെ കരുതലോടും അച്ചടക്കത്തോടും കഠിനാധ്വാനത്തോടും താത്പര്യത്തോടും സമയബന്ധിതമായി ജീവിത വിജയത്തിനുവേണ്ടി നിരന്തരം അവിശ്രമപരിശ്രമത്തിലൂടെ പഠിക്കുമായിരുന്നു. ചെറിയ തരത്തിലുള്ള വീഴ്ചകൾ പോലും പഠന സമയത്ത് ഉണ്ടാകാൻ പാടില്ലായെന്നും

അങ്ങനെ വന്നാൽ സ്വയം സഹിക്കാൻ കഴിയാത്തതുമായ ഒരു പ്രത്യേക പ്രകൃതമായിരുന്നു എന്റെ കുട്ടിക്ക്. എന്നാൽ ഞാൻ എപ്പോഴും അവന്റെ നിഴലായി നിന്നുകൊണ്ട് നിരന്തരം അവന്റെ കഴിവുകളെ പ്രകീർത്തിക്കു കയും ആത്മസംയമനത്തോടും ആത്മവിശ്വാസത്തോടും കൂടി "മോൻ ചെയ്യേണ്ടത് ചെയ്യുക; ബാക്കി ഫലം തനിയെ വരും" എന്ന് പറഞ്ഞ് സമാ ശ്വസിപ്പിക്കുകയും ചെയ്യുമായിരുന്നു.

21. പൊതു പരീക്ഷാ നാളുകളിലെ പുനഃചിന്തനത്തിന്റെ അനി വാര്യത

പരീക്ഷാകാലത്ത് എല്ലാ ദിവസവും ഹരിയുടെ സ്കൂളിൽ പോയി അവനെ കാറിൽ വീട്ടിലേക്ക് കൂട്ടിക്കൊണ്ടുവരുമായിരുന്നു. കാരണം ഒരു കാരണവശാലും അവന്റെ പഠനത്തിനുള്ള സമയം നഷ്ടമാകരുത് എന്ന എന്നിലെ തിരിച്ചറിവാണ് ഇപ്രകാരം ചെയ്യിപ്പിച്ചത്. എല്ലാ രക്ഷകർത്താ ക്കളും തങ്ങളുടെ മക്കളുടെ പഠനകാര്യങ്ങളിൽ കുട്ടിക്കാലം മുതൽ തന്നെ അതിയായ ഗൗരവവും കരുതലും താങ്ങും നൽകേണ്ടതാണ്. മോൻ ഓരോ ദിവസവും പരീക്ഷ കഴിഞ്ഞു വരുമ്പോൾ നടന്ന പരീക്ഷയെക്കു റിച്ച് സാമാന്യമായി ഒരു പുനഃചിന്തനം മാത്രം. എന്തെങ്കിലും വീഴ്ചകൾ സംഭവിച്ചിട്ടുണ്ടെങ്കിൽ അടുത്ത പരീക്ഷകൾക്ക് അത്തരം പോരായ്മകൾ ഉണ്ടാകാതിരിക്കാൻ വേണ്ട മാർനിർദ്ദേശങ്ങൾ സൗഹൃദ ഭാഷയിൽ ഉപദേ ശരൂപേണ കുഞ്ഞിനെ ബോധ്യപ്പെടുത്തുമായിരുന്നു. എങ്കിലും ഇംഗ്ലീഷ് പരീക്ഷ കഴിഞ്ഞപ്പോൾ അവന് ഒരു ചോദ്യം സംശയമുളവാക്കുകയും ആ ചോദ്യത്തിന് ഉത്തരം എഴുതിയോ എന്ന് സംശയമുന്നയിക്കുകയും അവന് വളരെയധികം മനസ്സ് വേദനിക്കുന്നുവെന്ന് എനിക്ക് ബോധ്യപ്പെടു കയും ചെയ്തു. അതിനാൽ അവൻ വല്ലാതെ വിഷമിക്കുന്നുവെന്നും എനിക്ക് തിരിച്ചറിയുവാൻ സാധിച്ചു.

22. മറൈൻ ഡ്രൈവ് - പ്രകൃതിതൻ സാന്ത്വന കാഴ്ചകൾ

മകന് പരീക്ഷാ വിഷമം തോന്നിയപ്പോൾ തന്നെ ഞാൻ അവനോട് ഇപ്രകാരം പറഞ്ഞു. "മോനെ, കഴിഞ്ഞ പരീക്ഷയെപ്പറ്റി ആലോചിക്കേണ്ട കാര്യമില്ല. കാരണം അത് cancelled chequeആണ്. അതിനാൽ ഇനി യുള്ള പരീക്ഷകൾ നന്നായി പഠിച്ച് ആത്മവിശ്വാസത്തോടുകൂടി കൂടുതൽ നന്നായി എഴുതാം. അതുകൊണ്ട് ഇന്ന് ഇപ്പോൾ മോന് ഉണ്ടായ വിഷമം

ലഘൂകരിക്കാനായി നമുക്ക് ഇപ്പോൾ തന്നെ മറൈൻ ഡ്രൈവിൽ പോകാം. ഇപ്പോൾ മോൻ ഒന്നും പഠിക്കേണ്ട." എന്റെ ഇപ്രകാരമുള്ള വാക്കുകൾ കേട്ടപ്പോൾ അവന് അതിയായ സന്തോഷം തോന്നി. ഉടനെ തന്നെ ഞാനും മോനും കൂടി എന്റെ സ്കൂട്ടറിൽ മറൈൻ ഡ്രൈവിൽ പോയി. ഞങ്ങൾ അവിടെയെത്തിയതിനുശേഷം ഇരുവരും ആകാശം നോക്കി മലർന്നു കിടന്നു. കുറച്ചുനേരം പ്രകൃതി ഭംഗി ആസ്വദിച്ചു. മറ്റു വിഷമങ്ങളെല്ലാം മറന്ന് പ്രകൃതിയുടെ മനോഹാരിത ഉൾക്കൊണ്ട് പ്രകൃതിയെ സ്നേഹിച്ചുകൊണ്ട് ഉണ്ടായിരുന്ന എല്ലാ ടെൻഷനും ഒഴിവാക്കുവാൻ സാധിച്ചുവെന്നത് വളരെ അനുഗ്രഹമായിയെന്നത് ദൈവകടാക്ഷമായിരുന്നു. മാത്രവുമല്ല കുഞ്ഞിന്റെ മനോവിഷമം തക്കസമയത്ത് അപ്രകാരം ലഘൂകരിച്ചതിനാൽ വീട്ടിലെത്തിയ അടുത്ത നിമിഷം മുതൽ പുത്തൻ ഉണർവ്വോടുകൂടി തുടർന്നുള്ള എല്ലാ പരീക്ഷകളും സമചിത്തതയോടും ആത്മവിശ്വാസത്തോടും കൂടി പരമാവധി മികവുറ്റ രീതിയിൽ എഴുതുകയും കേരള സംസ്ഥാനത്തിലെ ആ വർഷത്തെ പരീക്ഷയിൽ 12-ാം റാങ്കോടുകൂടി വിജയശ്രീലാളിതനായി സ്കൂൾ ഗോൾഡ് മെഡൽ കരസ്ഥമാക്കുകയും ചെയ്തുവെന്നത് നിരന്തരമുള്ള കഠിനാദ്ധ്വാനത്തിന്റെയും നിശ്ചയദാർഢ്യത്തിന്റെയും ആത്മവിശ്വാസത്തിന്റെയും ഇച്ഛാശക്തിയുടെയും കളങ്കമില്ലാത്ത പ്രവർത്തനശൈലിയുടേയും ഗുരുത്വത്തിന്റേയും ദൈവാനുഗ്രഹത്തിന്റെയും ജീവിതവിജയത്തിന്റെയും നേർകാഴ്ചയാണെന്ന് ഞാൻ വിശ്വസിക്കുന്നു.

23. അനുമോദനങ്ങൾ- അഭിനന്ദനങ്ങൾ- ആശിർവാദങ്ങൾ

ഹരിയുടെ എസ്.എസ്.എൽ.സി.യുടെ അഭിമാന വിജയത്തെ തുടർന്ന് നിരവധി സ്ഥാപനങ്ങളിൽ നിന്നും അനുമോദനങ്ങളും അഭിനന്ദനങ്ങളും ആശിർവാദങ്ങളും ലഭിക്കുകയുണ്ടായി. കേരള സ്റ്റേറ്റ് സ്കൂൾ ടീച്ചേഴ്സ് അസോസിയേഷൻ, കേരള ബ്രാഹ്മണസഭ, റിസർവ് ബാങ്ക് റീക്രിയേഷൻ ക്ലബ്ബ്, രാജഗിരി സ്കൂൾ എന്നിവിടങ്ങളിൽനിന്നും സമ്മാനങ്ങളും മെമന്റോകളും ലഭിക്കുകയുണ്ടായി. ഞങ്ങളുടെ ജീവിതത്തിലെ എക്കാലവും സ്മരിക്കുന്ന നിത്യഹരിത ശോഭയായി ഇത്തരം അനുഭവങ്ങളെ പരാമർശിച്ചുകൊള്ളട്ടെ.

24. സന്തോഷത്തിമിർപ്പിലും നെടുവീർപ്പിന്റെ വേലിയേറ്റം

മകന്റെ വിജയാഹ്ളാദങ്ങൾ ആഘോഷിക്കുന്ന വേളയിലാണ് എന്നെ മുംബൈയിലേക്ക് റിസർവ് ബാങ്ക് സ്ഥലം മാറ്റിയത്. എന്റെ ട്രാൻസ്ഫർ മദിരാശിയിലേക്ക് മാറ്റി വാങ്ങിക്കാമെന്ന വ്യാമോഹത്തിൽ കുടുംബം മദിരാശിയിൽ താൽകാലികമായി താമസിച്ചു. എന്നാൽ ഞങ്ങളുടെ ആഗ്രഹം സഫലമായില്ല. ചുരുക്കത്തിൽ, ഞങ്ങളുടെ കുടുംബജീവിതത്തിലെ ഏറ്റവും നരകയാതന അനുഭവിച്ച ദിനരാത്രങ്ങൾ. ഞാൻ മാത്രമല്ല, എന്റെ ഭാര്യയും മക്കളും വളരെയധികം മാനസിക പിരിമുറുക്കവും പ്രായോഗിക ബുദ്ധിമുട്ടുകളും കൊണ്ട് അക്ഷരാർത്ഥത്തിൽ എല്ലാവരും വിഷമിച്ചുവെന്നതാണ് യാഥാർത്ഥ്യം. ഞങ്ങളെല്ലാവരും നിരന്തരമായ പ്രാർത്ഥനകൾ നടത്തിയിട്ടും ദൈവം സ്വീകരിച്ചില്ല. ഞങ്ങൾ നിർബന്ധമായും മുംബൈയിലേക്ക് തന്നെ പോകേണ്ടി വന്നു. അതും ദൈവഹിതമായി കരുതി ഞങ്ങൾ കുടുംബത്തോടെ മുംബൈയ്ക്ക് മാറി.

25. രാജഗിരി സ്കൂൾ ഡേ – മകന്റെ ജീവിതവഴിത്തിരിവ്

1996-ൽ ഞങ്ങൾ കുടുംബസമേതം മകന്റെ രാജഗിരി സ്കൂളിൽ സ്കൂൾ ഡേ പ്രമാണിച്ച് പോയിരുന്നു. ഞങ്ങൾ ഇരുന്നിരുന്ന അസംബ്ലി ഹാളിൽ വലിയ ഒരു ബോർഡിൽ ഹരികുമാർ എന്ന വിദ്യാർത്ഥിയ്ക്ക് 12-ാം റാങ്ക് കിട്ടിയതായി രേഖപ്പെടുത്തിയിരുന്നു. അപ്പോൾ ഞാൻ മകനെ അതു കാണിച്ചുകൊടുത്തിട്ട്, അടുത്തവർഷം നിന്റെ പേര് അവിടെ വരണമെന്ന് പറഞ്ഞു. അന്നു മുതൽ അവൻ നിരന്തരമായി ശ്രമിക്കുകയും തുടർന്നുള്ള വർഷം അവൻ (ഹരികുമാർ ഗണേശൻ) ആ ബോർഡിൽ 12-ാം റാങ്കുകാരനായി ഇടം പിടിക്കുകയും ചെയ്തുവെന്നത് അത്യഭിമാനത്തോടു കൂടി സ്മരിക്കുന്നു.

26. പ്രകൃതി സ്നേഹിയും രാജ്യസ്നേഹിയുമായ വരപ്രസാദം

എന്റെ പ്രിയപ്പെട്ട അച്ഛൻ പ്രകൃതി സ്നേഹിയും രാജ്യസ്നേഹിയുമായിരുന്നു. എല്ലാ ദിവസവും രാവിലെ 5 മണിക്ക് തന്നെ എഴുന്നേറ്റ് തണുത്ത വെള്ളത്തിൽ മാത്രം കുളിക്കുന്ന ശീലം അദ്ദേഹത്തിന്റെ 89-ാം വയസ്സിലും ഉണ്ടായിരുന്നു. ആ സമയത്ത് ഇരു കണ്ണുകൾക്കും കാഴ്ച പൂർണ്ണമായി നഷ്ടപ്പെട്ടിരുന്നുവെന്നതും വളരെ ശ്രദ്ധേയമായ വസ്തുത

യാണ്. പക്ഷേ ആ അവസ്ഥയിലും അദ്ദേഹം വളരെയധികം സന്തോഷചിത്തനായിട്ടാണ് ഞങ്ങൾക്ക് കാണാൻ കഴിഞ്ഞത്. ആ സമയത്ത് എല്ലായ്പ്പോഴും 'രാമ രാമ മന്ത്രം' ഉരുവിട്ടുകൊണ്ട് ദിവസം മുഴുവനും അതീവ സന്തോഷത്തോടെ കഴിയുമായിരുന്നു. അതിനോടൊപ്പം അച്ഛന് ഒരു ചെറിയ റേഡിയോയും ഉണ്ടായിരുന്നു. അതിൽനിന്നും കേന്ദ്ര-സംസ്ഥാന വാർത്തകൾ വളരെ കൃത്യമായി കേൾക്കുമായിരുന്നു. ഞാൻ ഒരു ദിവസം എന്തോ അച്ഛനോട് ചോദിച്ചപ്പോൾ "ഈശ്വരനെ മാത്രം ആശ്രയിക്കുന്നുവെന്ന്" അദ്ദേഹം മറുപടി പറഞ്ഞത് ഇന്നും എന്റെ സ്മൃതിപദത്തിൽ ആനന്ദനിർവൃതിയോടെ നൃത്തം ചവിട്ടുന്നു. ഒരു പക്ഷേ എനിക്കും എന്റെ കുടുംബാംഗങ്ങൾക്കും ദൈവത്തിലുള്ള വിശ്വാസം പരമാവധി ഊട്ടിയുറപ്പിക്കുവാൻ ഞങ്ങളെ സഹായിച്ച മഹത് വചനങ്ങളായിരുന്നു ശ്രേഷ്ഠ പിതാവിന്റെ അമരത്വം പ്രാപിച്ച പദ സഞ്ചയങ്ങൾ എന്ന് ഞാൻ ഇപ്പോഴും വിശ്വസിക്കുന്നു.

27. അനാരോഗ്യത്തിലും നന്മയുടെ നേർക്കാഴ്ച (89-ാം വയസ്സ്)

അച്ഛന്റെ ഇരു കണ്ണുകൾക്കും അല്പവും കാഴ്ച ഇല്ലാതിരുന്ന 89-ാം വയസ്സിൽ എന്റെ മകനായ ഹരികുമാറിന് രണ്ട് വയസ്സ് പ്രായമുണ്ട്. ആ സമയത്തും അച്ഛൻ കൊച്ചുമകനെ പരിചരിക്കുമായിരുന്നു. രാവിലെ ഓഫീസുകളിൽ പോകാൻ വളരെ തിരക്കുള്ള സമയങ്ങളിൽ അടുക്കള കാര്യങ്ങളും മറ്റും ഞങ്ങൾ ചെയ്യുമ്പോൾ വളരെ സന്തോഷത്തോടുകൂടി രാവിലെ ഏകദേശം രണ്ടു മണിക്കൂർ കുഞ്ഞിനെ തോളിലേറ്റി നടന്ന്, കുഞ്ഞിനെ പിണക്കാതെ ഞങ്ങളെ നിത്യേന സഹായിക്കുമായിരുന്നു. ആ വ്യക്തി പ്രഭാവം എപ്രകാരമാണ് വിശദീകരിക്കാനാവുന്നത്?. അന്നത്തെ ജീവിതാനുഭവങ്ങൾ 72 വയസ്സുള്ള എന്നെ അദൃശ്യമായി ആലിംഗനം ചെയ്തുകൊണ്ട് എന്റെ പിതാവ് ഇപ്പോഴും എന്നെ നേരിട്ട് നയിക്കുന്നു, മാർഗ്ഗനിർദ്ദേശങ്ങളോടുകൂടി അനുഗ്രഹാശ്ശിസുകൾ ചൊരിയുന്നുവെന്ന് ഞാൻ ഇപ്പോഴും വിശ്വസിക്കുന്നു.

28. ക്രാന്തദർശിയായ പിതാവ്

പ്രിയങ്കരനായ അച്ഛനോടൊപ്പം എല്ലാ വൈകുന്നേരങ്ങളിലും എന്റെ സഹധർമ്മിണി ഒരുപാട് സമയം ചെലവഴിക്കുമായിരുന്നു. ഈ സമയങ്ങളിൽ ആദ്ധ്യാത്മിക കാര്യങ്ങൾ, ദേശീയ- അന്തർദ്ദേശീയ കാര്യങ്ങൾ,

ഓഫീസ് കാര്യങ്ങൾ തുടങ്ങിയ വൈവിധ്യമാർന്ന വിഷയങ്ങൾ അച്ഛനും എന്റെ പ്രിയതമയും തമ്മിൽ ചർച്ച ചെയ്യുന്നത് പതിവായിരുന്നു. അക്കൂട്ടത്തിൽ ഒരു ദിവസം എന്റെ ഭാര്യയോട് അദ്ദേഹം എം.ഡി. പരീക്ഷയ്ക്കുള്ള എൻട്രൻസ് എഴുതാൻ പറഞ്ഞപ്പോൾ 'പ്രസ്തുത പ്രവേശന പരീക്ഷയിൽ സെലക്ഷൻ കിട്ടിയാൽ അവർക്ക് സ്ഥലം മാറ്റം ഉണ്ടാകുമെന്നും അതിനാൽ അവർ ട്യൂട്ടറായി തന്നെ ജീവിതകാലം മുഴുവനും തിരുവനന്തപുരം മെഡിക്കൽ കോളേജിൽ കഴിയാമെന്നും' സൂചിപ്പിച്ചു. അപ്പോൾ അച്ഛൻ ഇപ്രകാരം പറഞ്ഞു. "ഇപ്പോഴത്തെ സ്ഥലംമാറ്റത്തിന്റെ പ്രശ്നങ്ങളൊന്നും ഗൗരവമായി കാണരുത്. You go with change. ഒരിക്കലും അമാന്തിയ്ക്കരുത്". ഇത്തരത്തിലുള്ള എന്റെ പിതാവിന്റെ സ്നേഹബുദ്ധ്യാ ദീർഘവീക്ഷണത്തോടുകൂടിയുള്ള നിർദ്ദേശമനുസരിച്ച് എം.ഡി. പ്രവേശന പരീക്ഷ പ്രിയപ്പെട്ട സഹധർമ്മിണി എഴുതുകയും സെലക്ഷൻ കിട്ടുകയും തിരുവനന്തപുരം ഗവ. മെഡിക്കൽ കോളേജിൽ തന്നെ ഡിപ്പാർട്ട്മെന്റ് കാൻഡിഡേറ്റായി എം.ഡി.യ്ക്ക് തുടർന്ന് പഠിക്കുവാൻ സുവർണ്ണാവസരം ലഭിക്കുകയും ചെയ്തു. ക്രാന്തദർശിയായ അദ്ദേഹത്തിന്റെ സന്ദർഭോചിതമായ ശക്തവും സൂക്ഷ്മവുമായ ഇടപെടലുകൾ ഞങ്ങളുടെ സമാധാനപരമായ ജീവിതക്രമത്തെ എത്രത്തോളം സ്വാധീനിച്ചിട്ടുണ്ടെന്നത് വർണ്ണനാതീതമാണ്.

ഞാൻ റിസർവ് ബാങ്കിൽ ക്ലാർക്ക് ഗ്രേഡ് –I ആയി സേവനമനുഷ്ഠിക്കുന്ന കാലഘട്ടത്തിൽ ഒരു ദിവസം അച്ഛൻ എന്നേയും അദ്ദേഹത്തോടൊപ്പം ചെന്നിരിക്കുവാൻ ആവശ്യപ്പെട്ടു. ആ സമയത്ത് എനിക്ക് നല്ല ശമ്പളവും ഉണ്ടായിരുന്നു. ക്ലാർക്കായതിനാൽ ഒരിക്കലും ട്രാൻസ്ഫർ ഇല്ലാത്ത അവസ്ഥ. വളരെ പരമാനന്ദകരമായ ജീവിതം. യാതൊന്നും കൂടുതലായി ആലോചിക്കേണ്ട ആവശ്യമില്ല. പൊതുവെ എല്ലാ അർത്ഥത്തിലും സുഖമായി കഴിഞ്ഞുകൊണ്ടിരിക്കുന്ന കാലം. ഇപ്രകാരമുള്ള ജീവിതസാഹചര്യത്തിലാണ് അച്ഛൻ എന്നോട് ഇപ്രകാരം പറഞ്ഞത് "ഈ സുഖം എന്നും സുഖമായി ഇരിക്കുകയില്ല. അതിനാൽ നീ കഴിവതും വേഗം ഓഫീസർ പരീക്ഷ എഴുതി പാസ്സാകണം. സ്ഥലമാറ്റം വന്നാൽ അത് സ്വീകരിക്കണം. മാത്രമല്ല നീ ധൈര്യമായി മുന്നേറണം". ഇത്തരത്തിലുള്ള അദ്ദേഹത്തിന്റെ സമയോചിതമായ മാർഗ്ഗ

നിർദ്ദേശങ്ങൾ ഞാൻ അക്ഷരാർത്ഥത്തിൽ ശിരസ്സാവഹിച്ചു. നിശ്ച യദാർഢ്യത്തോടും ഉറച്ച ലക്ഷ്യബോധത്തോടും അക്ഷീണപരിശ്രമത്തിലൂ ടെയും കഠിനാദ്ധ്വാനം നടത്തി എസ്.ഒ. ടെസ്റ്റ് നല്ല രീതിയിൽ എഴുതു വാനും പാസ്സാകുവാനും ആ വാക്കുകൾ തികച്ചും പര്യാപ്തമായിരുന്നു. ഇത്തരത്തിലുള്ള കാലോചിതവും അതിസൂക്ഷ്മതലത്തിലുള്ളതുമായ വിലപ്പെട്ട വാക്കുകൾ ഏതൊരു വ്യക്തിയേയും നിസ്സങ്കോചം മുന്നോട്ട് നയിക്കുവാൻ പര്യാപ്തവുമാണ്. അദ്ദേഹത്തിന്റെ അചഞ്ചലവും നിർദ്ദേശ പരവും ഉൾപ്രേരിതവുമായ ഇത്തരം മഹത് വചനങ്ങളുടെ മുന്നിൽ നമ്രശി രസ്കനായി നമിക്കുന്നു.

29. രത്നത്തിളക്കമാർന്ന രണ്ട് പൊന്നോമനകൾ

എന്റെ മകൻ ഹരികുമാറും മകൾ പാർവ്വതിയും വളരെ അനുസര ണയുള്ള കുഞ്ഞുങ്ങളാണ്. എന്റെ സഹധർമ്മിണിയ്ക്ക് രാവിലെ ആറു മണിക്കുള്ള ട്രെയിനിൽ എറണാകുളം സൗത്തിൽ നിന്നും ആലപ്പുഴ മെഡി ക്കൽ കോളേജിലേക്ക് പോകേണ്ടതുണ്ടായിരുന്നു. അതുകൊണ്ട് കാലത്ത് അഞ്ചുമണിയോടുകൂടി എല്ലാവിധ കുക്കിംഗും പൂർത്തിയാക്കി അഞ്ചര മണിയോടുകൂടി വീട്ടിൽ നിന്നും ഇറങ്ങുമായിരുന്നു. എന്റെ അസാന്നിദ്ധ്യ ത്തിൽ ഓരോ ദിവസവും എങ്ങനെ എന്റെ ഭാര്യ കൈകാര്യം ചെയ്തു വെന്ന് ഇപ്പോൾ ഈ പ്രായത്തിൽ ചിന്തിക്കുവാൻ പോലും കഴിയുന്നില്ല. എല്ലാ ദിവസവും വൈകുന്നേരം ഏഴു മണിയോടുകൂടി എന്റെ സഹ ധർമ്മിണി വീട്ടിൽ തിരിച്ചെത്തുമായിരുന്നു. എന്നാൽ ഒരു ദിവസം എന്തോ കാരണത്താൽ കൃത്യസമയത്ത് വീട്ടിൽ തിരിച്ചെത്തുവാൻ അവർക്ക് കഴി ഞ്ഞില്ല. ആ സമയത്ത് എന്റെ മകൻ ചെറുപ്രായത്തിലുള്ളവനായിരുന്നിട്ടും അതിയായ പക്വതയോടുകൂടി അനുജത്തിയെ സമാധാനത്തോടും സാന്ത്വ നത്തോടും അതിലേറെ സ്നേഹത്തോടും കൂടി സമാശ്വസിപ്പിച്ച് അവളുടെ വിഷമം ദുരീകരിക്കുകയും അവൾക്ക് ഇഷ്ടമുള്ള ആഹാരസാധനങ്ങൾ അവൻ തന്നെ തയ്യാറാക്കി കൊടുക്കുകയും ചെയ്തു. ഈ സംഭവം എന്നെ അക്ഷരാർത്ഥത്തിൽ അത്ഭുതപ്പെടുത്തി. അതിനു പാരിതോഷികമായി മകന് ഒരു ചെറിയ സമ്മാനം വാങ്ങിക്കൊടുത്തു. ആ ചെറിയ സമ്മാനം മോന് ലഭിച്ചപ്പോൾ അവന് അവന്റെ ജീവിതത്തിൽ ഒരു വലിയ പ്രോത്സാ ഹനമായി മാറിയെന്നതാണ് യാഥാർത്ഥ്യം. ഇത്തരത്തിലുള്ള സമയോചിത

മായ രക്ഷിതാക്കളുടെ പ്രോത്സാഹനം ചെറിയ കുട്ടികളുടെ ജീവിതത്തിൽ പ്രവചനാതീതമായ നന്മകൾ വളർത്തിയെടുക്കുവാൻ പര്യാപ്തമാണെന്ന തിരിച്ചറിവും എല്ലാ മാതാപിതാക്കൾക്കും ഉണ്ടാകേണ്ടതാണെന്ന് ഓർമ്മപ്പെടുത്തുന്നു. അതിനോടൊപ്പം ഓരോ കുട്ടിയും ചെറുപ്രായത്തിൽ തന്നെ സ്വാർജ്ജിതമായ നല്ല തീരുമാനങ്ങൾ എടുക്കുവാനും അവനവന്റെ ഉത്തരവാദിത്വം ശരിയായ രീതിയിൽ പ്രകടിപ്പിക്കുവാനും ഓരോ രക്ഷകർത്താവും പ്രത്യേക ശ്രദ്ധയും പരിശീലനവും കുട്ടികൾക്ക് നൽകേണ്ടതുണ്ട്. എന്റെ കുട്ടികൾ ചെറുപ്രായത്തിൽ തന്നെ സ്വയം നിൽക്കുവാൻ പഠിച്ചുവെന്നതിൽ അതിയായ ആനന്ദം ഞങ്ങൾക്കുണ്ടായി. ഞങ്ങളുടെ കുട്ടികൾ മറ്റു കുട്ടികളെപ്പോലെ പരസ്പരം വഴക്കിടുമായിരുന്നെങ്കിലും വളരെ അനുസരണയോടും കാര്യഗൗരവത്തോടുകൂടി ചിന്തിച്ചും പ്രവർത്തിക്കുമായിരുന്നു. അതുകൊണ്ട് മാത്രമാണ് ഞങ്ങളുടെ തിരക്കേറിയ ജീവിതയാത്രയിൽ ഇത്രയും ദൂരം സമാധാനമായി നീങ്ങുവാൻ പറ്റിയത്. ഇത്തരുണത്തിൽ ദൈവത്തോട് പൂർണ്ണമായി കടപ്പെട്ടിരിക്കുന്നു.

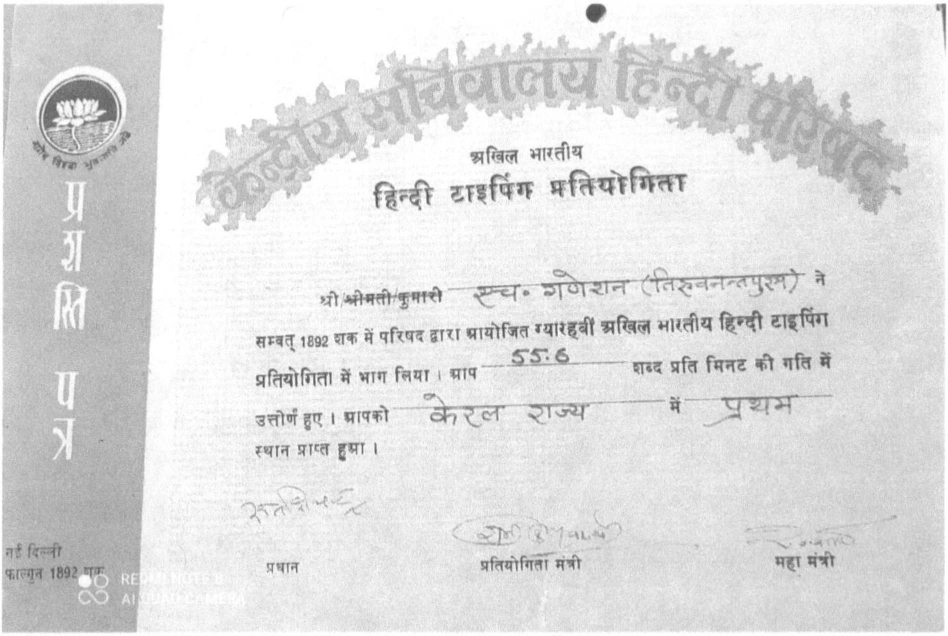

केन्द्रीय सचिवालय हिन्दी परिषद

प्रशस्ति पत्र

अखिल भारतीय

हिन्दी टाइपिंग प्रतियोगिता

श्री/~~श्रीमती/कुमारी~~ एस. गणेशन (तिरुवनन्तपुरम) ने सम्वत् 1892 शक में परिषद द्वारा आयोजित ग्यारहवीं अखिल भारतीय हिन्दी टाइपिंग प्रतियोगिता में भाग लिया। आप 55.6 शब्द प्रति मिनट की गति में उत्तीर्ण हुए। आपको केरल राज्य में प्रथम स्थान प्राप्त हुआ।

नई दिल्ली
फाल्गुन 1892 शक

प्रधान | प्रतियोगिता मंत्री | महा मंत्री

SMV GOVT MODEL HSS TVPM

Email id:smvhsstvm@gmail.com
Phone No.0471 2330395

A few words of Eulogy

Deep from the bottom of our hearts, we express our sincere love and gratitude to Dr. H. Ganeshan, for the way he has cherished S.M.V.Govt Model HSS as his alma mater throughout his life. So on this august occasion of the completion of our centenary, we proudly nominate him as an elite member of our school management committee for the year 2022-23.

4/2/2022

Hari Kumar flanked by his happy parents

RBI Kochi Felicitating Hari Kumar S/o H. Ganesan on securing 12th Rank in SSLC Exam 1998

പൂർവവിദ്യാർത്ഥിയുടെ മഹാസമ്മാനം

വർഷങ്ങൾ എത്ര കഴിഞ്ഞു. എന്നാലും സ്കൂൾ തുറക്കുമ്പോൾ പുസ്തകവും പഠനാവശ്യത്തിനുള്ള തുകയുമായി ഒരു പൂർവവിദ്യാർത്ഥി എസ്.എം.വിയുടെ പടികയറാറുണ്ട്. സ്കൂളിലെ ഉച്ചഭക്ഷണം കഴിച്ച് വിദ്യ നേടിയ വിദ്യാർത്ഥി ചെന്നെത്തിയത് റിസർവ് ബാങ്ക് മാനേജരായാണ്. ഇന്നും സ്കൂളിനെ മറക്കാതെ കുടുംബാംഗങ്ങളോടൊപ്പം വന്നെത്തുന്ന വിദ്യാർത്ഥിക്ക് അദ്ധ്യാപകരും വിദ്യാർത്ഥികളും മംഗളം നേരുന്നു.

ശ്രീ. എച്ച്. ഗണേശനും കുടുംബാംഗങ്ങളും വിദ്യാർത്ഥികൾക്ക് പഠനസഹായം നൽകുന്നു.

എസ്.എം.വി. ഹയർ സെക്കന്ററി സ്കൂളിന്റെ വിദ്യാഭ്യാസ സപ്ലിമെന്റ്- 'മുഖശ്രീ' Dec 2, 2015

Felicitation by RBREA,Kochi

பாராட்டுகிறோம்

கடின உழைப்பாலும், விடாமுயற்சியாலும் முன்னுக்கு வந்தவர்கள் நம்மிடையே பலர் இருக்காலம். ஆனால் கடந்து வந்த கரடு முரடான பாதையை மறக்காமல், இன்னமும் அப்பாதையில் வீரநடை போட்டு வரும் எண்ணற்றோரின் மேல் அக்கறை காட்டுபவர்கள் எத்தனை பேர்? அவர்களில் சிலருக்கேனும் உதவி புரிபவர்கள் பாராட்டுக்குரியவர்கள். சிறந்த முன்னுதாரணமாகத் திகழும் இவர்கள் பின்பற்றப்பட வேண்டியவர்கள். அப்படிப்பட்ட ஒருவரை உங்களுக்கு அறிமுகம் செய்வதில் தொடுவானம் மகிழ்ச்சியடைகிறது. அவர் தான் திரு.H.கணேசன் அவர்கள்.

Issue துறையில் மேலாளராக பணிபுகிறார். படித்ததெல்லாம் திருவனந்தபுரத்தில். கோயில் கட்டுசாதமும் SMV பள்ளியின் மதிய உணவும் இல்லையேல் பள்ளிப் படிப்பையே தொடர்ந்திருக்க முடியாது என்ற அன்றைய ஏழ்மை நிலையை ஒளிவு மறைவில்லாமல் சொல்கிறார். இன்று M.A., M.B.A., M.Phil பட்டதாரி, Ph.D. பட்டத்திற்குப் படித்து வருகிறார். பல வருடங்களாக, படிக்கும் பள்ளி மாணவர்களை, ஏழை மாணவர்களை மறக்கவுமில்லை. தான் படித்த அதே SMV பள்ளியில் 6 ஏழை மாணவர்களுக்கான படிப்புச் செலவை ஏற்று பணம் அனுப்புகிறார்.

மலையாள மனோரமா இதழில் 2007 ம் ஆண்டிற்காக சிறந்த மனிதர்கள் என்று தேர்ந்தெடுத்து பாராட்டு பெற்ற நால்வரில் ஒருவர் திரு. H. கணேசன் அவர்களுக்கு தொடுவானம் தன் வாழ்த்துக்களை தெரிவிக்கிறது.

அன்னச் சத்திரம் ஆயிரம் வைத்தாலும், ஆலயம் பதினாயிரம் கட்டுதலும், ஆங்கோர் ஏழைக்கு எழுத்தறிவித்தலுக்கு இணையாகுமா? நாம் எல்லோருமே இதனை பின்பற்றலாமே!

From 'Thoduvaanam'-Official Newsletter of RBI Chennai, July 2008

മധുര കാമരാജ് യൂണിവേഴ്സിറ്റിയിൽ നിന്ന് പബ്ലിക് അഡ്മിനിസ്ട്രേഷനിൽ പിഎച്ച്ഡി. നേടിയ മുൻ റിസർവ് ബാങ്ക് മാനേജർ എച്ച്. ഗണേശൻ

Mathrubhumi Oct15, 2015

മധുര കാമരാജ് യൂണിവേഴ്സിറ്റിയിൽ നിന്നു പബ്ലിക് അഡ്മിനിസ്ട്രേഷനിൽ ഡോക്ടറേറ്റ് നേടിയ എളമക്കര സ്വദേശി എച്ച്. ഗണേശൻ. ഇടപ്പള്ളി അമൃത ഇൻസ്റ്റിറ്റ്യൂട്ട് ഓഫ് മെഡിക്കൽ സയൻസസിൽ സേവനം ചെയ്യുന്നു.

Malayala Manorama Oct 20, 2015

Dr. H. Ganesan

RUMINATIONS of a retiree

Retirement is basically a point when a person stops being employed, as a result of legislation concerning the position. It seems to have been first introduced in Germany in 1889, according to the Wikipedia. Retirement usually brings in important changes in life. Grandparental duties come in knocking (sometimes without

My parents had always shown me the path of serving others. Despite having only a meagre income from their small eatery in the village, free meals would be given to many poor souls. On the way home from the temple where he worked, my father would often give away the rice or navasam earned from there

The drive to do whatever little I can for our society became deeper after I became a devotee of Satguru Mata Amritanandamayi Devi. I wanted to be one of the 'ordinary people who do extra-ordinary things'. I took to heart the motto "Manava seva Madhava seva", meaning "Service to humanity is service to God" - God's grace

From Prathyasa - January 2016 issue(bulletin of RBREA Kochi)

From Mathrubumi Harisree Mini year book- Dated January6, 2007

From without reserve, July - Sept 2012 issue (House Journal of RBI)

സുന്ദര കേരളം
ശുചിത്വ കേരളം

30. അപ്പയെക്കുറിച്ചുള്ള മകന്റെ അനുഭവസാക്ഷ്യം

ഒരു മകനെ സംബന്ധിച്ചിടത്തോളം അച്ഛനാണ് അവന്റെ ആദ്യത്തെ നായകനെന്ന് പറയപ്പെടുന്നു. യഥാർത്ഥത്തിൽ, വീരന്മാർ ജനിക്കുന്നത് ക്രാന്തദർശികളിലൂടെയാണ്. തങ്ങളുടെ നായകന്മാർ അത്ര പരിപൂർണ്ണരല്ലെന്ന് പിന്നീട് അടുത്ത കൂട്ടുകെട്ടിൽ കണ്ടെത്തിയ ആരാധകരുടെ നിരവധി വിവരണങ്ങൾ നാം കേട്ടിട്ടുണ്ട്. പക്ഷേ, എന്നെ സംബന്ധിച്ചിടത്തോളം എന്റെ പ്രിയപ്പെട്ട അച്ഛൻ എന്റെ ആദ്യ നായകൻ മാത്രമല്ല, എന്റെ നിത്യഹരിത നായകനായി തുടരുന്നു. മഹാത്മാഗാന്ധി, എബ്രഹാം ലിങ്കൺ, പൃഥ്വിരാജ് ചൗഹാൻ തുടങ്ങിയ ഇതിഹാസ പുരുഷന്മാരുടെയും മാരിക്യൂറി, ഝാൻസി റാണി, മദർ തെരേസ തുടങ്ങിയ മഹിളാരത്നങ്ങളുടേയും കഥകൾ കുട്ടിക്കാലത്ത് കേട്ടതാണ് പലപ്പോഴും കുട്ടികൾക്ക് പ്രചോദനം. എന്നിരുന്നാലും, എന്റെ കാര്യത്തിൽ, എന്റെ പ്രിയപ്പെട്ട പിതാവിന്റെ ജീവിതത്തിൽ നിന്ന് ഞാൻ കേട്ട കഥകൾ എനിക്ക് ഏറ്റവും വലിയ പ്രചോദനമാണ്. ഏറ്റവും നല്ല ഭാഗം, ഇത് വികസിച്ചുകൊണ്ടിരിക്കുന്ന ഒരു കഥയാണ്, ഞാനും അതിൽ വളരെയേറെ ഭാഗമായിരുന്നു.

എന്റെ അച്ഛൻ സ്വപ്രയത്നത്താൽ ജീവിതവിജയം നേടിയ ആളാണ്. കുട്ടിക്കാലം മുതൽ തന്നെ, അദ്ദേഹത്തിന് സ്വയം പ്രതിരോധിക്കേണ്ടിവന്നു. സുദൃഢമായ കുടുംബബന്ധം ഉണ്ടായിരുന്നെങ്കിലും, ജീവിതത്തിന്റെ രണ്ടറ്റവും കൂട്ടിമുട്ടിക്കാനുള്ള നിരന്തരമായ പോരാട്ടങ്ങൾക്കിടയിൽ അവർക്ക് നൽകാൻ കഴിയുന്ന പിന്തുണ വളരെ പരിമിതമായിരുന്നു. പഠിക്കാൻ അദ്ദേഹത്തെ നിർബന്ധിക്കുവാൻ ആരും ഉണ്ടായിരുന്നില്ല. ദിവസം മുഴുവൻ കളിക്കാമായിരുന്നു; എന്നാൽ ആ പ്രായത്തിൽ തന്നിൽ നിന്ന് പ്രതീക്ഷിക്കുന്നതിലും കൂടുതൽ പഠിക്കാൻ അദ്ദേഹം തീരുമാനിച്ചു. ഇംഗ്ലീഷ്

മീഡിയത്തിൽ പഠിക്കുമ്പോൾ കൂടുതൽ വ്യക്തതയ്ക്കായി സെക്കൻഡ് ഹാൻഡ് മലയാളം മീഡിയം ടെസ്റ്റ് ബുക്കുകൾ എടുക്കാനും പഠിക്കാനും അദ്ദേഹം കൂടുതൽ പരിശ്രമിക്കുമായിരുന്നു.

കുട്ടിക്കാലത്തു തന്നെ അദ്ദേഹത്തിനുണ്ടായിരുന്ന ഉത്തരവാദിത്തബോധം വളരെ വലുതായിരുന്നു. വീട്ടിൽ ഉണ്ടാക്കിയ പപ്പടങ്ങൾ വിൽക്കാനും കുട്ടികൾക്ക് ട്യൂഷനെടുക്കാനും കുടുംബ വരുമാനം വർദ്ധിപ്പിക്കാനും അദ്ദേഹം വീടുകൾതോറും യാത്ര ചെയ്യാറുണ്ടായിരുന്നു. പ്രായപൂർത്തിയായപ്പോൾ, പതിവ് പഠനത്തോടൊപ്പം ടൈപ്പ്റൈറ്റിംഗ്, ഷോർട്ട് ഹാൻഡ് തുടങ്ങിയ തൊഴിൽപരമായ കഴിവുകൾ ശേഖരിക്കാൻ അദ്ദേഹം സമർത്ഥനായിരുന്നു. 19-ാം വയസ്സിൽ മാന്യമായ ഒരു കേന്ദ്ര സർക്കാർ ജോലി ലഭിക്കാൻ ഇത് അദ്ദേഹത്തെ സഹായിച്ചു. ആളുകളുമായി ബന്ധപ്പെടുന്നതിലുള്ള അദ്ദേഹത്തിന്റെ വൈദഗ്ദ്ധ്യം എന്നെ എപ്പോഴും അത്ഭുതപ്പെടുത്തിയിട്ടുണ്ട്. പ്രത്യേകിച്ച് ബന്ധങ്ങളിലുള്ള ആഴം, വളർച്ചാ അവസരങ്ങൾ തിരിച്ചറിയുക, ബുദ്ധിമുട്ടുള്ള സാഹചര്യങ്ങൾ നേരിടുമ്പോൾ അവബോധജന്യമായ തീരുമാനമെടുക്കാനുള്ള കഴിവുകൾ എന്നിവ അദ്ദേഹത്തിന്റെ മുഖമുദ്രയാണ്; ഇവയെല്ലാം ഒരു കാലത്ത് പണമില്ലാത്ത ബാലനെ ഇന്ന് മനോഹരമായി വിരമിച്ച ബാങ്ക് മാനേജരായി ഉയർത്തി. കൂടാതെ, യാത്രയിലുടനീളം, സമൂഹത്തിലേക്ക് സ്ഥിരമായി സംഭാവനകൾ നൽകുന്നതിൽ അദ്ദേഹം ആർദ്രത കാണിച്ചിട്ടുണ്ട്; അത് അദ്ദേഹത്തിന് എണ്ണമറ്റ നല്ല ഹൃദയങ്ങളുടെ സന്മനസ്സും അനുഗ്രഹവും നേടിക്കൊടുത്തു. അത് അദ്ദേഹത്തെയും ഞങ്ങളുടെ മുഴുവൻ കുടുംബത്തെയും സന്തോഷത്തോടെയും ഹൃദ്യമായും നിലനിർത്തുന്നു. അദ്ദേഹത്തിന്റെ അവിശ്വസനീയമായ കഥ ദൈനംദിന നായകന്റേതാണ്. അയൽവാസിയായ ഒരാളുടെ കഥ, നിങ്ങൾ എപ്പോഴും കാണുമായിരുന്ന, എന്നാൽ വളരെ ശ്രദ്ധയിൽപ്പെട്ടിട്ടില്ലാത്ത, പ്രഭാത പുഞ്ചിരിയും തിരമാലകളും ഒഴിവാക്കി; അദ്ദേഹത്തിന്റെ ഉന്നതമായ ചിന്തകളിലും ദൈനംദിന പ്രവൃത്തികളിലും ലളിതമായ ആംഗ്യങ്ങളിലും,

ആളുകളെ സഹായിക്കുന്ന നല്ല വാക്കുകൾ പ്രചരിപ്പിക്കുന്നതിലും, ജീവിതം പൂർണ്ണമായി ആസ്വദിക്കുന്നതിലുമാണ് അദ്ദേഹത്തിന്റെ മഹത്വം. അഗാധമായ സ്നേഹത്തോടും ആരാധനയോടും കൂടി, എന്റെ പ്രിയപ്പെട്ട അച്ഛനോടൊപ്പം ചിലവഴിച്ച ചില സുവർണ നിമിഷങ്ങളുടെയും അദ്ദേഹത്തിൽ നിന്ന് ഞാൻ ഉൾക്കൊണ്ട ജീവിതപാഠങ്ങളുടെയും ഓർമ്മകൾ എഴുതാൻ ഞാൻ ആഗ്രഹിക്കുന്നു.

40–ാം വയസ്സിൽ, കുടുംബം, ജോലി, പണം, സാമൂഹിക വേഷങ്ങൾ എന്നിവ എങ്ങനെ കൈകാര്യം ചെയ്യാമെന്ന് ഞാൻ ഇപ്പോഴും പുതിയതായി ചിന്തിക്കുമ്പോൾ, എനിക്ക് അത്ഭുതത്തോടെ മാത്രമേ തിരിഞ്ഞു നോക്കാൻ കഴിയൂ. എന്റെ അച്ഛൻ എങ്ങനെ എല്ലാ കാര്യങ്ങളിലും സമതുലിതനായി?. എന്റെ ആദ്യകാല ഓർമ്മകൾ തിരുവനന്തപുരത്ത് കരമനയാറിനടുത്തുള്ള ഞങ്ങളുടെ ചെറിയ വീട്ടിലെ മനോഹരമായ ജീവിതവുമായി ബന്ധപ്പെട്ടിരിക്കുന്നു. കഠിനമായ ജോലികൾക്കിടയിലും എന്റെ മാതാപിതാക്കൾ ഞങ്ങൾക്കായും, അവരുടെ സ്വന്തം പഠനത്തിനും, ഞങ്ങളുടെ കൂടെ താമസിച്ചിരുന്ന മുത്തച്ഛനും, മുത്തശ്ശിമാർക്കും, പതിവായി വീട്ടിൽ വരുന്ന ഞങ്ങളുടെ ബന്ധുക്കൾക്കുമായി, കൃഷിക്കും ഔട്ടിങ്ങിനും, എന്തിനും സമയം കണ്ടെത്തി. ഞങ്ങൾ എല്ലാവരും ഒരുമിച്ചു കളിച്ചു രസിച്ചിരുന്ന സമയം. എന്റെ അച്ഛന് ഒരു വലിയ സൈക്കിൾ ഉണ്ടായിരുന്നു. ബാറുകൾക്കിടയിൽ എന്റെ കാലുകൾ ഇട്ട് ഞങ്ങൾ കുട്ടികൾ മാറി മാറി സ്റ്റാൻഡ് ഓണാക്കി അത് വേഗത്തിൽ ഓടിച്ചു, അച്ഛൻ ഞങ്ങളെ എല്ലാവരെയും കണ്ടെത്തി അടിക്കും. സാഹസിക ഗെയിമുകൾ പര്യവേക്ഷണം ചെയ്യാനും അതിൽ മുഴുകാനും മാതാപിതാക്കളുടെ ജാഗ്രത പാലിക്കാനും ഉള്ള സ്വാതന്ത്ര്യത്തിന്റെ അളവ് തമ്മിൽ എപ്പോഴും ഒരു സന്തുലിതാവസ്ഥ ഉണ്ടായിരുന്നു. അച്ഛൻ തേനീച്ച വളർത്തുമായിരുന്നു. ഞങ്ങൾക്ക് നാലോ അഞ്ചോ തേനീച്ചക്കൂടുകൾ ഉണ്ടായിരുന്നു. ഒരു മരത്തിന്റെ പൊള്ളയിൽ നിന്ന് റാണി തേനീച്ചയെ മാറ്റി സ്ഥാപിച്ചതിന്റെ കഥകൾ അദ്ദേഹം അലസമായ നിമിഷങ്ങളിൽ,

അവരുടെ തേനീച്ചക്കൂടുകളിലെ നിരന്തരമായ പ്രവർത്തനത്തിന്റെ ഉദാഹരണം ഉദ്ധരിച്ച് ഞങ്ങളെ ആവേശഭരിതരാക്കി. ചെറുപ്പം മുതലേ ഞങ്ങൾ കുട്ടികൾ വീട്ടുജോലികളിൽ പങ്കെടുക്കുന്നുവെന്ന് അദ്ദേഹം ഉറപ്പു വരുത്തിയിരുന്നതിനാൽ തേൻ വേർതിരിച്ചെടുക്കുന്ന പ്രക്രിയ ഞാൻ വ്യക്തമായി ഓർക്കുന്നു. ആദ്യം, തേനീച്ചക്കൂടുകളിൽ നിന്ന് തേനീച്ചകളെ ആകർഷിക്കാൻ ഞങ്ങൾ പഞ്ചസാര വെള്ളം പാത്രങ്ങളിൽ സൂക്ഷിക്കുന്നു. പിന്നെ പൂർണ്ണമായി മൂടിയ വസ്ത്രങ്ങളിൽ, ഞങ്ങൾ കൂട് പുകച്ച് അതിനകത്തെ ഫ്രെയിമുകൾ ശ്രദ്ധാപൂർവ്വം പുറത്തെടുക്കും. കൈകൊണ്ട് പ്രവർത്തിക്കുന്ന സെൻട്രിഫ്യൂജിൽ അവയെ സ്ഥാപിച്ച്, ഞങ്ങൾ പകുതി തേൻ വേർതിരിച്ചെടുക്കുകയും ബാക്കി പകുതി തേനീച്ചകൾക്കായി സൂക്ഷിക്കുകയും ചെയ്യും. തീർച്ചയായും, വീട്ടിലുണ്ടാക്കുന്ന ശുദ്ധമായ തേനിന്റെ മധുരം, കഠിനാദ്ധ്വാനത്തിന് ശേഷം ദൈവീകമായിരുന്നു. സ്ക്രീനുകളുടെ ഈ യുഗത്തിൽ, അത് ടിവി, മൊബൈൽ, കമ്പ്യൂട്ടർ, വലിയ സ്ക്രീനുകൾ അങ്ങനെയല്ല, കുടുംബത്തോടൊപ്പം ഗുണനിലവാരമുള്ള സമയം ചെലവഴിക്കേണ്ടതിന്റെയും കുട്ടികളെ പ്രവർത്തനങ്ങളിൽ ഉൾപ്പെടുത്തുന്നതിന്റെയും പ്രാധാന്യം എന്റെ മാതാപിതാക്കൾ നൽകിയ ഒരു മികച്ച ജീവിതപാഠമാണ്.

കാലികമായി വർദ്ധിച്ചുവരുന്ന ഉപഭോക്തൃത്വത്തിന്റെ കടന്നാക്രമണവും 'യൂസ് ആന്റ് ത്രോ' മനോഭാവവും വർദ്ധിച്ചുവരുന്ന പ്രവണത ദൃശ്യപരമായി പ്രകൃതിയെ നശിപ്പിക്കുയും കൂട്ടായ സാമൂഹിക മാനസികാവസ്ഥയെ സൂക്ഷ്മമായി ദുഷിപ്പിക്കുകയും ചെയ്യുന്നു. കുട്ടിക്കാലം മുതൽ കൗമാരം, യൗവനം വരെയുള്ള വളർച്ചയുടെ ഘട്ടത്തിൽ, സ്വത്തുക്കൾ യഥേഷ്ടം ഉപേക്ഷിക്കാനും പുതിയതായി മാറ്റി സ്ഥാപിക്കാനും കഴിയുമെന്ന് കാണുമ്പോൾ, ഇണയുമായും പ്രായമായ മാതാപിതാക്കളുമായും ബന്ധം നിലനിർത്തുന്നതിന് സമയ പരിശ്രമത്തിന്റെയും സ്നേഹത്തിന്റെയും ഏതുതരം നിക്ഷേപമാണ് വേണ്ടത്. കുട്ടിക്കാലത്ത് ഞങ്ങൾക്ക് കളിക്കാൻ കളി

പ്പാട്ടങ്ങൾ ലഭിച്ചിരുന്നു. പക്ഷേ അവ ഒരിക്കലും അമിതമായിരുന്നില്ല. എന്റെ പക്കലുണ്ടായിരുന്ന കുറച്ച് ഹോട്ട് വീൽ കാറുകൾ ഞാൻ അമൂല്യമായി സൂക്ഷിക്കുമായിരുന്നു. അവ തകരുകയോ നഷ്ടപ്പെടുകയോ ചെയ്യാതിരിക്കാൻ ഞങ്ങൾ ശ്രദ്ധിച്ചു. അച്ഛൻ ഔദ്യോഗിക പര്യടനങ്ങൾ കഴിഞ്ഞ് മടങ്ങുമ്പോൾ ചിലപ്പോൾ ഞങ്ങൾക്ക് കളിപ്പാട്ടങ്ങൾ കിട്ടും; പക്ഷേ അദ്ദേഹം ഒരിക്കലും അതൊരു ശീലമാക്കിയില്ല; അതിനാൽ, അദ്ദേഹം തരുന്ന കളിപ്പാട്ടങ്ങളേക്കാൾ അദ്ദേഹത്തിന്റെ തിരിച്ചുവരവിനായി കാത്തിരിക്കാൻ ഞങ്ങൾ പഠിച്ചു.

ചെടികളോടൊപ്പമിരുന്ന് അവയെ പരിപോഷിപ്പിച്ച് പ്രകൃതിയെ ആസ്വദിക്കുക എന്നത് കുട്ടിക്കാലത്ത് അദ്ദേഹം ഞങ്ങളിൽ വളർത്തിയെടുത്ത മറ്റൊരു സ്വഭാവമായിരുന്നു. കുട്ടികൾക്ക് ഭൂമിയുമായി ബന്ധമുണ്ടാകണമെന്ന് അദ്ദേഹം എപ്പോഴും പറയുമായിരുന്നു. മണലിലും ചെളിയിലും കളിക്കുന്ന കുട്ടികൾ പരസ്യങ്ങളിലെങ്കിലും പല അമ്മമാരുടെയും പേടിസ്വപ്നമാകുമ്പോൾ, അതിനുള്ള എല്ലാ സ്വാതന്ത്ര്യവും ഞങ്ങൾക്കുണ്ടായിരുന്നു. ഞങ്ങളുടെ തിരുവനന്തപുരത്തെ വീട്ടുമുറ്റത്ത് ഉണ്ടായിരുന്ന ചെറിയ പച്ചക്കറിത്തോട്ടവും, മുൻവശത്തെ കനകാംബരം, നന്ദ്യാർവട്ട, മുല്ല തുടങ്ങിയ പൂച്ചെടികളും, രണ്ട് കൂറ്റൻ പ്ലാവുകളും, സീതപ്പഴമരവും ഞാൻ ഓർക്കുന്നു. ഞങ്ങളുടെ പ്ലോട്ടിൽ ഉണ്ടായിരുന്ന രണ്ട് പൊക്കമുള്ള കവുങ്ങുകളും രണ്ട് തെങ്ങുകളും പഴുതാരയും (ഫൗണ്ടൻ പേന സെന്റിപീഡ്) തുടക്കത്തിൽ ഞങ്ങളെ അൽപ്പം ഭയപ്പെടുത്തുമായിരുന്നു. പിന്നെ ഞങ്ങൾ അത് ശീലിച്ചു. ഞാൻ എന്റെ മുത്തച്ഛന് ചക്ക പറിച്ചു കൊടുക്കുമായിരുന്നു, അദ്ദേഹം കഞ്ഞി കുടിക്കാൻ തവികളും ഉണ്ടാക്കി. പിന്നീട് എന്റെ അപ്പു അമ്മാവൻ തെങ്ങോലകൾ കൊണ്ട് ഉണ്ടാക്കിയിരുന്ന ഒട്ടനവധി കളിപ്പാട്ടങ്ങളും ഓലപ്പീപ്പി മുതൽ കളിപ്പാട്ടം വരെയുള്ള കൊച്ചങ്ങകളും ഉണ്ടായിരുന്നു. പിന്നീട് ഹൈസ്കൂൾ കാലത്ത്, പലപ്പോഴും അച്ഛൻ ഞങ്ങളെ മരത്തണലിൽ ഇരുത്തി പഠിപ്പിച്ചു. പ്രത്യേകിച്ചും മലയാളം, ഹിന്ദി തുടങ്ങിയ ഭാഷാ

പാഠങ്ങൾ കൈകാര്യം ചെയ്യുമ്പോൾ മുറിക്കുള്ളിൽ ഇരുന്ന് പഠിക്കുന്നതിനേക്കാൾ പ്രകൃതിയോട് കൂടുതൽ അടുക്കുന്നത് ഭാവനയെ മെച്ചപ്പെടുത്തുമെന്ന് അദ്ദേഹം പറയാറുണ്ടായിരുന്നു. എല്ലാ ദിവസവും സ്കൂളിൽ നിന്ന് മടങ്ങിയെത്തിയശേഷം എന്റെ മുത്തശ്ശിയോടൊപ്പം ചെടികൾക്ക് വെള്ളം നനയ്ക്കുന്നത് ഞങ്ങളുടെ കടമയായിരുന്നു.

അവധി ദിവസങ്ങളിൽ, മുഴുവൻ കുടുംബാംഗങ്ങളും പൂന്തോട്ടത്തിൽ കളകൾ നീക്കം ചെയ്യാനും ചീര തൈകൾ നട്ടുപിടിപ്പിക്കാനും മറ്റും സമയം ചെലവഴിക്കുമായിരുന്നു. ചെറിയ താത്കാലിക പന്തലിൽ ഞങ്ങൾ നട്ടുവളർത്തിയ പുതിയ നീണ്ട പച്ച പാവക്കയും പയറും ഇപ്പോഴും മനസ്സിൽ മായാതെ നിൽക്കുന്നു. ഓരോ കുട്ടിക്കും സ്വന്തം പച്ചക്കറികളും പൂക്കളും കൃഷി ചെയ്യുന്നതിൽ നേരിട്ടുള്ള അനുഭവം ലഭിക്കണമെന്ന് എനിക്ക് തോന്നുന്നു. അതിൽ നിന്ന് അവർക്ക് പഠിക്കാൻ കഴിയുന്ന എണ്ണമറ്റ ജീവിതപാഠങ്ങളുണ്ട്. ആസൂത്രണം, വിശദാംശങ്ങളിലേക്കുള്ള ശ്രദ്ധ, പരിശ്രമത്തിലെ സ്ഥിരത, ക്ഷമ, അങ്ങനെ പലതും. ഒരാളുടെ ഏറ്റവും മികച്ച പരിശ്രമങ്ങൾ ഉണ്ടായിരുന്നിട്ടും, ഒരാളുടെ നിയന്ത്രണത്തിന് അതീതമായ ഘടകങ്ങൾ കാരണം ഫലങ്ങൾ ആനുപാതികമായേക്കില്ല എന്ന വസ്തുതയും ചിന്തനീയമാണ്. ഇന്ന്, എന്റെ വീടിന്റെ മുൻവശത്തെ ഒരു സെന്റ് സ്ഥലത്ത് ഞാൻ സൃഷ്ടിച്ച മിയാവാക്കി സൂക്ഷ്മവനത്തിലേക്ക് ഉറ്റു നോക്കിക്കൊണ്ട് ഇത് എഴുതുമ്പോൾ, പ്രകൃതിക്ക് എന്തെങ്കിലും സംഭാവന ചെയ്തതിന്റെ സംതൃപ്തി എനിക്ക് അനുഭവപ്പെടുന്നു. കുട്ടിക്കാലത്ത് അച്ഛൻ എന്നിൽ വിതച്ച പ്രകൃതിയോടുള്ള സ്നേഹത്തിന്റെ വിത്ത് ഫലം കണ്ടു.

ഇക്കാലത്ത് ഇടത്തരം കുടുംബങ്ങൾ പോലും, അവരുടെ ദൈനംദിന യാത്രകളിൽ തങ്ങളുടെ കുട്ടികൾക്ക് ആശ്വാസവും സംരക്ഷണവും ഉറപ്പാക്കാൻ അധിക മൈൽ നടക്കുന്നു. അവർ അവരെ അനുഗമിക്കുന്നു, അവരെ സ്കൂളിൽ വിടുന്നു, സ്വകാര്യ വാനുകൾ ക്രമീകരിക്കുന്നു, തുടങ്ങിയ സമൂഹത്തിലെ ക്രിമിനൽ ഘടകങ്ങ

ളുടെ വർദ്ധിച്ചു വരുന്ന പ്രവണത കണക്കിലെടുക്കുന്നു. എന്നിരുന്നാലും, ഞാൻ ചെറുപ്പം മുതൽ സ്വന്തമായി കൈകാര്യം ചെയ്യാൻ പര്യാപ്തമായതിനാൽ, പത്ത് കിലോമീറ്റർ അകലെയുള്ള സ്കൂളിലേക്ക് പൊതുവാഹനത്തിൽ പോകാൻ അച്ഛൻ എന്നോട് ആവശ്യപ്പെട്ടിരുന്നു. കൂടാതെ ബസ്സ്റ്റോപ്പിലെത്താൻ എനിക്ക് ഒറ്റയ്ക്ക് ഒന്നര കിലോമീറ്റർ സൈക്കിൾ ചവിട്ടേണ്ടി വന്നു. വീണ്ടും, അടുത്തുള്ള ബസ്സ്റ്റോപ്പിൽ നിന്ന് എന്റെ സ്കൂളിലേക്ക് ഏകദേശം അര കിലോമീറ്റർ നടക്കുക, സ്കൂൾബസ്സിൽ എന്നെ അയയ്ക്കാനുള്ള കഴിവില്ല എന്നല്ല, ഞാൻ സ്വതന്ത്രനാകാനും കുപ്രസിദ്ധമായ സ്വകാര്യ റെഡ് ലൈൻ ബസുകളിൽ കയറുന്നതിലെ വെല്ലുവിളികൾ കൈകാര്യം ചെയ്യാനും പണം കൈകാര്യം ചെയ്യാനും മറ്റും പഠിക്കണമെന്ന് അദ്ദേഹം ആഗ്രഹിച്ചു. വിമുഖത കാണിക്കുന്ന കണ്ടക്ടറിൽ നിന്ന് ബാക്കിയുള്ള ഏതാനും പൈസകൾ ശേഖരിക്കുന്നുവെന്ന് ഞാൻ ഉറപ്പാക്കാറുണ്ടായിരുന്നു. എന്തുകൊണ്ടെന്നാൽ, എന്റെ ക്വാട്ടയിൽ നിന്ന് ലാഭിക്കുന്ന തുക സ്കൂളിനടുത്തുള്ള ചെറിയ കടയിൽ നിന്ന് ഗ്യാസ് മിഠായി വാങ്ങാൻ ഉപയോഗിക്കാം. ശനിയാഴ്ച ട്യൂഷനുകൾ ഞങ്ങളുടെ വീട്ടിൽ നിന്ന് 4 കിലോമീറ്റർ അകലെയായിരുന്നു.

ഞാൻ ഹൈസ്കൂളിൽ ചേർന്നത് മുതൽ സൈക്കിളിൽ പോകുമായിരുന്നു. അച്ഛനോടൊപ്പം സ്കൂട്ടറിൽ ആ വഴികളിലൂടെ പോകുമ്പോഴെല്ലാം, ട്രാഫിക് ഒഴിവാക്കാൻ ഞാൻ കണ്ടെത്തിയ ഗല്ലി റോഡുകൾ കാണിക്കുന്നത് എന്റെ പ്രത്യേക അഭിമാനമായിരുന്നു. ഈ സാഹസികതകളിൽ എനിക്കും കഷ്ടപ്പാടുകളുടെ ന്യായമായ പങ്ക് ഉണ്ടായിരുന്നു. സൈക്കിൾ ടയർ പഞ്ചറാകുന്നത് ഒരു തലവേദനയായിരുന്നു. കാലക്രമേണ, ആ പ്രദേശത്തെ സൈക്കിൾ റിപ്പയർ ഷോപ്പുകളുടെ ഏകദേശ ലൊക്കേഷനുകൾ എനിക്ക് പരിചിതമായി. ചെയിൻ സ്ലിപ്പേജുകൾ, ബ്രേക്ക് പാഡ് മുറുക്കൽ എന്നിവ ഞാൻ സ്വന്തമായി കൈകാര്യം ചെയ്യാൻ പഠിച്ചു.

എറണാകുളത്ത് ഞങ്ങളുടെ സ്വന്തം വീടിന്റെ നിർമ്മാണം

എന്റെ ഓർമ്മയിൽ സജീവമാണ്. സാമഗ്രികൾ വാങ്ങുന്നതിനും ജോലികളുടെ മേൽനോട്ടം വഹിക്കുന്നതിനും മറ്റും പോകുമ്പോൾ അച്ഛൻ എന്നെ കൂടെ കൊണ്ടുപോകുമായിരുന്നു. സൈറ്റിലെ തൊഴിലാളികളെ നിരീക്ഷിക്കാനുള്ള ഉത്തരവാദിത്തം പലപ്പോഴും എന്നെ ഏൽപ്പിക്കുമായിരുന്നു. 12 വയസ്സുള്ളപ്പോൾ, മേസൺമാർ, മരപ്പണിക്കാർ, പെയിന്റർ എന്നിവരുമായി അടുത്ത ബന്ധം പുലർത്തിയിരുന്നതായി ഞാൻ ഓർക്കുന്നു. ചില ജോലികളിൽ ഒരു കൈ നോക്കാൻ അവർ എന്നെ അനുവദിക്കുമായിരുന്നു. അത് രസകരമായിരുന്നു. പിന്നീട് സ്വന്തമായി ഒന്നു രണ്ട് കസേരകൾ പെയിന്റ് ചെയ്തതും അതിൽ നേടിയ അനുഭവം കൊണ്ട് സ്റ്റഡി ടേബിളിൽ വുഡ് പോളിഷ് തേച്ചതും ഞാൻ ഓർക്കുന്നു. കോൺക്രീറ്റും പ്ലാസ്റ്ററിട്ടതുമായ ചുവരുകൾ ശരിയായി സജ്ജമാകുന്നതുവരെ പതിവായി വെള്ളം നനയ്ക്കേണ്ടതിന്റെ പ്രാധാന്യം അദ്ദേഹം എന്നെ പഠിപ്പിച്ചു; സിവിൽ എഞ്ചിനീയറിംഗിലെ തത്സമയ പാഠങ്ങൾ. സിമന്റ് ചാക്കുകളുടെ എണ്ണം സൂക്ഷിക്കൽ, മണൽ, ലോഹം, തുടങ്ങിയ സൈറ്റിലെ വസ്തുക്കളുടെ അളവിന്റെ ഐ ബോൾ എസ്റ്റിമേറ്റ് എന്നിവയും എന്റെ ചുമതലകളുടെ ഭാഗമായിരുന്നു. നിർമ്മാണത്തിനാവശ്യമായ തേക്കിന്റെ തടി കണ്ടെത്താനായി ഞങ്ങൾ നടത്തിയ യാത്ര ഇപ്പോഴും മനസ്സിൽ മായാതെ നിൽക്കുന്നു. ഞങ്ങൾ നാലുപേരും, അമ്മയും പെങ്ങളും ഉൾപ്പെടെ, മിനിലോറിയിൽ (407 പിക്കപ്പ്) കയറി ഇടമലയാറിലേക്ക് പോയി. ആവശ്യമായ മരങ്ങൾ ഒരു സ്വകാര്യ ഉടമസ്ഥന്റെ വസ്തുവിൽ നിന്ന് വാങ്ങി, മരം മുറിച്ച്, പേപ്പർ വർക്കുകൾ നടത്തി ലോറിയിൽ കയറ്റി രാത്രി സൈറ്റിൽ കൊണ്ടു വന്നു, എല്ലാം ഒരു ദിവസത്തെ ജോലിയിൽ. ഇതുപോലെയുള്ള ജോലികളിലെ സജീവമായ കുടുംബ പങ്കാളിത്തം ഞങ്ങളുടെ പുതിയ വീടിന്റെ പൂർത്തീകരണത്തിനായുള്ള കാത്തിരിപ്പും അവകാശബോധവും കൊണ്ടുവന്നു. കുട്ടികളെന്ന നിലയിൽ, ഡസൻ കണക്കിന് തൊഴിലാളികളുടെ പരിശ്രമത്തെയും നിർമ്മാണത്തിനായി മാതാപിതാക്കൾ ചെലവഴിച്ച പണത്തെയും ബഹുമാനി

ക്കാൻ ഞങ്ങൾ പഠിച്ചു. അതിനാൽ, ഞങ്ങൾ താമസം മാറിയപ്പോൾ വീട് പരിപാലിക്കുന്നതിൽ കൂടുതൽ ശ്രദ്ധ ചെലുത്തി. അനാവശ്യമായ സ്റ്റിക്കറുകളോ ചുവരുകളിൽ കുട്ടികളുടെ എഴുത്തുകളോ ഞങ്ങളുടെ വീട്ടിൽ ഒരിക്കലും കണ്ടിരുന്നില്ല.

ജന്മനാ നേടിയ നേട്ടക്കാരൻ, എന്റെ അച്ഛൻ ഒരിക്കലും 'ഇല്ല' ഒരു ഉത്തരമായി അംഗീകരിക്കില്ല. കടലാസിൽ നല്ലതും അനുയോജ്യവുമായ ഒരു സ്വഭാവം ആണെന്ന് തോന്നുമെങ്കിലും, ചിലപ്പോൾ ഇത് ഞങ്ങൾ കുട്ടികൾക്ക് മാത്രമല്ല, എന്റെ പ്രിയപ്പെട്ട അമ്മയ്ക്കും ബുദ്ധിമുട്ടും അലോസരവും ഉണ്ടാക്കുമായിരുന്നു. പൊതു പ്രകടനങ്ങൾ ഒരിക്കലും എന്റെ അഭിനിവേശമായിരുന്നില്ല. ഞാൻ സ്വാഭാവികമായും യന്ത്രങ്ങളോടും എന്റെ ഏകാന്ത സ്വഭാവത്തിലും തൃപ്തനാണ്. ഇത് അദ്ദേഹത്തിന് ദഹിക്കാനാവാത്തത്ര അധികമായിരുന്നു. എന്റെ ചെറുത്തു നിൽപ്പിനെ പതുക്കെ മറികടക്കാൻ തുടങ്ങുന്നതു വരെ, വർഷങ്ങളായി ഞാൻ എത്ര പാട്ടുകളും പാരായണങ്ങളും വേദിയിൽ വിരസതയോടെ അവതരിപ്പിച്ചുവെന്നതിന്റെ കണക്ക് എനിക്ക് നഷ്ടപ്പെട്ടു. ഡോക്ടർമാരുടെ വേഷത്തിലുള്ള എന്റെ ആദ്യത്തെ ഫാൻസി ഡ്രസ് ഫോട്ടോസ്റ്റേജിലേക്കുള്ള പടികളിൽ എന്റെ സ്നാപ്പ് എടുക്കുന്നതിൽ ഫോട്ടോഗ്രാഫർ സംതൃപ്തനാകേണ്ടി വന്നു. കാരണം അതിനപ്പുറം ഞാൻ കുലുങ്ങില്ല. എന്നിട്ടും മാതാപിതാക്കളുടെ നിർബന്ധത്താൽ, ഒരു തമാശക്കാരന്റെ വേഷം ധരിച്ച് പിന്നീട് സ്കൂളിൽ ഫാൻസി ഡ്രസ്സിൽ ജില്ലാതല സമ്മാനം നേടാൻ എനിക്ക് കഴിഞ്ഞു. ആ പാഠങ്ങൾ ഇപ്പോഴും എന്നെ സഹായിക്കുന്നു. ഞാൻ ഒരു ജോലിയിൽ ഏർപ്പെടുമ്പോൾ, ബുദ്ധിമുട്ടുകൾ നേരിടുമ്പോൾ (ഒരു സംസ്ഥാന സർക്കാർ ഓഫീസിൽ അസാധാരണമായ ഒരു പേപ്പർ നീക്കാൻ ശ്രമിക്കുന്ന ചിത്രം) ഞാൻ സ്വയം ചോദിക്കുന്നു, ഈ പുരോഗതിയിൽ എന്റെ പിതാവ് തൃപ്തനാകുമായിരുന്നോ? അദ്ദേഹം എന്തു ചെയ്യുമായിരുന്നു? എല്ലാറ്റിനുമുപരിയായി, ഞാൻ ഇത് സ്വീകരിക്കുന്നത് കേൾക്കുമ്പോൾ അദ്ദേഹത്തിന്റെ ഭാവം എന്തായിരിക്കും?

ഞങ്ങളുടെ ആദ്യത്തെ ഫോർ വീലർ മാരുതി ഓമ്നി വാങ്ങിയ ദിവസം, ഞാനെന്ന പെട്രോൾ ഹെഡ് ഇപ്പോഴും എന്റെ ഓർമ്മയിൽ മായാതെ നിൽക്കുന്നു. ഞാൻ എട്ടാം ക്ലാസ്സിൽ ആയിരുന്നു. പുതുപുത്തൻ ചുവന്ന വാൻ എനിക്ക് ഒരു സ്വപ്ന സാക്ഷാത്കാരമായിരുന്നു. അതിൽ യാത്ര ചെയ്യാനുള്ള ഒരു അവസരവും ഞാൻ പാഴാക്കിയില്ല. എന്ത് പറയാൻ, ഷെഡ്ഡിലിരിക്കുമ്പോൾ പോലും ഞാൻ അത് എന്റെ പഠനമുറിയാക്കി. അച്ഛനോടൊപ്പം കാർ വൃത്തിയാക്കുന്നത് ഒരു ഹോബിയായി. ഇപ്പോൾ പോലും, അദ്ദേഹത്തിൽ നിന്ന് എനിക്ക് ലഭിച്ച പരിശീലനം കാരണം, എന്റെ കാർ നല്ലരീതിയിൽ പരിപാലിക്കുന്നതിൽ ഞാൻ അതീവ ശ്രദ്ധാലുവാണ്. അക്കാലത്ത് അച്ഛൻ രാവിലെ ഏഴു മണിക്ക് കാർ ഡ്രൈവിംഗ് പഠിക്കാൻ പോകുമായിരുന്നു. ഞാൻ പലതവണ അദ്ദേഹത്തോടൊപ്പം പോകുകയും നിയന്ത്രണങ്ങൾ എങ്ങനെ പ്രവർത്തിക്കുന്നുവെന്ന് മാനസികമായി ശ്രദ്ധിക്കുകയും ചെയ്യുമായിരുന്നു. അദ്ദേഹം ഞങ്ങളുടെ വാനിൽ പരിശീലിക്കുമ്പോൾ, ഞാൻ അദ്ദേഹത്തിന്റെ അരികിൽ മുൻ സീറ്റിൽ ഇരിക്കും. കാറിന്റെ തറയിൽ ചപ്പലും ഇടതു വശത്ത് ഒരു വെള്ളക്കുപ്പിയും കയ്യിൽ ഒരു ഫ്രിസ്ബീയും. അവ എന്റെ വാഹന നിയന്ത്രണങ്ങളായിരുന്നു. എന്റെ പഠനത്തിൽ ആകൃഷ്ടനായ അദ്ദേഹം ഒരു ദിവസം വീടിനുള്ളിൽ കാർ പാർക്ക് ചെയ്യുമ്പോൾ മടിയിൽ ഇരിക്കുന്ന സ്റ്റിയറിംഗ് കൈകാര്യം ചെയ്യാൻ എന്നെ അനുവദിച്ചു. ഒരാളുടെ വിലയേറിയ പുതിയ വസ്തുവിൽ ആരാണ് അത് ചെയ്യുന്നത്? അദ്ദേഹത്തിന് എന്നിൽ ഉണ്ടായിരുന്ന ആത്മവിശ്വാസം ഞങ്ങൾ എന്ത് ചെയ്താലും കൂടുതൽ കൂടുതൽ പരിശ്രമിക്കാൻ എന്നെ പ്രേരിപ്പിക്കുന്നതാണ്.

അതിനും മുന്നേ തിരുവനന്തപുരത്ത് വച്ച് ഒരു ബ്രൗൺ ബജാജ് സൂപ്പറും (സ്ക്കൂട്ടർ), അച്ഛന് എറണാകുളത്തേക്ക് സ്ഥലം മാറ്റം കിട്ടിയപ്പോൾ ഞങ്ങൾ അപ്ഗ്രേഡ് ചെയ്ത ഒരു നീല - ചാര ചേതക്കും ഉണ്ടായിരുന്നു. എറണാകുളത്ത് നിന്ന് അമൃതപുരി,

കോതമംഗലം തുടങ്ങിയ വിദൂര സ്ഥലങ്ങളിലേക്ക് പോലും നാലുപേരും ജോലിയായി സ്കൂട്ടറിൽ പോകാനുള്ള കരുത്തും ധൈര്യവും അച്ഛനുണ്ടായിരുന്നു. പൊതുവേ ചെറിയ യാത്രകൾ പതിവായിരുന്നു. ചിലപ്പോൾ, വലിയ ഹാർമോണിയം കാരിയറിൽ വച്ച്, ഭജനയ്ക്ക് പോകുമായിരുന്നു. അദ്ദേഹത്തിന്റെ അടുത്ത സുഹൃത്തും സഹപ്രവർത്തകനുമായ എം.എസ്.ആർ.പിള്ള അമ്മാവനിൽ നിന്നുള്ള ഒരു ചേതക് ഞാൻ ഇപ്പോഴും സൂക്ഷിക്കുന്നു. ഞങ്ങൾ തിരുവനന്തപുരം സന്ദർശിക്കുമ്പോഴെല്ലാം അദ്ദേഹം തന്റെ പ്രിയപ്പെട്ട ചേതക് കടം തരാറുണ്ടായിരുന്നു. അക്കാലത്ത് സ്കൂട്ടറുകൾ അവരുടെ ഉടമസ്ഥർക്ക് ഹൃദയത്തോട് ചേർന്നുള്ള വസ്തുവകകൾ ആയിരുന്നു. അമ്മാവൻ അത് പൂർണ്ണ ഹൃദയത്തോടെ പങ്കുവെക്കാറുണ്ടായിരുന്നു. അത് അവരുടെ ബന്ധത്തിന്റെ ആഴം കാണിക്കുന്നു. സൗഹൃദം എങ്ങനെ നിലനിർത്താം എന്നതിന്റെ ഒരു പാഠം എന്റെ പിതാവിൽ നിന്ന്.

എന്റെ അച്ഛനും അമ്മയ്ക്കും തിരുവനന്തപുരത്ത് കുടുംബവേരുകളുള്ളതിനാലും പല സംസ്ഥാനങ്ങളിലും താമസമാക്കിയ ഏറെ സഹോദരങ്ങളുള്ളതിനാലും ഞങ്ങൾ എറണാകുളം റെയിൽവേ സ്റ്റേഷനിൽ പോകുകയും ട്രെയിനിൽ തിരുവനന്തപുരത്തേക്ക് പോകുമ്പോൾ ബന്ധുക്കളെ കാണുകയും ചെയ്യുമായിരുന്നു. അത്തരം സന്ദർശന വേളകളിൽ അമ്മ അവർക്കെല്ലാം ആവി പറക്കുന്ന ചൂടുള്ള കാപ്പിയും ലഘുഭക്ഷണവും ഒരുക്കുമായിരുന്നു. ഈ പ്രവർത്തികൾ തിരക്കേറിയ ദൈനംദിന ഷെഡ്യൂളുകൾക്കിടയിലും. നാമെല്ലാവരും ഇപ്പോഴും വിലമതിക്കുന്ന വിപുലമായ കുടുംബബന്ധങ്ങളെ പരിപോഷിപ്പിക്കുന്നതിൽ വളരെയധികം മുന്നോട്ട് പോയി. കൂട്ടുകുടുംബത്തിലെ ഏക ഡോക്ടർ ആയതിനാൽ അമ്മയ്ക്ക് ദൂരെയുള്ള ബന്ധുക്കളിൽ നിന്നുപോലും അസമയങ്ങളിൽ കൺസൾട്ടേഷൻ കോളുകൾ ലഭിക്കുമായിരുന്നു. കൂടാതെ സുഹൃത്തുക്കളിൽ നിന്നും കൺസൾട്ടേഷൻ കാളുകൾ വരുമായിരുന്നു. അച്ഛനും അതിൽ വളരെ സന്തോഷിച്ചിരുന്നു. എന്റെ അച്ഛന്റെ

സഹോദരൻ കെ.എസ്.ആർ.ടി.സിയിൽ ഡ്യൂട്ടിക്ക് എറണാകുളം ബസ്സ്റ്റാൻഡിൽ വരുമായിരുന്നു. അദ്ദേഹത്തിന്റെ ഔദ്യോഗിക സമയപരിമിതി കാരണം ഹ്രസ്വമായി അദ്ദേഹത്തിന് ആതിഥ്യമരുളുന്നതിൽ ഞങ്ങൾ വളരെ സന്തോഷവാനായിരുന്നു. മറുവശത്ത്, ഞങ്ങൾ കുട്ടികൾക്കായി, ഞങ്ങളുടെ പ്രിയപ്പെട്ട തിരുവനന്തപുരം ബബിൾ ചിപ്സിന്റെ ഒരു പാക്കറ്റ് അദ്ദേഹം മുടങ്ങാതെ കൊണ്ടുവരും. പിന്നീട് എന്റെ അച്ഛന് മുംബൈയിലേക്കും ചെന്നൈയിലേക്കും സ്ഥലംമാറ്റം ലഭിച്ചപ്പോൾ അവിടെയുള്ള എന്റെ മാതാപിതാക്കളുടെ ബന്ധുക്കളിൽ നിന്നും ഞങ്ങൾ പരസ്പര സ്നേഹത്തിന്റെയും സൗഹൃദത്തിന്റെയും ഊഷ്മളത അനുഭവിച്ചു. അവർ പുതിയ അന്തരീക്ഷത്തിലേക്ക് എളുപ്പത്തിൽ താമസിക്കാൻ ഞങ്ങളെ സഹായിച്ചു.

വാട്സ് ആപ്പിന്റെയും ഫെയ്സ് ബുക്കിന്റെയും ഈ കാലഘട്ടത്തിൽ അടുത്ത ആളുകൾ ജന്മദിനങ്ങളിലോ വാർഷികങ്ങളിലോ ആശംസകൾ അർപ്പിക്കാൻ പരാജയപ്പെടുന്ന സന്ദർഭങ്ങളിൽ ആളുകൾ പക പോക്കുമ്പോൾ, വാക്കുകളുടെ മേലുള്ള പ്രവർത്തനത്തിന്റെ ശക്തി തിരിച്ചറിയാൻ കഴിയുന്ന തരത്തിലായിരുന്നു ഞങ്ങളുടെ വളർത്തൽ. എല്ലാ അവസരങ്ങളിലും എല്ലാ ബന്ധുക്കളെയും സുഹൃത്തുക്കളെയും ഫോണിൽ വിളിച്ച് അവരുടെ ക്ഷേമത്തെക്കുറിച്ച് അന്വേഷിക്കേണ്ടതില്ല, മറിച്ച് അവർ നേരിട്ട് ലഭ്യമാകുമ്പോഴെല്ലാം അവർക്കായി സമയം കണ്ടെത്തണം. ഒരു ആവശ്യം വന്നാൽ, അവരുടെ വീട്ടു വാതിൽക്കൽ ആദ്യം എത്തുന്നത് നമ്മളായിരിക്കണം.

കൃതജ്ഞതയാണ് എക്കാലത്തെയും വലിയ പുണ്യം. എന്റെ അച്ഛൻ വളരെ സൂക്ഷ്മമായി ഞങ്ങളുടെ ഹൃദയത്തിൽ സ്ഥാപിച്ച ഒരു മഹത്തായ ആശയമാണിത്. 'കൃതജ്ഞത കൊടുക്കുന്നതിലേക്ക് നയിക്കുന്നു'. ആവശ്യക്കാർക്ക് നൽകുന്നതിലാണ് ആന്തരിക സന്തോഷത്തിന്റെ രഹസ്യം. എനിക്ക് ഓർമ്മ വച്ച കാലം മുതൽ ഞങ്ങളുടെ ജന്മദിനം പായസം, ക്ഷേത്രം, കേക്ക്, സുഹൃത്തുക്കൾ എന്നിവയുമായി മാത്രമല്ല, അനാഥാലയങ്ങളിലെ കുട്ടികൾക്കൊപ്പം,

വൃദ്ധ സദനങ്ങളിലെ പ്രായമായവരുമായും, സഹായം ആവശ്യമുള്ള കുടുംബങ്ങളുമായും സമയം ചെലവഴിക്കുക കൂടിയാണ്. തിരുവനന്തപുരത്തെ സർക്കാർ അനാഥാലയം സന്ദർശിച്ച് കുട്ടികൾക്കൊപ്പം, പെൻസിലുകളും പുസ്തകങ്ങളും സമ്മാനമായി നൽകി, സമയം ചെലവഴിച്ചത് ഞാൻ ഓർക്കുന്നു. മുംബൈയിലെ ഒരു വിദൂര അനാഥാലയം സന്ദർശിക്കുകയും അവരോടൊപ്പം ഭക്ഷണം കഴിക്കുകയും അന്തേവാസികളുമായി മുറിഹിന്ദിയിൽ ആശയവിനിമയം നടത്തുകയും ചെയ്യുന്നു. വൃദ്ധ സദനങ്ങളിലെ പ്രായമായവരും ആ വിശേഷ ദിവസങ്ങളിൽ ഞങ്ങളുടെ കൂട്ടുകെട്ട് ആസ്വദിക്കാറുണ്ടായിരുന്നു. അതിലെ അന്തേവാസികൾ സ്നേഹപൂർവ്വം ഞങ്ങൾക്കായി നൽകിയ ചില ചെറിയ സമ്മാനങ്ങൾ ഞാൻ ഇപ്പോഴും സൂക്ഷിക്കുന്നു. ഈ അനുഭവങ്ങൾ എന്റെ മക്കൾക്കും ഇത് തുടരാനും സമൂഹത്തോടുള്ള നന്ദി സൂചകമായി അത്തരം സ്ഥാപനങ്ങൾക്ക് സാമ്പത്തികമായി സംഭാവന നൽകാനും എന്നെ ഓർമ്മിപ്പിച്ചു.

ഞാൻ സ്കൂളിൽ ശരാശരിക്ക് മുകളിൽ പഠിക്കുന്ന കുട്ടിയായിരുന്നു. ഞാൻ ഒൻപതാം ക്ലാസ്സിൽ പഠിക്കുന്ന അവസരത്തിൽ ഒരു പി.ടി.എ മീറ്റിംഗാണ് എന്റെ അക്കാദമിക് രംഗത്തെ വഴിത്തിരിവ്. സ്കൂൾ ഓഡിറ്റോറിയത്തിൽ ഒരു വലിയ ബോർഡിൽ പത്താം ക്ലാസ്സ് സ്റ്റേറ്റ് റാങ്ക് ഹോൾഡേഴ്സിന്റെ പേരും വർഷവും രേഖപ്പെടുത്തുന്നത് എന്റെ സ്കൂളിലെ പതിവായിരുന്നു. എന്റെ ജനന വർഷമായ 1983 ന്റെ പേരിൽ രേഖപ്പെടുത്തിയിരിക്കുന്ന പേര് ഹരികുമാർ എന്നായിരുന്നു. എന്റെ സ്വന്തം പേര്. അന്ന് അച്ഛൻ യാദൃശ്ചികമായി ചോദിച്ചു. "അടുത്ത വർഷം നിന്റെ പേര് അവിടത്തെ ലിസ്റ്റിൽ ഉൾപ്പെടുത്തിക്കൂടെ"യെന്ന്. സംസ്ഥാന റാങ്ക് എന്ന ഉന്നതമായ ലക്ഷ്യത്തിനായി പ്രവർത്തിക്കാനുള്ള എന്റെ ആദ്യ പ്രചോദനം അതായിരുന്നു. ആ വർഷം എസ്.എസ്.എൽ.സി ഫലം പ്ര്യഖ്യാപിച്ച ദിവസം എല്ലാ പത്രങ്ങളും വാങ്ങി ഒന്നാം പേജിലെ റാങ്ക് ഹോൾഡേഴ്സിന്റെ ഫോട്ടോകൾ കാണിച്ച് എന്റെ ഫോട്ടോ അവിടെ ഉണ്ടെന്ന് സങ്കൽപ്പിക്കാൻ എന്നോട് ആവശ്യപ്പെട്ടുകൊണ്ട് അദ്ദേഹം അത് പിന്നീട് ഉറപ്പിച്ചു. ഒരു

വർഷം നീണ്ട പ്രതിബദ്ധതയുള്ള യാത്രയുടെ ഉറച്ച തുടക്കമായിരുന്നു അത്. ഞാൻ പഠിക്കുമ്പോൾ എല്ലാ ദിവസവും രാവിലെ അഞ്ചു മണിക്ക് അച്ഛൻ എന്റെ കൂടെ ഇരിക്കുമായിരുന്നു. എല്ലാ ദിവസവും സ്കൂളിൽ പഠിപ്പിക്കുന്ന പാഠങ്ങൾ ഞാൻ പഠിക്കുന്നുണ്ടെന്ന് അദ്ദേഹം ഉറപ്പു വരുത്തി. ആവശ്യത്തിന് എഴുത്ത് പരിശീലനവും നൽകി. സ്കൂളിലേക്കുള്ള ബസ് യാത്രകളിൽ പോലും പ്രധാനപ്പെട്ട പോയിന്റുകൾ കുറിക്കാൻ ചെറിയ പോക്കറ്റ് ബുക്ക് അദ്ദേഹം എനിക്ക് തന്നു. രാത്രിയിൽ ഉണർന്നിരിക്കാനും പഠിക്കാനും അമ്മ എനിക്ക് കട്ടൻ കാപ്പി തരും. ഞാൻ എല്ലാ ഇന്റേണൽ പരീക്ഷകളും മികച്ച നിറങ്ങളോടെ വിജയിക്കുകയും എന്റെ സ്കൂളിൽ ഒന്നാമതെത്തുകയും ചെയ്തു. എന്നിരുന്നാലും, ബോർഡ് പരീക്ഷയുടെ ആദ്യ ദിവസത്തെ വൈകുന്നേരം, ഞാൻ തകർന്നു പോയി. അന്നത്തെ ഇംഗ്ലീഷ് ഒന്നാം പേപ്പർ പരീക്ഷയിൽ രണ്ട് നിസ്സാര തെറ്റുകൾ വരുത്തിയെന്നും നൂറ് ശതമാനം സ്കോർ ചെയ്തില്ലെന്നും ഞാൻ കണ്ടെത്തി. ഒരു റാങ്ക് ലക്ഷ്യമിടുന്ന ഒരാൾക്ക് അര മാർക്ക് പോലും വലിയ മാറ്റമുണ്ടാക്കുന്നു. ആ നിമിഷങ്ങൾ ഞാൻ ഇപ്പോഴും ഓർക്കുന്നു. എന്റെ അച്ഛൻ എന്നെ ആശ്വസിപ്പിക്കുകയും അത് മറക്കാനും വരാനിരിക്കുന്ന കാര്യങ്ങളിൽ ശ്രദ്ധ കേന്ദ്രീകരിക്കാനും എന്നെ പ്രേരിപ്പിച്ചു. സംസ്ഥാന റാങ്ക് നേടാൻ ഒരു കല്ലും ഉപേക്ഷിക്കേണ്ടതില്ലെന്ന് എപ്പോഴും പറഞ്ഞിരുന്ന മനുഷ്യൻ ഇപ്പോൾ എന്നോട് പറഞ്ഞു, “നൂറു ശതമാനം പരിശ്രമമാണ് പ്രധാനം. ഒടുവിൽ നമുക്ക് ലഭിക്കുന്നത് നമ്മുടെ കൈയ്യിലല്ല, നീ നിന്റെ ഏറ്റവും മികച്ചത് ചെയ്തു. അത് മതിയെന്ന്” അദ്ദേഹം വിശ്വസിപ്പിച്ചു. റാങ്ക് നഷ്ടപ്പെട്ടാലും അത് പൂർണ്ണമായും ശരിയായിരുന്നു. അദ്ദേഹം എന്നെ മറൈൻ ഡ്രൈവിലേക്ക് കൊണ്ടുപോയി, അവിടെ ഞങ്ങൾ വിശ്രമിച്ചു. അദ്ദേഹത്തിന്റെ മടിയിൽ തല ചായ്ച്ച് ആ രാത്രിയിലെ ആകാശത്തിലെ മിന്നുന്ന നക്ഷത്രങ്ങളെ അനുഭവിച്ചറിയുന്ന എന്റെ കണ്ണുകൾ, അദ്ദേ

ഹത്തിന്റെ സൗമ്യമായ ഉപദേശങ്ങളും ശ്രുതിമധുരമായ ഹമ്മിംഗ് ട്യൂണുകളും കേൾക്കുന്ന കാതുകളും, ഞാൻ പൂർണ്ണമായും ഉന്മേഷ ഭരിതനായി, വരും ദിവസങ്ങൾക്കായി പൂർണ്ണമായും തയ്യാറായി. ദൈവാനുഗ്രഹത്താൽ എനിക്ക് ആ വർഷം പന്ത്രണ്ടാം സംസ്ഥാന റാങ്ക് നേടാൻ കഴിഞ്ഞുവെന്ന് പറയേണ്ടതില്ലല്ലോ.

ഇത്രയും വലിയ അച്ഛനും അമ്മയ്ക്കും ജനിച്ച ഞാൻ ഭാഗ്യ വാൻതന്നെയാണ്. അവരുടെ ഔദ്യോഗിക പ്രതിബദ്ധതകൾക്ക് 100% സമയം നൽകുന്നതിനിടയിലും ഞങ്ങളെ നല്ല കുട്ടികളായി വളർത്തിയെടുക്കുന്നതിലും, സമൂഹത്തിനും രാഷ്ട്രത്തിനും വേണ്ടി തിരികെ സംഭാവന ചെയ്യുന്നതിലും അവർ കാട്ടിയ രീതി വരുംതല മുറകൾക്ക് മാതൃകയാണ്. എസ്.എം.വി.സ്കൂളിലെ അച്ഛന്റെ സഹായ പ്രവർത്തനങ്ങളിൽ ആകൃഷ്ടനായി എന്റെ പ്രിയ സുഹൃത്തായ അരുൺ ബാബുവും ഞങ്ങളുടെ പല ബന്ധുക്കളും സുഹൃത്തുക്കളും ഔത്സുക്യത്തോടെ അതിൽ പങ്കു കൊള്ളുകയും സംഭാവനകൾ ചെയ്യുകയും ചെയ്തു എന്നത് ഇതിനു വലിയ ഉദാഹരണമാണ്.

അമൂല്യമായ ജീവിത പാഠങ്ങളാൽ വാർത്തെടുക്കപെട്ട എന്റെ പ്രിയപ്പെട്ട അച്ഛൻ, തന്റെ ജീവിതയാത്രയെ അനുസ്മരിക്കുമ്പോൾ, ഈ പുസ്തകത്തിന്റ ഓരോ വായനക്കാരനും,തന്നെ സ്പർശിക്കുന്ന എന്തെങ്കിലും ലഭിക്കുമെന്നും, പ്രചോദനം നൽകുന്നതോ, ഹൃദയ സ്പർശിയായതോ, കുറഞ്ഞത് ഒരു പുഞ്ചിരിയെങ്കിലും കൊണ്ടു വരുന്നതോ ആയ അനുഭവം ഉണ്ടാകുമെന്നു എനിക്ക് ഉറപ്പുണ്ട്.

31. മരുമകൾ ഡോ. സുമിത്രാ ശങ്കറിന്റെ അനുഭവസാക്ഷ്യം

31.1 അദ്ദേഹം ജീവിതം ആസ്വദിക്കുന്ന തീം (പ്രമേയം)

പ്രകൃതിയിലെ ഓരോ നിമിഷവും മനോഹരമായ ഒരു നിമിഷ മാകാനുള്ള സാധ്യതയുണ്ട്. അത് ഓരോ മിനിറ്റിലും നിങ്ങൾ എങ്ങനെ ജീവിക്കുന്നുവെന്നതിനെ ആശ്രയിച്ചിരിക്കുന്നു. എന്റെ ഭർത്താവിന്റെ പിതാവായ ഡോ. ഗണേശൻ അദ്ദേഹത്തിന്റെ ജീവിത ത്തിൽ കടന്നുവരുന്ന ഓരോ നിമിഷവും വളരെ സൂക്ഷ്മതയോടു കൂടി കണക്കു കൂട്ടി കൈകാര്യം ചെയ്യുന്നതിൽ അതീവ തത്പരനാ ണ്. മാത്രവുമല്ല, അദ്ദേഹം സ്വജീവിതത്തിലെ എല്ലാ അനുഭവങ്ങ ളെയും വളരെയധികം പോസിറ്റീവായി പരിഗണിക്കുന്നതിൽ പ്രത്യേക പ്രാവീണ്യം ആർജ്ജിച്ചിട്ടുള്ള ഒരു മഹത് വ്യക്തിത്വം കൂടി യാണ്. അദ്ദേഹത്തിന്റെ ഇത്തരത്തിലുള്ള സവിശേഷ ഗുണം മനു ഷ്യ സമൂഹത്തിന്റെ സമാധാനപരമായ സഹവർത്തിത്വത്തിന് എല്ലാ അർത്ഥത്തിലും അനിവാര്യമാണ്.

ജീവിതത്തിൽ എനിക്ക് മനോവിഷമം നേരിട്ട സന്ദർഭങ്ങളി ലെല്ലാം അദ്ദേഹം എന്നെ സ്വന്തം മകളായി പരിഗണിച്ച് സൗഹൃദ സംഭാഷണ രീതിയിൽ അവശ്യം വേണ്ട ഉപദേശങ്ങൾ നൽകുമായി രുന്നു. അദ്ദേഹം ജീവിതത്തിലെ നിസ്സാര കാര്യങ്ങൾക്ക് അമിത പ്രാ ധാന്യം നൽകാറില്ല, മറിച്ച് ഭാവിയിൽ വരാനിരിക്കുന്ന മഹത്തായ അവസരങ്ങളെ നാം ഫലപ്രദവും ഊർജ്ജസ്വലവും ക്രിയാത്മകവു മായി കണ്ട് വിവേകത്തോടെ പരിപക്വമായ രീതിയിൽ നിരന്തരം സമർപ്പണബോധത്തോടെ പ്രവർത്തിക്കുകയാണ് വേണ്ടതെന്ന് നിർദ്ദേശിക്കുമായിരുന്നു. എന്റെ ജീവിതത്തിൽ അദ്ദേഹത്തിന്റെ സമ യോചിതമായ ഇത്തരം ഇടപെടലുകൾ അർത്ഥവത്തായ ദൈനംദിന ജീവിതക്രമങ്ങൾ ചിട്ടപ്പെടുത്തുന്നതിൽ വളരെയധികം സ്വാധീനം ചെലുത്തിയിട്ടുണ്ട്.

അദ്ദേഹത്തിന് ജീവിതം പൂർണ്ണ അർത്ഥത്തിൽ ആസ്വദിച്ചു ജീവിക്കുവാൻ സുവർണ്ണാവസരം ലഭിച്ചിട്ടുണ്ട്. സുഖദു:ഖ സമ്മിശ്രമാണ് ജീവിത യാഥാർത്ഥ്യമെങ്കിലും അദ്ദേഹത്തിന്റെ അനിതരസാധാരണമായ കർമ്മവീര്യവും നിശ്ചയദാർഢ്യവും വിവേചന ബുദ്ധിയും കഠിനാദ്ധ്വാനവും ഇച്ഛാശക്തിയും ദൈവകൃപയും കൊണ്ട് സംതൃപ്ത ജീവിതം നയിക്കുവാൻ അദ്ദേഹത്തിന് കഴിഞ്ഞിട്ടുണ്ടെന്ന് ഞാൻ വിശ്വസിക്കുന്നു. ജീവിതത്തിലുണ്ടാകുന്ന ചെറുതും വലുതുമായ എല്ലാ സംഭവങ്ങളും നമ്മെ എന്തെങ്കിലും പഠിപ്പിക്കുന്നുവെന്ന് അദ്ദേഹം എപ്പോഴും പറയാറുണ്ട്. ഇപ്രകാരമുള്ള തിരിച്ചറിവ് നമ്മുടെ ഓരോരുത്തരുടേയും ജീവിതയാത്രയെ കൂടുതൽ പ്രകാശമാനമാക്കുന്നതാണ്.

31.2 എല്ലാവർക്കുമായുള്ള സേവനം -മാനവസേവ മാധവസേവ

നമ്മുടെ വേദങ്ങളിൽ നാം മറ്റുള്ളവർക്കായി ചെയ്യുന്ന ഏതൊരു നല്ല കർമ്മവും നമ്മുടെ വരുംതലമുറകൾക്ക് (കുട്ടികൾക്ക്) അവരുടെ ജീവിതത്തിൽ സൗഭാഗ്യമായി ആസ്വദിക്കുവാൻ കഴിയുന്ന തരത്തിൽ പൂർവ്വ പുണ്യമോ ഭാഗ്യമോ ആയി മാറുമെന്ന് പരാമർശിക്കുന്നു.

ഞങ്ങളുടെ വിവാഹ സൽക്കാര ദിവസം, വിവാഹത്തിൽ പങ്കെടുത്ത എല്ലാവർക്കും സ്വാദിഷ്ടമായ ഭക്ഷണം തയ്യാറാക്കിയവരുടെ അത്ഭുതകരമായ സേവനത്തെ അംഗീകരിക്കുന്നതിനും അനുമോദിക്കുന്നതിനും വേണ്ടി എന്റെ അമ്മായിയപ്പൻ ക്യാന്റീനിലെ എല്ലാ ജീവനക്കാർക്കും സമ്മാനങ്ങൾ നൽകി ആദരിക്കുന്ന ഒരു പ്രത്യേക ചടങ്ങ് സംഘടിപ്പിക്കുകുയുണ്ടായി. ആ ചടങ്ങിലൂടെ പ്രത്യേകിച്ച് നവദമ്പതികളായ ഞങ്ങൾക്കും മറ്റു കുടുംബാംഗങ്ങൾക്കും അവരുടെ അനുഗ്രഹം ലഭിച്ചുവെന്നത് വർണ്ണനാതീതമാണ്.

ഇപ്പോൾ ഞങ്ങളുടെ ജീവിതം വളരെ സമ്പന്നവും സുഗമവും ആഹ്ലാദഭരിതവുമാണ്. കാരണം അദ്ദേഹം അന്ന് ആ ക്യാന്റീനിലെ

അംഗങ്ങൾക്ക് ഹൃദയതാളമായി ചൊരിഞ്ഞ നന്ദിയുടെ ആ ചെറിയ അടയാളത്തിന്റെ വലിയ ദൃഷ്ടാന്തമാണ് ഞങ്ങളുടെ സമാധാനപരവും സന്തോഷപൂരിതവും ഐശ്വര്യപൂർണ്ണവുമായ കുടുംബജീവിതാനുഗ്രഹങ്ങൾ!

ഞങ്ങളുടെ വിവാഹം കഴിഞ്ഞയുടനെ പാവപ്പെട്ടവർക്കും അതിദാരിദ്ര്യം അനുഭവിക്കുന്നവർക്കും ദാനം ചെയ്തു കൊണ്ട് ഒരു സാമൂഹിക ജീവിതം സമർപ്പിക്കുന്നതിൽ അദ്ദേഹം ശ്രദ്ധ കേന്ദ്രീകരിച്ചു. അതിനായി സ്നേഹസ്പന്ദനം, സ്നേഹ കൈത്താങ്ങ്, സ്നേഹ സംഗമം എന്നിവയിലൂടെ സാമ്പത്തികമായി ദുർബലരായ വിഭാഗങ്ങളെ പ്രത്യേകിച്ച് സമൂഹത്തിലെ ആരോഗ്യ പ്രവർത്തകരെ സഹായിക്കുന്നതിനായി പദ്ധതികൾ ആസൂത്രണം ചെയ്ത് നടപ്പിലാക്കി.

31.3 സ്നേഹത്തിന്റെയും നന്ദിയുടെയും അടയാളം

നമ്മുടെ ജീവിതത്തിൽ നിരവധി ചെറിയ ചെറിയ സംഗതികൾ ഉണ്ടാകാറുണ്ട്. പക്ഷെ അവ തിരിച്ചറിയുന്നതിനോ അവയ്ക്കായി ഒരു നന്ദി പ്രകാശിപ്പിക്കുവാനോ നാം സ്വമേധയാ തയ്യാറാകാറില്ല. നമ്മുടെ ഗവൺമെന്റ് ധാരാളം സേവനങ്ങൾ നമുക്കായി നൽകുന്നതിൽ എന്തെങ്കിലും പോരായ്മ ഉണ്ടായാൽ നാം അതിനെ പർവ്വതീകരിക്കുകയും എന്നാൽ നന്മയുള്ളതാണെങ്കിൽ അവയെക്കുറിച്ച് നല്ല വാക്കുകൾ നന്ദിയോടെ പൊതുവേ പ്രകടിപ്പിക്കാറുമില്ല. എന്നാൽ എന്റെ അമ്മായിയപ്പൻ അക്കാര്യത്തിൽ തികച്ചും വ്യത്യസ്തനാണ്. അദ്ദേഹത്തിന് ഏതെങ്കിലും തരത്തിലുള്ള സഹായമോ സേവനമോ നന്മയോ പ്രതിഫലമോ ലഭിച്ചാൽ എല്ലാറ്റിനോടും പ്രത്യേക വ്യക്തി ബന്ധം സ്ഥാപിക്കുന്ന ഒരു മാതൃകാ വ്യക്തിത്വം കൂടിയാണ്. ചുരുക്കത്തിൽ, സ്വന്തം നാടിനോടും രാജ്യത്തോടും ലോകത്തോടും അദ്ദേഹത്തിന്റെ നന്ദിയും കടപ്പാടും എപ്പോഴും പ്രകടമാക്കുന്ന അത്യപൂർവ്വ വ്യക്തിത്വമാണ് എന്റെ അമ്മായിയപ്പൻ. അദ്ദേഹത്തിന് ബ്രഹത്തായ സമൂഹ ബന്ധവും ഔദ്യോഗിക ബന്ധവും ഉണ്ട്. അദ്ദേഹം എല്ലാവ

രോടും സുദൃഢമായ സൗഹൃദം നിലനിർത്തുന്ന വ്യക്തിത്വമാണ്. അദ്ദേഹം ആർക്കും മാനസിക വിഷമമുണ്ടാക്കുന്ന യാതൊരു സംഗതികളും ചെയ്യുകയില്ല. അദ്ദേഹത്തിന്റെ സഹചാരികളുടെ എല്ലാ പരിപാടികളിലും സൗഹൃദ കൂട്ടായ്മകളിലും അദ്ദേഹം എത്ര ബുദ്ധിമുട്ടിയും കൃത്യമായി പങ്കെടുക്കുന്നതുകൊണ്ട് അവരുടെ ആദരവിന് പാത്രീഭൂതനാകുകയും ചെയ്യും. മാത്രമല്ല, അവരോടുള്ള ബഹുമാനത്തിന്റെ അടയാളമായിട്ടാണ് അദ്ദേഹം ഓരോ പരിപാടിയിലും പങ്കെടുക്കുന്നത് എന്ന വസ്തുത കൂടി പരാമർശിക്കുകയാണ്.

അദ്ദേഹത്തിന്റെ സപ്തതി കാലഘട്ടത്തിൽ പോലും, ഡ്രൈവിംഗിനോടുള്ള അതിയായ താത്പര്യം കൊണ്ടും ജീവിത കാലം മുഴുവനും ഏറ്റവും വേണ്ടപ്പെട്ടവരുടെ പരിപാടികളിൽ സജീവ പങ്കാളിത്തം ഉറപ്പുവരുത്തി, സുമനസ്സുകളോടൊപ്പം കൂടുന്ന അദ്ദേഹത്തിന്റെ വലിയ മനസ്സിനെ ആദരിക്കുന്നതിനോടൊപ്പം അദ്ദേഹത്തിന്റെ സമാനതകളില്ലാത്ത തികഞ്ഞ അർപ്പണമനോഭാവത്തിനു മുമ്പിൽ സാദരം നമിച്ചു കൊള്ളുന്നു.

സാധാരണ രീതിയിൽ ഒരു വിവാഹകൂട്ടുകെട്ടിൽ പങ്കാളിയാകുന്ന പെൺകുട്ടിയുടെ വീട്ടുകാര്യങ്ങൾ കൈകാര്യം ചെയ്യുവാനുള്ള നൈപുണ്യവും പാചകവൈദഗ്ധ്യത്തെക്കുറിച്ചുള്ള പ്രാവിണ്യവും പരിചയസമ്പത്തുമാണ് ആൺകുട്ടിയുടെ കുടുംബക്കാർ പൊതുവെ അന്വേഷിക്കാറുള്ളത്. കാരണം ഒരു മനുഷ്യന്റെ ഹൃദയത്തിലേക്കുള്ള ഒരു പ്രധാന വഴി അവന്റെ ഉദരത്തിലൂടെയാണെന്നുള്ള ആപ്തവാക്യസ്മരണയാണ്. എന്നാൽ എന്റെ കാര്യത്തിൽ തികച്ചും വ്യത്യസ്തമായിരുന്നു. "ഡ്രൈവിംഗ് അറിയാമോ" എന്നാണ് എന്റെ നിയുക്ത ഭർത്താവിന്റെ അച്ഛൻ എന്നോട് ചോദിച്ചത്. ആ ചോദ്യത്തിന് ശരിയായ മറുപടി നൽകാൻ എനിക്ക് അപ്പോൾ കഴിഞ്ഞില്ല. തുടർന്ന്, പാചകം എപ്പോൾ വേണമെങ്കിലും പഠിക്കാമെന്നും എന്നാൽ കാർ ഡ്രൈവിംഗ് ഒരു അതിജീവന നൈപുണിയാണെന്നും അതിലുപരി, ഒരു നിത്യജീവിതനൈപുണി ആണെന്നും

അദ്ദേഹം തറപ്പിച്ചു പറഞ്ഞു. ഇപ്രകാരം അദ്ദേഹം നിർബന്ധിച്ചു പറ ഞ്ഞെങ്കിലും, കാർ ഡ്രൈവിംഗ് കാലഘട്ടത്തിന്റെ ആവശ്യമാണെന്ന് ആ സമയത്ത് എനിക്ക് ബോധ്യപ്പെട്ടിരുന്നില്ല. എങ്കിലും ഞങ്ങളുടെ വിവാഹം കഴിഞ്ഞയുടനെ ഞാൻ അദ്ദേഹത്തിന്റെ തികഞ്ഞ മേൽനോട്ടത്തിലും നിയന്ത്രണത്തിലും ഡ്രൈവിംഗ് പരിശീലന ത്തിന്റെ ഗുരുത്വം അക്ഷരാർത്ഥത്തിൽ സ്വീകരിച്ച് ഡ്രൈവിംഗ് പരി ശീലനം ഭംഗിയായി പൂർത്തിയാക്കി മൂന്നു മാസം കൊണ്ട് ഡ്രൈവിംഗ് ലൈസൻസ് നേടി. അപ്രകാരം ഡ്രൈവിംഗ് ലൈസൻസ് ആർജ്ജിക്കുവാൻ കഴിഞ്ഞതിൽ വളരെയധികം നന്ദിയും കടപ്പാടും ആദരവും അദ്ദേഹത്തോട് ജീവിതാന്ത്യം വരെയും ഉണ്ടാകുമെന്ന് ഉറപ്പു നൽകുന്നു.

എന്റെ രണ്ടു കുട്ടികളേയും സുരക്ഷിതമായും ആത്മവിശ്വാസ ത്തോടെയും നിർഭയമായും എല്ലാ ദിവസവും സ്കൂളിൽ കൊണ്ടു പോകുവാനും തിരിച്ചു വിളിച്ചുകൊണ്ടു വരുവാനും സാധിക്കുന്നു വെന്നത് ആത്മാഭിമാനത്തോടെ ഞാൻ സ്മരിക്കുന്നു. അതുകൊണ്ട് അത്യാധുനിക സംവിധാനങ്ങളായ 'ഓലയെയോ യൂബറിനെയോ' ഒരിക്കലും എനിക്ക് ആശ്രയിക്കേണ്ടി വരുന്നില്ല.

ഞാൻ യാതൊരുവിധ ഭയവും മടിയും കൂടാതെ ഏത് തിക്കിലും തിരക്കിലും നിസങ്കോചം വാഹനമോടിക്കുന്നുണ്ട്. എന്റെ വണ്ടിയുടെ നിയന്ത്രണം പൂർണ്ണ അർത്ഥത്തിൽ എന്റെ കൈകളിലാ ണ്. സമയബന്ധിതമായി അവശ്യം വേണ്ട ആ വൈദഗ്ധ്യം ആർജ്ജി ച്ചിരുന്നതുകൊണ്ട് ഇപ്പോൾ ഞാൻ ആസ്വദിക്കുന്ന സ്വാതന്ത്ര്യം വില മതിക്കുവാൻ ആകാത്തതാണ്.

ഞാൻ ഡ്രൈവിംഗ് പഠിക്കണമെന്ന് എന്റെ അമ്മായിയപ്പൻ ആഗ്രഹിച്ചിരുന്നുവെങ്കിലും അദ്ദേഹം പാചകകലയുടെ പ്രാധാന്യ ത്തിന് മങ്ങൽ ഏല്പിച്ചുവെന്നല്ല മറിച്ച്, അദ്ദേഹം യഥാർത്ഥത്തിൽ ഒരു മികവുറ്റ പാചകക്കാരൻ കൂടിയാണെന്ന് ഞാൻ കണ്ടെത്തിയ പ്പോൾ വളരെയധികം ആശ്ചര്യപ്പെട്ടുപോയി. അദ്ദേഹം വളരെ സ്വാദി

ഷ്ടവും രുചികരവുമായ ചമ്മന്തിയും മറ്റു വിവിധതരം ചെറു ഭക്ഷണ വസ്തുക്കളും പാചകം ചെയ്യാറുണ്ട് എന്ന യാഥാർത്ഥ്യം കൂടി ഇവിടെ പ്രസ്താവിച്ചുകൊള്ളട്ടെ.

31.4 എല്ലായിടത്തും സമൃദ്ധി , സമൃദ്ധി,...

അദ്ദേഹത്തിന്റെ നിറവുള്ളതും സൗഹൃദപൂർണ്ണവും പരിപക്വവുമായ മാനസികാവസ്ഥ അദ്ദേഹത്തിന്റെ പൂന്തോട്ടത്തിൽപോലും പരക്കെ പ്രതിഫലിക്കുന്നു. ഞങ്ങളുടെ കൂടെ ഏതാനും ദിവസങ്ങളിൽ താമസിക്കാനായി എറണാകുളത്തു നിന്നും തിരുവനന്തപുരത്തേയ്ക്ക് വരുന്ന ചെറിയ ചെറിയ സന്ദർശന വേളകളിൽ, അദ്ദേഹം ഒരു വലിയ സഞ്ചി നിറയെ പച്ചക്കറികളും (മത്തങ്ങ, വാഴക്കായ്, ചക്ക), പഴങ്ങളും (ചിക്കു, കസ്റ്റാർഡ് ആപ്പിൾ) കൊണ്ടു വരും. അദ്ദേഹം ഞങ്ങൾക്ക് കുറച്ച് വീതിച്ചു തന്നതിനുശേഷം മാത്രമാണ് അദ്ദേഹത്തിന്റെ സഹോദരങ്ങൾക്കും ബന്ധുക്കൾക്കും വിതരണം ചെയ്യുന്നത്. അദ്ദേഹത്തിന്റെ ഹൃദയം യഥാർത്ഥത്തിൽ ഭുമുഖത്ത് ലഭ്യമായ ഏറ്റവും വിലപ്പിടിപ്പുള്ള രത്നം കൊണ്ടാണ് നിർമ്മിച്ചിരിക്കുന്നതെന്ന് ഞാൻ പൂർണ്ണമായും വിശ്വസിക്കുന്നു. അദ്ദേഹം യഥാർത്ഥ മനുഷ്യനായി എല്ലാവരുടെയും നന്മയ്ക്കും സമാധാനത്തിനും സന്തോഷത്തിനും ഐശ്വര്യത്തിനും വേണ്ടി, സൗഹൃദ പനിനീർ ചാരുതയോടുകൂടി ആരാലും ആകൃഷ്ടനാകുന്ന പച്ചയായ മനുഷ്യസ്നേഹി, അതുല്യമായ മാനവികതയുടെ ചൈതന്യം പേറി, നിസ്വാർത്ഥതയുടെ ആൾ രൂപമായി, ഏവർക്കും മാതൃകയായി, പ്രതീക്ഷയും പ്രത്യാശയും നൽകി, ദീപസ്തംഭമായി എന്നും എന്നും വിരാജിക്കട്ടെ.

31.5 പ്രിയതമയോടും മക്കളോടും പേരക്കുട്ടികളോടും സൗഹൃദം ചൊരിയുന്ന മഹാനുഭാവൻ.

എന്റെ അമ്മായിയമ്മയ്ക്ക് അമ്മായിയപ്പൻ ഒരു നെടുംതൂണാണ്. അമ്മായിയപ്പൻ അമ്മായിയമ്മയ്ക്ക് ശക്തമായ പിന്തുണ നൽകി ജീവിതത്തെ കൂടുതൽ സമ്പന്നമാക്കുന്നു. അവർ രണ്ടു വ്യക്തികളാ

ണെങ്കിലും ഇരുവരും പരസ്പരം സുവ്യക്തമായി തിരിച്ചറിഞ്ഞ് മനസ്സുകൾ ഒന്നായി, കുടുംബത്തെ ഒരു നാണയത്തിന്റെ ഇരുവശങ്ങളായി, പരസ്പരപൂരകങ്ങളായി, കുറ്റപ്പെടുത്തലുകളോ പരിഭവങ്ങളോ ഇല്ലാത്ത യുവമിഥുനങ്ങളായി സപ്തതി കാലഘട്ടത്തിലും മാതൃകാപരമായി വർത്തിക്കുന്നുവെന്നത് ഞങ്ങളുടെ ശരീരത്തിനും മനസ്സിനും ആനന്ദം പകരുന്നതിലുമുപരി, ആവേശഭരിതരാക്കി. ഏവർക്കും മാതൃകകളായി നമ്മെ മുന്നോട്ട് നയിക്കുവാൻ അവരുടെ ജീവിതം എന്തുകൊണ്ടും പര്യാപ്തമാണ്.

എന്റെ ഭർത്താവിനും എനിക്കും കുഞ്ഞുങ്ങൾക്കും എന്റെ അനുജത്തിയ്ക്കും ഭർത്താവിനും കുഞ്ഞുങ്ങൾക്കും (ഭർത്താവിന്റെ സഹോദരി ഡോ. പാർവ്വതി) എന്റെ അമ്മായിയപ്പനും അമ്മായിയമ്മയും ശക്തമായ പ്രചോദനം നൽകുന്നുണ്ട്. അവർ ഞങ്ങൾക്ക് പ്രചോദനാത്മകമായ സന്ദേശങ്ങൾ അയയ്ക്കുന്നത് തുടരുകയും നമ്മുടെ ക്ഷേമത്തിനായി ധാരാളം ദൃശ്യവൽക്കരണവും ധ്യാനവും നടത്തുകയും ചെയ്യുന്നുണ്ട്.

വളരെ ചെറുപ്പത്തിൽ തന്നെ തങ്ങളുടെ സ്വപ്നഭവനങ്ങൾ പണിയാൻ എല്ലാവർക്കും ഭാഗ്യമുണ്ടാകണമെന്നില്ല. എന്നാൽ എന്റെ ഭർത്താവിന്റെ സ്വപ്നങ്ങൾ സാക്ഷാത്കരിച്ചു. അത്തരം അത്ഭുതകരമായ മാതാപിതാക്കളെ ലഭിച്ചതിൽ ഞങ്ങൾ അനുഗ്രഹീതരാണ്. സ്വതന്ത്രമായ ഒരു വീടിന്റെ നിർമ്മാണം വളരെ ബുദ്ധിമുട്ടും ക്ലേശകരവുമാണ്, കാരണം സമയക്രമം കൃത്യമായി പാലിക്കുന്നുണ്ടെന്ന് നമ്മൾ ഉറപ്പാക്കേണ്ടതുണ്ട്. ഇല്ലെങ്കിൽ അത്തരം വീടുപണികൾ വർഷങ്ങളോളം നീണ്ടു പോകുമെന്നത് സ്വാഭാവികമാണ്.

ഞങ്ങളുടെ വീടിന്റെ മുഴുവൻ നിർമ്മാണവും മേൽനോട്ടം വഹിച്ചത് എന്റെ അമ്മായിയപ്പൻ ആയിരുന്നു. അതുകൊണ്ട് വീടുപണിയുമായി ബന്ധപ്പെട്ട എല്ലാ നിർമ്മാണ പ്രവർത്തനങ്ങളും സുഗമമായി നടന്നിരുന്നു. ഏറ്റവും ചുരുങ്ങിയ കാലയളവിൽ (ഒരു വർഷത്തിനുള്ളിൽ) ഞങ്ങളുടെ വീട് പണി പൂർത്തിയാക്കി പുതിയ

വീട്ടിലേക്ക് താമസം മാറി. അദ്ദേഹത്തിന്റെ നിർലോഭമായ സ്നേഹ വാത്സല്യങ്ങൾ ഞങ്ങളിൽ ചൊരിഞ്ഞതിന് ഞങ്ങൾ എക്കാലവും നന്ദിയും കടപ്പാടും ഉള്ളവരായിരിക്കുന്നതാണ്.

എന്റെ കുട്ടികൾ രണ്ടുപേരും അവർക്കൊപ്പം ഉള്ള സമയം നന്നായി ആസ്വദിക്കാറുണ്ട്. സമ്മാനങ്ങളും ഭക്ഷണസാധനങ്ങളും നൽകിക്കൊണ്ട് അവർ കുഞ്ഞുങ്ങളോട് സ്നേഹം ചൊരിയുന്നത് പിൽക്കാലത്ത് കുട്ടികളുടെ ശരിയായ വിദ്യാഭ്യാസത്തിനും സ്വഭാവ രൂപീകരണ പ്രക്രിയകൾക്കും മുതൽ കൂട്ടാകുമെന്നതിൽ സംശയ മില്ല.

Prathyasa Financial aid for studies

He was there for everything even when he was small. He was a brave leader even among the children. Opp to his house was "Sannyasi gramam". It was a dark street full of shrubs. The children used to bet among themselves; who has the bravery to go till the end and touch the "Balikallu" and comeback. When the children went into the darkness my father would make all sorts of horrible sounds & they would be so unnerved that they'd come back with double the speed. But he would go there without any problem. But there was the inner fear. He run_dash_ up till there with closed eyes & would come back at the same speed.

Seven year old Son's (Harikumar) Musings on Appa

32. നഗരപ്പട്ടി എന്ന ഗ്രാമവും അതിലെ കുളവും

തമിഴ്നാട്ടിലെ രാമനാഥപുരം ജില്ലയിലെ നഗരപ്പട്ടി എന്ന ചെറു ഗ്രാമപ്രദേശത്താണ് ഞാൻ ജനിച്ചത് എന്ന് സൂചിപ്പിച്ചിരുന്നല്ലോ. അക്കാലത്ത് വികസനം തൊട്ടു തീണ്ടിയിട്ടില്ലാത്ത ഒരു ഗ്രാമപ്രദേശം. അവിടുത്തെ ജനങ്ങളുടെ തൊഴിൽ കൃഷിയും കുടിൽ വ്യവസായവുമാണ്. വൈദ്യുതി വന്നിട്ടില്ലായിരുന്നു. വീടുകളിൽ മണ്ണെണ്ണ വിളക്കുകളാണ് ഉപയോഗിച്ചിരുന്നത്. ജലസേചന പദ്ധതികളൊന്നുമില്ല. കുടിക്കാൻ വെള്ളം അടുത്തുള്ള കുളങ്ങളിൽ നിന്നും എടുക്കും. ജനങ്ങൾ എല്ലാവരും സന്തോഷത്തോടും ഒത്തൊരുമയോടും ജീവിക്കുകയായിരുന്നു. ഓലമേഞ്ഞ കുടിലുകളാണ് അധികവും. ഞാൻ ജനിച്ച, എന്റെ സ്നേഹനിധിയായ യശഃശ്ശരീരയായ ചെല്ലമ്മാൾ ചേച്ചി പഴയ കാലത്ത് താമസിച്ചിരുന്ന, ഈ നാട്ടിൽ ഒരു വലിയ കുളമുണ്ട്. നഗരപ്പട്ടിയിലെ ആ കുളത്തെയാണ് അവിടുത്തെ ഗ്രാമവാസികൾ കുടിവെള്ളത്തിനായി പൂർണ്ണമായും ആശ്രയിക്കുന്നത്. ആ ഗ്രാമത്തിൽ ശുദ്ധജല വിതരണത്തിന് യാതൊരുവിധ സംവിധാനങ്ങളുമില്ല. അതുകൊണ്ട് വെള്ളത്തിന് ആകെയുള്ള പ്രതീക്ഷയും പ്രത്യാശയുമെല്ലാം ഈ മഹത്തായ പ്രകൃതിയിലെ ഖനിയായ നഗരപ്പട്ടി കുളമാണ്. അവിടെ കുടിവെള്ളക്ഷാമം വളരെ രൂക്ഷമാണെന്നുള്ളത് വർണ്ണനാതീതമാണ്. അതിനാൽ ഈ കുളത്തിലെ ജലസ്രോതസ്സിനെ പരമാവധി പുഷ്ടിപ്പെടുത്തി സംരക്ഷിക്കുവാൻ ആ ഗ്രാമവാസികൾ സ്വമേധയാ പ്രതിജ്ഞാബദ്ധരാണ്. അതിനായി അവിടെ നില നിന്നു പോരുന്ന സമാനതകളില്ലാത്ത കൂട്ടായ്മയുടെ പ്രതീകമായി നിലനിൽക്കുന്ന രീതി, ഞാൻ ഇവിടെ പരാമർശിക്കുകയാണ്. നഗരപ്പട്ടിയിലെ ജനങ്ങളുടെ പൊതു തീരുമാനമനുസരിച്ച് അവിടെ ഏതെങ്കിലും വീട്ടിൽ ഒരു കുഞ്ഞ് ജനിക്കുകയാണെങ്കിൽ ആ വീട്ടിലുള്ള ആരെങ്കിലും ഒരാൾ ശ്രമദാനം ചെയ്ത് ആ കുളത്തിന്റെ ആഴം വർദ്ധിപ്പിക്കേണ്ടതാണ്. അതിനായി ഏറ്റവും കുറഞ്ഞത് പത്ത് ചട്ടി മണ്ണെങ്കിലും കുഞ്ഞ് ജനിച്ച വീട്ടിലെ ആരെങ്കിലും കുളത്തിന്റെ ആഴം കൂട്ടാനായി കുഴിച്ചെടുത്ത് മാറ്റേണ്ടതാണ്. ഞാൻ ജനിച്ചപ്പോൾ എന്റെ കാണപ്പെട്ട ദൈവമായ ചെല്ലമ്മാളിന് 14 വയസ്സായിരുന്നു പ്രായം. എന്റെ എല്ലാമെല്ലാമായ ചേച്ചി എനിക്കുവേണ്ടി നഗരപ്പട്ടിയിലെ കുളം കുഴിച്ച് 10 ചട്ടി മണ്ണ് വെളിയിലേക്കിട്ട് ആ കുളം ജനങ്ങൾക്ക് ഉപകാരപ്രദമാക്കി.

ഇപ്രകാരമുള്ള കൂട്ടായ്മയിലധിഷ്ഠിതമായ, ജനങ്ങളുടെ പൊതുനന്മ ലാക്കാക്കി പ്രവർത്തിക്കുന്ന, ആ കൊച്ചു ഗ്രാമത്തിലെ വലിയ മനുഷ്യരുടെ മനോവിശാലതയെ എത്ര ശ്ലാഘിച്ചാലും അമിതമാകുകയില്ല. മനുഷ്യനന്മ നിലനിർത്താൻ സന്മനസ്സ് ഇല്ലാത്ത അത്യാധുനിക കാലഘട്ടത്തിലും ഇത്തരം കൂട്ടായ്മയുടെ തുരുത്തുകൾ നമ്മുടെ രാജ്യത്തിൽ നിലനിൽക്കുന്നുവെന്നത് തികച്ചും ആശ്വാസകരമാണ്. ഞാൻ എന്നതിലുമുപരി നമ്മൾ എന്ന ആ മഹത്തായ ആശയം പ്രായോഗികതലത്തിൽ, മാത്സര്യബുദ്ധി കൂടാതെ, കുടിവെള്ളത്തിനായി ഒരു മനുഷ്യസമൂഹം ഒന്നായി പ്രവർത്തിക്കുന്നതുകൊണ്ട് ഈ ആശയത്തിലൂടെ ആ നാട്ടിലെ ആബാലവൃദ്ധം ജനങ്ങളുടെയും ആശ്രയമായ നഗരപ്പട്ടിയിലെ ആ കുളം എല്ലാ അർത്ഥത്തിലും വളരെയധികം വൃത്തിയോടു കൂടി സമൃദ്ധമായ ജലസ്രോതസ്സായി പ്രകൃതിയുടെ അക്ഷയഖനി ആയി എല്ലായ്പ്പോഴും പരിപോഷിപ്പിച്ച് സംരക്ഷിച്ച് ഇക്കാലത്തും നിലനിർത്തുവാൻ കഴിയുന്നുവെന്നത് തികച്ചും ചാരിതാർത്ഥ്യമുളവാക്കുന്നതാണ്. എന്റെ ചേച്ചി ഈ കുളത്തിന്റെ വിവരണം പറഞ്ഞു കേൾപ്പിച്ചപ്പോൾ എനിക്കും എന്റെ കുടുംബാംഗങ്ങൾക്കും ചേച്ചിയോടും ആ നാടിനോടുമുള്ള പ്രത്യേക അഭിമാനവും ബഹുമാനവും വർണ്ണനാതീതമാണ്.

33. നിയുക്ത ജീവിതപങ്കാളിയുമായുള്ള അഭിമുഖത്തിന്റെ പ്രാധാന്യം

ഈ നിമിഷം വരെ ഞങ്ങളുടെ ജീവിതം സമാധാനത്തോടും സന്തോഷത്തോടും ഐശ്വര്യത്തോടും ഐക്യത്തോടും സുഖകരമായും പോകാനുള്ള അടിസ്ഥാന കാരണം എന്റെ ഏറ്റവും വിലപ്പെട്ടതും സ്നേഹനിധിയുമായ ജീവിതപങ്കാളി തന്നെയാണ്. വിവാഹ നിശ്ചയത്തിനു മുമ്പ് എന്റെ ജീവിതപങ്കാളിയെ കണ്ട് വിശദമായി ആശയവിനിമയം നടത്താനും പരിചയപ്പെടാനുമുള്ള അവസരം എനിക്ക് നഷ്ടപ്പെട്ടിരുന്നു. അത് എനിക്ക് എന്റെ മനസ്സിൽ വളരെയേറെ വിഷമം ഉളവാക്കി. ആ കാലത്തിലേക്ക് എന്റെ ഓർമ്മകളെ ഒരു നിമിഷം ഞാൻ സ്മൃതിമണ്ഡലത്തിലൂടെ പെറുക്കിയെടുക്കുവാൻ ശ്രമിക്കുകയാണ്.

മാഞ്ഞാലിക്കുളം കരയിലുള്ള എന്റെ ജീവിതപങ്കാളിയുടെ സഹോദരന്റെ വീട്ടിൽ വച്ച് ഞങ്ങളുടെ അഭിമുഖത്തിനും പരസ്പരം

പരിചയപ്പെടുന്നതിനുമായി തീയതിയും സമയവും മുൻകൂട്ടി നിശ്ച യിച്ചുറപ്പിച്ചു. എന്റെ ജീവിതപങ്കാളിയായ ഡോ. സരസ്വതിയുടെ അച്ഛന്റെ പൂർണ്ണ സമ്മതം ആ പ്രത്യേക സത്കർമ്മത്തിന് ഉണ്ടായിരു ന്നു. അതുകൊണ്ട് ഞാൻ ആ നല്ല ദിവസത്തിനുവേണ്ടി, വേഴാമ്പൽ മഴയ്ക്കായി വളരെ ആകാംക്ഷയോടെ കാത്തിരിയ്ക്കുന്നതുപോലെ, ഞാൻ വളരെ പ്രതീക്ഷയോടെ ആ ദിവസത്തിനായി നോക്കിയിരി ക്കുകയായിരുന്നു. എന്റെ ജീവിതപങ്കാളിയെ ഒറ്റയ്ക്കു കാണാനും കാര്യങ്ങൾ പരസ്പരം മനസ്സിലാക്കുവാനുമുള്ള സുവർണ്ണാവസരം എന്റെ മൂത്ത ചേച്ചിയായ ചെല്ലമ്മാൾ ഒരുക്കിയിരുന്നു. എന്റെ എല്ലാ മെല്ലാമാകുന്ന ജീവിത പങ്കാളിയെ ആദ്യമായി കാണുമ്പോൾ എന്തു കൊടുക്കണം എന്നെല്ലാം ചിന്തിച്ച് പിച്ചിപൂവും ഹൽവായും ജിലേ ബിയുമെല്ലാം കരുതി അവരുടെ ജ്യേഷ്ഠന്റെ വീട്ടിൽ എത്തി. അപ്പോൾ സരസ്വതിയുടെ അനുജൻ ശ്രീകണ്ഠൻ ഒരു കത്തുമായി അവിടെ എന്നേയും കാത്തിരിക്കുകയായിരുന്നു. ആ കത്തിന്റെ ഉള്ള ടക്കം ചുവടെ പ്രതിപാദിക്കാം.

സരസ്വതിയുടെ സഹോദരങ്ങൾ ആറ് പേരുണ്ട്. എല്ലാ വർക്കും സരസ്വതിയോട് വളരെ അടുപ്പവും സ്നേഹവുമുണ്ട്. അതു കൊണ്ട് അവർക്ക് അവരുടെ കുടുംബവീട്ടിൽ വച്ച് തന്നെ വേണം അഭിമുഖം നടക്കേണ്ടതെന്ന മാത്സര്യബുദ്ധി വരികയും അവർ തമ്മിൽ തർക്കവും കർക്കശബുദ്ധിയും വരികയും ചെയ്തു. എന്റെ ജീവിതപങ്കാളിയാകേണ്ട സരസ്വതി ആ വിവരം നേരിട്ട് കത്തിലൂടെ വളരെ ദയനീയമായി, എന്നെ അറിയിക്കുകയും എന്റെ സഹായം അഭ്യർത്ഥിക്കുകയും എന്റെ മനസ്സിൽ അവരോട് ദേഷ്യമോ വിദ്വേ ഷമോ പകയോ തോന്നരുതെന്നും എല്ലാം സാവകാശം ശരിയാകു മെന്നും പരിപക്വമായ രീതിയിൽ എന്നെ അറിയിച്ചു.

നമ്മളെല്ലാവരും ഓർക്കേണ്ട ഒരു വസ്തുതയാണ് ഇത്. ആദ്യ മായി എന്റെ ജീവിത പങ്കാളിയെ കാണാൻ പോയപ്പോൾ ഈ അനുഭ വമാണെങ്കിൽ എന്റെ ഭാവി എന്തായിരിക്കും? ഈ വിവാഹം വേണോ എന്നുപോലും ചിന്തിച്ചിരുന്നു. എന്നാൽ എന്റെ നിയുക്ത സഹധർമ്മിണിയുടെ കത്ത് എനിക്ക് വളരെയധികം ആശ്വാസം നൽകി. എന്തായാലും പിന്നീട് അങ്ങനെ ഒരു അഭിമുഖം എന്റെ ജീവി തത്തിൽ നടന്നില്ല. എങ്കിലും ടെലഫോണിലൂടെയും കൂടാതെ ഞാൻ

സൈക്കിളിൽ പോകുന്ന സമയത്ത് ദൂരെ നിന്ന് കാണുകയും പരസ്പരം ആശയവിനിമയങ്ങൾ നടത്തുകയും ചെയ്തിരുന്നു. ഇപ്രകാരമുള്ള അനുഭവം എന്റെ മക്കൾക്ക് വരാൻ പാടില്ലായെന്ന് തീർത്തും ഞാൻ തീരുമാനിച്ചുറപ്പിച്ചിരുന്നു.

മകൻ ഹരികുമാർ ഗണേശനും സുമിത്രയും തമ്മിലുള്ള വിവാഹനിശ്ചയം വിവാഹത്തിന് ഒരു വർഷം മുമ്പേ നടത്തിയിരുന്നു. തുടർന്നുള്ള ഒരു വർഷം അവർ രണ്ടുപേർക്കും അഭിമുഖത്തിനും പരിചയപ്പെടലിനും എന്റെ സാന്നിദ്ധ്യത്തിൽ വളരെ സന്തോഷത്തോടുകൂടി അവസരങ്ങൾ നൽകിയിരുന്നു. തിരുവനന്തപുരം മ്യൂസിയം കോമ്പൗണ്ടും ശംഖുമുഖം ബീച്ചും അവരുടെ ജീവിതത്തിൽ പച്ചത്തുരുത്തുകളായി എക്കാലവും നിലനിൽക്കും. ആ അസുലഭ നിമിഷങ്ങളിൽ അവർക്കുണ്ടായ പരസ്പര തർക്കങ്ങളും പിണക്കവും വഴക്കുകളും എല്ലാം സംയമനത്തോടും പരസ്പര വിശ്വാസത്തിലധിഷ്ഠിതമായ പരിപക്വമായ സ്നേഹപ്രകടനങ്ങളിലൂടെയും പരസ്പരം തിരിച്ചറിഞ്ഞ്, രണ്ട് വ്യത്യസ്ത കുടുംബങ്ങളിലെ വൈവിധ്യമാർന്ന ജീവിതചുറ്റുപാടുകളിൽ നിന്നും അനുഭവങ്ങളിൽനിന്നും ലഭിച്ച സത്മനോഭാവം ഇരുവരെയും വിട്ടുവീഴ്ചാമനോഭാവത്തോടുകൂടി സുദൃഢമായ കുടുംബജീവിതത്തിന് പര്യാപ്തമാക്കിയെന്നത് വളരെ ആത്മസംതൃപ്തിയോടുകൂടി ഞങ്ങൾ വിലയിരുത്തുന്നു. കാരണം കുടുംബജീവിതത്തിലുണ്ടാകുന്ന നന്മ-തിന്മകളെ വേർതിരിച്ചറിയുവാനും കരുതലോടും കരുത്തോടും വ്യക്തിബന്ധങ്ങളെ സ്നേഹമേമ്പൊടി തൂകി പരിപോഷിപ്പിച്ച് നിത്യജീവിതം പ്രതീക്ഷകളുടെയും പ്രത്യാശകളുടേയും നിറകുംഭങ്ങളാക്കി, ഏവർക്കും മാതൃകയായി, അനവരതം കുടുംബബന്ധങ്ങളെ കാത്തുസൂക്ഷിക്കുവാൻ ഇത്തരം അഭിമുഖവും പരിചയപ്പെടീലും അനിവാര്യമാണ്.

ഇത്തരത്തിലുള്ള അഭിമുഖവും പരിചയപ്പെടീലും തന്നെ ആയിരുന്നു പാർവ്വതിയുടെ വിവാഹവുമായി ബന്ധപ്പെട്ടകാര്യങ്ങളിൽ പ്രായോഗികമാക്കിയത്. അവർക്കും വളരെ സ്വതന്ത്രമായ അഭിമുഖവും പരിചയപ്പെടീലും ഞങ്ങളുടെ കൊച്ചിയിലുള്ള വീട്ടിൽ പാർവ്വതിയുടെ അമ്മയുടെ സാന്നിദ്ധ്യത്തിൽ ചിട്ടപ്പെടുത്തിയിരുന്നു. അപ്രകാരം ചെയ്തത് അവരുടെ കുടുംബജീവിതത്തിന് വളരെയധികം അനുഗുണമായ സ്വാധീനമുണ്ടാക്കിയെന്ന് ജീവിതാനുഭവത്തിൽ നിന്നും ബോധ്യപ്പെട്ടിട്ടുണ്ട്.

34. ഔദ്യോഗിക ജീവിതാനുഭവങ്ങൾ

34.1 മതസൗഹാർദ്ദത്തിന്റെ പൊൻപൊലിമ

നിറമൺകരയിൽ പണിതുകൊണ്ടിരുന്ന എന്റെ വീടിന്റെ ഇലക്ട്രിക്കൽ സാധനങ്ങൾ വാങ്ങുവാൻ റിസർവ്വ് ബാങ്കിലെ സഹപ്രവർത്തകനായ സക്കറിയ ഷെരീഫും കുടുംബവും ഞങ്ങൾക്ക് ഒരുപാട് ഉപകാരങ്ങൾ ചെയ്തിട്ടുണ്ട്. മധുരയിലുള്ള അദ്ദേഹത്തിന്റെ വീട് വളരെ ചെറിയ വീടായിരുന്നു. പക്ഷെ വളരെ വിശാലമായ മനസ്സായിരുന്നു ഷെരീഫിന്റേയും മറ്റു കുടുംബാംഗങ്ങളുടേയും. അവർ ഞങ്ങൾക്ക് വളരെ സ്നേഹത്തോടുകൂടി ഭക്ഷണപദാർത്ഥങ്ങൾ ഉണ്ടാക്കുകയും, ഷെരീഫിന്റെ അമ്മയും സഹോദരിയും വിളമ്പി തരികയും ചെയ്തു. അക്കാലത്ത് ഞങ്ങൾക്ക് കാർ ഇല്ലായിരുന്നു. ഒരു സാധാരണ ട്രാൻസ്പോർട് ബസ്സിൽ കയറി പോയി അമ്മയും ഞാനും ഇലക്ട്രിക് സാധനങ്ങൾ വാങ്ങി വന്നു. ഷെരീഫും ഞങ്ങളോടൊപ്പം വന്നിരുന്നു. ഷെരീഫിന്റെ കുടുംബാംഗങ്ങളുടെ വളരെ ഉഷ്മളമായ പെരുമാറ്റം കൊണ്ട് ഞങ്ങളെ വീർപ്പുമുട്ടിച്ചു. സർവ്വലോക സൗഹാർദ്ദത്തിന്റെ ഉത്തമ മാതൃകകൾ, അനുഭവങ്ങൾ! യഥാർത്ഥ മതസൗഹാർദ്ദത്തിന്റെ പൊൻപൊലിമ നേരിട്ട് അനുഭവിച്ചറിയുവാൻ ഞങ്ങൾക്കു ലഭിച്ച സൗഭാഗ്യം. ഏറ്റവും നല്ല മതസൗഹാർദ്ദത്തിന് ഇതിലും വലിയ തെളിവ് വേറെ വേണ്ടേ വേണ്ട. ആ അനുഭവം, ഒരു ജീവിതപാഠമായി എല്ലാ വിഭാഗം മനുഷ്യസമൂഹവും അംഗീകരിക്കേണ്ടത്, കാലഘട്ടത്തിന്റെ അനിവാര്യതയാണ്.

34.2 റിസർവ് ബാങ്കിലെ നിത്യഹരിത വ്യക്തിത്വങ്ങൾ

എന്റെ ഔദ്യോഗിക ജീവിതത്തിൽ പ്രകാശം പരത്തി, ഞങ്ങളുടെ ജീവിതയാത്രയിൽ പനിനീർപ്പൂവിന്റെ സുഗന്ധം ആവോളം നിർലോഭം വ്യാപരിപ്പിച്ച താഴെ കൊടുത്തിരിക്കുന്ന മഹത് വ്യക്തിത്വങ്ങളോട് ഞാൻ എക്കാലവും കടപ്പെട്ടിരിക്കുന്നു. ഞാൻ റിസർവ്വ് ബാങ്കിൽ ജോലി ചെയ്തപ്പോൾ മുതൽ ഇപ്പോഴും ഇടപഴകലുള്ള വ്യക്തിത്വങ്ങളെ മാത്രമാണ് ഇവിടെ പേര് ചേർത്തിരിക്കുന്നത്. എല്ലാവരേയും ഒരുപോലെ ഓർക്കുകയാണ്, സ്നേഹിക്കുകയാണ്.

പി.പി. ആന്റണി, ജി. ഹരിഹരൻ, ശ്രീനിവാസയ്യർ, എൻ.വി. സുബ്രഹ്മണ്യം, വി. ബാബുസേനൻ, ടി.എ. മൊഹമ്മദ്, കെ.പി.എം. നമ്പീശൻ, കെ.വി. അരവിന്ദാക്ഷൻ, വി. രവീന്ദ്രൻ (തലശ്ശേരി രവി), പി.പി. രാമചന്ദ്രൻ, എം.ഒ. ജേക്കബ്, ജി. പത്മനാഭൻ, മാത്യു.എം. ജോർജ്ജ്, സി.വി. അല

ക്സാണ്ടർ, ജോൺ കുട്ടി, എം.എ സേട്ട്, സി.എ. ജേക്കബ്, കെ.മാധവൻ നായർ, ഡി. സുകുമാരൻ നായർ, ഇ. രാധാകൃഷ്ണൻ, എം.എസ്.രവീന്ദ്രൻ പിള്ള, സലിം ഗംഗാധരൻ, ഇ. ഗോപാലകൃഷ്ണൻ, ടി.വി.ഗോപാലകൃഷ്ണൻ, എം.ജി. ഉണ്ണിത്താൻ, പി. രവീന്ദ്രൻ (കൊല്ലം), എൻ.ആർ. പിള്ള, പി.കെ. ജനാർദ്ദനൻ (എറണാകുളം), ജയാമൂർത്തി മാഡം, ടി.എസ്സ്. പ്രകാശൻ, എം.വി. അശോകൻ, തോമസ് മാത്യു (ആർ.ഡി), ജി.മോഹനദാസ്, പി. തോമസ്, ഇ.എം. നായർ, കെ.പി.വി. കരുണാകരൻ, പി.എ സക്കറിയ (മുംബൈ), സുനിൽ നായർ (മുംബൈ), പി. എൻ. നന്ദകുമാർ, ഇ.കെ.രവികുമാർ.

34.3 'നാഷണൽ ഡിഫൻസ് ഫണ്ട് ഓഫ് ഇന്ത്യ'ക്ക് സംഭാവന

നമ്മുടെ രാജ്യം സുസ്ഥിരവും സുരക്ഷിതവുമായിരിക്കേണ്ടത് നമ്മൾ എല്ലാ പൗരന്മാരുടെയും ആവശ്യമാണ്. നമ്മുടെ ധീരജവാന്മാർ നമ്മുടെ രാഷ്ട്രത്തെ രാപ്പകലെന്ന വ്യത്യാസം കൂടാതെ കാത്തു സൂക്ഷിക്കുകയാണ്. നമ്മൾ സർക്കാർ ജീവനക്കാരും ബാങ്ക് ജീവനക്കാരും, പ്രൈവറ്റ് സ്ഥാപനങ്ങളിലെ ജീവനക്കാരും റിട്ടയർ ചെയ്ത സഹോദരങ്ങളും അവരവരാൽ കഴിയുന്ന ധനസഹായം ചെയ്ത് നമ്മുടെ നാഷണൽ ഡിഫൻസ് ഫണ്ട് ഓഫ് ഇന്ത്യ (NDF)യെ ശക്തിപ്പെടുത്തേണ്ടതാണ് എന്ന ആശയം പങ്കു വെയ്ക്കുകയാണ്. ഈ ആശയം ഞാൻ റിസർവ് ബാങ്കിൽ ജോലി ചെയ്തുകൊണ്ടിരുന്നതു മുതൽ റിട്ടയർ ചെയ്ത ശേഷവും ചെയ്തു വരികയാണ്.

34.4 പോലീസിന്റെ സേവനമികവ് - കേരള പോലീസിന്റെ നിസ്തുല സേവനം

ഞങ്ങൾ കുടുംബമായി നിറമൺകരയിലുള്ള ബണ്ടിന്റെ അരികിലുള്ള വീട്ടിൽ താമസിച്ചിരുന്ന കാലത്ത് ഒരു ദിവസം രാത്രി ഞങ്ങളുടെ വീടിന്റെ ജനാലിന്റെ ചില്ല് ബണ്ടിൽ നിന്നും ആരോ കല്ലെറിഞ്ഞു പൊട്ടിച്ചു. എന്തിനായിരുന്നു അപ്രകാരമുള്ള നശീകരണം ചെയ്തതെന്നും ആരാണെന്നും മനസ്സിലായില്ല. ഏതായാലും ആ സംഭവം ഞങ്ങളുടെ എല്ലാവരുടേയും മനഃസമാധാനം നശിപ്പിച്ചു. അതിനാൽ അടുത്ത ദിവസം തന്നെ ഞങ്ങൾ പോലീസ് സ്റ്റേഷനിൽ പരാതി കൊടുത്തു. അവർ അടുത്ത ദിവസം ബണ്ടിൽ പോലീസ് പരേഡ് നടത്തുകയും ഞങ്ങളുടെ ഭീതി അകറ്റുകയും ചെയ്തു. ഇത്തരം സന്ദർഭങ്ങളിലേ പോലീസിന്റെ ആവശ്യകത നമ്മൾ അറിയുകയുള്ളു. കേരളാപോലീസിന്റെ നിസ്വാർത്ഥ സേവനത്തിന് നന്ദി അറിയിക്കുന്നു.

34.5 മ്യൂസിയം പോലീസ് സ്റ്റേഷന്റെ ഉദാത്തമായ കൃത്യനിർവ്വഹണം

എന്റെ ഡ്രൈവിംഗ് ലൈസൻസ് കളഞ്ഞുപോയ വിവരം എന്റെ സഹപ്രവർത്തകരോട് പറഞ്ഞപ്പോൾ എത്രയും വേഗം പോലീസ് സ്റ്റേഷനിൽ റിപ്പോർട്ട് ചെയ്യണമെന്നും ഇല്ലെങ്കിൽ ഭാവിയിൽ പ്രശ്നങ്ങളുണ്ടാകുമെന്നും അഭിപ്രായപ്പെട്ടു. റിപ്പോർട്ടിംഗ് താമസിച്ചാൽ സാമ്പത്തിക ബാധ്യതയും കൂടാൻ സാധ്യതയുണ്ടെന്ന് സൂചിപ്പിച്ചു. കൂടാതെ പോലീസ് വിഭാഗത്തിന്റെ ഇടപെടലുകളും ഉണ്ടാകാൻ സാധ്യതയേറെയാണെന്ന് പറഞ്ഞു. ഏതായാലും എനിക്ക് ഏതുവിധേനയും ഡ്രൈവിംഗ് ലൈസൻസ് എത്രയും വേഗം സംഘടിപ്പിക്കണമെന്ന് തീരുമാനിക്കുകയും ഉടനെതന്നെ മറ്റൊന്നും ആലോചിക്കാതെ മ്യൂസിയം പോലീസ് സ്റ്റേഷനിലെ എസ്.ഐ.യെ നേരിട്ട് കണ്ട് പരിചയപ്പെടുകയും എന്റെ പരാതി അദ്ദേഹത്തെ ബോധ്യപ്പെടുത്തുകയും ചെയ്തു. എന്നോട് വളരെ മാന്യമായിട്ടാണ് അദ്ദേഹം ഇടപെട്ടത്. യാതൊരു പ്രതിഫലേച്ഛയും കൂടാതെ രണ്ടു മൂന്നു ദിവസത്തിനകം ഡിസ്ട്രിക്റ്റ് ട്രാൻസ്പോർട്ട് ഓഫീസർക്കുള്ള റിപ്പോർട്ട് തന്നു. അപ്രകാരമുള്ള പോലീസ് വിഭാഗത്തിന്റെ കൃത്യനിർവ്വഹണം ശ്ലാഘനീയവും ഏവർക്കും മാതൃകയുമാണ്.

34.6 സ്വർണ്ണലിപികളാൽ ആലേഖനം ചെയ്യേണ്ട സേവനമികവ് (RPF)

ഞാനും എന്റെ ഭാര്യയും കൂടി മദിരാശിയിലേക്ക് യാത്ര പോകാൻ തിരിവനന്തപുരം റെയിൽവേ സ്റ്റേഷനിൽ ലഗ്ഗേജുകളുമായി വളരെ ധൃതിയിൽ എത്തി. രാത്രി എട്ട് മണിക്കു പുറപ്പെടുന്ന ട്രെയിനിൽ കയറി ഇരിപ്പിടം ഉറപ്പിച്ചു. അതിനുശേഷം ഞങ്ങൾ വളരെ സന്തോഷത്തോടുകൂടി ട്രെയിനിൽ കയറി എന്ന കാര്യം മക്കളെ അറിയിക്കാൻ വേണ്ടി ഭാര്യ അവരുടെ മൊബൈൽ ഫോൺ എടുത്തപ്പോൾ അതിൽ എന്റെ മൊബൈൽ ഫോണിൽ നിന്നും ഒരു ഫോൺ കാൾ വരികയായിരുന്നു. അവർ അക്ഷരാർത്ഥത്തിൽ അമ്പരന്നുപോയി. കാരണം അവരോടൊപ്പം തൊട്ടടുത്താണ് ഞാൻ ഇരിക്കുന്നത്. ഒരു നിമിഷം കഴിഞ്ഞപ്പോഴാണ് എന്റെ ഫോൺ കളഞ്ഞുപോയതായി മനസ്സിലായത്. എന്റെ ഫോണിൽ നിന്നും ഭാര്യയുടെ ഫോണിലേയ്ക്ക് (എമർജൻസി നമ്പർ) വിളിച്ചത് റെയിൽവേ പോലീസായിരുന്നു. "ട്രെയിൻ പുറപ്പെടുവാൻ സമയമായി എന്നും ഞങ്ങളിരുവരും പ്രായമായ വയോജനങ്ങളാണെന്നും അതിനാൽ ധൃതി പിടിച്ച് പോയി അവരെ കണ്ടുപിടിച്ച് അവരിൽ നിന്നും നഷ്ടപ്പെട്ട ഫോൺ

തിരിച്ചു വാങ്ങാൻ ഉടൻ വരുവാൻ കഴിയില്ലാ"യെന്നും ആ പോലീസ് ഓഫീസറോട് പറഞ്ഞു. അദ്ദേഹം ഉടൻ തന്നെ ഞങ്ങൾ ഇരിക്കുന്ന കമ്പാർട്ടുമെന്റ് നമ്പർ ചോദിച്ചറിയുകയും ട്രെയിൻ പുറപ്പെടുന്നതിന് കഷ്ടിച്ച് ഒരു മിനിട്ട് ഉള്ളപ്പോൾ വളരെ കൃത്യനിഷ്ഠയോടും സത്യസന്ധത യോടും കൂടി ആ മൊബൈൽ ഫോൺ ഞങ്ങളുടെ കൈയ്യിൽ കൊണ്ടു വന്നു ഏൽപ്പിച്ചു. ഫോൺ നഷ്ടപ്പെട്ടാലുള്ള ഞങ്ങളുടെ അപ്പോഴത്തെ അവസ്ഥ ഊഹിക്കാവുന്നതല്ലേ? എന്നാൽ ആ പോലീസ് ഓഫീസറുടെ ദ്രുദഗതിയിലുള്ള കൃത്യനിർവ്വഹണചാതുര്യത്തെ നാം എല്ലാവരും നമിക്കേ ണ്ടതാണ്. മാത്രവുമല്ല, ഇത്തരം ലാഭേച്ഛ കൂടാതെയുള്ള ഓഫീസർമാരുടെ സേവനത്തെ തങ്കലിപികളാൽ ആലേഖനം ചെയ്യപ്പെടേണ്ടതാണ്.

34.7 തിരുവനന്തപുരം റെയിൽവേ സ്റ്റേഷനിലെ ആർ.പി.എഫ് - ഒരു പൊൻതൂവൽ കൂടി

ഞങ്ങൾക്ക്, എന്റെ പ്രിയ അദ്ധ്യാപകൻ ശ്രീ. ഓ. ഗോപിനാഥൻ സാറിന്റെ മരണം അന്വേഷിക്കാനായി 2024 ജനുവരി 23-ാം തീയതി രാത്രി 2.30 മണിക്ക് കൊച്ചിയിൽ നിന്നും തിരുവനന്തപുരത്തേക്ക് ട്രെയിനിൽ യാത്ര ചെയ്യേണ്ടി വന്നു. രാവിലെ 7.30 മണിക്ക് തന്നെ ട്രെയിൻ തിരുവനന്ത പുരം റെയിൽവേ സ്റ്റേഷനിൽ എത്തി. ഞങ്ങൾ ഉടനെ തന്നെ എന്റെ പ്രിയ അദ്ധ്യാപകന്റെ വീട്ടിൽ പോയി മരണം അന്വേഷിച്ച് തിരിച്ചു തിരുവനന്തപുരത്തെ വീട്ടിൽ വന്നപ്പോഴാണ് എന്റെ ഭാര്യ അവരുടെ കണ്ണട കളഞ്ഞുപോയി എന്ന കാര്യം മനസ്സിലാക്കുന്നത്. അപ്പോഴേയ്ക്കും സമയം 11.30 മണിയായി. എറണാകുളത്ത് വച്ച് രാത്രിയിൽ ട്രെയിനിൽ കയ റിയപ്പോൾ മക്കളെ വിവരം അറിയിക്കാൻ വേണ്ടി കണ്ണട ഉപയോഗിച്ച കാര്യം അവർക്ക് ഓർമ്മയുണ്ടായിരുന്നു. അതുകൊണ്ട് ട്രെയിനിൽ ഉറങ്ങു മ്പോൾ കണ്ണട ആ ബർത്തിനോട് ചേർന്ന് വീണു കിടക്കുവാനെ സാദ്ധ്യത യുള്ളുയെന്ന് തീർത്തും വിശ്വസിച്ചു. ഞങ്ങളുടെ വേവലാതി എന്തെന്നാൽ ഒരു സ്പെയർ കണ്ണട എറണാകുളത്തേ ഉള്ളൂ. കണ്ണട ഇല്ലെങ്കിൽ രണ്ടു ദിവസം തിരുവനന്തപുരത്തുള്ള എല്ലാ കാര്യങ്ങളും വളരെ കഷ്ടത്തിലാ കും. എന്തായാലും ഉടനെ തന്നെ ഞങ്ങൾ തിരുവനന്തപുരം സെൻട്രൽ റെയിൽവേ സ്റ്റേഷനിലുള്ള ആർ.പി.എഫ് അധികാരികളായ ശ്രീ സന്തോഷ് കുമാർ സാറിനേയും, കോൺസ്റ്റബിൾ സൗമ്യയേയും കണ്ടു കാര്യങ്ങൾ റിപ്പോർട്ട് ചെയ്തു. ഇതിൽ എനിക്ക് പ്രത്യേകം പറയേണ്ടത് അവരുടെ പെരുമാറ്റരീതിയെക്കുറിച്ചാണ്. അവർ വ്യാകുലതയോടു കൂടി ഉടനെതന്നെ രണ്ടു മൂന്നു സ്ഥലങ്ങളിൽ (ട്രെയിനിനുള്ളിൽ ജോലി ചെയ്യുന്ന ജോലിക്കാർ, ക്ലീനിംഗ് സ്റ്റാഫ്, തലയണയും, ബെഡ്ഡും മറ്റും

കൈകാര്യം ചെയ്യുന്ന ജോലിക്കാർ എന്നിവരെ) ഉടനെ ഫോൺ ചെയ്ത് കണ്ണട നഷ്ടപ്പെട്ട കാര്യം അറിയിക്കുകയും, ഞങ്ങൾക്ക് അടുത്ത ട്രെയിനിൽ എറണാകുളത്തേക്ക് പോകേണ്ടതിനാൽ അന്വേഷണം ഊർജ്ജിതപ്പെടുത്താനും കല്പിച്ചു. ഞങ്ങൾക്ക് ഇരിക്കാൻ രണ്ടു കസേരയും ഇട്ടു തന്നു. എന്നിട്ട് ഞങ്ങളുടെ പരാതി വളരെ സമാധാനത്തോടുകൂടി കേൾക്കുകയും ഞങ്ങളോട് ആശ്വാസവാക്കുകൾ പറയുകയും ചെയ്തു. ഒരു മണിക്കൂറിനകം, അതായത് ഉച്ചയ്ക്ക് ഒരു മണിയോടുകൂടി കണ്ണട ഞങ്ങളെ തിരിച്ചേൽപ്പിച്ചു. അതിനുശേഷമാണ് ഫോർമൽ കംപ്ലൈന്റ് ബുക്കിൽ പരാതി രജിസ്റ്റർ ചെയ്തത്. ഇത്തരുണത്തിൽ ആർ.പി.എഫ്-ന്റെ യാത്രക്കാരോടുള്ള പെരുമാറ്റം വളരെ ശ്ലാഘനീയമാണ്. എനിക്ക് ഇതിനുമുമ്പും ആർ.പി.എഫ്-ൽ നിന്നും നല്ല അനുഭവം ഉണ്ടായിട്ടുണ്ട്. അങ്ങേയറ്റത്തെ ബഹുമാനത്തോടുകൂടി ആർ.പി.എഫ്-ന് സല്യൂട്ട് അർപ്പിക്കുകയാണ്. നമ്മുടെ രാഷ്ട്രത്തിന്റെ നന്മയ്ക്കായി ഇത്തരം പ്രവർത്തികൾ തുടരട്ടെ. ജയ്ഹിന്ദ്.

34.8 വുമൻ പോലീസിന്റെ സേവനമികവ്

എന്റെ സ്നേഹനിധിയായ പരേതയായ ചെല്ലമ്മാൾ ചേച്ചിയും ചേച്ചിയുടെ ഭർത്താവിന്റെ 75 വയസ്സുള്ള മാനസിക രോഗിയായ അനുജത്തിയും മാത്രം താമസിച്ചിരുന്ന തിരുവനന്തപുരത്തെ രണ്ടു മുറി മാത്രമുള്ള വീട്ടിൽ വേറെ ആരുടേയും സഹായമില്ലാതെ താമസിക്കുകയെന്നത് രാത്രികാലങ്ങളിൽ വളരെ ദുഷ്കരമാണ്. എന്നാൽ ഇതറിഞ്ഞ് അക്കാലത്ത് ബീറ്റ് പട്രോളിംഗ് നടത്തുന്ന വുമൻസ് പോലീസ് സംഘം ചേച്ചിയുടെ വീട്ടിൽ എല്ലാ ദിവസവും വന്ന് കാര്യങ്ങൾ തിരക്കുകയും അവർക്ക് നല്ല സമാധാനം ലഭിയ്ക്കത്തക്ക രീതിയിലുള്ള സ്നേഹമസൃണമായ ഉപദേശങ്ങൾ നൽകിയിരുന്നു. അങ്ങനെ വൃദ്ധയായ ചേച്ചിക്ക് മനോധൈര്യം പകർന്നു നൽകുവാൻ അവർക്ക് സാധിച്ചുവെന്നത് എക്കാലവും സ്മരിക്കപ്പെടുന്നതാണ്.

34.9 ഡി.ജി.പി.യുമായുള്ള അഭിമുഖം - ഡോ. ടി.പി. സെൻകുമാർ–വേറിട്ട അനുഭവം

ഞാൻ പബ്ലിക് അഡ്മിനിസ്ട്രേഷനിൽ പിഎച്ച്.ഡി. കരസ്ഥമാക്കിയ വിവരം ഈ ലേഖനത്തിന്റെ ആദ്യഭാഗത്ത് പരാമർശിച്ചിരുന്നല്ലോ. തുടർന്ന് ഞാൻ എറണാകുളം അമൃതാ ഹോസ്പിറ്റലിൽ വോളണ്ടറി ആയി സേവനം അനുഷ്ഠിക്കുന്ന സമയത്ത് പുകവലി കാരണം മനുഷ്യർക്ക് ഉണ്ടാകുന്ന കാൻസറും അതിനോടനുബന്ധിച്ചുള്ള കഷ്ടതകളും

എന്റെ മനസ്സിനെ വല്ലാതെ വേദനിപ്പിച്ചിരുന്നു. അതുകൊണ്ട് അമൃത മെഡിക്കൽ കോളേജിലെ വിദ്യാർത്ഥികൾ, രോഗികൾ, കൂട്ടിരിപ്പുകാർ, സ്റ്റാഫ് തുടങ്ങിയവരെ പുകവലിയിൽ നിന്നും ഒരു പരിധിവരെയെങ്കിലും നിയന്ത്രിക്കുന്നതിനു വേണ്ടി പോലീസ് വിഭാഗത്തിന്റെ നിർദ്ദേശം ലഭ്യമായാൽ നന്നായിരിക്കുമെന്ന് എനിക്ക് തോന്നി. ഒരിക്കൽ ഞാൻ കുടപ്പനക്കുന്നിലുള്ള എന്റെ മകന്റെ വീട്ടിലേക്ക് പോകുമ്പോൾ കുടപ്പനക്കുന്ന് കവലയിൽ പോലീസ് ഡിപ്പാർട്ട്മെന്റിന്റെ നിർദ്ദേശം കണ്ടു. "ഈ ജംഗ്ഷനിൽ കൂടിനിന്ന് പുകവലിച്ചാൽ ശിക്ഷാർഹമാണ്". ഈ നിർദ്ദേശം അടങ്ങിയ ബോർഡ് വച്ചതിനുശേഷം പുകവലിയോടുള്ള സമീപവാസികളുടെ സമീപനം എങ്ങനെയെന്ന് ഞാൻ അന്വേഷിച്ചറിഞ്ഞു. ബോർഡ് വച്ചതിനു ശേഷം ഒരു പരിധിവരെ പുകവലി നിയന്ത്രിക്കുവാൻ സാധിച്ചുവെന്ന് മനസ്സിലാക്കാൻ സാധിച്ചു. ഈ സംഭവമാണ് എന്നെ ബഹുമാന്യനായ ഡി.ജി.പി സെൻകുമാർ സാറിനെ നേരിട്ടു കാണുവാൻ പ്രേരിപ്പിച്ചത്. കൂടാതെ എന്റെ മനസ്സിൽ വളരെ നാളുകളായിട്ടുള്ള സമൂഹത്തിനുവേണ്ടി ഇക്കാര്യത്തിൽ എന്തെങ്കിലും ചെയ്യണമെന്ന അതിയായ ആഗ്രഹം സഫലീകരിക്കുവാനുള്ള സുവർണ്ണാവസരമായി ഞാൻ ഇതിനെ കണ്ടു. തുടർന്ന് ഞാൻ ഡി.ജി.പിയ്ക്ക് ഒരു കത്ത് തയ്യാറാക്കി. കുടപ്പനക്കുന്ന് ജംഗ്ഷനിൽ സ്ഥാപിച്ചിരിക്കുന്ന രീതിയിൽ ബോർഡുകൾ നിർമ്മിച്ച് സ്കൂൾ, കോളേജ്, ആശുപത്രി, ദേവാലയം, പ്രധാന മാർക്കറ്റുകൾ, എന്നിവയുടെ മുൻഭാഗങ്ങളിലും പരിസരങ്ങളിലും സ്ഥാപിക്കുവാൻ അപേക്ഷിച്ചുകൊണ്ടുള്ള കത്താണ് ഞാൻ തയ്യാറാക്കി ഡി.ജി.പി.യ്ക്ക് നൽകിയത്. അദ്ദേഹം വളരെ ശ്രദ്ധയോടുകൂടി എന്റെ അപേക്ഷ സ്വീകരിക്കുകയും അതിലെ വസ്തുതകൾ ഉൾക്കൊണ്ട് ഉടൻ തന്നെ എന്നെ നർക്കോട്ടിക് സെല്ലിന്റെ തലവനെ കാണാൻ വേണ്ട നിർദ്ദേശം നൽകുകയും ചെയ്തു. നർക്കോട്ടിക് സെൽ മേധാവി ദത്തൻ സാർ കാര്യങ്ങൾ വ്യക്തമായി അന്വേഷിച്ച് മനസ്സിലാക്കിയതിനുശേഷം എറണാകുളത്തുള്ള ചേരാനല്ലൂർ എസ്.ഐ.യ്ക്ക് വേണ്ട നിർദ്ദേശം നൽകുകയും ചെയ്തു. അതിനുശേഷം അഞ്ചു മുന്നറിയിപ്പു ബോർഡുകൾ നിർമ്മിച്ച് നൽകുകയും അതിനുള്ള മുഴുവൻ ചെലവും ഞാൻ തന്നെ വഹിക്കുകയും ചെയ്തു. തുടർന്ന് എറണാകുളം അമൃതാ ആശുപത്രിയിൽ അഞ്ചു സ്ഥലങ്ങളിൽ പ്രസ്തുത ബോർഡുകൾ സ്ഥാപിച്ചു. ഞാൻ ഡി.ജി.പി.യെ സന്ദർശിക്കുവാൻ പോയ സമയത്ത് അദ്ദേഹം വളരെയധികം തിരക്കിലായിരുന്നെങ്കിലും ഒരു പൊതുനന്മ ലാക്കാക്കി കൊണ്ടുള്ള സംഗതി ആയതിനാൽ വളരെ ശ്രദ്ധയോടുകൂടിയാണ് ഞാൻ പറഞ്ഞ കാര്യങ്ങൾ കേട്ടതും സമയബന്ധിതമായി നിർദ്ദേശം നൽകിയതും. കേരള പോലീസ് ഡിപ്പാർട്ടുമെന്റിന്റെ മേലധികാരിയായ അദ്ദേഹ

ത്തിന്റെ കാര്യനിർവ്വഹണ കർത്തവ്യ ബോധത്തിന്റെ മുന്നിൽ നമ്രശിരസ്കനായി നമിച്ചുകൊള്ളുന്നു. പിന്നീട് നർക്കോട്ടിക് സെല്ലിന്റെ ഉദ്യോഗസ്ഥർ ഇത്തരം ബോർഡുകൾ കേരളത്തിൽ എല്ലായിടത്തും സ്ഥാപിക്കുവാൻ നടപടികൾ സ്വീകരിച്ചിട്ടുണ്ടെന്നറിഞ്ഞതിൽ അതിയായ സന്തോഷമുണ്ട്.

34.10 സമൂഹത്തിലെ രണ്ടു വിഭാഗം ജീവനക്കാർ പ്രത്യേക പരിഗണന അർഹിക്കുന്നവരാണ്.

ഇന്നത്തെ സാമൂഹിക വ്യവസ്ഥിതിയിൽ നമ്മുടെ സമൂഹത്തിലെ രണ്ടു വിഭാഗം ജീവനക്കാർ എന്റെ അഭിപ്രായത്തിൽ പ്രത്യേക പരിഗണന അർഹിക്കുന്നു.

1. എല്ലാ ഹോട്ടലുകളിലും ക്രമപ്രകാരം കാർ പാർക്കു ചെയ്യുവാൻ പൊരിവെയിലത്ത് നിന്ന് കാർ നിയന്ത്രിക്കുന്ന സെക്യൂരിറ്റി ജീവനക്കാർ പലപ്പോഴും ആരാലും ശ്രദ്ധിക്കപ്പെടാറില്ല. എല്ലാവരും കാർ കൊണ്ടുവരും, അവർ നിർദ്ദേശിക്കുന്ന സ്ഥലത്ത് അത് പാർക്ക് ചെയ്യും. പിന്നെ ഭക്ഷണം കഴിച്ച് കാർ എടുത്തുകൊണ്ട് പോകും. ഒരു ചെറിയ ടിപ്പ് കൊടുത്താൽ സെക്യൂരിറ്റി ജീവനക്കാരന് അത് വലിയ സഹായകമായിരിക്കും. നമ്മൾ ഹോട്ടലുകളിൽ നല്ല രീതിയിൽ ആഹാരം കഴിക്കാൻ ഒരു നിയന്ത്രണവുമില്ലാതെ എത്രയോ തുക ചെലവഴിക്കുന്നുണ്ട്.

2. ഇപ്പോൾ മിക്കവർക്കും കാറുകൾ ഉണ്ട്. പെട്രോൾ അടിക്കാനും നല്ല കാർ വാങ്ങാനും വേണ്ടി നമ്മൾ ചെലവഴിക്കുന്നതിന് ഒരു നിയന്ത്രണവുമില്ല. പെട്രോൾ ബങ്കിൽ നിൽക്കുന്ന ജീവനക്കാർ, പ്രത്യേകിച്ചും സ്ത്രീ തൊഴിലാളികൾ സദാ സമയവും പെട്രോൾ മണവും ശ്വസിച്ച് നമ്മുടെ കാറിന് പെട്രോൾ അടിക്കുന്നു. ഇത് അവരുടെ ജോലിയുടെ "Occupational Hazard" ആണ്. ഒരു ടിപ്പ് കൊടുത്താൽ അത് അവർക്ക് വലിയ താങ്ങായിരിക്കും. ഞാൻ ഏതു ഹോട്ടലിൽ പോയാലും, പെട്രോൾ അടിക്കാൻ പെട്രോൾ ബങ്കിൽ പോയാലും ഈ രണ്ടു വിഭാഗക്കാരെയും പ്രത്യേകം ശ്രദ്ധിക്കാറുണ്ട്.

34.11 രാജ് കേറ്ററേഴ്സ്, തിരുവനന്തപുരം

എന്റെ മകളുടേയും മകന്റേയും കല്യാണത്തിനും, എന്റെ റിട്ടയർമെന്റ് പ്രോഗ്രാമിനും വളരെ രുചികരമായ ഭക്ഷണം ഒരുക്കിയ മാനേജ്മെന്റിനോടും ജീവനക്കാരോടും വളരെയധികം കടപ്പെട്ടിരിക്കുന്നു. ഇത്തരുണത്തിൽ അവർക്കും നന്ദി അറിയിച്ചുകൊള്ളട്ടെ.

35. അവിസ്മരണീയ ഓർമ്മക്കുറിപ്പുകൾ

35.1 ലോക ബഹിരാകാശ വാരാചരണം 2014

ഞാൻ എസ്.എം.വി. ഗവ. മോഡൽ എച്ച്.എസ്.എസ്-ന്റെ പൂർവ്വ വിദ്യാർത്ഥി സംഘടനയായ 'സതീർത്ഥ്യരുടെ' പ്രസിഡന്റായിരുന്ന കാലയളവിൽ നമ്മുടെ സ്കൂളിൽ ലോക ബഹിരാകാശ വാരാചരണം 2014 വളരെ ഗംഭീരമായി ആഘോഷിക്കാൻ സാധിച്ചു. അതിന് ഡോ. പി.പി. മോഹൻലാൽ സാറിനും (ഡയറക്ടർ, IISU), എന്റെ ക്ലാസ്മേറ്റും സീനിയർ സയന്റിസ്റ്റുമായ ഡോ.ശിവസുബ്രഹ്മണ്യനും, അന്ന് പങ്കെടുത്ത പ്രമുഖരായ 14 ശാസ്ത്രജ്ഞന്മാർക്കും ഈ പുസ്തകരചനാ വേളയിൽ നന്ദി അറിയിക്കുകയാണ്. (സ്കൂൾ മാഗസിനിലുള്ള കോപ്പി ഇവിടെ ചേർക്കുന്നു).

തിങ്കൾ... പിന്നെ ചൊവ്വ...
ഇനി...? ബുധൻ!

Principal,Headmistress,PTA President, Former Teachers (Guru) and Former Students (Satheerthyar) paying gratitudes to Dr.P.P.Mohanlal (Director,IIS), 8 Scientists and Other young 5 scientists of ISRO,participated in the closing ceremony(wsw SMVHSS grand finale 2014), on 21/10/2014 2.00 pm.

ലോക ബഹിരാകാശവാരാചരണം 2014 – സമാപനം

ലോക ബഹിരാകാശ വാരാചരണം 2014 ന്റെ ഉദ്ഘാടനം 2014 ഒക്ടോബർ 7 ന് ISRO ലെ സീനിയർ ശാസ്ത്രജ്ഞനായ ശ്രീ.ശിവസുബ്രമണ്യം ബഹു. പ്രിൻസിപ്പാളിന്റെയും ബഹു.ഹെഡ്മിസ്ട്രസ്സിന്റെയും സാന്നിദ്ധ്യത്തിൽ നിർവ്വഹിച്ചു.തദവസരത്തിൽ വാനശാസ്ത്രത്തെകുറിച്ച് വളരെ വിജ്ഞാനപ്രദമായ ഒരു സി.ഡി. പ്രദർശിപ്പിച്ചു. തുടർന്നു വിവിധ തരം മത്സരങ്ങൾ നടത്തി. പൂർവ്വ വിദ്യാർഥി സംഘടനാ പ്രസിഡന്റ് ശ്രീ.ഗണേഷൻ സ്പോൺസർ ചെയ്ത സമ്മാനങ്ങൾ. ലോക ബഹിരാകാശ വാരാചരണം 2014 ന്റെ സമാപന ദിവസം നല്കി. വിജയികളായ കുട്ടികൾക്ക് ISRO യിൽ നിന്നും സർട്ടിഫിക്കറ്റുകൾ നല്കി. സമാപന ദിനം ISRO യിലെ മുതിർന്ന എട്ടു ശാസ്ത്രജ്ഞരെയും 5 യുവശാസ്ത്രജ്ഞരെയും പൊന്നാട അണിയിച്ച് ആദരിച്ചു.

ലോക ബഹിരാകാശ വാരാചരണം – സമാപനം

21

35.2 മാതാവിനോടൊപ്പം കുടുംബസമേതം മധുരയിലേക്ക്

എന്റെ മാതാവിന്റെ ജീവിതത്തിൽ ഏറെക്കാലം പൊതുവെ ദു:ഖം മാത്രം അനുഭവപ്പെട്ടിട്ടുള്ള ഒരു മഹതിയാണ്. എങ്കിലും എല്ലാ മക്കളെയും ഹൃദയ തുടിപ്പുകളായി മാറിൽ ചേർത്തുവച്ച് എല്ലാവർക്കും സ്നേഹവും വാത്സല്യവും സത്കർമ്മങ്ങളും മാത്രം നൽകി ഞങ്ങളെ ഞങ്ങളാക്കിയ സ്നേഹനിധിയായ അമ്മയെ എന്റെ പുതിയ മാരുതി കാറിൽ കയറ്റി ജന്മനാടായ മധുരയിൽ കുടുംബസമേതം കൊണ്ടുപോകുക എന്നത് എന്റെ ചിരകാല അഭിലാഷമായിരുന്നു. ഞാൻ ആദ്യം ഇൻകം ടാക്സ് ഓഫീസിൽ ജോലി ചെയ്തിരുന്ന കാലത്ത് ഒരു കാറ് വാങ്ങുവാനുള്ള ശേഷി ഇല്ലായിരുന്നു. എന്നാൽ റിസർവ് ബാങ്കിൽ കയറി ഓഫീസർ ആയി സേവനമനുഷ്ഠിക്കുവാൻ ആരംഭിച്ചപ്പോൾ പുതിയ കാർ വാങ്ങുവാനുള്ള സാമ്പത്തിക സാധ്യത ഉണ്ടായി. അങ്ങനെ ചുവപ്പു നിറമുള്ള ഒരു മാരുതി വാൻ ഷോറൂമിൽ നിന്നും നേരിട്ട് വാങ്ങി. എന്റെ ഭാര്യ ഇപ്പോഴും ആ മാരുതി വാൻ ഓടിക്കുന്നുണ്ട്. അതിനുശേഷം എന്റെ മാതാവിനോടൊപ്പം കുടുംബസമേതം മധുരയിലേക്കും തിരുനൽവേലിയിലേക്കും കാറിൽ ഞാൻ തന്നെ ഡ്രൈവ് ചെയ്ത് പോയി എന്നതിൽ ഇപ്പോൾ വളരെയധികം സന്തോഷം തോന്നുന്നുണ്ട്. ആ കാറിൽ നാഗർകോവിൽ, തിരുനൽവേലി, മധുര വഴി ഞാൻ ജനിച്ച രാമനാഥപുരം ജില്ലയിൽ അച്ഛൻ ജോലി ചെയ്ത അമ്പലവും ഞങ്ങൾ പഴയകാലത്ത് താമസിച്ചിരുന്ന നഗരപ്പട്ടിയിലെ ഓലമേഞ്ഞ വീടും സന്ദർശിക്കുകയുണ്ടായി. പഴയകാലത്ത് താമസിച്ചിരുന്ന വീട് വീണ്ടും കണ്ടപ്പോൾ അമ്മയ്ക്ക് അതിയായ സന്തോഷം ഉണ്ടായി. അങ്ങനെ എന്നെ സ്നേഹപൂർവ്വം വളർത്തിയ എന്റെ അമ്മയെ വളരെയധികം സന്തോഷിപ്പിക്കുവാൻ എനിക്ക് ഇങ്ങനെ സാധിച്ചുവെന്നത് അത്യപൂർവ്വ സൗഭാഗ്യമാണ്.

35.3 പൊന്നോമനകളുടെ ഉത്തരവാദിത്വബോധം

എന്റെ മൂത്തജ്യേഷ്ഠൻ മഹാദേവൻ എളമക്കര വീട് പണിയുന്നതിന് ഒരുപാട് സഹായിച്ചു. അദ്ദേഹത്തിന്റെ സഹപ്രവർത്തകൻ താമസിച്ചിരുന്ന കോതമംഗലത്തെ വീട്ടിൽനിന്നും വീടിന്റെ മരപ്പണിയ്ക്കാവശ്യമായ തടികൾ ഞങ്ങൾക്ക് വിലയ്ക്ക് തന്നു. ഈ മരങ്ങൾ മുറിക്കുവാനും കഷ്ണങ്ങളാക്കാനും 10 വയസ്സ് മാത്രം പ്രായമുള്ള എന്റെ മകനും മകൾ പാർവ്വ

തിയും അവരാൽ കഴിയുംവിധം സഹായം ചെയ്തുവെന്നത് ശ്ലാഘനീയമാണ്. കൂടാതെ എളമക്കര വീടിന്റെ ഫൗണ്ടേഷൻ പണി നടക്കുമ്പോൾ മക്കൾ രണ്ടുപേരും ഒരേ മനസ്സോടെ കെട്ടുകളിൽ വെള്ളം നനയ്ക്കുവാൻ പ്രത്യേകം താത്പര്യവും ഉത്സാഹവും പ്രകടിപ്പിച്ചുവെന്നത് ജീവിതത്തിൽ ഒരിക്കലും മറക്കാൻ കഴിയുകയില്ല. ഇപ്രകാരമുള്ള പൊന്നോമനകളുടെ ഉത്തരവാദിത്വബോധം പ്രത്യേകം എടുത്തുപറയേണ്ടതാണ്. 'അണ്ണാറക്കണ്ണനും തന്നാലായത്' എന്ന രാമായണവുമായി ബന്ധപ്പെട്ട ചൊല്ല് ഏറ്റവും അന്വർത്ഥമാക്കുന്ന സത്പ്രവർത്തികളായിരുന്നു കുഞ്ഞുങ്ങളുടേത് എന്ന് ഉറപ്പിച്ചു പറയാം. ഇന്നത്തെ മാറിയ സമൂഹം യാഥാർത്ഥ്യബോധത്തോടുകൂടി കുഞ്ഞുങ്ങളെ വളർത്തി എടുക്കേണ്ടത് അനിവാര്യമാണ് എന്നു കൂടി ഇത്തരുണത്തിൽ പരാമർശിച്ചു കൊള്ളട്ടെ.

35.4 മാതാ അമൃതാനന്ദമയി ദേവിയുടെ ദിവ്യസ്പർശം

1995-ൽ എറണാകുളത്ത് എളമക്കരയിലെ ഞങ്ങളുടെ വീട് പണി പൂർത്തിയാക്കി കൊണ്ടിരിക്കുകയായിരുന്നു. പുതിയ വീട്ടിൽ ഗൃഹപ്രവേശനത്തോടനുബന്ധിച്ചുള്ള 'പാലുകാച്ചൽ ചടങ്ങ്' ആശീർവദിക്കുവാനായി ഞങ്ങൾ രണ്ടുപേരുംകൂടി പോയി അമ്മയെ ക്ഷണിച്ചു. അമ്മ സസന്തോഷം ഞങ്ങളുടെ പ്രാർത്ഥന കേൾക്കുകയും ക്ഷണം സ്വീകരിക്കുകയും ആ പുണ്യകർമ്മത്തിൽ പങ്കെടുക്കാമെന്നു സമ്മതിക്കുകയും ചെയ്തു. അങ്ങനെ ആ പുണ്യകർമ്മത്തിനുള്ള ഭാഗ്യം ഞങ്ങൾക്ക് കിട്ടി. എറണാകുളത്ത് അമ്മയുടെ പ്രോഗ്രാം നടന്ന സമയത്ത് അമ്മ ഞങ്ങളുടെ പുതിയ വീട്ടിൽ പാലു കാച്ചൽ ചടങ്ങിനെത്തി. വെളുപ്പിന് നാലര മണിക്ക് (ബ്രഹ്മമുഹൂർത്തത്തിൽ) തന്നെ ആഗതയായി. അമ്മയും അമ്മയുടെ പ്രഥമ ശിഷ്യസന്യാസിയായ അമൃതസ്വരൂപാനന്ദസ്വാമികളും, മഠത്തിന്റെ ഇന്റർനാഷ്ണൽ സെക്രട്ടറിയായ സ്വാമി പൂർണ്ണാനന്ദപുരിയും അമ്മയുടെ ബ്രഹ്മചാരി മക്കളും ഈ മുഹൂർത്തത്തിൽ പങ്കെടുത്ത് ഞങ്ങളെ വീട്ടിൽ വന്ന് അനുഗ്രഹിച്ചു. ഇത് ഞങ്ങളുടെ ജീവിതത്തിന്റെ അവിസ്മരണീയ ഓർമ്മകളാണ്.

35.5 പാർവ്വതി ഗണേശന്റെ കഠിനാദ്ധ്വാനവും നിശ്ചയ ദാർഢ്യവും ലക്ഷ്യപ്രാപ്തിയിലേക്ക്

ഞാൻ ഈ ജീവിതകഥയുടെ ആദ്യ ഭാഗത്ത് പറഞ്ഞിരുന്നല്ലോ

എന്റെ മുംബൈയിലേക്കുള്ള സ്ഥലംമാറ്റം ഞങ്ങളുടെ കുടുംബജീവിതത്തെ എത്രമാത്രം താളം തെറ്റിച്ചു എന്ന്. പ്രത്യേകിച്ച് കുട്ടികളുടെ പഠന സംബന്ധമായ പ്രവർത്തനങ്ങളിൽ, എങ്കിലും കുട്ടികളുടെ അക്കാദമിക വർഷം നഷ്ടപ്പെടാതിരിക്കുന്നതിനു വേണ്ടി മകനും മകൾക്കും ചെന്നൈയിൽ ഒരു സ്കൂളിൽ അഡ്മിഷൻ എടുക്കേണ്ടി വന്നു. ആ സമയത്ത് മുംബൈയിൽ നിന്നും ചെന്നൈയിലേക്ക് ട്രാൻസ്ഫർ മാറ്റി കിട്ടുന്നതിനു വേണ്ടി പരമാവധി ശ്രമിച്ചെങ്കിലും ഫലമുണ്ടായില്ല. കുട്ടികൾക്ക് മുംബൈയിൽ തന്നെ അഡ്മിഷൻ എടുക്കേണ്ടിവന്നു. എന്നാൽ ഇപ്രകാരമുണ്ടായ പ്രതികൂല സാഹചര്യങ്ങളെ കുട്ടികൾ വളരെ ലാഘവത്തോടെ തരണം ചെയ്തു. ഈ ചെറുപ്രായത്തിൽ ഇവർക്ക് രണ്ടുപേർക്കും വിമാനത്തിൽ ചെന്നൈയിൽ നിന്നും മുംബൈയ്ക്ക് ഒറ്റയ്ക്ക് യാത്ര ചെയ്യേണ്ട സാഹചര്യം വന്നു. ഞാൻ മുംബൈയിൽ നിന്നുകൊണ്ട് കുട്ടികൾക്കായി സ്കൂൾ/കോളേജ് അഡ്മിഷൻ ശരിയാക്കി. എന്റെ സഹധർമ്മിണി കുട്ടികളെ നോക്കി ചെന്നൈയിലുമാണ്. സ്കൂൾ ഇന്റർവ്യൂവിന് അടിയന്തിരമായി കുട്ടികൾക്ക് മുംബൈയിലേക്ക് വരേണ്ടി വന്നു. ഞാൻ മുംബൈ എയർപോർട്ടിൽ കുട്ടികളെ സ്വീകരിച്ചു. ഒറ്റയ്ക്കുള്ള ഈ യാത്ര കുട്ടികൾക്കു കൊടുത്ത ആത്മധൈര്യം വർണ്ണനാതീതമാണ്. എന്തുകൊണ്ടാണ് ഇപ്രകാരം കുട്ടികൾക്ക് അവരുടെ കാര്യങ്ങൾ യഥാവിധം കൈകാര്യം ചെയ്യുവാൻ കഴിഞ്ഞതെന്നത് വളരെ പ്രസക്തമായ സംഗതിയാണ്. ഗവൺമന്റ് സർവ്വീസിൽ കോഴിക്കോട് മെഡിക്കൽ കോളേജിൽ സേവനമനുഷ്ഠിച്ചിരുന്ന എന്റെ സഹധർമ്മിണി ദീർഘകാല ലീവ് എടുത്ത് മുംബൈയിൽ എന്റെ കൂടെ വന്നു. മാതാപിതാക്കളായ ഞങ്ങളുടെ രണ്ടുപേരുടെയും സാന്നിദ്ധ്യം കുട്ടികൾക്ക് വലിയ താങ്ങും തണലുമായിരുന്നു. അവരുടെ അക്കാലത്തെ പഠന പ്രവർത്തനങ്ങളിൽ അത് വളരെ പ്രകടമായി കാണാമായിരുന്നു. മകന്റെ +2-ഉം മകളുടെ 8, 9 ക്ലാസ്സുകളും മഹാരാഷ്ട്രയിൽ തന്നെ ആയിരുന്നു. രണ്ട് വർഷം കഴിഞ്ഞപ്പോൾ എന്റെ സഹധർമ്മിണിയെ കേരള സർവ്വീസിലേക്ക് തിരിച്ചു വിളിച്ചു. അങ്ങനെ എന്റെ ഭാര്യയും മകളും കൂടി കോഴിക്കോട് തിരിച്ചെത്തി. മകൾ പാർവ്വതി ഗണേശൻ 10, 11 ക്ലാസ്സുകൾ കേരള സ്റ്റേറ്റ് സിലബസിൽ പഠിച്ചു. വീണ്ടും രണ്ട് വർഷം കഴിഞ്ഞപ്പോൾ എന്റെ ഭാര്യയായ ഡോ. സരസ്വതിക്ക് തിരുവനന്തപുരം മെഡിക്കൽ കോളേജിലേക്ക് സ്ഥലം മാറ്റം ലഭിച്ചു. അതിനാൽ തിരുവനന്തപുരം കോട്ടൺഹിൽ ഹയർ സെക്കൻഡറി

സ്കൂളിൽ മകൾക്ക് +2 ന് അഡ്മിഷൻ കിട്ടി. ഇത്തരത്തിലുള്ള ഒരു വിശദീകരണം നൽകുന്നതിന്റെ പ്രധാന കാരണം എന്റെ മകളുടെ പഠനകാലഘട്ടത്തിൽ ഒരുപാട് കഷ്ടപ്പാടുകൾ സഹിച്ചാണ് അവൾ പ്രതീക്ഷിച്ച രീതിയിൽ നിശ്ചയദാർഢ്യത്തോടു കൂടി അവളുടെ ഡോക്ടർ ആകുകയെന്ന ലക്ഷ്യം സാക്ഷാത്കരിച്ചത്.

35.6 അമൃതയിൽ എം.ബി.ബി.എസ് പഠിക്കുമ്പോൾ പാർവ്വതിക്കുണ്ടായ അനുഭവം

എന്റെ മകൾ അമൃതയിൽ എം.ബി.ബി.എസ് പഠിച്ചുകൊണ്ടിരുന്നപ്പോൾ സർജറി പ്രൊഫസറായ ഡോ. വൈദ്യനാഥൻ സാർ, സർജറിയിൽ അവളുടെ മികവ് കണ്ടെത്തുകയും സാറിന്റെ പ്രോത്സാഹനത്തിൽ ഒരു പേപ്പർ പബ്ലിഷ് ചെയ്യുകയും ചെയ്തു. സാറിന്റെ സർജറിയിലുള്ള പ്രോത്സാഹനം പിന്നീട് ഗൈനക്കിലുള്ള ഓപ്പറേഷനുകൾ വളരെ ഭംഗിയായി ചെയ്യാൻ അവളെ സഹായിച്ചു. ഈ പുസ്തക പ്രകാശന വേളയിൽ ഡോ. വൈദ്യനാഥൻ സാറിന് പ്രത്യേക നന്ദി അറിയിക്കുകയാണ്.

35.7 അമൃതാ ഇൻസ്റ്റിറ്റ്യൂട്ടിൽ നിന്നും മകൾ എം.എസ് (ഗൈനക്കോളജി) നേടിയ അപൂർവ്വ സൗഭാഗ്യം

പാർവ്വതിക്ക് എങ്ങനെയെങ്കിലും ഗൈനക്കോളജിയിൽ എം.എസ് എടുക്കണമെന്ന മോഹം വളരെ നിർബന്ധമായിരുന്നു. NEET എൻട്രൻസിൽ ക്വാളിഫൈ ചെയ്ത് മകൾക്ക് അമൃതയിൽ തന്നെ അഡ്മിഷൻ കിട്ടി. ഇത് ഞങ്ങൾക്കെല്ലാം അമ്മയുടെ അനുഗ്രഹമായിട്ടാണ് തോന്നിയത്. അമ്മയ്ക്ക് ഞങ്ങളുടെ കുടുംബത്തിന്റെ ശതകോടി നമസ്കാരം. ഞാനും സരസ്വതിയും കൂടി ഗൈനക് ഡിപ്പാർട്ടുമെന്റിൽ പോയപ്പോൾ അന്നത്തെ പ്രൊഫസറും എച്ച്.ഒ.ഡിയുമായ ഡോ. രാധാമണി.കെ ഞങ്ങളെ വളരെ സ്നേഹത്തോടെ സ്വീകരിക്കുകയും പാർവ്വതിയുടെ കാര്യം ഏൽക്കുകയും ചെയ്തു. ഇത്ര പ്രഗത്ഭവതിയായ മാഡത്തിന്റെ ശിക്ഷണത്തിൽ എം.എസ്. ചെയ്യാൻ പറ്റിയത് വലിയ അനുഗ്രഹമായി കരുതുകയാണ്. ആ ശിക്ഷണം കാരണം പാർവ്വതിക്ക് നല്ല അറിവും ഗഹനമായി ചിന്തിക്കാനുമുള്ള കഴിവും കിട്ടി. അന്ന് പാർവ്വതിയെ പഠിപ്പിച്ച എല്ലാ അദ്ധ്യാപകരെയും നന്ദിപൂർവ്വം സ്മരിക്കുന്നു.

36. അപ്പയെക്കുറിച്ച് മകൾ ഡോ. പാർവതിയുടെ അനുഭവസാക്ഷ്യം

എന്റെ സ്നേഹനിധിയും മാർഗ്ഗദർശിയുമായ അപ്പ യാത്രയിൽ എപ്പോഴും സജീവമായിരുന്നു. എല്ലായ്പ്പോഴും അദ്ദേഹത്തിന് എന്തെങ്കിലും ക്രിയാത്മകമായി പ്രവർത്തിക്കുവാനുണ്ടായിരുന്നു. അദ്ദേഹത്തിന്റെ പഠനം തുടരാൻ എപ്പോഴും ഉൾപ്രേരണയുള്ള വ്യക്തിത്വമായിരുന്നു. അദ്ദേഹത്തിന്റെ ഔദ്യോഗിക ജീവിതത്തിനു ശേഷം പിഎച്ച്.ഡി വിജയകരമായി പൂർത്തീകരിച്ചുവെന്ന മഹത്തായ നേട്ടം അതിനുള്ള പ്രത്യക്ഷ ദൃഷ്ടാന്തമാണ്.

അപ്പയുമായി ഇടപഴകുന്ന ആരെയും എക്കാലവും ഓർത്തിരിക്കുവാൻ പ്രേരിപ്പിക്കുന്ന തരത്തിൽ ഒരു വ്യക്തിയുടെ എല്ലാ നല്ല കാര്യങ്ങളെയും പ്രത്യേകിച്ച് അവ ചെറുതാണെങ്കിൽ പോലും മുന്തിയ വില കല്പിക്കുന്ന ആ സവിശേഷ ഗുണം അദ്ദേഹത്തിനു മാത്രം അവകാശപ്പെട്ടതാണ്. എന്റെ രണ്ട് കുഞ്ഞുങ്ങൾക്കും ചെറു പ്രായത്തിൽ തന്നെ അദ്ദേഹത്തിന്റെ ആ സവിശേഷ ഗുണം ലഭിച്ചുവെന്നതിൽ മകളായ എനിക്ക് അതിയായ സന്തോഷമുണ്ട്. അതുകൊണ്ട് അദ്ദേഹത്തിന്റെ നന്മകൾ സ്വാംശീകരിക്കുവാൻ സന്മനസ്സ് ഉള്ളവർക്ക് വരുംതലമുറയെ കൂടി മാതൃകാ വ്യക്തിത്വങ്ങളായി വളർത്തിയെടുക്കാൻ സാധിക്കുമെന്ന് ഞാൻ പരിപൂർണ്ണമായി വിശ്വസിക്കുന്നു.

എന്റെ സ്കൂൾ കാലഘട്ടം മുതൽ അപ്പ അതിരാവിലെ (4 മണിക്ക്) തന്നെ ഉറക്കമെണീറ്റ് എനിക്ക് ഒരു കട്ടൻ കാപ്പി ഉണ്ടാക്കി തന്നതിനുശേഷം എന്നെ പഠിപ്പിക്കാൻ ഇരിക്കുമായിരുന്നു. പഠിക്കേണ്ട പാഠഭാഗങ്ങൾ ഉറക്കെ അപ്പ നിത്യേന വായിച്ചു കേൾപ്പിക്കുമായിരു

ന്നു. അങ്ങനെ കേട്ട് പഠിക്കുന്ന ഒരു ശീലം എന്നിൽ അങ്കുരിച്ചു. അതിനാൽ ഞാൻ വളർന്നതിനുശേഷവും കേട്ട് പഠിക്കുന്നതിൽ എനിക്ക് അതിയായ താത്പര്യം ഉണ്ടായിരുന്നു. കുഞ്ഞുങ്ങളുടെ പ്രാഥമിക പഠന കാലഘട്ടത്തിൽ മാതാപിതാക്കളുടെ ബോധപൂർവ്വമുള്ള പ്രവർത്തികൾ താങ്ങും തണലും കരുതലും പിൽക്കാലത്ത് അവർക്ക് അവർണ്ണനീയമായ വ്യക്തിത്വവികാസത്തിന്റെ പടവുകൾ തികഞ്ഞ ആത്മവിശ്വാസത്തോടും നിശ്ചയദാർഢ്യത്തോടും ഇച്ഛാശക്തിയോടും താണ്ടി കടക്കുവാനുള്ള ഉൾപ്രേരകശക്തിയായി പരിണമിക്കുമെന്നതിൽ സംശയമില്ല. അതിനാൽ ന്യൂജെൻ സമൂഹത്തിലും അനുഗുണമായ മാതൃകാവ്യക്തിത്വങ്ങളെ വാർത്തെടുക്കുവാൻ നാമെല്ലാവരും ത്യാഗമനോഭാവത്തോടുകൂടി നമ്മുടെ പൊന്നോമനകളായ - പ്രവചാനാതീതമായ ചൈതന്യത്തിന്റെ വക്താക്കളായ - കുഞ്ഞുങ്ങളെ പരിചരിച്ച്, പരിപാലിച്ച്, സ്നേഹബുദ്ധ്യാ വളർത്തിയെടുക്കേണ്ടതാണ്.

എന്റെ ഓർമ്മവച്ച കാലം മുതൽ തന്നെ ഞാൻ എന്ത് ചെയ്താലും എന്റെ അപ്പയും അമ്മയും എന്നെ പ്രോത്സാഹിപ്പിച്ചിരുന്നു. എന്റെ മാതാപിതാക്കളും ജ്യേഷ്ഠസഹോദരനും ഒരുമിച്ചിരുന്ന് ജീവിതത്തിൽ എന്ത് തീരുമാനങ്ങൾ എടുക്കണമെന്നതിനെക്കുറിച്ച് തുറന്ന ചർച്ചകൾ നടത്താറുണ്ടായിരുന്നു. ഈ സൗഹൃദ ചർച്ചകൾ ചിലപ്പോൾ മണിക്കൂറുകളോളം നീണ്ടു പോകുമായിരുന്നു. എന്നാൽ ആ ചർച്ചകൾ ഞങ്ങളുടെ എല്ലാവരുടേയും ബഹുമുഖ ജീവിതപന്ഥാവിൽ മികവിന്റെ പ്രകാശം പരത്തുവാൻ പര്യാപ്തമായിരുന്നു. അക്കാലത്ത് തുറന്ന ചർച്ചകളിൽ നിന്നും ഉണ്ടായ വേറിട്ട അനുഭവങ്ങൾ ഞങ്ങളുടെ ഓരോരുത്തരുടേയും ജീവിതത്തിൽ തനതായ വ്യക്തിമുദ്ര പതിപ്പിക്കുവാൻ സഹായകമായി. അതുകൊണ്ട് സമൂഹതിന്മകളെ ഒരു പരിധിവരെ നിയന്ത്രിക്കുന്നതിനും സാധിച്ചിരുന്നു. സമൂഹത്തിലെ അടിസ്ഥാനഘടകമായ കുടുംബങ്ങളിലെ കുടും

ബാംഗങ്ങൾ ഒത്തൊരുമിച്ചിരുന്ന് സൗഹൃദ കൂട്ടായ്മയിലധിഷ്ഠിത മായ നിരന്തര തുറന്ന ചർച്ചകൾ എത്രമാത്രം സങ്കീർണ്ണമായ പ്രശ്ന ങ്ങളാണെങ്കിലും ഏവർക്കും യുക്തവും സുശക്തവുമായ ഈടുറ്റ തീരുമാനങ്ങൾ എടുക്കുവാൻ സാധിക്കുമെന്ന മഹത്തായ സന്ദേശം കൂടി നിങ്ങൾക്കായി പങ്കുവയ്ക്കുകയാണ്.

സ്കൂൾ കാലഘട്ടത്തിലെ മറ്റൊരു ഓർമ്മ കാലാകാലങ്ങളിൽ സ്കൂളിൽ സംഘടിപ്പിക്കുന്ന പഠനയാത്രകളെ കുറിച്ചാണ്. അമ്മ എന്നെ സ്കൂളിൽ നിന്നും പഠനയാത്രയിൽ പങ്കാളിയാകാൻ വിസമ്മ തിച്ചിരുന്നെങ്കിലും (രണ്ട് കുഞ്ഞുങ്ങളുടെ അമ്മയായ എനിക്ക് ഇപ്പോൾ അത് പൂർണ്ണമായും തിരിച്ചറിയുവാൻ കഴിയും) അപ്പ പറ യും, "അവൾ കുട്ടിയല്ലേ, പഠനയാത്ര അവൾ ആസ്വദിക്കട്ടെ". ആ സമയത്ത് അദ്ദേഹത്തിന്റെ മനസ്സിന് ഒത്തിരി സമ്മർദ്ദങ്ങൾ ഉണ്ടാകു മെങ്കിലും സുരക്ഷിതമായി ഞാൻ വീട്ടിലേയ്ക്ക് സന്തോഷമായി മടങ്ങി വരും എന്ന് അപ്പയ്ക്ക് ഉറപ്പുണ്ടായിരുന്നു. അപ്രകാരം എനിക്ക് പഠനയാത്രകളിൽ നിന്നും ലഭിച്ച ജീവിതാനുഭവങ്ങൾ അക്ഷയഖനി ആയി പില്ക്കാലത്ത് അനുഭവപ്പെട്ടു. അതിനാൽ ഓരോ കുട്ടിക്കും സ്കൂൾ കാലഘട്ടത്തിൽ ലഭ്യമാകുന്ന അവസര ങ്ങൾ പരമാവധി ഗുണപരമായി ഉപയോഗപ്പെടുത്തുവാൻ മാതാപി താക്കൾ ബോധപൂർവ്വം അവസരങ്ങൾ നൽകേണ്ടതാണ്. കാരണം മാതാപിതാക്കളുടെ അസാന്നിദ്ധ്യത്തിൽ മാതൃക അദ്ധ്യാപകരുടെ മേൽനോട്ടത്തിലും സഹായത്തിലും കൂടുതൽ മികവുറ്റ വ്യക്തിത്വ വികാസപരിവർത്തനത്തിന് അവർക്ക് അവസരം ലഭ്യമാകുന്നത് ഭാവിയിൽ എത്ര ഗുരുതരമായ പ്രശ്നങ്ങൾക്കും സമയബന്ധിത മായി തീരുമാനങ്ങളെടുക്കുവാൻ കുട്ടികൾക്ക് നിഷ്പ്രയാസം സാധി ക്കുന്നതാണ്.

അപ്പയുടെ നേതൃത്വത്തിൽ എല്ലാ വർഷവും ഞങ്ങൾ കുടും ബസമേതം അവധിക്കാല വിനോദയാത്രകൾ സംഘടിപ്പിക്കുമായി

രുന്നു. സാമ്പത്തികമായി വളരെ ബുദ്ധിമുട്ടുകൾ അനുഭവിച്ചിരുന്ന കാലഘട്ടങ്ങളിൽ പോലും, അപ്പ ഒരു മുടക്കവും കൂടാതെ ഇത്തരം യാത്രകൾ ഉറപ്പ് വരുത്തിയിരുന്നു. കൂട്ടായ്മയിലും സൗഹൃദത്തിലും വേറിട്ട അനുഭവം കാഴ്ചവെച്ചിട്ടുള്ള ഞങ്ങളുടെ മാതാപിതാക്കൾ പ്രത്യേകിച്ച് അപ്പയുടെ നിശ്ചയദാർഢ്യം ഒന്നുകൊണ്ട് മാത്രമാണ് എല്ലാ വർഷവും അവധിക്കാല വിനോദയാത്രകൾ അനുസ്യൂതം നടന്നുകൊണ്ടിരുന്നതെന്ന് ഇപ്പോൾ ഞാൻ തിരിച്ചറിയുന്നു. യഥാർത്ഥത്തിൽ അവധിക്കാല വിനോദയാത്രകൾ മക്കളായ ഞങ്ങൾക്ക് ഒട്ടനവധി മധുരാനുഭവങ്ങൾ പങ്കിടുവാൻ സാധിച്ചു. 'നാനാത്വത്തിൽ ഏകത്വം' എന്ന ഇന്ത്യയുടെ സവിശേഷ സംസ്കാരത്തിന്റെ വൈവിധ്യമാർന്ന യാഥാർത്ഥ്യങ്ങൾ നേരിട്ട് അനുഭവിച്ചറിയുവാൻ അത്യപൂർവ്വ സൗഭാഗ്യം സിദ്ധിച്ചുവെന്നത് ജന്മസാഫല്യമായി കരുതുന്നു. അതിനാൽ വർത്തമാന കാലഘട്ടത്തിലെ കുട്ടികൾക്ക് ഇത്തരം അവസരങ്ങൾ ബോധപൂർവ്വം നൽകിയാൽ മിന്നിതിളങ്ങുന്ന മണിമുത്തുകളായ കുഞ്ഞുമക്കളെ സമൂഹത്തിന് പ്രദാനം ചെയ്യുവാൻ സാധിക്കുന്നതാണ്.

അപ്പയിൽ നിന്ന് ഞാൻ ഡ്രൈവിംഗ് പഠിച്ചത് ജീവിതത്തിൽ ഒരിക്കലും മറക്കാൻ കഴിയാത്ത തികച്ചും വ്യത്യസ്തമായ ഒരു മധുരാനുഭവമായിരുന്നു. അപ്പയും സുന്ദറും (എന്റെ സഹോദരൻ ഹരികുമാർ ഗണേശൻ) എന്നെ കുത്തനെയുള്ള ചരിവിലൂടെ ഡ്രൈവ് ചെയ്യാൻ പ്രേരിപ്പിക്കുകയും യാത്രക്കിടയിൽ കാർ നിർത്തി പകുതി ക്ലച്ചിൽ തുടരുവാൻ പറയുകയും ചെയ്യുമായിരുന്നു. 18-ാം വയസ്സിൽ ഡ്രൈവിംഗ് ലൈസൻസ് എടുക്കുക മാത്രമല്ല അവസരം കിട്ടുമ്പോഴെല്ലാം വാഹനം ഓടിക്കുന്നത് ഒരു ശീലമാക്കുകയും വേണമെന്ന് അദ്ദേഹം നിർബന്ധിച്ചിരുന്നു. ഏത് വാഹനം ഓടിക്കുന്നതിനും എനിക്ക് ഇപ്പോഴുള്ള ആത്മവിശ്വാസം നൽകിയതിന് ഞാൻ അപ്പയോട് എപ്പോഴും കടപ്പെട്ടിരിക്കുന്നതിനോടൊപ്പം നന്ദിയും രേഖപ്പെ

ടുത്തുന്നു. നാം എന്തു പഠിച്ചാലും, പ്രത്യേകിച്ച് സാങ്കേതിക ജ്ഞാനം നേടുമ്പോൾ അതിന്റെ എല്ലാ തലങ്ങളെക്കുറിച്ചും വ്യക്തമായ ധാരണയും പക്വമായ ശാസ്ത്രീയ പരിശീലനവും അനിവാര്യമാണെന്ന് ഇപ്പോൾ എനിക്ക് ബോധ്യപ്പെട്ടു. അതിനാൽ സമൂഹത്തിലെ ഏതൊരു വ്യക്തിയും അയാൾ ആർജ്ജിച്ച മികവുകളുടെ പ്രാവീണ്യം എക്കാലവും നിലനിർത്തുവാൻ അപ്പ എനിക്ക് ഡ്രൈവിംഗ് പരിശീലനത്തിലൂടെ ശീലിപ്പിച്ച തന്ത്രങ്ങൾ വളരെ വിലപ്പെട്ടതാണെന്ന് വിലയിരുത്തുന്നു. അതുകൊണ്ട് നാം നിരന്തരം പ്രവർത്തിച്ചുകൊണ്ടിരിക്കുന്ന മേഖലയെ എക്കാലവും സംപുഷ്ടമാക്കുവാൻ ഇത്തരത്തിലുള്ള ത്യാഗോജ്ജ്വലമായ പരിശീലന മികവ് കൂടിയേ തീരുവെന്ന വസ്തുത വിസ്മരിക്കരുത്.

എനിക്ക് ഇരുപത്തിനാലു വയസ്സുള്ളപ്പോൾ എന്റെ മാതാപിതാക്കൾ വിവാഹാലോചനകൾ തേടാൻ തുടങ്ങി. അത് ആത്യന്തികമായി എന്റെ ആദ്യത്തെയും അവസാനത്തെയും ജീവിതപങ്കാളിയെ കണ്ടെത്തലിലേക്കു നയിച്ചു. അക്കാലത്ത് എന്റെ നിയുക്ത ഭർത്താവിനെ ആദ്യമായി കണ്ടപ്പോൾ "അദ്ദേഹം എന്റെ അപ്പയെപ്പോലെ ആയിരിക്കുമെന്ന് പ്രതീക്ഷിക്കുന്നു"വെന്ന് അദ്ദേഹത്തോട് പറഞ്ഞത് ഞാൻ ഇപ്പോഴും ഓർക്കുന്നു. തികച്ചും അനുഗുണമായ ജീവിത പങ്കാളിയായി, താങ്ങായി, തണലായി, കരുതലായി, സഹചാരിയായി, നിഴലായി എന്നോടൊപ്പം സൗഹൃദ പൂമ്പൊടി പേറി, ഹൃദയതാളമായി അദ്ദേഹം എപ്പോഴും വിരാജിക്കുന്നു. അതിനുള്ള പ്രധാനകാരണവും എന്റെ മാതാപിതാക്കളുടെ, പ്രത്യേകിച്ച് അപ്പയുടെ, പ്രത്യേക ശ്രദ്ധയും കരുതലും തന്നെയാണ്. ഭാര്യ-ഭർത്തൃബന്ധത്തിന്റെ ഊഷ്മള ഭാവം അനുഭവിച്ചറിയുവാൻ, സമാധാനപരമായ കുടുംബജീവിതം അനിവാര്യമാണ്. അതിനാൽ അനുഭവ സമ്പത്തുള്ള യഥാർത്ഥ മാതൃകാ കുടുംബബന്ധങ്ങളിൽ നിന്നും ഉയിർകൊണ്ട മാതാപിതാക്കൾക്കു മാത്രമേ സ്വന്തം മക്കളെ ശരി

യായ പാതയിൽ നയിക്കുവാൻ കഴിയുകയുള്ളു. അപ്രകാരമുള്ള മാതാപിതാക്കളുടെ മകളായി ജന്മമെടുക്കുവാൻ സാധിച്ചതിൽ ഞാൻ കൃതാർത്ഥയാണ്.

ജീവിതത്തിന്റെ എല്ലാ ഘട്ടങ്ങളിലും എന്റെ പുരോഗതി കാണാനും സഹായിക്കുവാനും എല്ലായ്പ്പോഴും നയിക്കുവാനും കഴിയുന്ന തരത്തിൽ ഞാൻ വിവാഹം കഴിച്ച് കേരളത്തിൽ സ്ഥിര താമസമാക്കണമെന്ന് എന്റെ മാതാപിതാക്കൾ അതിയായി ആഗ്രഹി ച്ചിരുന്നു. അവർ എനിക്കായി എടുത്ത ഏറ്റവും മഹനീയമായ തീരു മാനമായിരുന്നു അതെന്ന് ഞാൻ ഇപ്പോഴും പൂർണ്ണമായി വിശ്വസി ക്കുന്നു, ജന്മനാട്ടിൽ ജന്മം നൽകിയ മാതാപിതാക്കളോടൊപ്പം അവ രുടെ അനുഗ്രഹാശ്ശിസുകളോടു കൂടി ജീവിതകാലം സമാധാന ത്തോടും സന്തോഷത്തോടും ഐശ്വര്യത്തോടുംകൂടി കഴിഞ്ഞു കൂടുവാൻ കഴിയുകയെന്നത് ദൈവനിശ്ചയവും കർമ്മസാഫല്യവു മാണെന്ന് ഞാൻ വിശ്വസിക്കുന്നു.

മധുരമായി സംസാരിക്കുവാനുള്ള അപ്പയുടെ കഴിവ് മികവുറ്റതാണ്. 'ആരെയും വീഴ്ത്താൻ പറ്റും' എന്ന പഴഞ്ചൊല്ലിനെ അന്വർത്ഥമാക്കുന്ന, സംസാരിക്കുവാനുള്ള അദ്ദേഹത്തിന്റെ കഴി വിനെ ഞങ്ങൾ കുടുംബാംഗങ്ങൾ എപ്പോഴും അഭിനന്ദിക്കുകയും അസൂയപ്പെടുകയും ചെയ്യും. കാരണം 'ചുണ്ടിൽ പുഞ്ചിരിയും നാവിൽ തേൻമൊഴിയും' ആരാണ് ഇഷ്ടപ്പെടാത്തത്. സാമാന്യ മായി പറഞ്ഞാൽ ഏതൊരു ഭാഷയും ആശയ വിനിമയത്തിനായി ട്ടാണ് ഉപയോഗിക്കുന്നത്. അതിനാൽ വ്യക്തി ബന്ധങ്ങൾ ഊട്ടി ഉറ പ്പിക്കുവാൻ ശരിയായ ആശയവിനിമയം അനിവാര്യമാണ്. അതു കൊണ്ട് ശരിയായ രീതിയിലുള്ള ആശയവിനിമയം അഥവാ സംസാ രിക്കുന്നവർക്ക് ആത്മസുഹൃത്തുക്കളുടെ എണ്ണം മറ്റുള്ളവരെ അപേ ക്ഷിച്ച് വളരെ കൂടുതലായിരിക്കും. അതിനാൽ നാം എല്ലാവരും ചെറുപുഞ്ചിയോടുകൂടി മധുരമായി സംസാരിക്കുവാൻ ശീലിക്കേ

ണ്ടതാണ്. അപ്രകാരമുള്ളവർക്ക് ആയുരാരോഗ്യസൗഖ്യം സിദ്ധിക്കുമെന്നുള്ളതിൽ സംശയമില്ല.

അതിദരിദ്രർക്കും ദരിദ്രർക്കും നിങ്ങൾ എത്രത്തോളം കൊടുക്കുന്നുവോ അത്രത്തോളമോ അതിലുപരിയോ നിങ്ങൾക്ക് സർവ്വശക്തനിൽ നിന്നും അനുഗ്രഹം ലഭിക്കുമെന്ന് ഞാൻ അപ്പയിൽ നിന്നാണ് മനസ്സിലാക്കിയത്. എപ്പോഴും ദരിദ്രരോടും അത്യാവശ്യമായി സഹായം വേണ്ടവരോടും അദ്ദേഹം വളരെ സഹാനുഭൂതി കാണിച്ചിരുന്നു. അദ്ദേഹത്തിന്റെ ജീവിത വിജയത്തിനുള്ള പ്രധാന കാരണവും ഇപ്രകാരമുള്ള മാനവിക മൂല്യങ്ങളിലധിഷ്ഠിതമായ ധർമ്മവും നീതിയും തന്നെയാണെന്ന് തറപ്പിച്ചു പറയാവുന്നതാണ്. അതിനാൽ മനുഷ്യസമൂഹത്തിന്റെ വളർച്ചയ്ക്കും ഉയർച്ചയ്ക്കും പുരോഗതിയ്ക്കും സുസ്ഥിരവികസനത്തിനുംവേണ്ടി മാനവിക മൂല്യാധിഷ്ഠിതമായ ജീവിതസന്ധാരണത്തിലൂടെ ലോക സമാധാനവും സന്തോഷവും ഐശ്വര്യവും നിലനിർത്തുവാൻ സ്വമേധയാ നാം സജ്ജരാകേണ്ടതാണ്. ചുരുക്കത്തിൽ ലോകാ സമസ്താ സുഖിനോ ഭവന്തു!

37. ഡോ. ഗണേശൻ്റെ മരുമകനായ ഡോ. രമേഷിൻ്റെ നേർസാക്ഷ്യം

ഡോ.എച്ച്.ഗണേശൻ്റെ ജീവിതകഥയിലൂടെ അദ്ദേഹത്തിൻ്റെ ജീവിതത്തിലെ ഏതാനും സുവർണ്ണനിമിഷങ്ങൾ അനാവരണം ചെയ്തിട്ടുണ്ടെന്ന് അറിയാൻ സാധിച്ചു. ആ കൃതി പൊതുസമൂഹത്തിൻ്റെ ബോധമണ്ഡലത്തിൽ സ്ഥിരസ്ഥായിയായ മൂല്യങ്ങൾ സൃഷ്ടിക്കുവാൻ പര്യാപ്തമായ മഹത്ഗ്രന്ഥമായി പരിണമിക്കുമെന്ന് ഞാൻ പ്രത്യാശിക്കുന്നു.

ഇന്നത്തെ ഡോ.ഗണേശൻ്റെ ബാല്യകാല ജീവിതത്തെക്കുറിച്ച് വിശദമായി ഈ കൃതിയിൽ പ്രതിപാദിക്കുന്നു. വിശദീകരണത്തിൻ്റെ ഉദ്ദേശ്യത്തിനു മാത്രമല്ല, വായനക്കാരന് താൻ അനുഭവിച്ച വ്യത്യസ്തങ്ങളായ കഷ്ടപ്പാടുകളെക്കുറിച്ചും അപ്രകാരമുള്ള കഷ്ടപ്പാടുകളെ തികച്ചും അനുഗുണമായ വിഭിന്നങ്ങളായ അവസരങ്ങളാക്കി മാറ്റുകയും പിൽക്കാലത്ത് അത് അദ്ദേഹത്തിൻ്റെ സ്വഭാവത്തെ ശരിയായ രീതിയിൽ രൂപപ്പെടുത്തുന്നതിനും ലക്ഷ്യാധിഷ്ഠിതമായ തൊഴിലിലൂടെ വ്യക്തിഗത പുരോഗതിയെയും സഹായിക്കുകയും ചെയ്യുന്ന ധന്യമുഹൂർത്തങ്ങൾ നമുക്ക് ദർശിക്കാൻ കഴിയുന്നതാണ്. ജീവിതത്തിലെ പ്രതിബന്ധങ്ങളെ നിസ്സങ്കോചം തരണം ചെയ്യുവാൻ ജീവിതയാതനകൾ എങ്ങനെ സഹായിച്ചുവെന്ന് അദ്ദേഹം വിവരിക്കുന്ന രീതി ഇന്നത്തെ മധ്യവയസ്കരുടേയും പുതുതലമുറയിലെ കുട്ടികളുടെയും അകക്കണ്ണ് തുറപ്പിക്കുവാൻ തക്കരീതിയിലുള്ള ജീവിതയാഥാർത്ഥ്യങ്ങളാണ്. ജീവിതത്തിൽ പ്രത്യക്ഷമായോ പരോക്ഷമായോ ഉണ്ടാകുന്ന പ്രതിബന്ധങ്ങളിൽ ഇടറി വീഴുകയും തുടർന്ന്, മുന്നോട്ട് പോകുവാൻ തയ്യാറാവുകയോ ആഗ്രഹിക്കുകയോ ചെയ്യാത്ത നമ്മുടെ ശീലം മാറേണ്ട അഥവാ മാറ്റേണ്ട ഒരു

മാനസികാവസ്ഥയാണ്. ജീവിതത്തിലുണ്ടാകുന്ന അതികഠിനമായ പ്രതിബന്ധങ്ങളെ എങ്ങനെ പഠനാവസരങ്ങളാക്കി മാറ്റാമെന്ന് തന്റെ യാഥാർത്ഥ്യബോധമുള്ള ജീവിതത്തിലെ സംഭവബഹുലമായ കഥകളിലൂടെയോ ജീവിതാനുഭവങ്ങളിലൂടെയോ അനാവരണം ചെയ്യപ്പെടുന്നു. നമ്മുടെ ഇന്നത്തെ മാറിയ സമൂഹത്തിലെ ന്യൂജെൻ കുട്ടികൾക്കും അദ്ദേഹം ജീവനുള്ള മാതൃകയാണെന്ന് ഈ അനുഭവങ്ങളിലൂടെ സുവ്യക്തമാക്കുന്നു.

കൈക്കൂലിയെക്കുറിച്ചുള്ള ഏതൊരു പ്രവൃത്തിയും ചിന്തയും പൂർണ്ണമായും നിരസിക്കുന്ന തന്റെ പിതാവിന്റെ സ്വഭാവത്തിൽ താൻ അഭിമാനം കൊള്ളുന്നു എന്ന് അദ്ദേഹം പരാമർശിക്കുന്നുണ്ട്. അദ്ദേഹത്തിനുണ്ടായ ഈ അനുഭവം വാസ്തവത്തിൽ അത്തരം പ്രവൃത്തികളോടും അച്ഛനെപ്പോലെ തികച്ചും സമാനമായ സമീപനം പിന്തുടരുവാൻ അദ്ദേഹം എപ്പോഴും പ്രതിജ്ഞാബദ്ധനായിരുന്നു. മാത്രവുമല്ല, സത്പ്രവൃത്തികൾ ചെയ്യുന്ന ഏവരേയും വലുപ്പചെറുപ്പമില്ലാതെ ഹൃദയംഗമമായി അഭിനന്ദിക്കുന്ന ഒരു സവിശേഷ സ്വഭാവം ഡോ.എച്ച്. ഗണേശനെന്ന വലിയ മനുഷ്യനുണ്ട് എന്നതിൽ ഞാൻ എപ്പോഴും അഭിമാനം കൊള്ളുകയാണ്.

കുട്ടിക്കാലത്ത് അദ്ദേഹം കുടുംബത്തെ സഹായിച്ച രീതി (പിച്ചു അമ്മാളിന്റെ പപ്പട വ്യാപാരം) നമ്മുടെ അടുത്ത തലമുറയിലെ കുട്ടികൾക്ക് സങ്കല്പിക്കാവുന്നതിലും അപ്പുറമാണ്. യഥാർത്ഥത്തിൽ സിനിമകളിൽപ്പോലും ഇപ്രകാരമുള്ള അനുഭവങ്ങൾ വിരളമാണ്. ചെറുപ്രായത്തിൽ അദ്ദേഹം ചെയ്ത ഇത്തരം പ്രവർത്തികൾ വഴി കുടുംബത്തോടൊപ്പം എങ്ങനെ ജീവിക്കണം? എങ്ങനെ കുടുംബാംഗങ്ങളെ അവരുടെ സാധ്യമായ വഴികളിൽ സഹായിക്കാം? ലഭ്യമായ വിഭവങ്ങളിൽ എങ്ങനെ തൃപ്തരാകണം? എന്നിവയെക്കുറിച്ചുള്ള സുപ്രധാന ഉപദേശമോ പ്രേരണയോ പഠനമോ ഈ കൃതിയിലൂടെ വായനക്കാർക്ക് നിർല്ലോഭം ലഭിക്കുന്നുവെന്നതും അസുലഭ സൗഭാഗ്യമാണ്.

'സമ്പാദിക്കുക' അല്ലെങ്കിൽ 'സമ്പാദിക്കുന്നതിൽ സഹായിക്കുക' എന്നതിലുപരി 'ചെലവിടുന്നതിൽ' മാത്രം വിശ്വസിക്കുന്ന ഇന്നത്തെ കുട്ടി അത്തരം കാര്യങ്ങളും അവസരങ്ങളും നിലനിന്നിരുന്നുവെന്നും ഇപ്പോഴുമുണ്ട് എന്നും മനസ്സിലാക്കുവാൻ ഈ 'മാസ്റ്റർപീസ്' വായിക്കേണ്ടതാണ്.

'ജോലിയുടെ പ്രാധാന്യവും', 'സമ്പാദിച്ച് പഠിക്കൂ' എന്ന ആശയവും ഡോ. ഗണേശൻ പ്രത്യേകം പരാമർശിക്കുന്നു. എട്ടാം ക്ലാസ്സിൽ പഠിക്കുമ്പോൾ അദ്ദേഹം ഈ വിഷയത്തിൽ ഒരു പ്രസംഗം (പ്രസംഗ മത്സരത്തിൽ) നടത്തിയതായി ഓർക്കുന്നു. ആശയത്തിലെ സങ്കീർണ്ണതകളും അനുഭവങ്ങളും ഒന്നും മനസ്സിലാക്കാതെ എനിക്ക് ഒരു പ്രസംഗം ചെയ്ത് നേരിട്ട് അവതരിപ്പിക്കേണ്ടി വന്നു. എന്റെ കുട്ടിക്കാലത്ത്, ഒഴിവ് സമയങ്ങളിൽ റിസ്റ്റ് വാച്ചുകളും മറ്റ് ഇലക്ട്രോണിക്സ് വസ്തുക്കളും നിർമ്മിക്കുന്ന ജപ്പാനിലെ കുട്ടികളെക്കുറിച്ച് ഞാൻ കേട്ടിട്ടുണ്ട്. ഞങ്ങൾക്ക് അക്കാലത്ത് അപ്രകാരമുള്ള സൗകര്യങ്ങളൊന്നും ഇല്ലാത്തതിനാൽ ഞാൻ ആ വസ്തുത അവഗണിച്ചു, എന്നാൽ സൗകര്യങ്ങൾ ധാരാളമുണ്ടെന്നും നമ്മൾ അവ തിരിച്ചറിയാത്തതിനാൽ അലസതയുടെയും സുഖസൗകര്യങ്ങളുടേയും സുരക്ഷിതമായ മേഖലയിലായിരിക്കാൻ ആ അവസരങ്ങളെയും സൗകര്യങ്ങളെയും അവഗണിക്കുകയും ചെയ്യുന്നുവെന്നും ഡോ. ഗണേശൻ എടുത്തു കാണിക്കുന്നു.

ഡോ.എച്ച്, ഗണേശൻ ഇംഗ്ലീഷ് മീഡിയം പുസ്തകങ്ങൾക്കൊപ്പം മലയാളം മീഡിയം പുസ്തകങ്ങളും പഠിച്ചിരുന്ന അദ്ദേഹത്തിന്റെ സവിശേഷ രീതി ഈ പുസ്തകത്തിൽ പരാമർശിക്കുന്നുണ്ട്. എന്നാൽ അക്കാലത്തും പിൽക്കാലത്തും ഒരു മീഡിയം മാത്രം നന്നായി പഠിക്കുവാൻ പോലും മന:സാന്നിദ്ധ്യമില്ലാത്ത കുട്ടികളാണ് പൊതുവെയുള്ളത്. അപ്പോൾ രണ്ട് മീഡിയത്തെക്കുറിച്ച് പ്രത്യേകം പരാമർശിക്കേണ്ടതില്ലല്ലോ. എന്നാൽ 'ഇഷ്ടമുള്ളിടത്ത്

ഒരു വഴിയുണ്ട് എന്ന വസ്തുത അദ്ദേഹം ജീവിതത്തിലുടനീളം തന്റെ ജീവിതത്തിലൂടെ സുവ്യക്തമാക്കുന്നു.

നിങ്ങളുടെ സമീപനത്തിൽ വ്യത്യസ്തത പുലർത്തുന്നത് നിങ്ങളെ മറ്റുള്ളവരിൽ നിന്നും വ്യത്യസ്തനാക്കും. സമൂഹത്തിലെ എല്ലാവരേയും പോലെ ഒരുപോലെ ആയിരിക്കുക എന്നത് എളുപ്പമാണ്. എന്നാൽ മറ്റുള്ളവരിൽ നിന്ന് നിങ്ങളെ വേർതിരിച്ചറിയാൻ ഇത് ഒരിക്കലും സഹായിക്കുകയില്ല. കാരണം നിങ്ങൾ പൊതുവായ ഒഴുക്കിൽപ്പെട്ടവരായിരിക്കും. എന്നാൽ 'ഒരു വ്യക്തി എന്ന നിലയിൽ വ്യത്യസ്തമായി ചിന്തിക്കുക, വ്യത്യസ്തനാകാൻ വ്യത്യസ്തമായി പ്രവർത്തിക്കുക' എന്നത് ഈ കൃതിയിലെ സുപ്രധാന ഭാഗങ്ങളിൽ നിന്നുള്ള വലിയ പാഠമാണ്.

ഡോ.എച്ച്. ഗണേശന്റെ കുട്ടിക്കാലത്ത് ഭുവുടമകളിൽനിന്നും സമ്പന്നരിൽ നിന്നും പഴയ പുസ്തകങ്ങളും വസ്ത്രങ്ങളും (ഒന്നും ഇല്ലാത്ത ആളുകൾക്ക് അവ പുതിയത് തന്നെ) ലഭിച്ചപ്പോൾ അദ്ദേഹം അളവറ്റ സന്തോഷം അനുഭവിച്ചിരുന്നു. അക്കാലത്ത് അദ്ദേഹത്തിന്റെ അമ്മ അത്തരം വീടുകളിൽ ജോലി ചെയ്യുമായിരുന്നു. വീട്ടുവേലക്കാർക്കും അവരുടെ കുട്ടികൾക്കും അക്കാലത്ത് പഴയ വസ്ത്രങ്ങൾ നൽകുന്ന പതിവുണ്ടായിരുന്നു. വർത്തമാനകാലത്ത് മിക്കവാറും എല്ലാ കുട്ടികൾക്കും പഠനത്തിനുള്ള പുസ്തകങ്ങളും ആവശ്യമായ വസ്ത്രങ്ങളും പുതിയവയും ആവശ്യത്തിൽ കൂടുതലുമാണുള്ളത്. എന്നാൽ കുട്ടികൾക്ക് പുതിയ പുസ്തകങ്ങളും വസ്ത്രങ്ങളും ഒരു ഭാവനയോ സ്വപ്നമോ മാത്രമായിരുന്ന ഒരു കാലഘട്ടം (ഇപ്പോഴും ലോകത്തിന്റെ പല ഭാഗത്തും നിലനിൽക്കുന്നു) ഉണ്ടായിരുന്നുവെന്ന് അവർ ഒരിക്കലും അറിയുന്നില്ലായെന്ന യാഥാർത്ഥ്യവും വിസ്മരിക്കരുത്.

ഡോ.എച്ച്. ഗണേശന്റെ കുട്ടിക്കാലത്തുണ്ടായ അച്ചടക്കത്തോടെയുള്ള ജീവിതമാണ് ജോലി സ്ഥലത്തും ജീവിതത്തിലും

ലഭിച്ച അച്ചടക്കം. ഇപ്രകാരമുള്ള ജീവിതമൂല്യങ്ങൾ, കുട്ടികളിൽ അവരുടെ സ്വന്തം വീട്ടിൽ നിന്ന് തന്നെ പകർന്നു നൽകേണ്ടതിന്റെ ആവശ്യകതയ്ക്കാണ് ഈ പുസ്തകത്തിൽ പ്രത്യേക പ്രാധാന്യം നൽകിയിട്ടുള്ളത്. ഒരാളുടെ ആരോഗ്യം, സൗഹൃദം, പരാജയങ്ങളും അപമാനങ്ങളും നേരിടുവാനുള്ള കഴിവ്, പരസ്പരബന്ധങ്ങൾ മെച്ചപ്പെടുത്തൽ തുടങ്ങിയ വസ്തുതകളിൽ ഔട്ട്ഡോർ ഗെയിമുകളുടെ പ്രാധാന്യം ഈ കൃതിയിൽ പ്രത്യേക പ്രാധാന്യം നൽകുന്നു. ഭുതകാലവും വർത്തമാനകാലവും തമ്മിൽ വ്യത്യസ്തമായി ഒരു കാർട്ടൂൺ വാട്ട്സ് ആപ്പിൽ ഫോർവേഡായി വന്നത് ഞാൻ ഓർക്കുന്നു. പഴയ കാലത്ത്, കുട്ടികൾ എപ്പോഴും പുറത്തായിരിക്കും. അമ്മമാർ ഭക്ഷണത്തിനും മറ്റ് എല്ലാറ്റിനും വരാൻ വേണ്ടി അവരെ പലതവണ വിളിക്കാറുണ്ടായിരുന്നു. ഇന്നത്തെ കാലഘട്ടത്തിൽ, കുട്ടികൾ എപ്പോഴും ഇലക്ട്രോണിക്സ് ഉപകരണങ്ങളോടൊപ്പമാണ്. അമ്മമാർ അവരെ പുറത്ത് പോയി കളിക്കുവാൻ നിർബന്ധിച്ച് അയയ്ക്കേണ്ടി വരുന്നു. പണ്ട് സ്കൂളുകളിൽ കുട്ടികളുടെ പഠനമികവിന്റെ സ്കോർ/മാർക്കുകളുടേയും ഗ്രേഡുകളുടേയും കാര്യത്തിൽ മാതാപിതാക്കൾക്കിടയിൽ അഥവാ കുട്ടികൾക്കിടയിൽ തീർത്തും മത്സരമില്ലായിരുന്നു. വാസ്തവത്തിൽ, എല്ലാ കുട്ടികളും പല സന്ദർഭങ്ങളിലും ഒരുമിച്ചിരുന്നാണ് പഠിച്ചിരുന്നത്. മാതാപിതാക്കൾ കുട്ടികളുടെ പഠനത്തിൽ പ്രത്യേക ശ്രദ്ധ ചെലുത്തിയിരുന്നില്ല. അതിന്റെ ആവശ്യം ഇല്ലായിരുന്നുവെന്നതാണ് സത്യം. എന്നാൽ മാതാപിതാക്കൾ കുട്ടികളുടെ പഠനമികവിനായി പരസ്പരം മത്സരിക്കുന്ന ഇന്നത്തെ സമൂഹത്തിൽ ഇത്തരമൊരു അവസ്ഥ നമുക്ക് സങ്കല്പിക്കുവാൻ കഴിയില്ല. അത് ആത്യന്തികമായി വിദ്യാർത്ഥികൾ തമ്മിലുള്ള മത്സരമായി മാറുന്നു. കഠിനാധ്വാനത്തിന്റെയും നിശ്ചയദാർഢ്യത്തിന്റെയും പ്രാധാന്യം അദ്ദേഹം അദ്ദേഹത്തിന്റെ ജീവിതാനുഭവത്തിലൂടെ ഊന്നിപ്പറയുന്നു. അവ ഈ കൃതിയിലെ പ്രാധാന്യം അർഹിക്കുന്ന കേന്ദ്രബിന്ദുക്കളായ

ആശയങ്ങളാണ്. അദ്ദേഹം സ്ലോ റേസ് ചാമ്പ്യൻഷിപ്പ് ജീവിതകഥകൾ പറയുമ്പോൾ, പരോക്ഷമായി നമ്മോട് പറയുന്നത്- വേദനയേറിയ ജീവിതത്തിൽ അല്പം പതുക്കെ, ജീവിതം ആസ്വദിക്കാൻ ശ്രമിക്കൂ. അത് അദ്ദേഹം ഇപ്പോഴും തന്റെ വ്യക്തിജീവിതത്തിൽ പിന്തുടരുന്നു.

ആത്മവിശ്വാസം, സഹിഷ്ണുത, സഹവർത്തിത്വമനോഭാവം, കഠിനാധ്വാനം, ജീവിതത്തിൽ സമാധാനവും ഐക്യവും ആസ്വദിക്കുക, കാര്യങ്ങൾ ചെയ്യാനും അവയുടെ ശാസ്ത്രീയമായ ക്രമീകരണം ചെയ്യാനുമുള്ള തീവ്രമായ ആഗ്രഹം എന്നിവ വളർത്തിയെടുക്കുവാനുള്ള അദ്ദേഹത്തിന്റെ കഴിവ് സ്വയം പഠനത്തിന്റെയും സ്വയം നിരന്തര പരിശ്രമത്തിലൂടെ രൂപപ്പെടുത്തിയ വ്യക്തിത്വത്തിന്റെയും സവിശേഷതയാണ്. "ശരിയായ ലക്ഷ്യങ്ങൾ നേടുക", ബ്രയാൻ ട്രേസി തന്റെ "ഈറ്റ് ദി ഫ്രോഗ്" എന്ന പുസ്തകത്തിൽ വിവരിച്ചതുപോലുള്ള നയങ്ങൾ അദ്ദേഹം ജീവിതത്തിൽ വ്യക്തമായി പരിശീലിപ്പിച്ചു. ജീവിതത്തിൽ എന്താണ് ചെയ്യേണ്ടതെന്ന് ട്രേസി വിവരിക്കുന്നു- എങ്ങനെയാണ് കൃത്യമായി അദ്ദേഹം എല്ലായ്പ്പോഴും ആദ്യം വലിയ തവളയെ ഭക്ഷിക്കുന്നത് - അതായത് നിങ്ങളുടെ ജോലികൾക്ക് മുൻഗണന നൽകുക, ആദ്യം ബുദ്ധിമുട്ടുള്ള ജോലികൾ ചെയ്യുക, തുടർന്ന് എളുപ്പമുള്ള ജോലികൾ ലഭ്യമാകും.

ഇന്ത്യയുടെ ഉപരാഷ്ട്രപതിയിൽ നിന്നും അവാർഡ് ഏറ്റു വാങ്ങാൻ ഡൽഹിയിൽ നടത്തിയ സന്ദർശനത്തിൽ സഹായിച്ച ഓരോ വ്യക്തിയെയും അദ്ദേഹം ഇപ്പോഴും ഓർക്കുന്നു. ആവശ്യങ്ങളിലും പ്രയാസങ്ങളിലും സഹായിച്ചവരെ നമ്മളിൽ പലരും മറക്കുന്നു. എന്നാൽ സംഭവങ്ങളുടെയെല്ലാം സൂക്ഷ്മമായ വിശദാംശങ്ങളും അദ്ദേഹത്തിന്റെ സ്മൃതിമണ്ഡലത്തിൽ മായാതെ മങ്ങാതെ ജീവിതഗന്ധിയായി നിലനിൽക്കുന്നു.

നിങ്ങളുടെ സ്വഭാവം രൂപപ്പെടുത്തുന്നതിലും കൂടുതൽ കൂടു

തൽ സംസർഗ്ഗഗുണം ആർജ്ജിക്കുന്നതിനും നിങ്ങളുടെ സഹപ്രവർത്തകരുടേയും സഹപാഠികളുടേയും പ്രാധാന്യം ഉൾക്കൊള്ളേണ്ടതാണ്. അദ്ദേഹത്തിന്റെ വിവിധജോലി/ഓഫീസ് അനുഭവങ്ങളിൽ കൂടുതൽ വസ്തുതകൾ ഈ കൃതിയിലൂടെ പ്രതിപാദിക്കുന്നു.

അദ്ദേഹം തന്റെ പിതാവിന് നൽകിയ പ്രാധാന്യം (അച്ഛൻ-മകൻ ബന്ധം) ശരിയായി നാം മനസ്സിലാക്കിയാൽ, ഇന്നത്തെ വൃദ്ധസദനങ്ങളുടെ വളർച്ചയ്ക്ക് പ്രഹരമാകും.

അദ്ദേഹത്തിന്റെ നാൽപതുകളിൽ പ്രകടമായ ഉയർന്ന വിദ്യാഭ്യാസത്തോടുള്ള അത്യാഗ്രഹം സർവ്വീസിൽ നിന്ന് വിരമിച്ചശേഷവും അദ്ദേഹത്തിൽ തുടരുകയും എം.ഫിൽ, പിഎച്ച്.ഡി. ഗവേഷണ ബിരുദങ്ങളും കരസ്ഥമാക്കുവാൻ അദ്ദേഹത്തിന് നിഷ്പ്രയാസം സാധിച്ചുവെന്നത് കഠിനാധ്വാനത്തിന്റെയും നിശ്ചയദാർഢ്യത്തിന്റേയും ഉറച്ച ലക്ഷ്യബോധത്തിന്റെയും പരിണിതഫലമാണ്.

അനാവശ്യമായി പണം ചെലവഴിക്കുന്നതിനെതിരെയും ജീവിതത്തിൽ സമ്പാദ്യത്തിന്റെ പ്രാധാന്യത്തെക്കുറിച്ചും അദ്ദേഹം പരിശീലിക്കുകയും പ്രസംഗിക്കുകയും ബോധവത്കരണം നടത്തുകയും ചെയ്തു വരുന്നു. എറണാകുളം കോർപ്പറേഷൻ തൊഴിലാളികൾക്ക് ഒരു സേവിംഗ്സ് ബാങ്ക് അക്കൗണ്ട് അദ്ദേഹം തുറക്കുകയും അവർക്ക് നേരിട്ട് പണം നൽകാതെ കുറച്ച് പണം അക്കൗണ്ടിൽ നിക്ഷേപിക്കുകയും ചെയ്തുകൊണ്ട് യഥാർത്ഥ്യത്തിൽ വലിയമാറ്റം ആ പ്രത്യേക മേഖലയിൽ വരുത്തി. ബാങ്കിംഗിനെയും സമ്പാദ്യത്തെയും കുറിച്ച് യാതൊന്നും കാര്യമായി അറിയാതിരുന്ന ഒരു പ്രത്യേക വിഭാഗത്തെ പരോക്ഷമായി ബോധവൽക്കരിക്കുവാൻ വേണ്ടിയായിരുന്നു ഇപ്രകാരം ഒരു മഹത് സംരംഭത്തിന് തുടക്കം കുറിച്ചത്.

വ്യക്തിപരമായ ഒരു കുറിപ്പിൽനിന്ന്, അദ്ദേഹത്തെ എന്റെ അമ്മായിയപ്പനായി ലഭിച്ചതിൽ എനിക്ക് അതിയായ ഭാഗ്യമുണ്ടെന്ന്

പറയാൻ ഞാൻ ആഗ്രഹിക്കുന്നു. ആശയവിനിമയ വൈദഗ്ധ്യം, ഏത് സാഹചര്യത്തിലും ഒരു വ്യക്തിയെ എങ്ങനെ സമീപിക്കണം, ചുമതലകൾ ശരിയായ രീതിയിൽ എങ്ങനെ കൈകാര്യം ചെയ്യണം, ഏത് സാഹചര്യത്തിലും കാര്യങ്ങളേയും പ്രവർത്തനങ്ങളേയും എങ്ങനെ അഭിനന്ദിക്കാം തുടങ്ങി നിരവധി പാഠങ്ങൾ അദ്ദേഹത്തിൽനിന്ന് പഠിക്കുവാൻ എനിക്ക് അവസരം ലഭിച്ചിട്ടുണ്ട്. അദ്ദേഹത്തിന്റെ ജന്മദിനത്തിൽ ഞാൻ അദ്ദേഹത്തിന് ഒരു കാരവൻ സമ്മാനിച്ചപ്പോൾ അതിനെക്കുറിച്ചുള്ള അദ്ദേഹത്തിന്റെ വാക്കുകൾ വായിക്കുന്നതുവരെ അത് അദ്ദേഹത്തിൽ ഇത്രയധികം സ്വാധീനം ചെലുത്തുമെന്ന് അറിയില്ലായിരുന്നു. കാരണം അദ്ദേഹത്തിന്റെ പ്രിയപ്പെട്ട ട്രാൻസിസ്റ്ററിനെക്കുറിച്ചുള്ള ഓർമ്മകളുമായും സംഗീതത്തോടുള്ള അഭിനിവേശവുമായും അതിന് ബന്ധമുണ്ടായിരുന്നു. ഓട്ടോഡ്രൈവർമാർ, ഹോട്ടൽ വെയിറ്റർമാർ, സെക്യൂരിറ്റികൾ തുടങ്ങിയ പാവപ്പെട്ട ആളുകളെക്കുറിച്ചുള്ള അദ്ദേഹത്തിന്റെ സുവർണ്ണ വാക്യങ്ങളായിരിക്കും അദ്ദേഹത്തിൽ നിന്നുള്ള എന്റെ ജ്ഞാനമുത്തുകൾ. അവർ നിസ്സഹായരായതിനാലാണ് ഇപ്രകാരമുള്ള ജോലി ചെയ്യുന്നത്. ഇപ്രകാരം ദുരിതമനുഭവിക്കുന്നവരെ സഹായിക്കുന്നതിൽ നാം ഒരിക്കലും മടിക്കേണ്ടതില്ല. മറ്റുള്ളവരിൽ നിന്ന് അവർ നേടുന്ന ചെറിയ സാമ്പത്തിക ലാഭങ്ങളോ നുറുങ്ങുകളോ ഉപയോഗിച്ച് ഉപജീവനമാർഗ്ഗം കണ്ടെത്തുന്നവരോട് നാം ഒരിക്കലും വില പേശരുത്, ചുരുക്കത്തിൽ അദ്ദേഹത്തിന്റെ ആത്മകഥയിലൂടെ അതിസൂക്ഷ്മം കടന്നുപോകുന്ന ഏതൊരു വായനക്കാരനും അറിയാതെ അദ്ദേഹത്തിന്റെ ആരാധകനാകുമെന്നതിൽ സംശയമില്ല.

38. ഭർത്താവിന്റെ ആരോഗ്യരക്ഷയ്ക്കായി ഭാര്യ ചോറ്റാനിക്കര ഭഗവതിയ്ക്ക് അർപ്പിക്കുന്ന നേർച്ച

ഞങ്ങളുടെ തിരക്കിട്ട ജീവിത യാത്രയിൽ എത്രയോ എത്രയോ അനുഭവങ്ങൾ, ഒരിക്കലും മറക്കാൻ പറ്റാത്തതും മറ്റുള്ളവർക്ക് അനുകരിക്കുവാൻ പറ്റുന്നതുമാണ്. ഞങ്ങളുടെ മുംബൈയ്ക്കുള്ള യാത്രയുടെ തിരക്കിൽ എനിക്ക് കലശലായ ഒരു നെഞ്ചുവേദന വരികയും എന്റെ ഡോക്ടറായ ഭാര്യ വളരെ വേദനയോടുകൂടി അവരുടെ സുഹൃത്തുക്കളായ എല്ലാ ഡോക്ടർമാരെയും കാണിച്ച് ചികിത്സ നടത്തി. ഡോക്ടർമാർ വിവിധ രീതിയിലുള്ള ചികിത്സയും ആരംഭിച്ചു. ഇതിനിടയിൽ അമ്മയുടെ (അമൃതാനന്ദമയി അമ്മ) അടുത്തും പോയി. അമ്മയുടെ ഉപദേശ പ്രകാരം കൊച്ചിയിലുള്ള അമൃതാ ആശുപത്രിയിൽ കാർഡിയോളജി വിഭാഗത്തിലും ചികിത്സ തേടി. ഇതെല്ലാം ചെയ്യുന്നതിനിടയിൽ എന്റെ എല്ലാമെല്ലാമായ ജീവിത പങ്കാളി മാനസികമായി വളരെ തളർന്നു പോയിരുന്നു. ഈ ചികിത്സ എടുക്കുന്നതിനിടയിൽ കൊച്ചിയിലുള്ള ചോറ്റാനിക്കര ക്ഷേത്രത്തിൽ എന്റെ ഭാര്യ ശയന പ്രദക്ഷിണം ചെയ്യാമെന്ന് അപേക്ഷിക്കുകയും എങ്ങനെയെങ്കിലും അവരുടെ സ്നേഹനിധിയായ ഭർത്താവിനെ രക്ഷിച്ചു തരണമെന്ന് പ്രാർത്ഥിക്കുകയും ചെയ്തു. അങ്ങനെ അവരുടെ പ്രാർത്ഥനയും ഡോക്ടർമാരുടെ ചികിത്സയും അമ്മയുടെ അനുഗ്രഹവും കാരണം ഞാൻ ആ അപകടഘട്ടത്തിൽ നിന്നും രക്ഷപ്പെട്ടു. എന്റെ ഭാര്യ ഈ നേർച്ച നേർന്നതിൽ ഞാൻ വളരെ വിഷമിച്ചിരിക്കുകയായിരുന്നു. കാരണം അവരുടെ ആരോഗ്യം ശയന പ്രദക്ഷിണത്തിന് അനുവദിക്കുമോയെന്ന ഭീതി എന്നെ അലട്ടികൊണ്ടിരുന്നു, എന്നിരുന്നാലും അതിസങ്കീർണ്ണമായ ഒരു വിഷമഘട്ടം വരുമ്പോൾ മനുഷ്യൻ ഏതുതരം കച്ചിത്തുരുമ്പ് കിട്ടിയാലും പിടിവിടുകയില്ലല്ലോ. അപ്രകാരം എന്റെ ഭാര്യയും ശയനപ്രദക്ഷിണം എന്ന കച്ചിത്തുരുമ്പിൽ മുറുകെ പിടിച്ചിരുന്നു. എല്ലാം

വിശ്വാസമാണ്. അവരുടെ വിശ്വാസം അവരെ രക്ഷിച്ചു. അങ്ങനെ എന്റെ അസുഖം മാറി. മാസങ്ങൾ, വർഷങ്ങൾ കഴിഞ്ഞു. അങ്ങനെയിരിക്കെ ഒരു ദിവസം എന്റെ ഭാര്യ എന്നോട് ഇപ്രകാരം പറഞ്ഞു, "നമുക്ക് ചോറ്റാനിക്കര ഭഗവതിയെ കണ്ട് നേർച്ച അർപ്പിക്കണമെന്ന്". അപ്പോൾ ഞാൻ പറഞ്ഞു "നമുക്ക് കുറച്ചു ദിവസങ്ങൾ കഴിഞ്ഞ് പോയാൽ പോരെ"യെന്ന് . അപ്പോൾ എന്റെ ഭാര്യ പറയുകയായിരുന്നു "ഭഗവതിയുടെ നേർച്ച ഒരുപാട് നീട്ടിക്കൊണ്ടുപോകുവാൻ പാടുള്ളതല്ല" , അങ്ങനെ അവരുടെ നിർബന്ധപ്രകാരം ഒരു ദിവസം ചോറ്റാനിക്കരയിൽ എത്തി വാടകയ്ക്ക് ഒരു മുറി എടുത്തു. ഭക്തിസാന്ദ്രമായ അന്തരീക്ഷത്തിൽ ഞങ്ങളെല്ലാവരും വളരെ ആനന്ദിച്ചു. അങ്ങനെ ഞങ്ങൾ ദേവസ്വം ബോർഡ് ഓഫീസിൽ പോയി, ശയനപ്രദക്ഷിണ വിവരം അന്വേഷിച്ചു തുടർന്ന് ശയനപ്രദക്ഷിണത്തിനുള്ള പണം അടയ്ക്കുവാൻ തയ്യാറായി. അപ്പോഴാണ് ദേവസ്വം ബോർഡ് ജീവനക്കാരൻ പറയുന്നത് 'സ്ത്രീകൾക്ക് ശയനപ്രദക്ഷിണം അനുവദനീയമല്ല'. അപ്പോഴേക്കും എന്റെ സഹധർമ്മിണി വല്ലാത്ത മനോവേദനയിലും ദു:ഖത്തിലും സങ്കടത്തിലും കണ്ണീർപൊഴിക്കുവാൻ തുടങ്ങി. അപ്പോൾ തന്നെ എന്റെ മനസ്സ് ഇപ്രകാരം മന്ത്രിച്ചു. 'ഭാര്യാഭർത്താക്കന്മാർ ഒരു നാണയത്തിന്റെ ഇരുവശങ്ങളാണല്ലോ. അതുകൊണ്ട് ഞാൻ ശയനപ്രദക്ഷിണം ചെയ്യാ'മെന്ന് ഏൽക്കുകയും ഞാൻ തന്നെ സന്തോഷമായി ശയനപ്രദക്ഷിണം നടത്തുകയും ചെയ്തു. ഈ സംഭവം ഓർമ്മിപ്പിക്കുന്നത് കുടുംബജീവിതത്തിൽ സുഖവും ദു:ഖവും ഒന്നുപോലെ അനുഭവിക്കേണ്ടതാണ് എന്നാണ്. അതുകൊണ്ട് ഭാര്യാഭർത്താക്കന്മാർ ഒരുപോലെ എല്ലാം പങ്കിട്ട് അനുഭവിയ്ക്കണം. ഇപ്രകാരം ജീവിതത്തിലുണ്ടാകുന്ന അനുഭവങ്ങൾ ജീവിതത്തിലെ വലിയ ഒരു ഗുണപാഠമാണെന്ന് നാം എല്ലാവരും നിത്യേന ഓർക്കേണ്ടതാണ്.

39. എന്റെ ജീവിത പങ്കാളിയുടെ ഗുരുക്കൾ, സഹപ്രവർത്തകർ

എന്റെ ഭാര്യ സേവനം അനുഷ്ഠിച്ച തിരുവനന്തപുരം, ആലപ്പുഴ, കോഴിക്കോട്, തൃശൂർ, അമൃത എന്ന വിവിധ മെഡിക്കൽ കോളേജ് ഫിസിയോളജി ഡിപ്പാർട്ടുമെന്റ് ഗുരുക്കന്മാർ,സഹപ്രവർത്തകർ എല്ലാവരുമായിട്ടും ഞങ്ങളുടെ കുടുംബം വളരെ അടുപ്പത്തിലായിരുന്നു. ഞങ്ങൾ ഒരു കുടുംബം പോലെയാണ് കഴിഞ്ഞിരുന്നത്. ഇത്തരുണത്തിൽ

എന്റെ സഹധർമ്മിണിക്ക് എം. ഡി. നേടാൻ സഹായിച്ച ഡോ. പ്രസന്ന, ഡോ. ചന്ദ്രമണി, ഡോ. അന്നമ്മ, ഡോ. ലീന, ഡോ. ശശികല, ഡോ.സുശീലാദേവി, ഡോ. സുശീല പിള്ള, ഡോ.സരോജയ, ഡോ. കോമളം, ഡോ. ശാന്തമ്മ, ഡോ. വിജയലക്ഷ്മി (തൃശൂർ), ഡോ. വിജയലക്ഷ്മി (തിരുവനന്തപുരം) ഡോ. കല്യാണിക്കുട്ടി എന്നിവരെ പ്രത്യേകം ഓർമ്മിക്കുന്നു.എന്റെ സഹധർമ്മിണി കോഴിക്കോട് ജോലി ചെയ്തപ്പോൾ വളരെ പ്രയാസങ്ങൾ ഉണ്ടായിരുന്നു. ആ സമയത്ത് അവർക്ക് മനോധൈര്യവും മറ്റു സഹായങ്ങളും ചെയ്ത ഡോ. ഭാഗീരഥി, ഡോ. കല്യാണി സെൻ, ഡോ. സുബൈദ, ഡോ. രാജലക്ഷ്മി, ഡോ. ഗിരിജ, ഡോ. ഗണപതി റാവു കൂടാതെ അവരുടെ ക്ലാസ്മേറ്റ് ആയ ഡോ. രമ, ഡോ. അറിവ് സെൽവം എന്നിവരോട് എന്നും കടപ്പെട്ടിരിക്കുന്നു. കൂടാതെ ഞങ്ങളുടെ ബന്ധുക്കളായ വസന്തയും കുടുംബവും നാഗമണിയും കുടുംബവും വലിയ താങ്ങായിരുന്നു.

40. നന്മ നിറഞ്ഞ അയൽക്കാർ

എന്റെ സഹധർമ്മിണി ആലപ്പുഴയിൽ ജോലി ചെയ്തിരുന്ന കാലഘട്ടത്തിൽ വൈകിയ വേളകളിൽ മാത്രമേ വീട്ടിലെത്തിച്ചേരാൻ സാധിക്കുമായിരുന്നുള്ളൂ. എനിക്ക് പലപ്പോഴും ഔദ്യോഗിക യാത്രയും ഉണ്ടായിരുന്നു. ഇങ്ങനെയുള്ള ദുർഘടസാഹചര്യങ്ങളിൽ വീട്ടിൽ എന്റെ പ്രായമേറിയ അമ്മയ്ക്കും കുഞ്ഞുങ്ങൾക്കും ഏക ആശ്വാസം സ്നേഹം നിറഞ്ഞ എളമക്കരയിലെ അയൽക്കാരുടെ താങ്ങും തണലും ആയിരുന്നു. ഒരു ദിവസം മുറ്റത്ത് കാൽ വഴുതി വീണ എന്റെ അമ്മയ്ക്ക് വേണ്ട സഹായം ഉടനടി ചെയ്യുകയും, കുട്ടികളെ ആശ്വസിപ്പിക്കുകയും, ഞങ്ങളെ വിവരം അറിയിക്കുകയും ചെയ്ത സംഭവം ഇന്നലെ എന്നപോലെ എന്റെ മനസ്സിൽ മായാതെ നിൽക്കുന്നു. ഞങ്ങളുടെ വീട്ടിൽ വച്ച് പിൽക്കാലത്ത് സാമൂഹിക നന്മ ഉദ്ദേശിച്ച് നടത്തിയ സ്നേഹസംഗമം, സ്നേഹ കൈത്താങ്ങ് തുടങ്ങിയ എല്ലാ ഉദ്യമങ്ങൾക്കും ഹൃദയംകൊണ്ടും പ്രവർത്തികൊണ്ടും പൂർണപിന്തുണ നൽകിയ ശ്രീ രാജപ്പൻ, ജോഷി, വിജയകുമാർ, ബാലകൃഷ്ണൻ, രാമചന്ദ്രൻ, മോഹൻദാസ്, എൻ. ആർ. പിള്ള എന്നിവരും കുടുംബാംഗങ്ങളും എന്റെ സ്മൃതി മണ്ഡലത്തിൽ എപ്പോഴും നന്മയുടെയും നിസ്വാർത്ഥ

സഹായത്തിന്റെയും പ്രതീകമായി നിലകൊള്ളുന്നു. അതേപോലെതന്നെ, എഫ്.എ.സി.റ്റി മുൻ ഉദ്യോഗസ്ഥനായ കലാധരനും ഓമനയും ഞങ്ങളുടെ കുടുംബത്തിന്റെ എല്ലാ വിഷമഘട്ടങ്ങളിലും നല്ല താങ്ങായിരുന്നു. ഈ പുസ്തക പ്രകാശന വേളയിൽ ഞങ്ങളുടെ നന്ദി അറിയിക്കുന്നു.

41. എന്റെ വിദ്യാലയവും ജീവിതവും – നാഴികക്കല്ലുകൾ

എന്റെ ഗുരുനാഥനും ക്ലാസ്സ് അധ്യാപകനുമായ ശ്രീ ഒ. ഗോപിനാഥൻ സാറിന്റെ നവതി ആഘോഷത്തിന് എനിക്കും എന്റെ സഹധർമ്മിണിക്കും പങ്കെടുക്കുവാൻ ക്ഷണം കിട്ടി. ഗംഭീരവും വളരെ വിശിഷ്ടവുമായ ചടങ്ങിൽ നമ്മുടെ ഇപ്പോഴത്തെ ബഹുമാനപ്പെട്ട മുഖ്യമന്ത്രി ശ്രീ.പിണറായി വിജയനും സഹപ്രവർത്തകരും ക്യാബിനറ്റ് മന്ത്രിമാരും പാർട്ടി മെമ്പർമാരും അദ്ദേഹത്തിന്റെ കുടുംബാംഗങ്ങളും പങ്കെടുത്തു. മഹത് വ്യക്തിത്വങ്ങളുടെ സാന്നിദ്ധ്യത്തിൽ എനിക്ക് എന്റെ ഗുരുനാഥന് പൊന്നാട അണിയിക്കുവാൻ സുവർണ്ണാവസരം ലഭിച്ചു. ഈ സംഭവം എന്റെ ജീവിതത്തിലെ രണ്ടാമത്തെ നാഴികക്കല്ലാണ്. എന്റെ ഗുരുനാഥന്റെ തൊണ്ണൂറാം വയസ്സും ശിഷ്യനായ എനിക്ക് എഴുപത് വയസ്സും പൂർത്തീകരിച്ച നാളുകളിലാണ് ഇപ്രകാരം സംഭവിച്ചത്. ജീവിതത്തിലെ ഓരോ നല്ല നിമിഷങ്ങൾക്കും ജഗദീശ്വരനോട് നന്ദി രേഖപ്പെടുത്തുന്നു.

42. സൗഹൃദ മേമ്പൊടി ചാലിച്ച കടപ്ലാവിൻതൈയുടെ മാസ്മരികത

എന്റെ സ്നേഹനിധിയായ യശ:ശ്ശരീരയായ ചെല്ലമ്മാൾ ചേച്ചി എനിക്ക് എറണാകുളത്ത് കൊണ്ടുപോയി നട്ടു പരിപാലിക്കുന്നതിനായി ഒരു കടപ്ലാവിൻതൈ തിരുവനന്തപുരത്തെ വെള്ളായണി അഗ്രിക്കൾച്ചറൽ കോളേജിൽ നിന്നും വാങ്ങി വച്ചു. ഒരാഴ്ച ആ തൈയ്ക്ക് വെള്ളവും വളവും പരിപാലനവും നൽകി സൂക്ഷിച്ചു. അതിനുശേഷം ആ തൈ എന്റെ എറണാകുളത്തുള്ള വീട്ടിൽ നടുന്നതിനായി തന്നയച്ചു. എനിക്ക് എല്ലാമെല്ലാമായ ചേച്ചി തൊട്ടതെല്ലാം പൊന്നാക്കുന്ന ചിന്തയാണ് ചേച്ചിക്കുള്ളത്. എല്ലാവരോടും വളരെ സ്നേഹവും കാരുണ്യവുമുള്ള പെരുമാറ്റശൈലിയാണ് ചേച്ചിയുടേത്. എന്റെ ചേച്ചി ഒരാഴ്ച പരിപാലിച്ച ആ മഹത്വം ഉൾക്കൊണ്ടുകൊണ്ട് എല്ലാദിവസവും ഞാൻ പ്രസ്തുത

തൈയ്ക്ക് വെള്ളം ഒഴിച്ചു നനക്കുമ്പോൾ 'നന്നായി വരണം നീ' എന്ന് മനസ്സിൽ മന്ത്രിക്കുമായിരുന്നു. ചേച്ചിയോടുള്ള എന്റെ കടപ്പാട് അത്ര മാത്രം ഈടുറ്റതായതിനാൽ ഞങ്ങൾ തമ്മിലുള്ള ആത്മബന്ധം വർണ്ണനാതീതമാണ്. നടുമ്പോൾ ഒരു കൈപൊക്കം മാത്രമുണ്ടായിരുന്ന കടപ്ലാവിൻ തൈ രണ്ട് വർഷം കഴിഞ്ഞപ്പോൾ കായ്ക്കുവാൻ തുടങ്ങി. ആ കടപ്ലാവിന്റെ എല്ലാ ശാഖകളിലും കായ്കൾ ഉണ്ടായി. തുടർന്നുള്ള വർഷങ്ങളിൽ ആ പ്ലാവിൽ നിന്നും ധാരാളം ചക്കകൾ ലഭിക്കുകയും ചെയ്തു. ചുരുക്കത്തിൽ കടച്ചക്കകളുടെ മേള തന്നെയായിരുന്നുവെന്ന് പറയുന്നതാണ് കൂടുതൽ ശരി. കാരണം മൂന്ന് നാല് വലിയ ചണചാക്കുകൾ നിറയെ ഓരോ തവണയും ചക്കകൾ ലഭിക്കുമായിരുന്നു.

ഭാര്യയുടെ പേരിലുള്ള എളമക്കരയിലെ എൽ.ഐ.സി ഹൗസിംഗ് ഫിനാൻസിന്റെ സഹായത്താൽ നിർമ്മിച്ച വീടിന്റെ പരിസരവാസികൾ, അമൃതാശുപത്രിയിലെ വിവിധ വിഭാഗങ്ങൾ, കുന്നുപുറം ആശ്രമം, മറ്റ് ആവശ്യമുള്ളവർ എന്നിവർക്കെല്ലാം സൗജന്യമായി കടച്ചക്ക നൽകുമായിരുന്നു. ഇപ്രകാരം ഏകദേശം 20 വർഷക്കാലം സൗജന്യമായി കടച്ചക്ക ആവശ്യക്കാർക്ക് നൽകിയിരുന്നു. യഥാർത്ഥത്തിൽ ചെല്ലാമ്മാൾ ചേച്ചിയുടെ കൈപ്പുണ്യവും അവരുടെ വിശാലമായ മനസ്സിന്റെ നന്മകൊണ്ടുമായിരിക്കാം ഇത്രയും നീണ്ട കാലം ആ പ്ലാവിൽ നിന്നും എണ്ണമറ്റ അളവിൽ ചക്കകൾ ലഭിച്ചത്. കാലക്രമേണ പ്ലാവ് വളർന്ന് വലുതാവുകയും അടുത്തുള്ള പുരയിടങ്ങൾക്ക് ഭീഷണി ആകുകയും ചെയ്തപ്പോൾ മനസ്സില്ലാമനസ്സോടെ ആ കടപ്ലാവിനെ മുറിച്ചു മാറ്റേണ്ടതായി വന്നു. എങ്കിലും ദീർഘനാൾ ഫലം തന്ന കടപ്ലാവിനോടുള്ള ആദരവും കടപ്പാടും ഇത്തരുണത്തിൽ സൂചിപ്പിച്ചുകൊള്ളട്ടെ.

43. ഹെർമിറ്റേജ്, പേട്ട, തിരുവനന്തപുരത്തു നിന്നും ലഭിച്ച മധുരാനുഭവം

തങ്ങളുടെ ആരോഗ്യകാലം അദ്ധ്യാപകവൃത്തി നടത്തി, സാമൂഹിക ശില്പികളായി മാറിയ അദ്ധ്യാപക ശ്രേഷ്ഠന്മാരായ ഒരു കൂട്ടം ആരാലും സംരക്ഷിക്കപ്പെടാത്തവരും, സൗഹൃദം പങ്കുവയ്ക്കാൻ ആരുമില്ലാത്തവരുമായ ഗുരുക്കന്മാർക്ക്, അലച്ചിലില്ലാതെ, അവരുടെ ഓരോരുത്തരുടേയും ശേഷിച്ച കാലം സംമോഹനമായി ക്ഷേമം ഉറപ്പു വരുത്തി,

ലഭ്യമാക്കാവുന്ന സർവ്വവിധ സൗഭാഗ്യങ്ങളും പരമാവധി നൽകാൻ വേണ്ടി, സ്ഥാപിതമായ പേട്ടയിലെ "ഹെർമിറ്റേജ്" അന്തേവാസികളോടൊപ്പം എനിക്ക് അല്പനേരം ചെലവഴിക്കാൻ കഴിഞ്ഞത് ജീവിതസൗഭാഗ്യമായി കരുതുന്നു. നാഷണൽ ഫൗണ്ടേഷൻ ഫോർ ടീച്ചേഴ്സ് വെൽഫെയർ, സ്റ്റേറ്റ് എഡ്യൂക്കേഷൻ ഡിപ്പാർട്ട്മെന്റ് എന്നിവ സംയുക്തമായി വയോധികരായ അധ്യാപകർക്ക് വേണ്ടി നടത്തുന്ന മഹത്തായ സ്ഥാപനമാണ് "ഹെർമിറ്റേജ്". ഞാൻ ആ സ്ഥാപനം പരിചയപ്പെടുന്ന സമയത്ത് റിട്ടയേർഡായ 30 അധ്യാപികമാരും 21 അധ്യാപകരും അവിടെ അന്തേവാസികളായി ഉണ്ടായിരുന്നു. ഏറെക്കുറെ എല്ലാവരും സപ്തതി കഴിഞ്ഞവരായിരുന്നു. അവർക്കെല്ലാവർക്കും വാർദ്ധക്യസഹജമായ നിരവധി അസുഖങ്ങൾ ഉള്ളവരുമായിരുന്നു. എല്ലാവർക്കും ഡോക്ടറുടെ സേവനം അത്യന്താപേക്ഷിതമായിരുന്നു. ഈ സന്ദർഭത്തിലാണ് ഞാൻ എന്റെ ഗവേഷണ പഠനത്തിന്റെ ഭാഗമായി ഹെർമിറ്റേജിൽ സന്ദർശനം നടത്തുവാനായി വന്നത്. അങ്ങനെ ഹെർമിറ്റേജിലെ അന്തേവാസികളായ 51 പേരെയും നേരിട്ട് പരിചയപ്പെട്ട് അവർക്കുവേണ്ട ആവശ്യങ്ങളെ കുറിച്ച് കാര്യക്ഷമവും ക്രിയാത്മകവുമായ രീതിയിൽ ചർച്ച ചെയ്യുകയും ഒരു ഡോക്ടറുടെയും ഒരു സ്റ്റാഫ് നഴ്സിന്റെയും സേവനം അവർക്ക് ഉറപ്പുവരുത്തേണ്ടതാണെന്ന് ബോധ്യപ്പെടുകയും ചെയ്തു. തുടർന്ന് തിരുവനന്തപുരം ഡയറക്ടർ ഓഫ് ഹെൽത്ത് സർവീസസുമായി എഴുത്തുകുത്ത് നടത്തി തുടർനടപടികൾ സ്വീകരിക്കുകയും വളരെ പെട്ടെന്ന് അന്തേവാസികൾക്കായി ആഴ്ചയിൽ ഒരു ഡോക്ടറുടെയും ഒരു നേഴ്സിന്റെയും സേവനം ഉറപ്പുവരുത്തി സ്ഥിരപ്പെടുത്തി. ഇത് ചരിത്രനിയോഗമായി പരിണമിച്ചു എന്നത് അതീവ കൃതാർത്ഥതയോടെ സ്മരിക്കുന്നു. അക്കാലത്ത് ഹെർമിറ്റേജിന്റെ മാനേജരായി സേവനമനുഷ്ഠിച്ചിരുന്ന റിട്ടയേർഡ് പ്രിൻസിപ്പാൾ ശ്രീ.എം. സുരേന്ദ്രനും ഡെപ്യൂട്ടി ഡയറക്ടറായിരുന്ന ഡോ. ശ്രീധറും ഏക മനസ്സോടും നിശ്ചയദാർഢ്യത്തോടും കൂടി ചെയ്ത സത്കർമ്മം എക്കാലവും ചരിത്രത്തിന്റെ സുവർണ്ണ ലിപികളാൽ ആലേഖനം ചെയ്യപ്പെടേണ്ടതാണ്. ആ ഉദ്യമത്തിൽ ഒരു സജീവ കണ്ണിയാകുവാൻ എനിക്ക് സാധിച്ചുവെന്നത് ദൈവനിശ്ചയത്തോടുകൂടിയ ജന്മസാഫല്യമാണെന്ന് ഞാൻ വിശ്വസിക്കുന്നു. കാരണം പരിണിതപ്രജ്ഞരായ ഗുരുവര്യന്മാരെ ഇപ്രകാരം സഹായിക്കുവാൻ ഈ എളിയവന് സാധിച്ചത്

തന്നെ 'ഗുരുത്വം' എന്ന മൂന്ന് അക്ഷരത്തിന്റെ പരമമായ അർത്ഥവ്യാപ്തി ഒന്നുകൊണ്ടുമാത്രമാണ്.

തിരുവനന്തപുരത്ത് ഞങ്ങൾ കുടുംബസമേതം താമസിച്ചിരുന്ന അവസരത്തിൽ ഞങ്ങൾ ഒരുമിച്ച് ഹെർമിറ്റേജ് സന്ദർശിച്ച് അന്തേവാസിക ളോടൊപ്പം എന്റെ മക്കളുടെ ഗാനസദസ്സ് സംഘടിപ്പിക്കുകയും ഉച്ചയൂണ് സദ്യയിൽ പങ്കെടുക്കുകയും ചെയ്തിട്ടുണ്ടെന്നത് ജീവിതത്തിലെ അത്യ പൂർവ്വ സൗഭാഗ്യങ്ങളിൽ ഒന്നായി സ്മൃതിപഥത്തിൽ നിത്യേന ആനന്ദ നൃത്തമാടുന്നു എന്നതും യാഥാർത്ഥ്യം മാത്രമാണ്. കാരണം ഹെർമിറ്റേജ് നിവാസികളായ അദ്ധ്യാപകസമൂഹം മനുഷ്യസമൂഹത്തിലെ ആരാലും മൂല്യം നിർണ്ണയിക്കുവാൻ കഴിയാത്ത രത്നങ്ങളെന്നത് എക്കാലവും സ്മരിക്കപ്പെടേണ്ടതാണ്. അതിനാൽ അവരോടൊപ്പം സഹകരിക്കുന്നതും സംവദിക്കുന്നതും ചർച്ചകളിൽ പങ്കെടുക്കുന്നതും അനുഭവങ്ങൾ പങ്കുവ യ്ക്കുന്നതും ഒരുമിച്ചിരുന്ന് ഭക്ഷണം കഴിക്കുന്നതും സമയം ചെലവഴിക്കു ന്നതും വാദപ്രതിവാദങ്ങളിൽ പങ്കാളികളാകുന്നതും അന്തിയുറങ്ങുന്നതും കളി വിനോദങ്ങളിൽ പങ്കെടുക്കുന്നതും ഗാനാലാപനങ്ങളിൽ പങ്കുചേരു ന്നതും മാനവസംസ്കാരത്തിന്റെ നേർക്കാഴ്ചകളായി വിരാജിക്കുമെന്ന തിൽ സംശയമില്ല.

44. സോഷ്യൽ മീഡിയയുടെ സ്വാധീനം

സോഷ്യൽ മീഡിയകളിൽ ഭ്രമം മൂത്ത് അവിവേകികളായി ജീവിത യാഥാർത്ഥ്യങ്ങളുമായി പൊരുത്തപ്പെടാത്ത ഒരു വലിയ സമൂഹത്തിന്റെ നടുവിൽ സമാധാനവും സുരക്ഷിതത്വവും കാംക്ഷിക്കുന്ന കേവലം തുരു ത്തുകളായി വൃദ്ധസദനങ്ങൾ കൂണുപോലെ മുളച്ചു വരുന്ന കേരള സമൂ ഹത്തിൽ നന്മയുടെ നിറസാന്നിദ്ധ്യമായി എക്കാലവും ഇപ്രകാരമുള്ള ഹെർമിറ്റേജ് ഹോമുകൾ സുപ്രധാന സ്ഥാനം അലങ്കരിക്കട്ടെ. ന്യൂജെൻ സംസ്കാരവുമായി പെട്ടെന്ന് ഇഴുകിച്ചേരാൻ അഥവാ അലിഞ്ഞു ചേരു വാൻ കഴിയാത്ത നന്മയുടെ പ്രതീകങ്ങളായ വൃദ്ധ വയോജനങ്ങളും മനു ഷ്യസമൂഹത്തിൽ മാതൃകാപരമായ പ്രയാണത്തിലെ അനിഷേധ്യമായ ഘടകമാണ്. അതിനാൽ നാം എല്ലാവരും നന്മയോടൊപ്പം പുതിയ തലമുറ യ്ക്ക് മാതൃകാപരമായ ജീവിതമൂല്യങ്ങളായ പരസ്പരവിശ്വാസം, ദയ, വിനയം, ക്ഷമ, കരുണ, അനുകമ്പ, കൂട്ടായ്മ, സഹകരണം, സഹനം,

സഹവർത്തിത്വം, നിശ്ചയദാർഢ്യം, സമർപ്പണം, നിസ്വാർത്ഥത, ഭയഭക്തി ബഹുമാനം, വിട്ടുവീഴ്ച മനോഭാവം എന്നിവ പകർന്നു നൽകേണ്ടതാണ്. കൂടാതെ ജനാധിപത്യ മൂല്യങ്ങളായ സ്വാതന്ത്ര്യം, സമത്വം, സാഹോദര്യം, മതനിരപേക്ഷത, ദേശീയത, രാജ്യസ്നേഹം, ലിംഗ സമത്വം എന്നിവ യെയും പുതിയ തലമുറയെ ശീലിപ്പിക്കേണ്ടതാണ്. ചുരുക്കത്തിൽ, ഇപ്ര കാരമുള്ള വൃദ്ധസദനങ്ങളിലെ അന്തേവാസികളെയും നമ്മുടെ ഭവനങ്ങ ളിലുള്ള വൃദ്ധരായ മഹാത്മാക്കളെയും അംഗീകരിക്കുകയും ബഹുമാനി ക്കുകയും ആദരിക്കുകയും ചെയ്യുന്നതിലൂടെ മാനവരാശിക്ക് ആകമാനം അനുഗ്രഹാശിസ്സുകൾ ലഭിക്കുകയും സ്വജീവിതം സാർത്ഥകമാകുകയും ചെയ്യുന്നതാണ്. അതുകൊണ്ട് തന്നെ എന്റെയും എന്റെ കുടുംബാംഗങ്ങ ളുടെയും മറ്റ് സുമനസ്സുകളുടെയും സാന്നിധ്യവും നന്മയും ഇപ്രകാര മുള്ള മധുരാനുഭവങ്ങളാൽ നിത്യഹരിതശോഭയായി ഓരോ രുത്തരുടെയും സ്മൃതിമണ്ഡലത്തിൽ ജീവിതകാലം തുന്നിചേർക്കാൻ അവസരം ലഭിക്കുന്നതാണ്. അതിനാൽ ഇപ്രകാരമുള്ള മധുരാനുഭവം ജീവിതസായൂജ്യമായി നിലനിൽക്കട്ടെയെന്ന് പ്രാർത്ഥിക്കുന്നു.

45. റിട്ടയർമെന്റ് ട്രെയിനിംഗ് പ്രോഗ്രാം

റിസർവ് ബാങ്കിൽ നിന്നും റിട്ടയർ ചെയ്യുന്നതിനുമുമ്പ് ഒരു റിട്ടയർമെന്റ് പ്ലാനിംഗ് എന്ന ട്രെയിനിംഗ് പ്രോഗ്രാമിന് എല്ലാ ജീവനക്കാരേയും നിർബന്ധ മായും അയക്കും. അങ്ങനെ ഞാൻ 177-ാമത് “പ്രോഗ്രാം ഓൺ ഇൻവെ സ്റ്റ്മെന്റ് & റിട്ടയർമെന്റ് പ്ലാനിംഗ് ഫോർ ഓഫീസേഴ്സ്” എന്ന പ്രോഗ്രാം 19.12.2011 മുതൽ 23.12.2011 വരെ പങ്കെടുത്തു. അതിൽ വിശദീകരിച്ച ചില വസ്തുതകൾ താഴെ കൊടുത്തിരിക്കുന്നു.

1. എന്നും ഓഫീസിൽ പോകുന്ന സമയത്ത് നിങ്ങൾ എവിടെയെങ്കിലും പോകണം.

2. കാലത്തും വൈകുന്നേരവും യോഗാഭ്യാസം ചെയ്യുക.

3. ഇൻവെസ്റ്റ്മെന്റ് പ്ലാനിംഗ് ചെയ്യുക.

എന്റെ കൂടെ ഈ ട്രെയിനിംഗിന് ശ്രീ എ. സുബ്രഹ്മണി, ശ്രീ. പി. തോമസ് എന്നിവർ ഉണ്ടായിരുന്നു.

A gesture of appreciation to society

Staff Reporter

THIRUVANANTHAPURAM: When H. Ganesan retired from the Reserve Bank of India (RBI) as manager, after 37 years of service, he wanted the occasion to be more than just a formal meeting.

"I wanted to make it an occasion to express my gratitude to my friends, family, and dear ones for the good things that have happened in my life. I also wanted to give back something to society because I have come up in life the hard way and have benefited from the many acts of benevolence of society," Mr. Ganesan says.

He chose to do a few things which he thought would never go waste.

The Government Hospital at Fort, which has been rendering medical care to all in the locality since ages and used to be a big source of solace to Mr. Ganesan and his family, was to be the first beneficiary.

"We had great faith in this hospital, its doctors, and the red- and green-coloured medicines which used to be dispensed from huge glass bottles to everyone. I believe that government hospitals, as institutions rendering public health service, should be strengthened and patronised by more of us," he says.

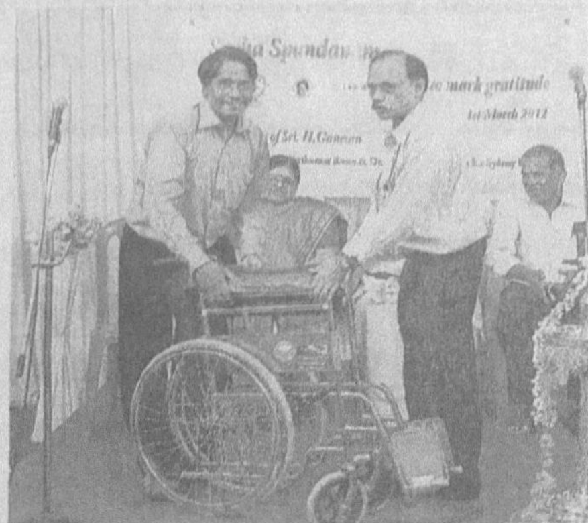

Additional Director of Health Services N. Sreedhar (right) receiving the wheelchairs donated by former RBI employee H. Ganesan.

Hospital equipment

On March 1, at a function organised at the hospital, Mr. Ganesan handed over equipment to the tune of more than Rs.1 lakh to the health authorities as a token of appreciation for the service rendered to the poor.

The equipment included wheelchairs, a walker, glucometers, blood pressure apparatus, nebulisers, water purifier, ceiling fans, mattresses, bed-sheets, waste buckets, and the like.

Mr. Ganesan says he visited the hospital several times to assess its requirements and ensure that he only bought items that would not be supplied by the government.

As a token of gratitude to the staff at the RBI canteen who, he says, fed him good food all through his years in office, he handed over 14 savings bank (SB) and recurring deposit (RD) account passbooks to the canteen employees in whose names he had opened bank accounts. The accounts were zero balance operable accounts with an initial deposit of Rs.900 in SB account and Rs.100 in RD account and included a life insurance cover for Rs.5 lakh.

He also distributed blankets and bed-sheets to 25 elderly, indigent persons.

Hailing from a poor Brahmin family in the Fort area, Mr. Ganesan remembers the years of penury when he and his six siblings depended on the 'padachoru' and 'prasadams' from Sree Padmanabhaswamy Temple for subsistence. he could not go for higher studies, but after he joined the RBI as a typist, he acquired MA, MBA, and M.Phil. degrees through self-study and correspondence courses. He is currently pursuing his doctorate in Healthcare Administration at Madurai Kamaraj University.

"All this was possible because of the grace of God which showed itself in so many acts of kindness of many people. It was my duty to do whatever I could to thank God," he says.

Lunch With S M V students

Ramachandran Family

Kannan

With Karthikeyan Sir

With Jayan Camp Office

With Dr Krishnakumari

Memorable Moment at S M V H S

Receiving PhD from Tamil Nadu Governor

GURU members honouring with memento on getting PhD

Ashram activities

Addressing friends on retirement

Guru Trophy Sapthathi

At Amrita Hospital Faridabad

Family Friend
Gopalan

Sevanam at Amrita Hospital Kochi

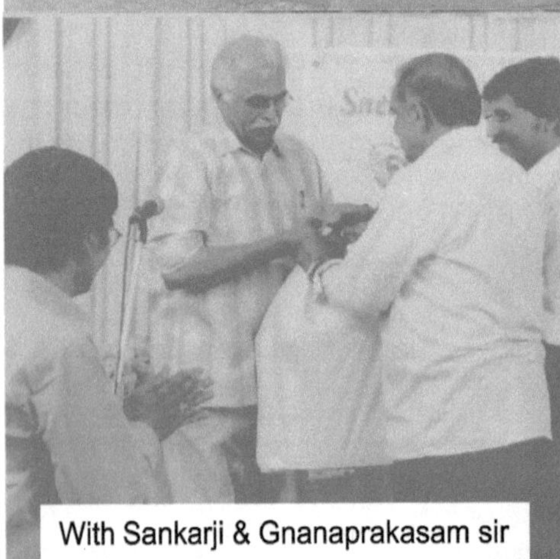

With Sankarji & Gnanaprakasam sir

At Tajmahal with life partner

With Rani Madam SMVHSS

With Shri M A Sait GM RBI Retd

Honouring O G Sir on Navathi day

SMVHS GURU Members

MILAN 2023 Organizing Team

Brother Mahadevan & Ramuammal

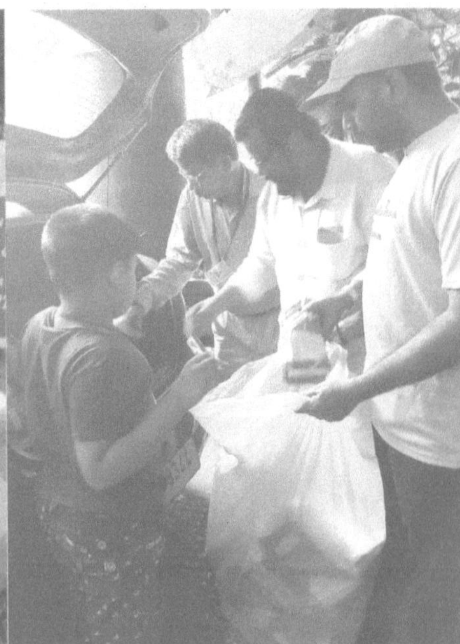

Flood Relief with Grandson Pranav

At Tajmahal with Pichuammal Periyamma

Our First 'PRIYA' Scooter

At AIMS Kochi

Balaganapathy kshetram

With Gurunathan O G Sir

അദ്ധ്യായം അഞ്ച്
റിട്ടയർമെന്റ് ജീവിതം

5A- റിട്ടയർമെന്റ് ജീവിതം മാനവനന്മയ്ക്ക്

ഗുരു പൂർണ്ണിമ ദിവസത്തിന്റെ മാഹാത്മ്യം

ഗുരുപൂർണ്ണിമ ദിവസം ഗുരുക്കന്മാരുടെ അനുഗ്രഹം വാങ്ങിയശേഷമാണ് ഞാൻ എന്റെ റിട്ടയർമെന്റ് ജീവിതത്തെപ്പറ്റിയെഴുതുവാൻ തുടങ്ങിയത്. ഞാൻ റിസർവ് ബാങ്കിൽ നിന്നും റിട്ടയർ ചെയ്തത് 29.02.2012ൽ ആണെന്ന് ഈ പുസ്തകത്തിന്റെ ആദ്യഭാഗത്ത് രേഖപ്പെടുത്തിയിട്ടുണ്ട്. എന്റെ ജീവിതത്തിലെ ഏറ്റവും വിശിഷ്ടമായ ദിനമായിരുന്നു ബാങ്കിൽ നിന്നുമുള്ള റിട്ടയർമെന്റ് ദിനം. എന്റെ ജീവിതത്തിലെ മറ്റൊരു നാഴികക്കല്ലായി ഞാൻ ആ സുദിനത്തെ പരിഗണിക്കുന്നു. എന്നെ ഹൃദയംഗമമായി പരിപോഷിപ്പിച്ച് വളർത്തിവലുതാക്കിയ എന്റെ സമൂഹത്തിനും റിസർവ് ബാങ്കിനും എല്ലാ നല്ലവരായ മനുഷ്യർക്കും നന്ദി രേഖപ്പെടുത്തുവാനുള്ള വേദിയായി ആ ദിനവുമായി ബന്ധപ്പെട്ട് 'സ്നേഹസ്പന്ദനം' എന്ന ചടങ്ങ് സംഘടിപ്പിക്കാൻ എന്റെ പൊന്നോമന മക്കളായ ഹരികുമാർ ഗണേശൻ, സുമിത്രാ ശങ്കർ (മരുമകൾ), ഡോ. പാർവ്വതി ഗണേശൻ, ഡോ. രമേഷ്.പി (മരുമകൻ) എന്നിവർ തീരുമാനിച്ച് മാർച്ച് 2012ലെ ഒന്നാം തീയതി വൈകുന്നേരം 6 മണിക്ക് ബെൽ ഹെവൻ ഗാർഡൻസ്, കവടിയാർ, തിരുവനന്തപുരത്ത് വച്ച് നടത്താൻ തീരുമാനിച്ചു. തുടർന്ന് എന്നെ ഈ നിലയിലാക്കിയ സമൂഹത്തിന് എന്തു ചെയ്യുവാൻ സാധിക്കുമെന്ന് ഞങ്ങൾ ആലോചിച്ചു. അങ്ങനെ സമൂഹത്തിലെ മൂന്നു വിഭാഗങ്ങളെ ആദരിക്കാൻ തീരുമാനിക്കുകയും അവർക്കായി ഒരു ക്ഷണക്കത്ത് തയ്യാറാക്കുകയും ചെയ്തു. ചടങ്ങിൽ ആദരിക്കപ്പെട്ടവരുടെ വിവരങ്ങൾ താഴെകൊടുത്തിരിക്കുന്നു.

1. ഫോർട്ട് ഗവൺമെന്റ് ഹോസ്പിറ്റൽ, തിരുവനന്തപുരം- എന്റെ ചെറുപ്പകാലത്ത് ഈ ആശുപത്രി എനിക്കും എന്റെ കമ്മ്യൂണിറ്റിക്കും വലിയ അനുഗ്രഹം ചൊരിഞ്ഞു.

2. റിസർവ് ബാങ്കിലെ ക്യാന്റീൻ ജീവനക്കാർ- എന്റെ നല്ല ആരോഗ്യത്തിന്

കാരണക്കാർ

3. സമൂഹത്തിലെ മുതിർന്നവർ- നമ്മുടെ വഴികാട്ടികളും മാർഗ്ഗദർശികളുമായിരുന്നവർ.

കുഞ്ഞുന്നാളിൽ എന്നെയും എന്റെ കമ്മ്യൂണിറ്റിയേയും ചികിത്സിച്ച ഫോർട്ട് ഗവ. ഹോസ്പിറ്റലിന് ഏകദേശം ഒന്നരലക്ഷം രൂപ വിലവരുന്ന വിവിധയിനം ഹോസ്പിറ്റൽ സാധനങ്ങൾ (ഗവ. സപ്ലൈ അല്ലാത്തത്) “സ്നേഹസ്പന്ദനം” ചടങ്ങിൽ ഹെൽത്ത് സർവ്വീസിലെ അഡീഷണൽ ഡയറക്ടറായ ഡോ.എൻ. ശ്രീധർ ഏറ്റുവാങ്ങി. (മാർച്ച് 15,2012 ലെ ഹിന്ദു ദിനപത്രത്തിൽ വാർത്ത വന്നിരുന്നു). ഹോസ്പിറ്റൽ സാധനങ്ങൾ, നല്ല നിലവാരമുള്ളതും മികവുറ്റതും ആയി തെരഞ്ഞെടുക്കുവാൻ ശങ്കർജീ എന്ന ഞങ്ങളുടെ കുടുംബ സുഹൃത്ത് ശ്രീ ശങ്കരനാരായണൻ ആയിരുന്നു. അദ്ദേഹം എന്റെ ടീച്ചറായിരുന്നു. ഡോ.ചന്ദ്രമണി ദേവിയുടെ ഭർത്താവും മെഡിക്കൽ കോളേജിലെ ഫിസിക്കൽ മെഡിസിൻ എഞ്ചിനീയറുമായിരുന്നു. ചടങ്ങിൽ റിസർവ് ബാങ്ക് ജീവനക്കാർ, റിസർവ് ബാങ്ക് തിരുവനന്തപുരം ശാഖയുടെ മേലധികാരി- (റീജിയണൽ ഡയറക്ടർ) ശ്രീമതി സുമ വർമ്മ, ഡോ. ജ്ഞാനപ്രകാശം- (എന്റെ പിഎച്ച്.ഡി. ഗൈഡ്, മധുരൈ കാമരാജ് യൂണിവേഴ്സിറ്റി), വാർഡ് കൗൺസിലർ ശ്രീമതി ഉദയലക്ഷ്മി, എസ്.എം.വി. ഹയർ സെക്കണ്ടറി സ്കൂളിലെ എല്ലാ അദ്ധ്യാപകരും പങ്കെടുത്തു. ഇവരെ കൂടാതെ ചടങ്ങിൽ പങ്കെടുത്ത വിശിഷ്ടരായ ചില വ്യക്തികളുടെ പേര് താഴെ കൊടുക്കുകയാണ്.

ഡോ. അരുൺ ജോസഫ്, ഫോർട്ട് ഹോസ്പിറ്റൽ, ഡോ. വൈദ്യനാഥ അയ്യർ, റിട്ട. പ്രൊഫ. എൻ.ഐ.ടി. കോഴിക്കോട്, കേരളം., ശ്രീ. ഗണേശൻ, പ്രസിഡന്റ്, ബ്രാഹ്മണസഭ., ഡോ. സുഗന്ധി- ഐ.എം. എ മെമ്പർ, ഡോ. വിമല - കൺസൾട്ടന്റ് നെഫ്രോളജിസ്റ്റ്., ശ്രീ. സി.വി. അലക്സാണ്ടർ -ഡി. ജി.എം, ആർ.ബി.ഐ, തിരുവനന്തപുരം., ശ്രീ. മാത്യു എം ജോർജ്ജ്- എ.ജി. എം, ആർ.ബി.ഐ, തിരുവനന്തപുരം.

സ്നേഹസ്പന്ദന ദിവസമായ മാർച്ച് ഒന്നാം തീയതി റിസർവ് ബാങ്കിൽ ക്യാന്റീനിൽ ജോലി ചെയ്തുകൊണ്ടിരുന്ന 14 ജീവനക്കാർക്ക് ബേക്കറി ജംഗ്ഷനിലുള്ള എസ്.ബി.ഐ -ൽ ഓരോ എസ്.ബി അക്കൗണ്ട് ഓപ്പൺ ചെയ്ത് 5 ലക്ഷം രൂപയുടെ ഇൻഷ്വറൻസ് പോളിസിയും ലിങ്ക് ചെയ്ത് അതിൽ 1000 രൂപ വീതം നിക്ഷേപിച്ചു. റിസർവ് ബാങ്ക് കാന്റീൻ

കമ്മിറ്റിയുടെ കീഴിൽ ആത്മാർത്ഥമായി ജോലി ചെയ്തിരുന്ന മേൽ പ്രസ്താവിച്ച എല്ലാ ജീവനക്കാരെയും പിന്നീട് ബാങ്ക് സ്ഥിരപ്പെടുത്തി എന്ന ശുഭവാർത്തയും ഇത്തരുണത്തിൽ സന്തോഷത്തോടെ രേഖപ്പെടുത്തട്ടെ . സമൂഹത്തിലെ മുതിർന്നവർ നമുക്ക് മാർഗ്ഗദർശികളാണല്ലോ. അവരുടെ ഓർമ്മയ്ക്കായി അവിടുത്തെ ഒരു വൃദ്ധസദനത്തിന് കുറച്ചു പുതപ്പുകളും വാങ്ങിച്ചു കൊടുത്തു.

എന്റെ കുടുംബത്തിലെ എല്ലാ അംഗങ്ങളും സ്നേഹസ്പന്ദന ചടങ്ങിൽ പങ്കെടുത്തു. ചടങ്ങിൽ ശ്രീമതി സുമ വർമ്മ, ശ്രീ സി.വി, അലക്സാണ്ടർ, മാത്യു എം. ജോർജ്ജ് എന്നിവർ സംസാരിച്ചു. മകന്റെ ഐഡിയയാണ് ‘സ്നേഹസ്പന്ദനം’ എന്ന പ്രോഗ്രാമായി കലാശിച്ചത്. റിസർവ് ബാങ്ക്, ബോംബെ കേന്ദ്ര ആഫീസിൽ നിന്നും എക്സിക്യൂട്ടീവ് ഡയറക്ടറായിരുന്ന ശ്രീ ജി. പത്മനാഭൻ സാർ ഒരു സന്ദേശം അയച്ചു. “ഗണേശന്റെ റിട്ടയർമെന്റിനു ശേഷമായിരിക്കും പുതിയ കുതിപ്പ്” എന്ന്. പത്മനാഭൻ സാർ പറഞ്ഞതുപോലെ റിട്ടയർമെന്റിനുശേഷമായിരുന്നു എനിക്ക് കൂടുതൽ മേഖലകളിൽ പ്രവർത്തിക്കാൻ സാധിച്ചത്. അങ്ങനെ ‘സ്നേഹസ്പന്ദനം’ എനിക്ക് പുതിയ ഉണർവ് നൽകി. എന്റെ മകൻ ഹരികുമാർ ഗണേശൻ “അച്ഛൻ റിട്ടയർ ആയി രണ്ടാം ദിവസം എങ്ങനെ ചെലവഴിക്കും” എന്നതിനെപ്പറ്റി വളരെ ചിന്താകുലനായിരുന്നു. ഈ പ്രോഗ്രാമിൽ യുവ ഫ്ളൂട്ടിസ്റ്റ് ശ്രീകുമാർ രാമകൃഷ്ണന്റെ ഫ്ളൂട്ട് പ്രോഗ്രാമും സിഡ്നി കിഷോർ എന്നറിയപ്പെടുന്ന കോയമ്പത്തൂർ ശ്രീറാം സാറിന്റെ (എന്റെ മരുമകളുടെ മാമൻ) ഗാനമേളയും ഉണ്ടായിരുന്നു. അതിനുശേഷം ക്രമേണ താഴെപ്പറയുന്ന പദ്ധതികൾ ഇതിനകം നടപ്പാക്കാൻ സാധിച്ചു.

a. സ്നേഹസംഗമം

b. സ്നേഹ കൈത്താങ്ങ്

c. കൊറോണാ വൈറസിൽനിന്നും രക്ഷനേടൽ

d. സാനിട്ടേഷൻ വർക്കേഴ്സിന് സാമ്പത്തിക പദ്ധതി- സ്നേഹസായാഹ്നം

e. സുന്ദരകേരളം ശുചിത്വകേരളം-പാതിരാപ്പള്ളിയിലെ ശുചിയാക്കൽ യജ്ഞം

യൂട്യൂബ് ലിങ്ക്- @dr.ganesanh.1042"

a. സ്നേഹസംഗമം (Recognizing the silent soldiers of urban sanitation)

എളമക്കരയിലെ ശുചീകരണ തൊഴിലാളികളെ ആദരിക്കുന്ന പരിപാടി. എളമക്കരയിലെ കൗൺസിലർ ബീനാ മാഡം, ഹെൽത്ത് ഇൻസ്പെക്ടർ, എളമക്കര നിവാസികൾ, റിട്ട. റിസർവ് ബാങ്ക് അസോസിയേഷൻ സെക്രട്ടറി ശ്രീ പൗലോസ്, ശ്രീ, ജോൺ കുട്ടി എന്നിവർ പങ്കെടുത്തു.

b. സ്നേഹകൈത്താങ്ങ് (Lending a unique model of community support that every Indian should have a roof over his head)

സൗജന്യ യൂണിഫോം തുണി, ഞങ്ങളുടെ വീടുവയ്ക്കാൻ ഉപയോഗിച്ച വീട്ടുസാധനങ്ങളുടെ ബാക്കി സാധനങ്ങൾ, സിമന്റ്, മണൽ, മരം, ഇഷ്ടിക എന്നിവ ഒരു തൊഴിലാളിക്കു സ്വന്തം വീടു വയ്ക്കാനായി കൊടുക്കുന്ന പരിപാടിയായിരുന്നു ഇത്. ഈ പരിപാടിയിൽ RBI റിട്ടയേർഡ് എംപ്ലോയീസ് അസോസിയേഷൻ, കൊച്ചി 25,000/- രൂപ കൂടി ആ തൊഴിലാളിക്കു കൊടുത്തു. ഇതിനുശേഷം, ഞങ്ങളുടെ പല പരിസരവാസികളും തങ്ങളുടെ വീട് വച്ചശേഷമുള്ള ബാക്കി സാധനങ്ങൾ സാമ്പത്തികമായി പിന്നാക്കമുള്ള വീടുവയ്ക്കുന്നവർക്കു കൊടുക്കാൻ തയ്യാറായി. സ്ഥലം കൗൺസിലർ, റിസർവ് ബാങ്ക് റിട്ടയേർഡ് എംപ്ലോയീസ് അസോസിയേഷൻ കമ്മിറ്റി അംഗങ്ങൾ, എളമക്കര നിവാസികൾ എല്ലാവരും പങ്കെടുത്തു. ഇത് എന്റെ ജീവിതത്തിൽ എനിക്കും എന്റെ കുടംബാംഗങ്ങൾക്കും എന്തെന്നില്ലാത്ത സന്തോഷം നൽകി.

c. കൊറോണയിൽ നിന്നും രക്ഷ നേടൽ (Guided Visualisation Effort)

എന്റെ കൊച്ചു മക്കളുടെ നിരന്തരമായ കൊറോണക്കെതിരായ ശബ്ദമാണ് എന്നെ ഈ വീഡിയോ ചെയ്യാൻ പ്രേരിപ്പിച്ചത്. നമ്മൾ വിചാരിച്ചാൽ നമുക്ക് കോവിഡിനെ ഓടിക്കാൻ സാധിക്കും. "Visualisation"-എന്ന ലളിതമായ പ്രവർത്തി ഇതിനെ അകറ്റാൻ സഹായിക്കും (വീഡിയോ കാണുക)

d. സാനിട്ടേഷൻ വർക്കേഴ്സിനു സാമ്പത്തിക പദ്ധതി- സ്നേഹസായാഹ്നം (Awareness on Financial Security and banking habits among sanitary

workers. Welfare Schemes of State and Central Governments)

വിവിധ പദ്ധതികളിലൂടെ സാമ്പത്തിക ഭദ്രത, ബാങ്കിംഗ് സ്വഭാവം എന്നിവയുമായി ബന്ധപ്പെട്ട് ഗവൺമെന്റ് ആവിഷ്കരിച്ചിരിക്കുന്ന തൊഴിലാളികൾക്കുള്ള വിവിധതരം ആനുകൂല്യങ്ങളെപ്പറ്റി പല തൊഴിലാളികളും അറിഞ്ഞിട്ടേയില്ല. അതിനാൽ ഇതിനെക്കുറിച്ച് തൊഴിലാളികൾക്കുള്ള ബോധവൽക്കരണ പ്രവർത്തനവും കൂടി ആയിരുന്നു. ഇത് കൂടാതെ നമ്മുടെ പരിസരത്ത് ചെടികൾ വച്ച് പരിസ്ഥിതി സംരക്ഷണവും ഈ കൂട്ടായ്മയിൽ നടന്നു. തൊഴിലാളികൾക്ക് ബാങ്ക് അക്കൗണ്ട് തുടങ്ങി, അതിൽ ചെറിയ തുക നിക്ഷേപിക്കുകയും അതിലേയ്ക്ക് ഇൻഷുറൻസ് ലിങ്ക് ചെയ്യുകയും ചെയ്തു. കുന്നുംപുറം അമൃതാ ആശ്രമത്തിലുള്ള സ്വാമിജി അനഘാമൃത ചൈതന്യയുടെ നേതൃത്വത്തിൽ ഒരു യോഗം എളമക്കരയിലെ വീട്ടിൽവച്ച് കൂടുകയും, ഹെൽത്ത് ഇൻസ്പെക്ടർ, കൗൺസിലർ, ഡോ. സന്ദീപ്, AIMS, ഹെൽത്ത് വർക്കേഴ്സ്, റിസർവ് ബാങ്ക് റിട്ടയേർഡ് എംപ്ലോയീസ് അസോസിയേഷൻ കമ്മറ്റി മെമ്പേഴ്സ്, എളമക്കരയിലെ നാട്ടുകാർ എല്ലാവരും പങ്കെടുത്തു. അന്നു വേദിയിൽ പലതരം വൃക്ഷത്തൈ വിതരണവും നടന്നു. അന്ന് എനിക്കു കിട്ടിയ കണിക്കൊന്ന ഇപ്പോൾ നന്നായി പൂത്തുലയുകയാണ്. എനിക്ക് വൃക്ഷത്തൈ തന്നത് ഡോ. സന്ദീപ് ആയിരുന്നു.

e. സുന്ദരകേരളം ശുചിത്വകേരളം (Cleaning initiative for Community)

നമ്മൾ താമസിക്കുന്ന പരിസരം വൃത്തിയാക്കുകയെന്നത് എല്ലാവരുടേയും കർത്തവ്യമാണ്. അതിനുള്ള ഒരു കൂട്ടായ്മയാണ് ഈ പരിപാടിയിലൂടെ നടപ്പാക്കിയത്. നമ്മുടെ പ്രധാനമന്ത്രിയുടേയും മുഖ്യമന്ത്രിയുടേയും 'ശുചീകരണം' എന്ന ആശയമാണ് എന്നെ ഇതിന് പ്രേരിപ്പിച്ചത്. എറണാകുളത്തും തിരുവനന്തപുരത്തും ഇത് സംഘടിപ്പിക്കുകയുണ്ടായി.

എല്ലാ പരിസരവാസികളും ഇതിൽ പങ്കെടുത്തു.

2. ശേഷിച്ച ജീവിതം മാനവനന്മയ്ക്ക്

റിട്ടയർമെന്റിനു ശേഷം നമ്മുടെ ജീവിതം മനുഷ്യരാശിക്ക് ഉപകാരപ്രദമാക്കണമെന്നത് എന്റെ നിശ്ചയദാർഢ്യമായിരുന്നു. അതിനുവേണ്ടിയാണ് "പബ്ലിക് അഡ്മിനിസ്ട്രേഷനിൽ" എം.ഫിൽ ഉള്ള ഞാൻ "ഹെൽത്ത് കെയർ അഡ്മിനിസ്ട്രേഷൻ ഇൻ ഗവൺമെന്റ് ഹോസ്പിറ്റൽസ് - സ്റ്റഡി ഇൻ

ചെന്നൈ ആന്റ് കൊച്ചി" എന്ന വിഷയത്തിൽ മധുരൈ കാമരാജ് യൂണിവേഴ്സിറ്റിയിൽ നിന്നും പിഎച്ച്. ഡി. എടുത്തത്. ഞാൻ ചെന്നൈ റിസർവ് ബാങ്കിൽ ജോലി ചെയ്യുമ്പോഴായിരുന്നു ഒഴിവു സമയങ്ങളിലുള്ള പിഎച്ച്. ഡി. ഗവേഷണം ആരംഭിക്കുന്നത്. 2008 -ൽ ചേർന്ന് 2015ൽ ബിരുദം നേടാൻ സാധിച്ചു. ഞാൻ പിഎച്ച്.ഡി യോഗ്യനായി. എന്റെ ജീവിതാഭിലാഷമായിരുന്നു ഒരു ഡോക്ടറേറ്റ് എടുക്കുകയെന്നത്. നീണ്ട 7 വർഷം കൊണ്ട് എന്റെ ചിരകാലാഭിലാഷം സാക്ഷാൽക്കരിക്കപ്പെട്ടു.

3. പി.എച്ച്.ഡി. പഠനത്തിന് 'അമൃത'യുടെ സ്നേഹസ്പർശം

അമൃതയിലെ ലോകോത്തര നിലവാരമുള്ള ലൈബ്രറി എന്റെ റിസർച്ച് വർക്കിൽ വളരെ ഉപകാരപ്രദമായിരുന്നു. സ്കൂൾ ഓഫ് മെഡിസിനിലുള്ള കമ്മ്യൂണിറ്റി മെഡിസിൻ ഡിപ്പാർട്ട്മെന്റിലെ പ്രൊഫസർ ആയ ഡോ. അലക്സാണ്ടർ ജോൺ, ഡോ. ലീലാമണി, ഡോ. അശ്വതി.എസ്. എന്നിവരുടെ പങ്ക് പ്രത്യേക പ്രശംസയ്ക്ക് അർഹമാണ്. ഇവർ എനിക്ക് വളരെ വിലപ്പെട്ട ഉപദേശങ്ങളും റഫറൻസ് മെറ്റീരിയൽസും റിസർച്ചിനു വേണ്ടി തന്ന് സഹായിച്ചു.

ചീഫ് ലൈബ്രേറിയനായ ശ്രീമതി ഇന്ദിര, ലൈബ്രറി അസിസ്റ്റന്റായ ശ്രീമതി ആർ. ജയന്തി, ശ്രീമതി എസ്. ജ്യോതി (സീനിയർ ലൈബ്രേറിയൻ) എല്ലാവരും എന്റെ തീസിസ് വളരെ നല്ല രീതിയിൽ പൂർത്തീകരിക്കുവാൻ ലൈബ്രറിയിൽനിന്നും റഫറൻസ് എടുക്കാൻ ഒരുപാട് സഹായിച്ചു. ഇത്തരുണത്തിൽ അമൃതയ്ക്ക് എന്റെ നന്ദി അറിയിച്ചു കൊള്ളുന്നു. അമ്മയ്ക്ക് ശതകോടി പ്രണാമം! ഈയവസരത്തിൽ എന്റെ എല്ലാമെല്ലാമായ ഗൈഡ് ഡോ. ജ്ഞാനപ്രകാശം സാറ് എനിക്കു തന്ന ഉപദേശങ്ങളും മാർഗ്ഗനിർദ്ദേശങ്ങളും ജീവിതത്തിൽ ഒരിക്കലും മറക്കാൻ സാധിക്കുകയില്ല. സാറിനും കുടുംബത്തിനും എന്റെ അകമഴിഞ്ഞ വന്ദനം അർപ്പിക്കുന്നു. ഞാൻ മധുരൈ കാമരാജ് യൂണിവേഴ്സിറ്റിയിൽ എം.ഫിൽ. ചെയ്തപ്പോൾ എന്നെ ഗൈഡ് ചെയ്ത ശ്രീമതി കല്യാണി മാഡത്തെ പ്രത്യേകം ഓർമ്മിക്കുന്നു. എം.ഫിൽ തീസിസ് ചെയ്തപ്പോൾ എന്റെ സഹധർമ്മിണിയുടെ സഹോദരനായ ശ്രീകണ്ഠന്റെ മക്കളുടെ സഹായം ഒരിക്കലും മറക്കുവാൻ സാധിക്കുകയില്ല. അവർക്കും എന്റെ നന്ദി അറിയിക്കുകയാണ്. അവരുടെയെല്ലാം അനുഗ്രഹം കൊണ്ടാണ് പിൽക്കാലത്ത് Ph.D എടുക്കാൻ എനിക്ക് പ്രേരകശക്തിയായി

മാറിയത്.

മധുരൈ കാമരാജ് യൂണിവേഴ്സിറ്റിയിൽ നിന്നും കോൺവക്കേഷനു ക്ഷണം വന്നു. ഞങ്ങൾ കുടുംബസമേതം മകനും ഭാര്യയും മകളും ഭർത്താവും കുട്ടികളും കൂടി മരുമകന്റെ ഇന്നോവ കാറിൽ മധുരയിൽ പോയി. അവിടെ എന്റെ പ്രിയ ഗൈഡായ ഡോ. ജ്ഞാനപ്രകാശം സാറിനെ കണ്ട് അനുഗ്രഹം വാങ്ങിയശേഷം അവാർഡ് കൊടുക്കുന്ന വേദിയിലേക്ക് നീങ്ങി. എന്റെ കുടുംബത്തിലെ മുഴുവൻ അംഗങ്ങളും ഈ അവാർഡ്ദാന ചടങ്ങിൽ പങ്കെടുക്കുവാനായി ത്യാഗങ്ങൾ സഹിച്ചാണ് എത്തിയത്. അതിന് ഭാര്യയോടും മരുമകനോടും മകനോടും മകളോടും മരുമകളോടും എത്ര നന്ദി പറഞ്ഞാലും തീരുകയില്ല. അവരെല്ലാവരും കൂടി ഇതിനെ വലിയ ആഘോഷമാക്കിയെടുത്തു. ദൈവത്തിനു സ്തുതി. അവാർഡ് തന്നത് ആരാധ്യനായ തമിഴ്നാട് ഗവർണർ ഡോ. റോസയ്യ ആയിരുന്നു.

നിശ്ചയിച്ച സമയത്തുതന്നെ എനിക്ക് 'ഡോക്ടർ' എന്ന ബഹുമതി ഗവർണർ "confer" ചെയ്തു. എനിക്ക് പിഎച്ച്.ഡി "confer" ചെയ്ത് വേദിയ്ക്ക് വെളിയിൽ വന്നപ്പോൾ "ഡോ. ഗണേശൻ" എന്ന് ആദ്യമായി ടെലിഫോണിൽ വിളിച്ചത് അമൃതാ ഹോസ്പിറ്റലിൽ ഡ്യൂട്ടിയിലുണ്ടായിരുന്ന ഡോ. എസ്. എൻ. നായർ ആയിരുന്നു. ഒരിക്കലും മറക്കുവാൻ സാധിക്കുകയില്ല. എന്നെ അമൃതാ ഇൻസ്റ്റിറ്റ്യൂട്ടിൽ അഡ്മിനിസ്ട്രേഷനിൽ ജോലി ഏൽപ്പിച്ചു. ഒരു റിട്ടയർ ചെയ്ത വ്യക്തിക്ക് ഇതിനുമേൽ എന്തുവേണം? എനിക്ക് "ഡോ. ഗണേശൻ.എച്ച്, അഡ്മിനിസ്ട്രേഷൻ" എന്ന് രേഖപ്പെടുത്തിയ അമ്മയുടെ അമൃതാ ഇൻസ്റ്റിറ്റ്യൂട്ടിന്റെ ഐ.ഡി. കാർഡും വിസിറ്റിംഗ് കാർഡുകളും തന്നു. എന്നിട്ട് സേവനം ചെയ്യുവാനുള്ള സൗകര്യങ്ങളും ഒരു കമ്പ്യൂട്ടറും തന്നു. അമ്മയ്ക്ക് ശതകോടി പ്രണാമം. അമ്മയുടെ ലോകോത്തര പദവിയുള്ള ആശുപത്രിയിൽ ജോലി ചെയ്യുവാൻ പറ്റുക എന്നതുതന്നെ വലിയ അനുഗ്രഹമായി കരുതുകയാണ്.

തുടർന്ന് എന്റെ പിഎച്ച്.ഡി ലബ്ധി സമുചിതം ആഘോഷിക്കണമെന്ന് തീരുമാനിച്ചു. എങ്ങനെ? ഞാൻ പബ്ലിക് അഡ്മിനിസ്ട്രേഷനിൽ "ഹെൽത്ത് കെയർ അഡ്മിനിസ്ട്രേഷൻ ഇൻ ഗവൺമെന്റ് ഹോസ്പിറ്റൽസ്-സ്റ്റഡി ഇൻ ചെന്നൈ ആന്റ് കൊച്ചി" എന്ന വിഷയത്തിലാണല്ലോ പിഎച്ച്.ഡി. ഗവേഷണം നടത്തി വിജയിച്ചത്. അതുകൊണ്ട് പബ്ലിക് സർവ്വീസ് ചെയ്യുന്ന

ക്ലീനിംഗ് സ്റ്റാഫിനെ ആദരിക്കുകയും അവരോട് സമയം പങ്കിടുകയും ചെയ്യുന്നതാണ് ഏറ്റവും മഹത്തരമായ കടമ എന്ന് എനിക്കു തോന്നി. അങ്ങനെയാണ് 'സ്നേഹസംഗമം 2016 മേയ് 1', ഉടലെടുത്തത്. ഇത് എറണാകുളത്ത് ഞങ്ങളുടെ വീട്ടിൽവച്ച് നടത്തുകയും ക്ലീനിംഗ് സ്റ്റാഫ് അംഗങ്ങളുടെ മുക്തകണ്ഠം പ്രശംസയ്ക്ക് ഞാൻ അർഹനാകുകയും ചെയ്തു.

ഈ പരിപാടിയിൽ എളമക്കരയിലെ ക്ലീനിംഗ് സ്റ്റാഫും, എന്റെ ക്ഷണം സ്വീകരിച്ച് എളമക്കര പോലീസ് അധികാരി, ജല അതോറിറ്റി എഞ്ചിനീയർ, പോസ്റ്റ്മിസ്ട്രസ്, ഹെൽത്ത് ഇൻസ്പെക്ടർ, റിസർവ് ബാങ്ക് റിട്ടയേർഡ് എംപ്ലോയീസ് അസോസിയേഷൻ കമ്മിറ്റി മെമ്പേഴ്സ്, റസിഡൻഷ്യൽ അസോസിയേഷൻ കമ്മിറ്റി മെമ്പേഴ്സ്, ഞങ്ങളുടെ വാർഡ് കൗൺസിലർ, തുടങ്ങി പരിസരവാസികൾ എല്ലാവരും കൂടി ഒരു നൂറുപേരെങ്കിലും ഈ മഹനീയപരിപാടിയിൽ പങ്കെടുത്തു. നമ്മുടെ ഗവൺമെന്റ് പബ്ലിക് സർവ്വീസ് ചെയ്യുന്ന എല്ലാ മേലധികാരികളേയും പൊന്നാട അണിയിച്ച് ആദരിച്ചു. അവരുടെ സേവനങ്ങളെ ഹൃദയപൂർവ്വം പ്രശംസിച്ചു. ഇത് അവർക്ക് വലിയ പ്രോത്സാഹനമായി. ശുചീകരണ പ്രവർത്തകരായ 21 പേർക്കും അവരുടെ പേരും ഫോട്ടോയും അതിൽ "നിങ്ങൾ നാടിന്റെ അഭിമാനമാണ്" എന്നും കൊത്തിയ ഫലകം കൊടുത്തു. ശുചീകരണ തൊഴിലാളികൾക്ക് താഴെപ്പറയുന്ന കാര്യങ്ങളും ചെയ്തുകൊടുത്തു.

1. അപകട ഇൻഷ്വറൻസ് രൂപ 2 ലക്ഷം - (പ്രധാനമന്ത്രിയുടെ ഇൻഷ്വറൻസ് സ്കീം) അവരുടെ പേരിൽ തുടങ്ങി 12/- രൂപ ഓരോ വർഷവും അടയ്ക്കണം.

2. 21 പേർക്കും 700/- രൂപ വീതം അടച്ച് എസ്.ബി.ഐ. പുന്നക്കൽ ബ്രാഞ്ചിൽ സേവിംഗ്സ് ബാങ്ക് അക്കൗണ്ട് തുടങ്ങിക്കൊടുത്തു.

3. മന്ത്‌ലി റെക്കറിംഗ് ഡെപ്പോസിറ്റ് എക്കൗണ്ട് 300/- രൂപ വീതം 21 പേർക്കും തുടങ്ങി കൊടുത്തു. അത് അവരുടെ വാർഷിക സേവിംഗിനു വേണ്ടിയായിരുന്നു. രണ്ടു മാസത്തെ ഡെപ്പോസിറ്റ് തുക (600 രൂപ) ഞാൻ എല്ലാവർക്കും കൊടുത്തു. ഇത് അവർക്ക് സമ്പാദ്യശീലം ഉണ്ടാക്കുവാനായിരുന്നു.

4. പ്രധാനമന്ത്രിയുടെ ഓറിയന്റൽ ഹെൽത്ത് ഇൻഷ്വറൻസ് സ്കീം (30,000/- രൂപ) ഈ 21 ശുചീകരണ തൊഴിലാളികൾക്കും തുടങ്ങിക്കൊടുത്തു. ഈ

സ്കീമിലുള്ള എല്ലാ തൊഴിലാളികൾക്കും ഇൻഷ്വറൻസ് പോളിസിയിൽ കവർ ചെയ്യുന്ന പ്രൈവറ്റ് ഹോസ്പിറ്റലുകളിൽ സേവനം കിട്ടുന്നതാണ്.

അങ്ങനെ 'സ്നേഹസംഗമം 2016 മേയ് 1' വളരെ ഗംഭീരമായി ആഘോഷിക്കപ്പെട്ടു. എന്റെ പിഎച്ച്. ഡി അവാർഡുമായി ബന്ധപ്പെട്ട ആഘോഷ പരിപാടികൾ ഇപ്രകാരം ജീവിതഗന്ധിയായി മാറി.

പിഎച്ച്.ഡി എനിക്ക് confer ചെയ്തശേഷം കൊച്ചി റിസർവ് ബാങ്ക് റിട്ടയേർഡ് എംപ്ലോയീസ് അസോസിയേഷനും തിരുവനന്തപുരം റിസർവ് ബാങ്ക് റിട്ടയേർഡ് എംപ്ലോയീസ് അസോസിയേഷനും എന്നെ പൊന്നാട അണിയിച്ച് ആദരിച്ചു. ഇതിന് ഹൃദയംഗമമായ നന്ദി രേഖപ്പെടുത്തുന്നു. എസ്.എം.വി. സ്കൂളിലെ പൂർവ്വാധ്യാപക കൂട്ടായ്മയായ 'ഗുരു'വും പൂർവ്വ വിദ്യാർത്ഥി സംഘടനയായ 'സതീർത്ഥ്യർ' എന്ന കൂട്ടായ്മയും എന്നെ ആദരിച്ചു. ഇതിനും ഹൃദയംഗമമായ നന്ദി രേഖപ്പെടുത്തുന്നു.

ഞങ്ങളുടെ എല്ലാമെല്ലാമായ അമ്മ
സത്ഗുരു മാതാ അമൃതാനന്ദമയി ദേവി.
ലോകാ: സമസ്താ: സുഖിനോ ഭവന്തു

അമ്മ ഞങ്ങളുടെ കുടുംബത്തിന്റെ സത്ഗുരുവാണ്. ഞങ്ങളുടെ കുഞ്ഞുങ്ങളുടെ സ്വഭാവരൂപീകരണത്തിലും പ്രവർത്തനമികവിലും പരമ പ്രേരക ശക്തി അമ്മയുടെ അപാരകൃപയാണ്. മകളും മരുമകനും മെഡിക്കൽ ഉന്നതവിദ്യാഭ്യാസം നേടിയത് അമ്മയുടെ ലോകോത്തര നിലവാരമുള്ള അമൃതാ വിശ്വവിദ്യാപീഠത്തിൽ നിന്നാണ്. എല്ലാം അമ്മയുടെ കൃപയായി കരുതുകയാണ്. അമ്മ ഞങ്ങളെ നിഷ്കാമ കർമ്മം ചെയ്യാൻ സത്സംഗങ്ങളിലൂടെ അതിന്റെ പ്രാധാന്യം മനസ്സിലാക്കിത്തന്നു. ഞാൻ റിട്ടയർ ചെയ്തതിനുശേഷം അതിനുള്ള വേദിയും ഒരുക്കിത്തന്നു. അമ്മ പറയുന്നത് 'ലോക നന്മയ്ക്കു വേണ്ടി കർമ്മം ചെയ്യുക' എന്നതാണ്. അതിന് അമ്മ തന്നെയാണ് നമ്മുടെ മുമ്പിൽ അത്യുത്തമ മാതൃക. അമ്മ സദാ കർമ്മനിരതയാണ്. അമ്മ പറയുന്നത് "മക്കളെ, ഏതു സാഹചര്യത്തിലും ഒരു സ്വീകരണമനോഭാവം മക്കൾ വളർത്തിയെടുക്കാൻ ശ്രമിക്കണം. ഇല്ലെങ്കിൽ പ്രതികൂല സാഹചര്യങ്ങളിൽ മക്കൾ തളർന്നു പോകും".

സ്വാമിജി പൂർണ്ണാമൃതാനന്ദപുരി

ഞങ്ങളുടെ കുടുംബത്തിന്റെ സർവ്വതോന്മുഖമായ വളർച്ചയ്ക്കു വേണ്ട മാർഗ്ഗദർശനം നൽകി അനുഗ്രഹാശിസ്സുകൾ ചൊരിഞ്ഞ മഹത് വ്യക്തിത്വം

4. സ്നേഹം നിറഞ്ഞ അമൃത ആശ്രമം അന്തേവാസികൾ

ഞങ്ങൾ ആശ്രമത്തിൽ പോകുമ്പോൾ 'പപ്പേട്ടൻ' എന്ന പത്മനാഭൻ അച്ഛനെ ഒരിക്കലും കാണാതെ പോകാൻ സാധിക്കുകയില്ല. ബാങ്ക് മാനേജർ ആയിരുന്ന അദ്ദേഹം സാമൂഹികവും ആത്മീയവുമായ വിഷയങ്ങളിൽ അതീവ പണ്ഡിതനും എന്നാൽ ലാളിത്യത്തിന്റെ ആൾരൂപവുമാണ്. ഞങ്ങളുടെ കുടുംബത്തിന്റെ വളർച്ചയിൽ അത്യധികം സന്തോഷിക്കുകയും കുട്ടികൾക്ക് എല്ലാ ഉപദേശങ്ങളും കൊടുത്ത് നന്മയിലേക്ക് നയിക്കുകയും ചെയ്യുന്ന മഹാനുഭാവൻ ആണ് അദ്ദേഹം.

ആശ്രമത്തിൽ സേവനം അനുഷ്ഠിക്കുമ്പോൾ അമ്മയുടെ ബ്രഹ്മചാരി മക്കളായ നിവേദിത, വിഷ്ണു, സുജാത എന്നീ മൂന്നുപേരും ഞങ്ങൾക്ക് അനവരതം ഊർജ്ജം പകർന്നിരുന്നു. ഒരിക്കലും മറക്കാൻ സാധിക്കുകയില്ല. അതുപോലെ തന്നെയാണ് ആശ്രമം അന്തേവാസികളായ എൻ. എച്ച്. കുമാർ

അച്ഛനും കുടുംബവും. അദ്ദേഹത്തിന്റെ മക്കൾ എല്ലാവരും ആധ്യാത്മിക വ്രതം എടുത്തു സമൂഹനന്മക്കായി നിസ്വാർത്ഥം ആശ്രമ സേവനം ചെയ്യുകയാണ്. ലോകനന്മയ്ക്കായി സ്വയം പ്രാർത്ഥനോന്മുഖമായി സമർപ്പിച്ച എത്രയോ എത്രയോ ജീവിതങ്ങൾ!! എല്ലാവർക്കും എന്റെ സ്നേഹവും ബഹുമാനവും നിറഞ്ഞ നമസ്കാരം. അമ്മയുടെ ദീർഘകാല ഭക്തയായ കൃഷ്ണകുമാരി കുടുംബവും ഞങ്ങൾക്ക് അത്താണിയാണ്. മകൻ ഡോ.നിതിൻ നല്ലൊരു ഡെന്റൽ ഡോക്ടറാണ്. ഡോ.നിതിൻ എല്ലാവർക്കും പരോപകാരിയാണ്.

അതുപോലെതന്നെ മറ്റൊരു മഹത് വ്യക്തിത്വമാണ് ഡോ.കൃഷ്ണകുമാർ സാർ. ഇപ്പോൾ കുന്നുംപുറത്തുള്ള സ്കൂൾ ഓഫ് ആർട്ട്സ്, ഹ്യൂമാനിറ്റീസ് & കോമേഴ്സ്, അമൃത വിശ്വവിദ്യാപീഠം, കൊച്ചി ക്യാമ്പസിലെ ഡീൻ ആണ്. കുട്ടികളുടെ ഉന്നമനത്തിനായി അദ്ദേഹം പല പല ഔട്ട് റീച്ച് ആക്റ്റിവിറ്റീസ് നടപ്പാക്കുകയും അവ കുട്ടികളുടെ സമ്പൂ ർണ്ണ വികസനത്തിന് സാധ്യമാക്കുകയും ചെയ്യുന്നു. സാറിന്റെ പല പദ്ധ തികളിലും ഞങ്ങളും കുടുംബസമേതം പങ്കെടുത്തു. ഇത്തരുണത്തിൽ സാറിനോട് നന്ദി രേഖപ്പെടുത്തുന്നു. എല്ലാം അമ്മയുടെ അപാര കൃപ.

5. എറണാകുളം അമൃത ആശുപത്രിയിലെ ജീവനക്കാരുടെ മഹത്വം

AIMS ന്റെ കാംപസ് ഡയറക്ടർ ആയ ശ്രീ സുരേഷ് ചേട്ടന്റെ നേതൃത്വ ത്തിൽ വളരെ നല്ല സേവനം കാഴ്ച വെയ്ക്കുകയാണ്. സാറിന്റെ വലിപ്പ ചെറുപ്പം നോക്കാതെയുള്ള ജീവനക്കാരോടുള്ള പെരുമാറ്റം പ്രത്യേക പരിഗ ണന അർഹിക്കുന്നു. ഈ പുസ്തക പ്രകാശനവേളയിൽ സുരേഷ് സാറിന് പ്രത്യേകം നന്ദി അറിയിക്കുകയാണ്.

Dean of Research ആയ ഡോ. ശാന്തികുമാർ വി. നായർ സാറിനും, Provost and Group AIMS ന്റെ Medical Director ഡോ.പ്രേം നായർ സാറിനും, മെഡിക്കൽ കോളേജ് പ്രിൻസിപ്പലായ ഡോ. ഗിരീഷ് സാറിനും ബ്രഹ്മചാരി ഡോ.ജഗ്ഗു സ്വാമിക്കും, ഡോ.വാസുദേവൻ സാർ, ഡോ.പ്രതാപൻ സാർ, ഡോ.വിശാൽ മർവാഹ സാർ, ഡോ.ലീല മേനോൻ മാഡം, ഡോ.വസന്ത് സാർ, ഡോ.എം. ജി. കെ. പിള്ള സാർ, ഡോ.തമ്പി സാർ, ഡോ.രങ്കനാഥൻ സാർ, ഡോ.കന്തസാമി സാർ, ഡോ. ബാലഗോപാൽ വർമ്മ സാർ, ഡോ.രാഗേഷ് സാർ, ഡോ.ഉണ്ണി സാർ, ഡോ.ശുഭകുമാരി മാഡം, ഡോ.പി.ജി.നായർ മാഡം, ഡോ. അപ്പു തോമസ് സാർ എന്നിവർക്കെല്ലാം

എന്റെ ഹൃദയം നിറഞ്ഞ നന്ദി രേഖപ്പെടുത്തുന്നു. ഇവരുടെ സേവനം സ്തുത്യർഹമാണ്. അമൃതയുടെ സ്കൂൾ ഓഫ് മെഡിസിനിലെ എല്ലാ ഡോക്ടേഴ്സും, സ്റ്റാഫും, വളരെ നല്ല സേവനമാണ് കാഴ്ചവയ്ക്കുന്നത്. ഇത്തരുണത്തിൽ എല്ലാവരേയും സ്നേഹത്തോടെ നമിക്കുന്നു. എന്റെ സഹധർമ്മിണി സേവനം ചെയ്യുന്ന പരീക്ഷാ വിഭാഗം ജീവനക്കാരെയും പ്രത്ര്യേകം സ്മരിക്കുന്നു.

ബിന്ദു ജോസഫ്, അനിത, ജി. മോൾ എന്നിവർ സ്തുത്യർഹമായി ജോലി ചെയ്യുന്നു. അമൃതാ ആശുപത്രിയിൽ ജോലി ചെയ്യുമ്പോൾ, ബ്രഹ്മചാരിണി രഹന കാർത്തിക, സോനാ ചൗധരി, രതീശൻ സാർ എന്നിവർ വളരെയേറെ സഹായങ്ങൾ ചെയ്യുകയും അതുവഴി രോഗികൾക്ക് ഒരുപാട് ആശ്വാസം അരുളാനും സാധിച്ചിട്ടുണ്ട്. ഈ അവസരത്തിൽ മുകളിൽ പറയുന്ന പ്രമുഖ വ്യക്തികളോട് പ്രത്യേക നന്ദി അറിയിക്കുകയാണ്. ബ്രഹ്മചാരിണി കരുണാജിയുടെ നേതൃത്വത്തിൽ നല്ല രുചികരമായ ഭക്ഷണം മിതമായ വിലയ്ക്ക് യഥേഷ്ടം വിദ്യാർത്ഥികൾക്കും ജീവനക്കാർക്കും, രോഗികൾക്കും കൂട്ടിരിപ്പുകാർക്കും ക്യാന്റീൻ വഴി ലഭിക്കുന്നു. അതിന് പ്രത്യേക നന്ദി അറിയിക്കുകയാണ്. അമൃതാ ആശുപത്രിയിലെ അമ്മയുടെ ബ്രഹ്മചാരി മക്കൾ, സെക്യൂരിറ്റി ജീവനക്കാർ, നഴ്സുമാർ, ഓഡിയോ വീഡിയോ ഡിപ്പാർട്ട്മെന്റിലെ അയ്യപ്പദാസ്, അജിത്ത്, സുബിൻ ബാക്കി എല്ലാ ജീവനക്കാരുടേയും നിസ്സീമമായ സഹകരണം മൂലം എനിക്ക് നല്ല സേവനം കാഴ്ച വെയ്ക്കാൻ സഹായിച്ചു. എല്ലാവർക്കും എന്റെ പ്രണാമം.

അമൃതയിലുള്ള ധനലക്ഷ്മി ബാങ്ക് പ്രത്യേക പരാമർശം അർഹിക്കുന്നു. ജീവനക്കാരുടെ പെരുമാറ്റം ശ്ലാഘനീയമാണ്. ബ്രാഞ്ച് മാനേജർ സീനിയർ സിറ്റിസൺസിനോട് പ്രത്യേക പരിഗണന കൊടുത്ത്, അവർക്ക് സർവ്വീസ് വളരെ എളുപ്പത്തിലാക്കി കൊടുക്കുന്നു. ബാങ്ക് അധികൃതർക്ക് എന്റെ നന്ദി അറിയിക്കുകയാണ്. എന്റെ ബാങ്കറായ എസ്.ബി.ഐ, പുന്നക്കൽ വളരെ നല്ല കസ്റ്റമർ സർവ്വീസാണ് കാഴ്ച വയ്ക്കുന്നത്.എളമക്കരയിലെ ശുചിത്വ തൊഴിലാളികൾക്ക് പുതിയ അക്കൗണ്ട് തുടങ്ങാനും പ്രധാനമന്ത്രിയുടെ ഇൻഷ്വറൻസ് സ്കീം ലിങ്ക് ചെയ്യുവാനും ഞങ്ങളെ സഹായിച്ചു തന്നു. ഇത്തരുണത്തിൽ ബാഞ്ച് അധികൃതർക്ക് എന്റെ നന്ദി അറിയിക്കുകയാണ്.

6. അമ്മയുടെ ദീർഘകാല ശിഷ്യനായ മധുസൂദനൻ അച്ഛന്റെ കടപ്ലാവിൻ തൈയുടെ മാസ്മരികത

ഞങ്ങളുടെ എറണാകുളം വീട്ടിലെ കടപ്ലാവിൽ നിന്നും മൂന്നും നാലും ചാക്ക് കടച്ചക്ക അമൃതയിലും കുന്നുംപുറത്തുള്ള ആശ്രമത്തിലും ഞങ്ങളുടെ അയൽവാസികൾക്കും കൊടുക്കുന്ന പതിവുണ്ടായിരുന്നു. രണ്ടു മൂന്നു വർഷം മുൻപ് ഞാൻ നമ്മുടെ അമ്മയുടെ ശിഷ്യനായ മധുസൂദനൻ അച്ഛനും, സീതയമ്മാൾ അമ്മയ്ക്കും കടച്ചക്ക കൊടുത്തപ്പോൾ അച്ഛൻ എന്നോട് "കടപ്ലാവിൻതൈ തരാമോ" എന്നു ചോദിച്ചു. അച്ഛൻ ചോദിച്ച മാത്രയിൽ തന്നെ ഞങ്ങളുടെ പുരയിടത്തിൽ നിന്നും ഒരു തൈ പറിച്ചെടുത്ത് ഒരു ചെറിയ ചട്ടിയിൽ വച്ച് വെള്ളവും ഒഴിച്ച്, എന്നും പ്രാർത്ഥിച്ചുകൊണ്ട് 'നന്നായി കായ്ച്ച് ലോകത്തിനു ഉപകാരമായി തീരണമെന്ന്' ആശിക്കുമായിരുന്നു. അങ്ങനെ ഒരു മാസത്തോളം അതിനെ ശുശ്രൂഷിച്ച്, മധുസൂദനൻ അച്ഛനെ ഏല്പിച്ചു. പിന്നെ കുറച്ച് മാസങ്ങൾക്കുശേഷം അച്ഛൻ എന്നോട് പറഞ്ഞു, "ഞാൻ താമസിക്കുന്ന ACE Flat-ന്റെ മുൻവശത്ത് ആ തൈ വലുതായി നിൽപ്പുണ്ട്. അച്ഛന്റെയും അമ്മയുടെയും സ്നേഹപരിലാളനത്തിൽ ഇപ്പോൾ കടച്ചക്ക കായ്ച്ചു തുടങ്ങിയിരിക്കുന്നു". എല്ലാം അമ്മയുടെ അനുഗ്രഹം മാത്രമാണ്. ഇപ്പോൾ അത് എത്ര പേർക്ക് ഉപകാരമായിത്തീർന്നിരിക്കുന്നു!

7. അമൃതാ ആശുപത്രിയിലെ സേവനകാലം സുവർണ്ണകാലം

ഞാൻ വിചാരിച്ചതുപോലെ റിട്ടയർമെന്റിനുശേഷമാണ് എന്റെ ജീവിതം കൂടുതൽ ഉഷാറായത്. റിട്ടയർ ചെയ്ത സമയത്ത് ഞാൻ പഠിച്ച ബി.എ (പാസ്), എം.എ., എം.ഫിൽ., എം.ബി.എ. (IIMM) എല്ലാം സമൂഹത്തിന് ഉപകാരപ്രദമാക്കണമെന്ന ചിന്ത എന്നെ വല്ലാതെ അലട്ടിയിരുന്നു. അങ്ങനെ ഞാൻ റിട്ടയർ ചെയ്തശേഷം അമ്മയെ കണ്ട് എനിക്ക് വോളന്ററി സേവനം ചെയ്യണമെന്ന ആഗ്രഹം പ്രകടിപ്പിക്കുകയും അമ്മ അതിനു സമ്മതിക്കുകയും ചെയ്തു. അമ്മയുടെ അനുഗ്രഹത്താൽ ലോകോത്തര നിലവാരമുള്ള അമ്മയുടെ അമൃതാ ആശുപത്രിയിൽ മെഡിക്കൽ എച്ച്.ആർ.ഡിയിൽ ജോലി ചെയ്യുവാനായി ഭാഗ്യം കിട്ടി.

അമൃതാ ആശുപത്രിയിൽ സേവനം ചെയ്യുന്ന സമയത്ത് ആശുപത്രി

യിലെ പ്രമുഖ ഡോക്ടർമാരെ കാണുവാനും അവിടെ ചികിത്സയെടുക്കുവാനും വേണ്ടി ആയിരക്കണക്കിനു ആളുകൾ ഞാൻ ജോലി ചെയ്തിരുന്ന റിസർവ് ബാങ്കിൽനിന്നും, ഇൻകം ടാക്സ് ആഫീസിൽ നിന്നും എസ്.എം. വി. ഹൈസ്കൂളിൽ നിന്നും, മറ്റു കമ്യൂണിറ്റി സുഹൃത്തുക്കളും ആശുപത്രിയിൽ വരുമായിരുന്നു. ആ സമയത്ത് എല്ലാ സ്പെഷ്യാലിറ്റി ഡോക്ടർമാരേയും വളരെ സമാധാനത്തോടും സന്തോഷത്തോടും കൂടി കൺസൾട്ട് ചെയ്ത്, അവർക്കെല്ലാവർക്കും ആശ്വാസം അരുളുവാനും സാധിച്ചിട്ടുണ്ട്. ഈ പന്ത്രണ്ടു വർഷത്തെ സേവനകാലയളവിൽ അമൃതയിലെ എല്ലാ സ്പെഷ്യാലിറ്റിയുമായി ബന്ധപ്പെടേണ്ടി വന്നിട്ടുണ്ട്. ഈ തരുണത്തിൽ എല്ലാ ഡോക്ടേഴ്സിനും, വാർഡ് സെക്രട്ടറിമാർക്കും, എല്ലാ ജീവനക്കാർക്കും പ്രത്യേകം നന്ദി അറിയിക്കുകയാണ്. പ്രത്യേകിച്ച്, സോനാ ചൗധരി മാഡം, രതീശൻ സാർ തുടങ്ങി എല്ലാവരെയും ഒരിക്കൽക്കൂടി ഓർമ്മിക്കുകയാണ്.

അമൃതാ ആശുപത്രിയിലേക്ക് കയറി വരുമ്പോൾ കാണുന്ന ധനലക്ഷ്മി ബാങ്കിന്റെ സമീപത്ത്, സ്വാമി ആത്മാരാമാനന്ദ ചൈതന്യയുടെ (പിള്ള അച്ഛൻ)നേതൃത്വത്തിൽ നടത്തുന്ന ജനറൽ സ്റ്റോർ ഇവിടുത്തെ മെഡിക്കൽ വിദ്യാർത്ഥികൾക്കും, സ്റ്റാഫിനും രോഗികൾക്കും വളരെ നല്ല സേവനമാണ് കാഴ്ച വെക്കുന്നത്. ഈ പുസ്തക പ്രകാശന വേളയിൽ സ്വാമിജിക്കും മറ്റു ജീവനക്കാർക്കും എന്റെ സ്നേഹം പങ്കിടുകയാണ്.

മെഡിക്കൽ എച്ച്.ആർ.ഡി.യിലെ സേവനത്തിനുശേഷം ഡോക്ടർ ജഗ്ഗുസ്വാമിയുടെ ആഫീസിൽ ഹോസ്പിറ്റലിലെ “ഡിസ്ചാർജ്ജ് പ്രോസസ്സ്” എങ്ങനെ സുഗമമാക്കാമെന്ന ജോലിയിൽ വ്യാപൃതനായി. ഞാൻ അഡ്മിനിസ്ട്രേഷൻ ഡിപ്പാർട്ട്മെന്റിൽ, ഡിസ്ചാർജ്ജ് ഷെഡ്യൂൾ, മെഡിക്കൽ റൗണ്ട്സ്, റിട്ടേൺ ഓഫ് മെഡിസിൻസ്, മെഡിക്കൽ എച്ച്.ആർ.ഡി.യുമായുള്ള കമ്മ്യൂണിക്കേഷൻ, ഡിസ്ചാർജ്ജ് പ്രോസസ്സ് വേഗതയിലാക്കാനുള്ള വഴികൾ, ഡിസ്ചാർജ്ജ് കോഡിനേറ്ററുമായുള്ള മീറ്റിംഗ് എന്നിവ ഡിസ്ചാർജ്ജ് വേഗതയിലാക്കാൻ സഹായിച്ചു. ഞങ്ങളുടെ എല്ലാ പ്രവർത്തനങ്ങളിലും അമ്മയുടെ അനുഗ്രഹമുണ്ടായിരുന്നു.

“കാൻസർ വിമുക്ത വൈപ്പിൻ” എന്ന ലക്ഷ്യത്തിനായി ശ്രീ എസ്. ശർമ്മ, എം.എൽ.എ.യുടെ നേതൃത്വത്തിൽ ജില്ലാ ഭരണകൂടം, ജനറൽ

ആശുപത്രി, ദേശീയ ആരോഗ്യമിഷൻ, കുടുംബശ്രീ, അമൃതാ ആശുപത്രി എന്നിവയുടെ സഹകരണത്തോടെ നടപ്പാക്കുന്ന കെയർ പദ്ധതിയുടെ ഭാഗമായി പത്തുവർഷം നീണ്ടുനിൽക്കുന്ന പരിപാടിയുടെ നടത്തിപ്പിനായി എനിക്കും ഭാഗഭാക്കാകാൻ കഴിഞ്ഞു എന്നതിൽ ചാരിതാർത്ഥ്യമുണ്ട്. എത്രയെത്ര മെഡിക്കൽ ക്യാമ്പുകൾ, കാൻസർ ഡിറ്റക്ഷൻ ക്യാമ്പുകൾ എന്നിവയിൽ പങ്കെടുക്കുവാൻ സാധിച്ചു എന്നത് വളരെ സന്തോഷകരമാണ്.

എല്ലാ മാസവും ഇതിന്റെ ഭാഗമായി നടത്തുന്ന സൗജന്യക്യാമ്പുകളിൽ പങ്കെടുക്കുവാൻ സാധിച്ചിട്ടുണ്ട്. ക്യാമ്പ് നിയന്ത്രിക്കുന്നത് ശ്രീ ജയൻ സാറാണ്. ഞാനും സാറിനോടൊപ്പം എല്ലാറ്റിനും പങ്കെടുക്കും. "കെയർ മോണിറ്ററിംഗ "മീറ്റിംഗ്", ഇടയ്ക്കിടയ്ക്ക് കൂടാറുണ്ട്. ശ്രീ ഗംഗാധരൻ. പി (late), ശ്രീ ജയൻ എന്നിവർക്കൊപ്പം ധാരാളം മീറ്റിംഗുകൾ കൂടാറുണ്ടായിരുന്നു. പല മീറ്റിംഗും കോർഡിനേറ്റ് ചെയ്യുന്നത് ഞാനായിരുന്നു. കുടുംബശ്രീക്കാർക്ക് ക്ലാസ്സുകൾ നടത്തുമായിരുന്നു. അതിൽ ഡോക്ടേഴ്സും, ശ്രീ ഗംഗാധരൻ (late), ശ്രീ ജയൻ, ഞാനും പങ്കെടുക്കാറുണ്ടായിരുന്നു. ശ്രീ ഗംഗാധരൻ (late) സാർ അമ്മയുടെ ഉത്തമ ഭക്തനും പലരും കണ്ടു പഠിക്കേണ്ട ഉത്തമ വ്യക്തിത്വവുമായിരുന്നു. കാൻസർ രജിസ്ട്രി നല്ല രീതിയിൽ കൊണ്ടു പോകുന്നതിൽ അദ്ദേഹത്തിന് വലിയ പങ്കുണ്ടായിരുന്നു. അന്ത്യശ്വാസം എടുക്കുന്നതു വരെ അമൃതയിൽ സേവനം ചെയ്തു. വീടുകൾ തോറും നടന്ന് കാൻസറിനെപ്പറ്റിയും ഞങ്ങൾ നടത്തുന്ന ക്യാമ്പിനെപ്പറ്റിയും പറയുകയും അവരെ ക്യാമ്പിലേക്ക് വരാൻ പ്രോത്സാഹിപ്പിക്കുകയും ചെയ്യുക എന്നതാണ് കമ്മ്യൂണിറ്റി വർക്കേഴ്സിന്റെ പ്രധാന കർത്തവ്യം. ഈ കാര്യങ്ങൾ AIMS സൂപ്പർവൈസ് ചെയ്യുമായിരുന്നു. AIMS കാംപസ് ഡയറക്ടർ ശ്രീ സുരേഷ് ചേട്ടന്റെ സേവനം വളരെ സ്തുത്യർഹമാണ്

ഇപ്പോൾ ഞാൻ ക്യാമ്പ് ഓഫീസിൽ ജോലി ചെയ്യുന്നു. താഴെപ്പറയുന്നവർ ആഫീസിലെ അംഗങ്ങളാണ്. ശ്രീ ജയൻ സാറിന്റെ നേതൃത്വത്തിൽ രമണി രാജു (നഴ്സിംഗ് സ്റ്റാഫ്), ലൈല പ്രതാപൻ (നഴ്സിംഗ് സ്റ്റാഫ്), രാധാകൃഷ്ണൻ.വി, സോമകുമാർ, അജയകുമാർ, സന്ദീപ്, വികാസ്.കെ. കാർത്തിക്, സുരേഷ്.എസ്.എ എന്നിവർ ജോലി ചെയ്യുന്നു. ജനാർദ്ദനൻ സാറിനെ പ്രത്യേകം ഓർക്കുന്നു.

അമൃതയിൽ ജോലി ചെയ്യുമ്പോൾ പങ്കെടുത്ത താഴെപ്പറയുന്ന

ഓരോ കോൺഫറൻസിലും അമൂല്യ നിമിഷങ്ങളായിരുന്നു ലഭിച്ചിരുന്നത്.

1. International Fellowship on Health Technology Assessment (HTA) & AIMS in association with World Health Organisation, Anglia Ruskin University, NABH, from 16th to 20th September 2014.

2. CONCETTO-2018 - International Conference on Hospital & Helathcare Management on 26th May 2018.

അമ്മയുടെ അനുഗ്രഹത്താൽ അനുവദിച്ചു കിട്ടിയ അമൃത ആശുപത്രിയിലെ സേവനാവസരം മൂലം എന്റെ റിട്ടയർമെന്റ് ജീവിതം വെറുതെ വീട്ടിലിരിക്കാതെ, ചുറുചുറുക്കോടെ പ്രവർത്തിക്കുവാൻ സാധിച്ചു. ആയതിനാൽ എന്റെ ആരോഗ്യം നിലനിർത്തുവാനും മറ്റുള്ളവർക്ക് ഉപകാര പ്രദമാക്കാനും അമ്മയുടെ അനുഗ്രഹം കൊണ്ട് സാധിച്ചു.

8. കൊച്ചിയിലെ റിസർവ് ബാങ്ക് ഡിസ്പൻസറി

ഞാൻ റിസർവ് ബാങ്കിൽനിന്നും റിട്ടയർ ചെയ്ത് ഇപ്പോൾ ഒരു വ്യാഴവട്ടം കഴിഞ്ഞു. ഞങ്ങളുടെ ആരോഗ്യസംരക്ഷണം നല്ല രീതിയിൽ പോകുന്നതിനുള്ള പ്രധാന കാരണം റിസർവ് ബാങ്കിന്റെ മേൽനോട്ടത്തിലും പരിപൂർണ്ണനിയന്ത്രണത്തിലുമുള്ള കൊച്ചിയിലെ ഓഫീസിനോടനുബന്ധിച്ചുള്ള മെഡിക്കൽ ഡിസ്പൻസറിയുടെ കാര്യക്ഷമമായ പ്രവർത്തനം ഒന്നുകൊണ്ടുമാത്രമാണ്. ഡോ. അലക്സാണ്ടർ വി.സി. രോഗികളെ രാവിലെ 8.30 മുതൽ 11.30 വരെ പരിശോധിച്ചു വരുന്നു. ഡോക്ടറുടെ സ്നേഹമസൃണമായ പരിചരണം അവിടെ എത്തുന്ന രോഗികൾക്ക് എത്ര മാത്രം സന്തോഷം നൽകുന്നുവെന്ന് അവർക്ക് ഓരോരുത്തർക്കും മാത്രമേ അറിയൂ. രോഗികൾക്ക് മരുന്നു നൽകുന്ന ഫാർമസിസ്റ്റ് ശ്രീ.രാജേന്ദ്രൻ വളരെ സൗമ്യനും നന്മനിറഞ്ഞ പ്രകൃതത്തോടുകൂടിയ വ്യക്തിത്വവുമാണ്. മാത്രവുമല്ല, ഡിസ്പൻസറി നല്ല രീതിയിലാണ് ക്രമീകരിച്ചിട്ടുള്ളത് എന്നതും രോഗികൾക്ക് ആശ്വാസകരമാണ്. സ്ഥാപനത്തിനുള്ള എ.സി. സംവിധാനം കുറ്റമറ്റതാണ്. കൂടാതെ വാട്ടർ കൂളർ, ഇൻസ്റ്റന്റ് കോഫി സംവിധാനം തുടങ്ങി എല്ലാ സൗകര്യങ്ങളും മെച്ചപ്പെട്ടതാണ്. ചുരുക്കത്തിൽ, റിസർവ് ബാങ്ക് ജീവനക്കാർക്കും വിരമിച്ചവർക്കും മാതൃകാ ആതുര സേവനം നടത്തുന്ന ഈ സ്ഥാപനം ഏവർക്കും ആവേശമാണ്. എല്ലാത്തിനും റിസർവ് ബാങ്കിന് നന്ദി അർപ്പിക്കുന്നു. കുറ്റമറ്റ രീതിയിൽ ഡിസ്പൻസറി നടത്തിക്കൊണ്ടു പോകുന്ന

തിരുവനന്തപുരം റീജിയണൽ ഡയറക്ടർ ശ്രീ തോമസ് മാത്യു സാറിന്റെയും കൊച്ചി ജനറൽ മാനേജർ ശ്രീ റാവു സാറിന്റേയും പങ്ക് പ്രത്യേക പ്രശംസക്ക് അർഹമാണ്.

9. മഹാമാരിയിലും ഗണേശന്റെയും കുടുംബത്തിന്റെയും കൈത്താങ്ങ്

കേരളക്കരയാകെ പിടിച്ചുകുലുക്കിയ 2018-ലെ വെള്ളപ്പൊക്കം എന്റേയും എന്റെ കുടുംബാംഗങ്ങളുടേയും മനസ്സിനെയും ഹൃദയത്തെയും വല്ലാതെ വേദനിപ്പിച്ചു. സഹജീവികൾക്കുണ്ടായ ദുരിതക്കടലിൽ എനിക്കും എന്റെ കുടുംബാംഗങ്ങൾക്കും എന്തെങ്കിലും മാതൃകാപരമായും മനുഷ്യത്വപരമായും ചെയ്യണമെന്ന ഉൾവിളിയിൽ നിന്ന് ഞങ്ങൾക്ക് വിവിധ ദുരിതാശ്വാസ ക്യാമ്പുകളിൽ അവശ്യസാധനങ്ങൾ എത്തിച്ചുക്കൊടുക്കുവാൻ സാധിച്ചുവെന്നത് എനിക്ക് വളരെ ആശ്വാസം നൽകിയ സംഗതിയാണ്. അതിനോടൊപ്പം റിസർവ് ബാങ്ക് റിട്ടയേർഡ് എംപ്ലോയീസ് അസോസിയേഷൻ മുഖാന്തിരം ഒരു നിശ്ചിത തുക ബഹുമാനപ്പെട്ട മുഖ്യമന്ത്രിയുടെ ദുരിതാശ്വാസഫണ്ടിൽ നിക്ഷേപിച്ചു. കൂടാതെ ബഹുമാനപ്പെട്ട കേരള മുഖ്യമന്ത്രിയുടെ ദുരിതാശ്വാസഫണ്ടിലേക്ക് എന്റെ ഒരു മാസത്തെ പെൻഷൻ തുകയും നിക്ഷേപിച്ചു എന്നതും വളരെ സന്തോഷം തോന്നിയ വസ്തുതയാണ്.

10. കോവിഡ് കാലഘട്ടത്തിലും ഗണേശന്റെ എളിയ സംഭാവന

കോവിഡ് ലോക മഹാമാരിയുമായി ബന്ധപ്പെട്ട് മുഖ്യമന്ത്രിയുടെ ദുരിതാശ്വാസഫണ്ടിലേക്ക് എന്റെ പെൻഷൻ തുകയിൽനിന്നും ഒരു നിശ്ചിത തുക നിക്ഷേപിക്കുവാൻ എനിക്ക് അവസരം ലഭിച്ചതിൽ അതിയായ സന്തോഷമുണ്ട്. സഹജീവികളോട് കരുണ കാട്ടേണ്ടത് മനുഷ്യനന്മയാണെന്ന തിരിച്ചറിവിലാണ് ഞാൻ ഇപ്രകാരം ചെയ്തത്.

11. ആരാധ്യനായ തമിഴ്നാട് ഗവർണ്ണർ ഡോ. റോസയ്യ എനിക്ക് പിഎച്ച്.ഡി. നൽകുന്ന ചിത്രത്തിന്റെ മഹനീയ സ്വാധീനം

എനിക്ക് പിഎച്ച്.ഡി അവാർഡ് ലഭിച്ചതിനുശേഷം ആ മഹത്തായ ഡിഗ്രിയുടെ സർട്ടിഫിക്കറ്റ് വിതരണം ആരാധ്യനായ തമിഴ്നാട് ഗവർണ്ണർ ഡോ. റോസയ്യയാണ് നിർവ്വഹിച്ചത്. ഇപ്പോൾ എന്റെ മകൻ മദ്രാസ് ഐ.ഐ.ടി.യിൽ പിഎച്ച്.ഡി ചെയ്തുകൊണ്ടിരുന്ന സമയത്ത് അവന്റെ പഠന മേശയിൽ അവന് എപ്പോഴും കാണാവുന്ന രീതിയിൽ എന്റെ അവാർഡ് ദാന ചട

ങ്ങിൽ എടുത്ത ഫോട്ടോ പ്രദർശിപ്പിച്ചിരിക്കുന്നത് ഒരിക്കൽ ഞാൻ കാണാൻ ഇടയായി. എനിക്ക് പിഎച്ച്.ഡി വിജയകരമായി നേടിയെടുക്കുന്നതിനായി ഒരുപാട് കടമ്പകൾ തരണം ചെയ്യേണ്ടി വന്നിട്ടുണ്ട്. എങ്കിലും എന്റെ ജീവിതാ ഭിലാഷമായ ലക്ഷ്യം സാക്ഷാൽക്കരിക്കുവാൻ എനിക്ക് സാധിച്ചു. എന്നാൽ ആ സമയത്തൊന്നും ലഭിക്കാത്ത അതിയായ സന്തോഷവും ചാരി താർത്ഥ്യവും തോന്നിയത് എന്റെ മകൻ എന്റെ ജീവിതത്തിലെ മഹത്തായ സന്ദർഭത്തിൽ എടുത്ത ആ ഫോട്ടോ ഒരു മാതൃകയായി, ആവേശമായി, പ്രചോദനമായി സൂക്ഷിക്കുന്നുവെന്നത് ഒരു പിതാവിന് ലഭിക്കാവുന്ന അത്യ പൂർവ്വ സൗഭാഗ്യമാണ്. ഐ.എസ്.ആർ.ഒ.യിലെ സയന്റിസ്റ്റായ എന്റെ മകൻ ഇപ്രകാരം ചെയ്യുന്നത് തികച്ചും അഭിമാനകരമാണ്.

12. ഡൽഹി യൂണിവേഴ്സിറ്റി, ഡൽഹി

മാതാ അമൃതാനന്ദമയീ ദേവിയുടെ പ്രശസ്തമായ ഫരീദാബാദ് ഹോസ്പിറ്റൽ, 2022 ആഗസ്റ്റ് മാസം നമ്മുടെ പ്രധാനമന്ത്രി ബഹുമാന്യനായ നരേന്ദ്രമോദിജിയാൽ ഉദ്ഘാടനം ചെയ്യപ്പെട്ടുവല്ലോ. നമ്മുടെ രാജ്യത്തിലെ തന്നെ ഏറ്റവും വലിയ ഹോസ്പിറ്റലായിരുന്നു അത്. അതിന്റെ ഉദ്ഘാടന ചടങ്ങിൽ പങ്കെടുക്കാൻ ഞങ്ങൾ രണ്ടു പേർക്കും ഭാഗ്യമുണ്ടായി. അത് ഇപ്പോൾ എല്ലാത്തരത്തിലും ലോകോത്തര നിലവാരമുള്ള ഒരു ഹോസ്പിറ്റ ലായി മാറിക്കഴിഞ്ഞു. ഞങ്ങൾ വിശാലമായ ഹോസ്പിറ്റലും മെഡിക്കൽ കോളേജും ചുറ്റിനടന്നു കണ്ടു. എല്ലാം മഹാഭാഗ്യമായി കരുതുന്നു. ഈ ഫരീ ദാബാദിലേക്കുള്ള യാത്ര ഞങ്ങൾ ഏറ്റവും ആഗ്രഹിച്ച യാത്രയായിരുന്നു. മുൻപ് പറഞ്ഞതുപോലെ ഞാൻ Intermediate മുതൽ Ph.D വരെ പഠിച്ചത് വിവിധ വിദ്യാഭ്യാസ സ്ഥാപനങ്ങളിലായിരുന്നു. അതിൽ ഒട്ടുമിക്ക വിദ്യാ ഭ്യാസ സ്ഥാപനങ്ങളും ഇതിനകം ഞാൻ നേരിട്ട് സന്ദർശിച്ചിട്ടുണ്ട്. ഇത്തരം സന്ദർശന വേളകളിൽ എനിക്കുണ്ടായ സന്തോഷം പറഞ്ഞറിയിക്കുവാൻ സാധിക്കയില്ല. പക്ഷെ ഞാൻ B.A. (Pass) -പഠിച്ച ഡൽഹി യൂണിവേഴ്സിറ്റി ഇതുവരേയും സന്ദർശിച്ചിട്ടില്ലായിരുന്നു. പോകണമെന്ന ആഗ്രഹം വളരെ കാലമായി മനസ്സിൽ തങ്ങിക്കിടക്കുകയായിരുന്നു. അവസാനം ഫരീദാബാദ് ആശുപത്രി ഉദ്ഘാടനശേഷം, ഞാനും സഹധർമ്മിണിയുംകൂടി എന്റെ ദീർഘകാലാഭിലാഷമായിരുന്ന University of Delhi സന്ദർശനം സഫലീകരിച്ചു. ജീവിതത്തിലെ ഏറ്റവും മഹത്തായ നാഴികക്കല്ല് കൂടിയായിരുന്നു ഇത്.

അദ്ധ്യായം അഞ്ച്
റിട്ടയർമെന്റ് ജീവിതം

5B - സപ്തതി ദിനം - ദൈവത്തിന്റെ വരദാനം

എന്റെ സപ്തതി (10.02.2022) ദിവസം ജീവിതത്തിലെ ഏറ്റവും അനുഗ്രഹീതമായ ദിവസമായിരുന്നു. ആ സുദിനത്തിൽ എന്റെ സഹപാഠികളോടും സമൂഹത്തിലെ എല്ലാ വിഭാഗം ആൾക്കാരോടും അധ്യാപകരോടും ബന്ധുക്കളോടും എന്റെ സന്തോഷം പങ്കുവയ്ക്കുവാൻ സാധിച്ചു. അന്ന് എനിക്ക് ലഭ്യമായ ധന്യമുഹൂർത്തങ്ങൾ താഴെ വിവരിക്കുകയാണ്.

ഞാൻ 70 വയസ്സ് പൂർത്തിയാക്കിയ സന്തോഷ ദിനത്തിൽ ആദ്യമായി എന്നെ അനുമോദിച്ചത് എന്റെ ഹൃദയതാളമായ ജീവിതപങ്കാളി ഡോ. സരസ്വതി ആയിരുന്നു. അതിനുശേഷം മകനും മകളും മരുമക്കളും കൊച്ചുമക്കളും അവരുടെ കുടുംബാംഗങ്ങളുമായിരുന്നു. ചുരുക്കത്തിൽ ആ ദിവസം അനുമോദനങ്ങളുടെ സുദിനം തന്നെ ആയിരുന്നു.

എസ്.എം.വി. സ്കൂൾ പൂർവ്വാധ്യാപക കൂട്ടായ്മയായ 'ഗുരു' വിന്റെ പ്രസിഡന്റായ ശ്രീ ശശിധരൻ നായർ എന്നെ അനുമോദിച്ച് അനുഗ്രഹം ചൊരിയുകയുണ്ടായി. അദ്ദേഹത്തിന്റെ അനുഗ്രഹം 'ഗുരു'വിലെ എല്ലാവരുടേയും അനുഗ്രഹാശ്ശിസുകൾ നിർലോഭം ലഭിച്ചതിനു തുല്യമായിരുന്നു. തുടർന്ന് ഇപ്പോഴത്തെ എസ്.എം.വി സ്കൂൾ ഹെഡ്മിസ്ട്രസ് ശ്രീമതി റാണി വിദ്യാധരനും മുൻകാല എച്ച്.എം. ആയ ശ്രീമതി ഉഷാകുമാരിയും ഡോ. സി. വസന്തകുമാരനും സുരേഷ് സാറും വാട്സാപ്പിലൂടെ പിറന്നാൾ ആശംസകൾ അറിയിച്ചു.

എന്റെ 70-ാം പിറന്നാളിന് എന്റെ സഹോദരിമാരായ ശ്രീമതിമാർ ചെല്ലമ്മാൾ, ലക്ഷ്മി അമ്മാൾ, ആത്മ (ബോംബെ), ശാരദ എന്നിവരും അവരുടെ കുടുംബാംഗങ്ങളും പ്രത്യേകം പിറന്നാൾ ആശംസകൾ നേർന്നു. കൂടാതെ സഹോദരങ്ങളായ സർവ്വശ്രീ മഹാദേവൻ, കൃഷ്ണൻ അവരുടെ കുടുംബാംഗങ്ങൾ എന്നിവരും എനിക്ക് പിറന്നാൾ ആശംസകൾ അറിയിച്ചു. 70-ാം പിറന്നാൾ ആശംസകൾ അറിയിച്ച ഏവർക്കും എന്റെ ഹൃദയംഗമമായ നന്ദി അറിയിക്കുന്നു.

2. 70-ാം പിറന്നാളിന്റെ അതൃപൂർവ്വ സൗഭാഗ്യം

എനിക്ക് 70-ാം പിറന്നാളിൽ ഏറ്റവും മഹത്തരമായി തോന്നിയത് ഹൃദയസ്പർശിയായ എന്റെ ഗുരുനാഥനായ, നവതി (90 വയസ്സ്) ആഘോഷിച്ചുകൊണ്ടിരിക്കുന്ന വയോധികനായ ഗുരുശ്രേഷ്ഠൻ ശ്രീ. ഒ. ഗോപിനാഥൻ അവർകൾ നേരിട്ട് ടെലഫോണിലൂടെ ആശംസകൾ നൽകുകയും എന്റെ ഭാര്യയോട് എന്നെക്കുറിച്ചുള്ള സുഖാന്വേഷണങ്ങളോടുകൂടി പിറന്നാൾ അനുഗ്രഹാശ്ശിസുകൾ ചൊരിയുകയും ചെയ്തുവെന്നത് ആണ്. അത് ഏതൊരു ശിഷ്യനും ലഭിക്കാവുന്ന അത്യപൂർവ്വ സൗഭാഗ്യമാണെന്ന് മാത്രമേ ചിന്തിക്കുവാൻ കഴിയുകയുള്ളു. മാത്രവുമല്ല, അദ്ദേഹത്തിന്റെ സ്വന്തം മകനെന്നപോലെ എന്റെ ദിനചര്യ, വ്യായാമം, മരുന്നുകൾ, എന്നിവയെക്കുറിച്ചെല്ലാം വളരെ സമാധാനത്തോടും സ്നേഹവാത്സല്യത്തോടും കൂടി കുശലാന്വേഷണം നടത്തിയത് എന്റെ സ്മൃതി മണ്ഡലത്തിലെ നിത്യഹരിതശോഭയായി എക്കാലവും നവയൗവനചൈതന്യം പേറി നിലകൊള്ളുമെന്നത് ഈ ജന്മസുകൃതം തന്നെയാണ്. ഞങ്ങൾ സകുടുംബം അദ്ദേഹത്തിന്റെ നിർദ്ദേശങ്ങളും ഉപദേശങ്ങളും അതീവശ്രദ്ധയോടും ഗൗരവത്തോടുംകൂടി ഉൾക്കൊണ്ടുവെന്നതും ജീവിതസൗഭാഗ്യമാണ്. ഞങ്ങളോട് അദ്ദേഹം ഏകദേശം 40 മിനിട്ട് സമയം അദ്ദേഹത്തിന്റെ 90-ാം വയസ്സിലും ചെലവഴിച്ചുവെന്നത് അദ്ദേഹം ഞങ്ങളോട് എത്രമാത്രം ഹൃദയബന്ധമുള്ള മഹത്വ്യക്തിത്വമാണെന്നതിന് തെളിവാണ്. ഇതിൽ കൂടുതൽ ഗുരു-ശിഷ്യ ബന്ധത്തിന്റെ തീവ്രത, തീഷ്ണത അഥവാ ഊഷ്മളഭാവം ആർക്കാണ് ലഭിക്കുവാൻ സാധ്യതയുള്ളത്. അക്ഷരാർത്ഥത്തിൽ ഞാനും എന്റെ കുടുംബാംഗങ്ങളും ധന്യരായി, കൃതാർത്ഥരായി, ദൈവാനുഗ്രഹത്താൽ സായൂജ്യമടഞ്ഞവരായി എന്ന് ഒരു നിമിഷം ചിന്തിച്ചുപോയി. മംഗളം മഹാനുഭാവാ, ആയിരം സാഷ്ടാംഗ നമസ്കാരങ്ങൾ അർപ്പിക്കുന്നു.

3. അമൃതാനന്ദമയി മഠം- ബ്രഹ്മസ്ഥാന ക്ഷേത്രം

എന്റെ ഗുരുനാഥന്റെ അനുഗ്രഹാശ്ശിസുകൾ സ്വീകരിച്ചതിനുശേഷം ഞാനും കുടുംബവും സാധാരണ പിറന്നാൾ ആഘോഷവുമായി ബന്ധപ്പെട്ട് പോകുന്നതുപോലെ മാതാ അമൃതാനന്ദമയീ മഠം ബ്രഹ്മസ്ഥാന ക്ഷേത്രത്തിൽ എത്തിച്ചേർന്നു. തുടർന്ന് ആദ്യമായി കുടുംബാംഗങ്ങൾക്കുവേണ്ടി പൂജകൾക്ക് കൊടുത്തു. എസ്.എം.വി.യിലെ പൊന്നോമന കുട്ടികളുടെ പഠന പുരോഗതിക്കുവേണ്ടി പ്രത്യേക പ്രാർത്ഥനയോടുകൂടി വഴിപാട് നേർന്നു. എസ്.എം.വി സ്കൂളിലെ കുട്ടികൾക്കുവേണ്ടി

പ്രാർത്ഥിക്കുവാൻ കഴിഞ്ഞതിൽ അതിയായ സന്തോഷം എനിക്കു തോന്നി. ഒരു മണിക്കൂർ സമയം ഞങ്ങൾ അമ്പലത്തിൽ ചെലവഴിച്ചു.

4. പ്രഭാതഭക്ഷണം, സംഭാവന, സദ്യ

പ്രഭാതഭക്ഷണം അടുത്തുള്ള ആര്യാസ് ഹോട്ടലിൽ നിന്നും കഴിച്ചു. കാരണം എല്ലാ ദിവസവും എന്റെ സഹധർമ്മിണി അതിരാവിലെ ആഹാരം തയ്യാറാക്കുന്ന രീതിയുണ്ടായിരുന്നെങ്കിലും അവർക്ക് അന്ന് പൂർണ്ണ വിശ്രമം നൽകാമെന്ന് ഞങ്ങൾ തീരുമാനിച്ചതിന്റെ അടിസ്ഥാനത്തിലാണ് ഇപ്രകാരം ചെയ്തത്. തുടർന്ന് ഞാനും ഭാര്യയും കൂടി അടുത്തുള്ള എസ്.ബി.ഐ.യിൽ പോയി എസ്.എം.വി. സ്കൂളിൽ പഠിച്ചുകൊണ്ടിരിക്കുന്ന നിർദ്ധനരായ 8 കുട്ടികൾക്കും മുസ്ലീം സമുദായത്തിലെ രോഗശയ്യയിലായ ഒരു വൃദ്ധയ്ക്കും, ബ്രാഹ്മണ സമൂഹത്തിലെ സാമ്പത്തികമായി പിന്നോക്കം നിൽക്കുന്ന ഒരു വിധവയ്ക്കും ഐ.എസ്.ആർ.ഒ. ARPAN- പഠന സംഘടന നിർദ്ദേശിച്ച ഒരു കുട്ടിക്കും സഹായധനമായി നിശ്ചിത തുകകൾ അയച്ചുകൊടുത്തു. ഈ ഫണ്ട് എന്റെ പെൻഷൻ അക്കൗണ്ടിൽ നിന്നായിരുന്നു. ഇപ്രകാരം നൽകുന്നതിന്വേണ്ടി പൂർണ്ണ മനസ്സോടും വളരെ സന്തോഷത്തോടും ഉത്സാഹത്തോടുംകൂടി ഞാനും എന്റെ സഹധർമ്മിണിയും ബാങ്കിൽപോയി അവരുടെ സഹായത്തോടും സഹകരണത്തോടും വളരെ ഭംഗിയായി അത് കൃത്യമായി നിർവ്വഹിച്ചു എന്നത് വളരെ ആനന്ദം നൽകിയ നിമിഷങ്ങളായിരുന്നു. അന്നേ ദിവസം തന്നെ, ബാങ്ക് ഇടപാടുകൾ എല്ലാം പൂർത്തിയാക്കിയതിനുശേഷം, എറണാകുളത്തുള്ള ഭാരത് ടൂറിസ്റ്റ് ഹോമിൽ പോയി പായസത്തോടുകൂടി വിഭവസമൃദ്ധമായ സദ്യ കഴിച്ചു. എന്റെ ജീവിതത്തിൽ എന്റെ ജീവിതപങ്കാളിയുടെ പങ്ക് തികച്ചും അപാരവും അവർണ്ണനീയവുമാണ്. വളരെ തിരക്കുള്ള നാളുകളായിരുന്നു ഞങ്ങളുടെ ജീവിതത്തിൽ ഓരോ ദിവസവും. അതിനാൽ ഈ പ്രത്യേക ദിവസത്തിൽ ഞങ്ങൾ എല്ലാവിധ തിരക്കുകളും ബോധപൂർവ്വം ഒഴിവാക്കി. അന്നു തിരക്കുകളില്ലാത്ത സമാധാനവും സന്തോഷവും ഐശ്വര്യവും പ്രദാനം ചെയ്യുന്ന ഒരു ദിവസമാക്കി മാറ്റുവാൻ ഞങ്ങൾ പരമാവധി ശ്രമിച്ചിരുന്നു. അതുകൊണ്ട് മുൻ തീരുമാനപ്രകാരം തന്നെ എന്റെ ജന്മനാൾ എല്ലാ അർത്ഥത്തിലും ഞങ്ങളുടെ സന്തോഷത്തിനും ആനന്ദത്തിനുമായി ചെലവഴിച്ചു.

5. സൂം മീറ്റിംഗ്

അന്ന് രാത്രി 8 മണിക്ക് എന്റെ മകനും മകളും കുടുംബവും സൂം

മീറ്റിംഗിലൂടെ എനിക്ക് പിറന്നാൾ ആശംസകൾ നേർന്നുകൊണ്ട് അവരുടെ സന്തോഷം പങ്കിട്ടു. എന്റെ മരുമകൾ ഡോ. സുമിത്രാ ശങ്കർ സൂം മീറ്റിംഗിലൂടെ ഒരു വീഡിയോ ആൽബം സമ്മാനിച്ചു. ആ ആൽബത്തിൽ ഞങ്ങളുടെ കുടുംബത്തിൽ നടന്നിരുന്ന സുപ്രധാന ചടങ്ങുകളും സംഭവങ്ങളും ഉൾപ്പെടുത്തി സംഗീതമേമ്പൊടി ചാർത്തി ഹൃദയസ്പർശിയായി പ്രദർശിപ്പിച്ചിരുന്നു. ഞങ്ങൾ ഇരുവരും ആ ആൽബം കണ്ട് സന്തോഷാശ്രുക്കൾ അണിഞ്ഞു. എന്റെ സപ്തതി നാൾ ആഘോഷത്തിൽ പ്രതീക്ഷിച്ചതിലും വളരെ കൂടുതൽ എന്റെ കുടുംബാംഗങ്ങളുടെ ഇടപെടൽ ഉണ്ടായതിൽ അതീവ സന്തോഷം എനിക്കും എന്റെ സഹധർമ്മിണിക്കും ഉണ്ടായി. ഒരു മാതൃകാ കുടുംബത്തിന്റെ സമാനതകളില്ലാത്ത ഹൃദയംഗമമായ ഒത്തിരി, ഒത്തിരി ധന്യമുഹൂർത്തങ്ങൾ ഞങ്ങളുടെ മനോമുകുരത്തിൽ നിത്യഹരിത ശോഭയായി നൃത്തം ചവിട്ടിയെന്നു പറയുന്നതാണ് കൂടുതൽ ഉചിതം. എല്ലാം ഈശ്വര കടാക്ഷം.

6. എസ്.എം.വി.- മാനേജ്മെന്റ് കമ്മിറ്റി

എസ്.എം.വി സ്കൂളിലെ ഇപ്പോഴത്തെ വൈസ്പ്രിൻസിപ്പാളായ ശ്രീമതി റാണി വിദ്യാധരൻ എൻ. കെ. എന്നെ സ്കൂളിലെ മാനേജ്മെന്റ് കമ്മിറ്റിയിൽ 2022-2023 അക്കാദമിക വർഷത്തിൽ ഉൾപ്പെടുത്തികൊണ്ട് എനിക്ക് കത്ത് അയച്ചു. അത് എന്റെ പിറന്നാൾ സമ്മാനമായി എനിക്കു തോന്നി. എസ്.എം.വി.സ്കൂളിലെ വൈസ്പ്രിൻസിപ്പാളിന് എന്റെ പ്രത്യേക നന്ദി അറിയിക്കുന്നു.

7. RBI റീജിയണൽ ഡയറക്ടറുമായുള്ള കൂടിക്കാഴ്ച

എന്റെ 70-ാം പിറന്നാളുമായി അടുത്തൊരു നാളിൽ എന്നെ എല്ലാമെല്ലാമാക്കിയ റിസർവ് ബാങ്കിന്റെ തിരുവനന്തപുരം ഓഫീസ് സന്ദർശിക്കുവാൻ ഇടയായി. എന്റെ എല്ലാ പുരോഗതിക്കും കാരണം എന്റെ റിസർവ് ബാങ്കാണ്. ഞാൻ റിസർവ് ബാങ്ക് റീജിയണൽ ഡയറക്ടർ ശ്രീ തോമസ് മാത്യുവിനെ നേരിൽ കണ്ട് സന്തോഷം പങ്കിടുന്ന സമയത്ത് അദ്ദേഹം പണ്ട് എന്നെ മദ്രാസ് ട്രെയിനിംഗ് കോളേജിൽ കണ്ട കാര്യം ഓർമ്മപ്പെടുത്തി. യഥാർത്ഥത്തിൽ അപ്പോൾ ഞാൻ അദ്ഭുതസ്തബ്ധനായി. അദ്ദേഹത്തിന്റെ വിനയവും പെരുമാറ്റശൈലിയും ആരേയും ആകൃഷ്ടരാക്കും. അക്ഷരാർത്ഥത്തിൽ നമുക്ക് ഏവർക്കും ആരാധിക്കാവുന്ന വ്യക്തിമഹത്വത്തിന്റെ ആൾ രൂപം തന്നെ ആയിരുന്നു ബഹുമാനപ്പെട്ട റീജിയണൽ ഡയറക്ടർ. എല്ലാം ദൈവകൃപ മാത്രമാണ്.

ഉപസംഹാരം

എന്റെ ജീവിത വിജയവുമായി ബന്ധപ്പെട്ട് നിരവധി അവിസ്മരണീയ മുഹൂർത്തങ്ങൾ ഉണ്ടെങ്കിലും എനിക്ക് ഏറ്റവും ഹൃദയസ്പർശിയായ ജീവിതയാഥാർത്ഥ്യങ്ങളാണ് ഈ കൃതിയിലൂടെ പരാമർശിക്കപ്പെട്ടിട്ടുള്ളത്. കാലികമായി പുത്തൻ തലമുറ മാനവികതയിൽനിന്നും അതിവേഗം പരിവർത്തനം ചെയ്തുകൊണ്ടിരിക്കുന്ന യാഥാർത്ഥ്യം നമുക്കേവർക്കും അറിവുള്ളതാണല്ലോ. അതുകൊണ്ട് എന്റെ ഏതാനും ജീവിതാനുഭവങ്ങളെ പൊതുസമൂഹത്തിനു മുന്നിൽ അനാവരണം ചെയ്യുന്നതിലൂടെ സഹൃദയരായ മാന്യ വായനക്കാർക്ക് നിത്യജീവിതത്തിൽ മാർഗ്ഗദർശനവും പ്രചോദനവും നൽകാൻ പര്യാപ്തമാകുമെന്ന് പ്രത്യാശിച്ചു കൊണ്ട് ഞാൻ എന്റെ ഈ എളിയ സംരംഭം ബഹുജനസമക്ഷം സമർപ്പിക്കുന്നു.

'ഊണുകിട്ടുന്ന സ്കൂളി'ന് ഗണേശന്റെ സ്നേഹസമ്മാനം

തിരുവനന്തപുരം: ഒരുപിടി ചോറിനായി മാത്രം സ്കൂളിൽ ചേർന്ന്, വിശപ്പടക്കിയ ശേഷം പഠിച്ചുയർന്ന് റിസർവ് ബാങ്ക് മാനേജരായ എച്ച്. ഗണേശന് തിങ്കളാഴ്ച ജീവിതത്തിൽ ഒരിക്കലും മറക്കാനാവാത്ത നല്ല ദിവസമായിരുന്നു. സ്കൂളിലെ ഇന്നത്തെ തന്റെ ജൂനിയർ സഹപാഠികൾക്ക് സ്വന്തം ചെലവിൽ ഊണ്. പിന്നെ ലഡു വിതരണവും മധുരമായ കുറേ ഉപദേശങ്ങളും. എസ്.എം.വി. സ്കൂളിലെ അസംബ്ലിയിൽ ഭാര്യയോടും മക്കളോടുമൊപ്പം നിൽക്കുമ്പോൾ 54-കാരനായ ഗണേശന്റെ കണ്ണുകൾ നനഞ്ഞു. ഉച്ചയൂണിനായി എസ്.എം.വി. സ്കൂളിൽ ചേർന്ന തന്റെ ബാല്യകാലം അദ്ദേഹം കുട്ടികളുമായി പങ്കുവെച്ചു.

1966-69 കാലഘട്ടത്തിലാണ് ഗണേശൻ സ്കൂളിൽ പഠിക്കാനെത്തിയത്. മൂന്നാം പുത്തൻ തെരുവിലായിരുന്നു താമസം. അച്ഛൻ ഹരിഹരയ്യരുടെ സുഹൃത്തായ രാമസ്വാമിപ്പിള്ള സാർ പറഞ്ഞതനുസരിച്ച് സ്കൂളിൽ ചേരുകയായിരുന്നു. അച്ഛന് ജോലിയില്ലായിരുന്നു. ആറ് സഹോദരങ്ങളുണ്ടായിരുന്ന വീട്ടിൽ മിക്കപ്പോഴും പട്ടിണിയായിരുന്നതിനാൽ ഊണുകിട്ടുന്ന സ്കൂളിൽ ചേരുകയായിരുന്നു ലക്ഷ്യം. എസ്.എം.വി. സ്കൂളിൽ വെറുതെ വന്നുനോക്കിയപ്പോൾ കുട്ടികൾ ഊണു കഴിക്കുന്നത് കണ്ടു. ഇഷ്ടപ്പെട്ട അന്തരീക്ഷം. ആ ഒരുനേരത്തെ ചോറു നല്കിയ പ്രചോദനമാണ് ഗണേശനിൽ പഠിക്കാനുള്ള താത്പര്യം ജനിപ്പിച്ചത്. 10-ാം ക്ലാസ് രണ്ടാം ക്ലാസിൽ ജയിച്ചു. ഉടനെ ഹിന്ദി, ഇംഗ്ലീഷ് ടൈപ്പ്റൈറ്റിങ്ങും കൂടി പാസ്സായി.

ഗണേശന് ഇൻകംടാക്സിൽ ഹിന്ദി ടൈപ്പിസ്റ്റായി ജോലി കിട്ടി. അന്ന് പ്രായം 18 വയസ്സ്. ഉപരാഷ്ട്രപതി പ്രഖ്യാപിച്ച ഹിന്ദി ടൈപ്പ്റൈറ്റിങ്ങിലെ ജി.എസ്. പഥക് അവാർഡ് ഗണേശന് ലഭിച്ചു. ഡൽഹിയിൽ നടക്കുന്ന അവാർഡ് ദാനചടങ്ങിൽ പങ്കെടുക്കാൻ പോകുന്നതിന് വസ്ത്രം പോലുമില്ലായിരുന്നു. സ്കൂളിലെ അധ്യാപകർ പകർന്നുകൊടുത്ത ധൈര്യവുമായി അന്നത്തെ മുഖ്യമന്ത്രിയായ സി. അച്യുതമേനോനെ കണ്ടു. അദ്ദേഹം 200 രൂപ ഉടനെ ഗണേശന് നല്കാൻ സെക്രട്ടറിയെ ചുമതലപ്പെടുത്തി. ഈ പണവുമായി ഡൽഹിയിലെത്തി അവാർഡ് വാങ്ങിയ അനുഭവം ഓർക്കുമ്പോൾ മുഖ്യമന്ത്രിയോട് നേരിട്ട് പണം ചോദിക്കാൻ എങ്ങനെ തോന്നിയെന്ന് സ്വയം ചിന്തിക്കുമെന്ന് ഇദ്ദേഹം പറയുന്നു.

ഇൻകം ടാക്സിൽ ജോലി ചെയ്യുന്നതിനിടെ ഭോപ്പാൽ യൂണിവേഴ്സിറ്റിയിൽ നിന്നും കറസ്പോണ്ടൻസ് ആയി ഇന്റർമീഡിയറ്റ് പാസ്സായി. പിന്നീട് ഡൽഹി യൂണിവേഴ്സിറ്റിയിൽ നിന്നും ബി.എ. കൂടി തപാലിൽ പഠിച്ച ശേഷമാണ് റിസർവ് ബാങ്കിൽ ടൈപ്പിസ്റ്റ് ആയി ജോലി കിട്ടുന്നത്. തുടർന്ന് മധുരൈ കാമരാജ് യൂണിവേഴ്സിറ്റിയുടെ എം.എ. പൊളിറ്റിക്കൽ സയൻസും എം.ഫിലും പൂർത്തിയാക്കി. ഇപ്പോൾ തിരുവനന്തപുരം റിസർവ് ബാങ്കിൽ മാനേജരാണ്. എം.ഫില്ലിന് ഇദ്ദേഹം സമർപ്പിച്ച കെ.എസ്.ആർ.ടി.സിയെക്കുറിച്ചുള്ള റിപ്പോർട്ട് ഈയിടെ ഗതാഗതമന്ത്രിക്ക് അയച്ചുകൊടുത്തിരുന്നു. തിങ്കളാഴ്ച എസ്.എം.വി. സ്കൂളിൽ എത്തിയ ഗണേശനും ഭാര്യ സരസ്വതിയും മക്കളായ ഹരികുമാർ ഗണേശനും പാർവതിയും കുട്ടികളോടൊപ്പം ഊണുകഴിച്ചാണ് മടങ്ങിയത്. ഉച്ചയൂണ് കൊടുക്കാൻ സ്കൂളിന് അമ്പതിനായിരം രൂപയാണ് സംഭാവന നല്കിയത്.

ഗണേശൻ എസ്.എം.വി. സ്കൂളിലെ കുട്ടികൾക്കൊപ്പം ഊണുകഴിക്കുന്നു

അന്നത്തിനായുള്ള അമ്പലമണികൾ: ഗണേശൻ

ഡോ. പാർവതി, ഡോ. സരസ്വതി, ഗണേശൻ, ഹരികുമാർ

ശ്രീ പത്മനാഭസ്വാമിക്ഷേത്രത്തിലെ മണിനാദം, അർധരാത്രിയിൽ ഉറങ്ങുന്ന കിഴക്കേക്കോട്ടയിലെ മൂന്നാം തെരുവ്. അവിടെ അരണ്ടവെളിച്ചവുമായി വഴിവിളക്കുകൾ. ഓർമയിലേക്കു വരുകയാണ് ഓരോന്നും.

ചെന്നൈ ബസന്ത് നഗറിലെ റിസർവ് ബാങ്ക് ഓഫ് ഇന്ത്യാ കാർട്ടേഴ്സ്. റിസർവ് ബാങ്കിന്റെ ചെന്നൈ ബ്രാഞ്ച് മാനേജരാണ് എച്ച്. ഗണേശൻ. കുട്ടിക്കാലത്തെക്കുറിച്ച്, സ്കൂളു തുറന്നു വരുന്ന ജൂൺമഴയെക്കുറിച്ച് ഓർക്കാൻ ഗണേശനു ധാരാളമുണ്ട്. മൂന്നാം തെരുവിൽ നിന്നു റിസർവ് ബാങ്കിന്റെ മാനേജർ പദവിയിലേക്കുള്ള യാത്രയിൽ അനുഭവത്തിന്റെ എവറസ്റ്റു തന്നെ കീഴടക്കിയിട്ടുണ്ട് ഇദ്ദേഹം.

സർക്കാർ സർവീസിൽ സർവേയറായിരുന്നു ഗണേശന്റെ അച്ഛൻ ഹരിഹരഅയ്യർ. സഹപ്രവർത്തകരുടെ കൊള്ളരുതായ്മകളിൽ മനംമടുത്ത് അദ്ദേഹം ജോലി രാജിവച്ചു. പിന്നെ കിഴക്കേക്കോട്ടയിലെ ചില ഹോട്ടലുകളിൽ പാചകക്കാരനായി. വിശ്രമസമയങ്ങളിൽ പപ്പടമുണ്ടാക്കി. അയ്യരുടെ ഭാര്യ പാർവതിയമ്മാളും അടുത്ത വീടുകളിൽ സഹായിയായി പോകാറുണ്ടായിരുന്നു. 'മക്കളുടെ വിശപ്പടക്കാൻ രാത്രി പകലാക്കി പണിയെടുത്തവർ. ഒരു ജന്മം കൊണ്ടു വീട്ടിത്തീർക്കാനാവില്ല ഈ കടങ്ങൾ' ഗണേശന്റെ കണ്ണു നിറഞ്ഞുപോകുന്നു.

ഗണേശൻ അന്നു പ്രൈമറി ക്ലാസിൽ പഠിക്കുന്നു. ഉച്ചയ്ക്കു സ്കൂളു വിട്ടാൽ ശ്രീപത്മനാഭസ്വാമി ക്ഷേത്രത്തിലെ ഊട്ടുപുരയിലേക്ക് ഓടും. അവിടെ അപ്പോഴേക്കും പടച്ചോറു കൊടുത്തുതുടങ്ങിയിരിക്കും. വരി നിന്നു പാത്രം കടിച്ചോറു വാങ്ങും. ജീവിതത്തിൽ.

രാത്രി നഗരത്തിന്റെ തിരക്കുകളൊഴിയാൻ ഗണേശൻ കാത്തിരിക്കുമായിരുന്നു. പുലർച്ചെ രണ്ടു മണിയാവുമ്പോൾ ഉറക്കമെണീക്കും. പുസ്തകങ്ങളുമായി വീടിനടുത്തുള്ള തെരുവുവിളക്കിന്റെ ചുവട്ടിലേക്ക്. ഗണേശൻ ആ അരണ്ടവെളിച്ചത്തിലിരുന്നു പഠിക്കും. വിളക്കണയുമ്പോൾ പഠിപ്പു നിർത്തി ഗണേശൻ വീട്ടിലേക്കു നടക്കും. പിന്നെ കുളി കഴിഞ്ഞു പത്മനാഭസ്വാമിക്ഷേത്രത്തിലേക്കാണ്. രാവിലെ അവിടെ പായസവിതരണമുണ്ട്. അതു വാങ്ങിക്കഴിച്ചാണു സ്കൂളിലേക്കു പോകുന്നത്. വൈകുന്നേരം സ്കൂളിൽ നിന്നു വന്നാലും ഗണേശനു വിശ്രമം ഉണ്ടാകില്ല. വീട്ടിലുണ്ടാക്കുന്ന പപ്പടം വിൽക്കാൻ കൊണ്ടുപോകുന്നതു ഗണേശനാണ്. വീടുകളിലും ഹോട്ടലുകളിലും പപ്പടം വിൽക്കും. ബാക്കി ചന്തയിലും വിറ്റു തിരികെ വീട്ടിലെത്തുമ്പോഴേക്കും രാത്രി ഏറെ വൈകിയിട്ടുണ്ടാവും.

ഉച്ചഭക്ഷണം വഴിത്തിരിവാകുന്നു

നാലു സഹോദരിമാർ ഉൾപ്പെടെ ഏഴു പേരുള്ള വലിയ കുടുംബമായിരുന്നു ഗണേശന്റേത്. ആൺമക്കളിൽ ഏറ്റവും ഇളയ ആൾ. എങ്കിലും കുടുംബത്തിന്റെ ഉത്തരവാദിത്തം ഗണേശന്റെ ചുമലിലായിരുന്നു കുട്ടിക്കാലം മുതൽക്കേ. ഫോർട്ട് യു പി സ്കൂളിൽ വച്ചേ ഗണേശന്റെ വിദ്യാഭ്യാസം നിന്നു പോകേണ്ടതായിരുന്നു. ഏഴാം ക്ലാസു പാസായപ്പോൾ ഒരു ശുഭവാർത്തയാണു ഗണേശൻ കേട്ടത്. എസ്എംവി ഹൈസ്കൂളിൽ പുതിയൊരു സമ്പ്രദായം തുടങ്ങുന്നു. പഠിക്കാൻ മിടുക്കരായ

ഡോ. എച്ച് ഗണേശൻ
അതിജീവനത്തിന്റെ വിജയഗാഥ

എന്റെ ജീവിതം ഒരു തുറന്ന പുസ്തകമാണ്. ദാരിദ്ര്യത്തിന്റെയും പാരവശ്യത്തിന്റേയും കഥ. എന്നാൽ ഞാൻ അതിൽ തകർന്നില്ല. നമ്മുടെ രാഷ്ട്രത്തിന്റെ നിയമസംഹിതകളും സർക്കാർ സംവിധാനങ്ങളും എന്നെപ്പോലെയുള്ള പതിനായിരങ്ങൾക്ക് താങ്ങും തണലുമായി. എന്റെ ജീവിതം എല്ലാവരോടും കടപ്പെട്ടിരിക്കുകയാണ്. എന്റെ ജീവിതത്തെ 5 അദ്ധ്യായങ്ങളായി ഈ പുസ്തകത്തിലൂടെ അനാവരണം ചെയ്തിരിക്കുന്നു.

ബാല്യകാലം

വിദ്യാഭ്യാസം

ഔദ്യോഗിക ജീവിതം

കുടുംബ ജീവിതം

റിട്ടയർമെന്റ് ജീവിതം

എന്റെ ഓർമ്മയിലുള്ള ഏതാനും മറക്കാനാവാത്ത അനുഭവങ്ങൾ താഴെ കുറിക്കുകയാണ്.

- പപ്പടം ഉണ്ടാക്കുക എന്ന ചെറുകിട വ്യവസായം
- കാലത്ത് 2 മണിക്ക് തെരുവുവിളക്കിന്റെ ചുവട്ടിലുള്ള പഠനം.
- എസ് എം വി ഹൈസ്കൂളിലെ ഉച്ച ഊണ്
- ഹിന്ദി ടൈപ്പ് റൈറ്റിംഗിൽ ഹിന്ദി ഒന്നാം റാങ്ക് (കേരള സംസ്ഥാനം) വൈസ് പ്രസിഡന്റ് ജി. എസ്. പഥക്കിന്റെ അവാർഡ് വാങ്ങാൻ പോകാൻ അന്നത്തെ മുഖ്യമന്ത്രി ശ്രീ. അച്യുത മേനോൻ അവർകളെ സന്ദർശിച്ച അനുഭവം
- എന്റെ മനസ്സിലുള്ള സമൂഹസേവ എന്ന മന്ത്രം നടപ്പിലാക്കാൻ സഹായിച്ച ശ്രീ. ഹക്കിം സാർ എസ് എം വി ഹൈസ്കൂൾ ഹെഡ്മാസ്റ്റർ
- റിസർവ്വ് ബാങ്കിലെ സർവ്വശ്രീ ശ്രീ. ബാബുസേനൻ, ജി. മോഹനദാസ്, ജി. ഹരിഹരൻ, സലിം ഗംഗാധരൻ – എന്റെ ഉയർച്ചയിലെ മഹത് വ്യക്തിത്വങ്ങൾ
- റിട്ടയർമെന്റോടുകൂടി ബെൽഹെവൻ പാലസിൽ നടന്ന സ്നേഹസ്പന്ദനം മറക്കാനാവാത്ത അനുഭവം.
- സത്രം സ്കൂളിൽ സോഷ്യൽ സർവ്വീസ് ലീഡർ ആയിരിക്കുമ്പോൾ ഉണ്ടായ അനുഭവം.
- സ്കൂൾ ടീച്ചേഴ്സിനുള്ള ഹെർമിറ്റേജ് –ൽ മെഡിക്കൽ ചെക്ക്– അപ് അറേഞ്ച് ചെയ്ത അനുഭവം.
- 1971–1975 എറണാകുളത്തിലെ ഇൻകം ടാക്സ് ഓഫീസ് ജീവിതം – ജീവിതത്തിലെ മറക്കാനാവാത്ത അനുഭവം.
- റിസർവ്വ് ബാങ്ക് ജീവിതത്തിൽ റിസർവ്വ് ബാങ്ക് എംപ്ലോയീസ് അസ്സോസിയേഷന്റെ സ്വാധീനം മറക്കാനാവില്ല.
- എസ് എം വി ഹൈസ്കൂളിന്റെ പൂർവ്വ അദ്ധ്യാപക സംഘടനയായ ഗുരുവും, പൂർവ്വ വിദ്യാർത്ഥി സംഘടനയായ സതീർത്ഥ്യരും എന്റെ ജീവിതത്തിലെ നാഴികക്കല്ലുകൾ
- അമൃതാ ആശുപത്രിയിലെ സേവനകാലം – സുവർണ്ണകാലം

www.ingramcontent.com/pod-product-compliance
Lightning Source LLC
LaVergne TN
LVHW100258210926
848480LV00003B/957

* 9 7 9 8 9 0 3 1 9 5 1 4 5 *